अडिगा एक सच्चे लेखक आहेत. दुसऱ्या शब्दांत सांगायचं, तर ते असे लेखक आहेत, जे परिश्रमपूर्वक स्वतःचा आवाज आणि दृष्टी घडवतात.

– संडे टाइम्स

बुकर पुरस्कार मिळालेल्या आपल्या पहिल्या कादंबरीनंतर अडिगा लेखनकलेत अधिकाधिक पारंगत होत गेले आहेत.

– कमिला शाम्सी, गार्डियन

(अडिगा) केवळ आत्मविश्वासाने आपली कथा सांगणारे कथाकारच नाहीत, तर ते एक तर्कनिष्ठ, गंभीर विचारवंत आणि कुशल मनोरंजनकारही आहेत. रूढीवादी आणि दांभिक लोकांच्या मार्गातील ते एक काटा आहेत. साम्राज्यवादी युगानंतर जन्मलेल्या लेखकांमधील ते एक अत्यंत प्रतिभावान कादंबरीकार आहेत. त्यांची वैशिष्ट्ये म्हणजे जग खरोखर कसे चालते याची तीक्ष्ण जाणीव असणे तसेच वेगवेगळ्या सामाजिक थरांतील पात्रांच्या मनामध्ये खोल उतरून त्यांचे यथार्थ चित्रण करणे.

– न्यू यॉर्क टाइम्स

अत्यंत उत्कंठावर्धक लेखन करणारे, इंग्रजीतील आजचे सर्वांत रोचक कादंबरीकार.

– ए. एन. विल्सन

आपल्या स्नेहीजनांना पुस्तके भेट द्या

ॲम्नेस्टी

अरविंद अडिगा

अनुवाद

सुनीता कट्टी

मेहता पब्लिशिंग हाऊस

Please contact us at **Mehta Publishing House,** Pune.
Email : production@mehtapublishinghouse.com
Website : www.mehtapublishinghouse.com

- *या पुस्तकातील लेखकाची मते, घटना, वर्णने ही त्या लेखकाची असून त्याच्याशी प्रकाशक सहमत असतीलच, असे नाही.*

AMNESTY by **ARAVIND ADIGA**

Translated into Marathi Language by Sunita Katti

ॲम्नेस्टी / अनुवादित कादंबरी

अनुवाद : सुनीता कट्टी

author@mehtapublishinghouse.com

मराठी अनुवादाचे व प्रकाशनाचे हक्क मेहता पब्लिशिंग हाऊस, पुणे.

संस्थापक : अनिल मेहता आणि सुनील मेहता

प्रकाशक : अखिल सुनील मेहता, मेहता पब्लिशिंग हाऊस,
१९४१, सदाशिव पेठ, माडीवाले कॉलनी, पुणे – ३०

मुद्रक : ट्रिनिटी ॲकॅडमी फॉर कॉर्पोरेट ट्रेनिंग लिमिटेड, सर्व्हे नं. २६/५,
नऱ्हे इंडस्ट्रिअल एरिया, झील कॉलेज रोड, नऱ्हे, पुणे – ४१

मुखपृष्ठ : मेहता पब्लिशिंग हाऊस

प्रथमावृत्ती : मार्च, २०२२

किंमत : ₹ ३५०

P Book ISBN 9789392482830
E Book ISBN 9789392482915
E Books available on : play.google.com/store/books
www.amazon.in
books.apple.com/

मार्क ग्रिफ याला,
त्याच्या बावीस वर्षांच्या मैत्रीखातर आभार...

Within the four seas all men are brothers

–Inscribed on an arch
in Chinatown, Sydney

मायदेशातील घर

श्रीलंकेची पूर्ण किनारपट्टी दंतुर, रहस्यमय आणि सुंदर आहे; पण बट्टिकालोआसारखी रहस्यमयता दुसरीकडे कुठंही नसेल. बट्टिकालोआ हे शहर तिथल्या लगूनसाठी प्रसिद्ध आहे. लगून म्हणजे समुद्रालगतचं खाऱ्या पाण्याचं उथळ तळं. बट्टिकालोआच्या लगूनमध्ये गंमतीशीर गोष्टी घडतात. तिथले मासे ना, गाणी गातात. खरंच! अगदी खरं. विश्वास बसत नसेल तर तिथल्या गवताचं एखादं पातं कानाला लावा. होडी वल्हवताना थोडं खाली वाका आणि लगूनमधल्या माशांचं गाणं खचितच तुमच्या कानावर पडेल. एवढंच नाही. अहो, मध्यरात्री लगूनचं पाणी चक्क दुभंगतं आणि तिथून कादल कन्नी, म्हणजे जलपऱ्या बाहेर येतात. चांदण्यात निथळत!

चार-पाच वर्षांचा असल्यापासूनच डॅनीला आपण जलपऱ्यांशी बोलावं असं फार वाटे.

शाळेच्या छपरावरून त्याला नारळाची लांबवर पसरलेली झाडं आणि शहरामधील रंगीबेरंगी उजळ घरं दिसत आणि मग त्याला दिसे त्याच्या शहराचं लगून. वेडं-वाकडं, दूर पसरलेलं, मोठ्ठं लगून. त्यामध्ये त्याला वेगवेगळ्या ठिकाणांहून प्रवाह वाहत येताहेत असं दिसायचं. शेवटीशेवटी ते लगून चिंचोळं होत जाऊन समुद्राच्या प्रचंड जलविस्तारामध्ये मिसळून जाई. हिंदी महासागराला, इंडियन ओशनला जाऊन मिळण्यापूर्वी लगूनचा चेहरा-मोहरा आगीच्या लोळासारखा पेटलेला, चमचमत असल्यासारखा दिसे. ते दृश्य पाहिल्यावर डॅनीला एक जुनं कोडं उलगडल्यासारखं वाटायचं.

त्याच्या शाळेच्या कोटवर प्रतीकचिन्हाच्या खाली शाळेचा लोगो म्हणून एक ब्रीदवाक्य लिहिलेलं होतं - लुसेट एट आर्डेट. राखी रंगाचा पायघोळ पोशाख घालणाऱ्या पाद्र्यांनी त्याचा अनुवाद केला होता - चमकतं अन् पेटून उठतं. हे काय चमकतं आणि काय पेटून उठतं, हे शाळेतल्या मुलांना कायम पडलेलं एक कोडं होतं. त्या दिवशी शाळेच्या छपरावर उभं राहून सभोवार पाहताना डॅनीला ते कोडं उलगडलं.

दूरवर दिसणारा तो झळाळता ठिपका पाहताना त्याला स्पष्ट उमगलं की, लगून समुद्राला आणखी एके ठिकाणी जाऊन मिळतंय; पण ती जागा गुप्त आहे. जवळजवळ वर्षभर ती जागा डच लाइट हाउसजवळच्या मुगथ्वारम् या ठिकाणी नजरेआड असायची. मुगथ्वारम् म्हणजे द्वारमुख. डॅनीला खात्री होती की, या गुप्त दरवाजाजवळच्या पाण्यातूनच कादल कन्नी बाहेर येत असणार.

हे 'द्वारमुख' शोधायची डॅनीला खूप घाई होती; पण ती वेळ प्रत्यक्षात येण्यास मध्ये खूप काळ जावा लागला. आई वारल्यानंतर बरीच वर्षे त्याला त्यासाठी वाट पाहावी लागली. अखेर तो पंधरा वर्षांचा झाल्यावर त्याला ती संधी मिळाली. एका शनिवारी डॅनीनं आपल्या अप्पांना आपण आपल्या शाळेच्या सहलीसाठी जातोय असं सांगितलं आणि मग एका मित्राच्या सायकलवर डबल सीट बसून तो त्या जुन्या डच लाइट हाउसला आणि मग त्याच्याही पुढे गेला होता. डच लाइट हाउसजवळच्या गुप्त बीचवर पोहोचल्यावर तो थोडं आणखी पुढे गेला. तिथं लगून समुद्राला जाऊन भिडण्याची दुसरी जागा आहे असं लोक म्हणायचे. त्या जागी सायकलवरून खाली उतरल्यावर डॅनीची घोर निराशा झाली, कारण दूरवर नजर टाकल्यावर त्याला लगूनजवळची वाळूची लांबवर पसरलेली पट्टीच तेवढी दिसली.

"आपलं लगून इथं कुठं समुद्राला जाऊन मिळतंय असं अजिबात वाटत नाही.'' तो निराशेच्या स्वरात उद्गारला.

त्याच्या तमिळ ख्रिश्चन मित्रानं आधी आपली सायकल नारळाच्या झावळ्यांनी पार झाकून टाकली, नाहीतर चोराचं आयतंच फावलं असतं. सायकलच्या सुरक्षिततेचा पुरता बंदोबस्त केल्यावर डॅनीचा मित्र त्याला म्हणाला, "अरे, आपल्याला लगूनमधून थोडं पुढे जावं लागेल. मग दिसेल आपल्याला पाहिजे असलेली जागा.'' मग त्यानं आणि डॅनीनं लाइट हाउसजवळची एक होडी चोरली आणि ती आळीपाळीनं वल्हवत ते मुगथ्वारम्पर्यंत आले. ते जसजसे मुगथ्वारम्च्या जवळ येत गेले, तसतसं होडीखालून ऐकू येणारं माशांचं गाणं अधिकाधिक स्पष्ट होत गेलं आणि मग एक आक्रीत घडलं. वाळूची किनारपट्टी एकदमच दिसेनाशी झाली. दुरून दिसणारी तिची एकसंधता हा दृष्टिभ्रमच होता. आता वाळूच्या दोन दांड्यांमध्ये

बऱ्याच मीटरचं अंतर होतं.

...अखेर दार उघडलं होतं आणि ते वाळूच्या दोन पट्ट्यांच्या मध्ये झगमगत होतं, मुगथ्वारम् बेट; पोवळ्यांचं बेट. पोवळ्यांचे आणि मेलेल्या जेलीफिशचे थरांवर थर साचून ते बेट तयार झालं होतं.

दोन्ही मुलं होडीतून खाली उतरून आजूबाजूचं जग न्याहाळू लागली. त्यांच्या डोक्यावर करढोक, लाल रंगाचे समुद्रपक्षी आणि मोठाल्या पंखांचे सारस घिरट्या घालत होते; पण त्यांचं तिकडे लक्षच नव्हतं. त्यांचं सर्व लक्ष होतं, दोन प्रकारचे पाण्याचे प्रवाह जिथं एकमेकांत मिसळून जात होते, घुसळले जात होते, त्या ठिकाणाकडे. लगूनच्या पाण्याचा प्रवाह आणि हिंदी महासागराच्या लाटा एकमेकांना ढुसण्या देत, एकमेकांना थोपवून धरत होत्या; त्यामुळे ते पाणी अगदी संथ आहे असा भास होत होता. एक पांढराशुभ्र बगळा आपल्या एका काळ्या पायावर समाधी लावून बसला होता. जणू आपल्या पायानं तो जगाच्या प्रवेशद्वाराची राखण करत होता.

डॅनीनं बांधलेला अंदाज एकदम बरोबर होता. कादल कन्नींना इथंच बाहेर यायला सगळ्यात जास्त आवडत असणार. एखादी जलपरी बाहेर येईल म्हणून त्यानं आणि त्याच्या ख्रिश्चन मित्रानं शेजारीशेजारी बसून खूप वेळ वाट पाहिली. पण काऽऽही उपयोग झाला नाही. शेवटी समुद्राच्या पाण्याला भरती येऊ लागली आणि त्यांची होडी जोरजोरात डोलायला लागली. सभोवार काळोख पसरू लागला. समुद्र घरातल्या चांदीच्या जुन्या भांड्यांसारखा काळपट दिसायला लागला आणि मग डॅनीच्या डोळ्यांपुढे वेताची छडी घेऊन घराबाहेर बसलेले त्याचे वडील आले. रोज संध्याकाळी साडेपाचच्या आत घरी येऊन डॅनीनं होमवर्क करायलाच पाहिजे असा त्यांचा दंडक होता. वडिलांचा विचार मनात आल्यावरही डॅनी तसाच बसून राहिला. आज त्याच्या शेजारी त्याचा मित्र होता. त्याला आता कशाचीच भीती वाटत नव्हती. जलपरीशी बोलल्याशिवाय ते दोघे मित्र परत जाणारच नव्हते.

ऑस्ट्रेलिया

"घरांची साफसफाई करतो मी. एका तासाचे साठ डॉलर्स घेईन." असं डॅनी बोलणारच होता; पण तो काही न बोलता त्या बाईकडे बघून फक्त हसला.

डॅनीच्या पाठीला एक चंदेरी पेटी बांधलेली होती. एखाद्या अंतराळवीराच्या

पाठीला बांधलेल्या जेट-बूस्टरसारखी. त्या पेटीतून निळ्या रबरी नळीचं तोंड आणि त्याला बांधून ठेवणाऱ्या शेंदरी तारांचं वेटोळं डोकावत होतं. तो पाठीवरून सहज घेऊन जाता येणारा व्हॅक्यूम क्लीनर होता. घाण, कचरा पटकन शोषून घेणारा क्लीनर. गेल्याच वर्षी की-मार्टमध्ये एकोणऐंशी डॉलर्स देऊन त्यानं तो विकत घेतला होता. डॅनीच्या उजव्या हातात एक प्लॅस्टिक बॅग होती. त्यात त्याच्या कामाला लागणारी लहान-सहान साधनं होती.

"तू कोण आहेस? असं विचारलं होतं मी तुला." त्या ऑस्ट्रेलियन बाईनं आपला प्रश्न परत एकदा विचारला.

डॅनीला वाटलं की, आपल्या केसातील सोनेरी झाक न आवडल्यानं तिनं हा प्रश्न विचारला असेल. दीर्घ श्वास घेऊन त्यानं आपल्या केसांचा वास घेतला. डॅनीकडे पाहणाऱ्याला त्याचं नाक सरळ वाटे; पण आतून ते तुटलेलं, वाकडं होतं. तो लहान असतानाच एका डॉक्टरनं त्याला सांगितलं होतं की मुला, तुझ्या नाकातील हाड वाकडे आहे आणि असं वाकडे हाड असणारा जगातील कदाचित एकमेव माणूस असशील तू.

हे सगळं आठवून डॅनीला वाटलं की, त्या बाईलाही बहुतेक तेच म्हणायचंय.

"ऑस्ट्रेलियन..." डॅनी चाचरत म्हणाला.

"नाही, शक्य नाही; तू परफेक्शनिस्ट. कमालीचा नीटनेटका आहेस रे!"

त्याच्या हाताकडे बोट दाखवत तिनं सूचित केलं की, त्याच्या ब्रेकफास्ट करण्याच्या पद्धतीमुळे ती त्याला तसं म्हणाली होती.

डॅनीच्या डाव्या हातात अर्धवट खाल्लेला चीज रोल होता. तो त्यानं स्वतःच चालताचालता बनवला होता. आपल्या सफाईच्या साधनांसोबतच त्यानं सव्वादोन डॉलर्सना मिळणारं दहा स्लाइसवालं ब्लॅक अँड गोल्डचं चीज पाकीटही आणलं होतं. साठ सेंटला मिळणाऱ्या पोटभरीच्या बनच्या मधोमध चीजचे दोन तुकडे घालून त्यानं ते सँडवीच तयार केलं होतं. ते खातखात तो चालला होता. हे सगळं पाहूनच त्या बाईनं तो शेरा मारला होता.

पाठीवरील व्हॅक्यूम क्लीनरची पेटी एका खांद्यावरून दुसऱ्या खांद्यावर घेत डॅनीनं तोंडातला घास चावला आणि आपण केलेल्या चीज रोलमधील किती भाग शिल्लक आहे हे बघताबघता त्यानं त्या ऑस्ट्रेलियन बाईकडे पाहिलं.

म्हणजे माझ्या खाण्याच्या पद्धतीमुळे हिचं माझ्याकडे लक्ष गेलं तर! तिला ती आवडलेली दिसत नाही. चार वर्षांनंतरही त्याचं हे अशा प्रकारचं शिक्षण चालूच होतं. मनातल्या मनात तो कितीतरी गोष्टींची नोंद करून ठेवत असे. त्याची आत्ताची नोंद होती – दिवसाउजेडी चालताचालता खायचं नाही; त्यामुळे लोकांचं लक्ष तुझ्याकडे वेधलं जातं.

धनंजय, आता या पेचप्रसंगातून सुटका करून घ्यायला हवी तुला. तू असं सांगू शकतोस की, मी शाळेत तिहेरी उडी मारायचो. आधी एका पायानं लंगडी घालत लंगडउडी, मग दोन्ही पाय जमिनीवर टेकून साधी उडी आणि नंतर लगेच उंच उडी. तशीच आता तीन कामं मी एकदम करतो. काम ठरवणं, खाणं आणि चालणं. सगळं एकाच वेळी!

नाहीतर मनाला लगेच पटणारी एखादी गोष्ट सांगावी की, माझे बाबा मला नेहमी ओरडायचे की, चालताचालता अजिबात खायचं नाही. म्हणूनच त्यांच्याविरुद्ध बंड करण्यासाठी मी आता असं वागतो.

पण कधीकधी या गोऱ्या* लोकांच्या प्रश्नांना उत्तर देण्यासाठी आपण विचार करत आहोत, असं दाखवलं तरी पुरेसं असतं. जंगलातील रस्त्यावरून चालताना अचानक वाघ समोर आला तर आपण कसं श्वास रोखून त्याच्याकडे बघत राहतो, तसं आपल्याला विचारात पडलेलं पाहून व्हाइट लोक आपल्या मार्गानं निघून जातात.

डॅनीला ती ऑस्ट्रेलियन बाईही निघून जाते असं वाटलं; पण जाताजाता तिनं जणू बेत बदलला. मागे वळून त्याच्याकडे पाहात ती ओरडली, ''थट्टा केली रे मी तुझी वेड्या! तू नीटनेटका आहेस म्हटलं ना मी, ते.''

ग्लीब पॉइंट रोडच्या शेवटाकडे जाताजाता डॅनीनं हातातला सँडविच संपवला. तो खाताना त्याच्या मनात आलं, खरंच थट्टा करत होती का ती माझी? इथून तो डाव्या बाजूला वळून सेंट्रल स्टेशनकडे चालतचालत जाई. तिला असं म्हणायचं होतं का की, मी सगळ्या गोष्टी वेंधळ्यासारख्या करतो?

'थट्टा' हा तिचा शब्द आठवताच डॅनीच्या कपाळावर आठ्या पडल्या.

डिक्शनरीमध्ये 'थट्टा' या शब्दाचा काय अर्थ आहे हे त्याला माहीत होतं; पण प्रत्यक्षात त्याचे किती वेगवेगळे अर्थ होऊ शकतात हे त्यानं अनुभवलं होतं. या शब्दाचा नेमका अर्थ कधीच कळत नसे किंवा कळलेला अर्थ स्वीकारायचा नसे; पण बहुतेक वेळा हा शब्द - शाब्दिक अपमान करण्यासाठी वापरला जाई.

ती मला कमालीचा नीटनेटका म्हणाली याचा अर्थ... जाऊ दे. ती बाई गेली उडत! मला आवडतं असं खायला आणि मी असंच खाणार म्हणत डॅनीनं सेंट्रलला जाताना आणखी एक सँडविच तयार केलं आणि मग सेंट पीटर्स स्टेशनला जाणाऱ्या ८.३५च्या ट्रेनची वाट पाहात प्लॅटफॉर्मवर त्यानं आणखी एक सँडविच बनवून खाल्लं.

---

* युरोपीय मूळ असलेले युरोप, अमेरिका, ऑस्ट्रेलिया, रशिया इत्यादी देशांतले लोक.

डॅनीचं पाच फूट सात इंच उंचीचं शरीर देवानं अगदी मनापासून घडवलेलं असावं, कारण तो कितीही कठीण परिश्रम करत असला, तरी त्याची नजर दूर कुठंतरी जणू आपल्या मालकीची जमीन असावी, अशी स्वप्नाळू असायची. त्याच्या देखण्या, निमुळत्या चेहऱ्यामुळं आणि पुस्तकवेडेपणा दाखवणाऱ्या अरुंद कपाळपट्टीमुळे समुद्रपारच्या या देशाकरता तो एखादा धोका असावा असं मुळीच वाटत नसे. हो, पण तो हसला की, त्याचे वेडे-वाकडे दात उठून दिसत आणि तो या देशासाठी संभाव्य धोका आहे असं वाटत राही. त्याच्या डाव्या हाताच्या मनगटापासून कोपरापर्यंतच्या भागात एक फुगीर उंचवटा, वळ होता. तो कोणाचंही लक्ष वेधून घेई. त्यानं उजव्या हाताच्या मधल्या बोटाचं नख वाढवलं होतं. ते स्फटिकासारखं पांढरंशुभ्र आणि चमकदार होतं. त्याच्या केसात नुकतीच रंगवलेली सोनेरी झाक दिसत होती.

सकाळची ८ वाजून ४६ मिनिटं

ट्रेन जवळजवळ पूर्ण भरलेली होती. डॅनीला खिडकीजवळची जागा मिळाली. आपल्या सोनेरी केसातून तो रुबाबानं हात फिरवत होता. केसांना ती सोनेरी झाक आणायला त्यानं ग्लीबमधील न्हाव्याला साडेसत्तेचाळीस डॉलर्स दिले होते. त्याला एकदम जाणवलं की, कोणीतरी त्याच्याकडे टक लावून पाहात आहे. त्यानं नजर वळवून पाहिलं, तर पांढरी-काळी शॉपिंग बॅग घेतलेला तो एक आशियाई माणूस होता आणि मुख्य म्हणजे तो डॅनीकडे नाही तर त्याच्या पाठीवरील पेटीकडे लक्ष देऊन पाहात होता.

हे तर आणखी त्रासदायक होतं.

'अॅस्ट्रॉनॉट'च्या या धंद्यात हल्ली फार मोठ्या स्पर्धेला तोंड द्यावं लागत होतं. खरंच, सिडनीमध्ये चिनी लोक, दोघे-दोघे, तिघे-तिघेजण मिळून सफाईचं काम करीत. चिनी लोकांचे असे घोळके आताशा सिडनीमध्ये वाढायला लागले होते. एकाचं काम, ते दोघेजण एकाच्याच पगारात आणि निम्म्या वेळात करून देत आणि नेपाळी लोकांच्या बाबतीत तर काही विचारूच नका. एकाच्या पगारात चार-चारजण काम करीत.

त्यामुळेच डॅनी आपलं स्वतःचं सामान घेऊन जाऊन सफाईचं काम करी. त्यासाठी त्यानं त्यामध्ये आपलं भांडवल गुंतवलं होतं. सहजपणे घेऊन जाता येणाऱ्या व्हॅक्यूम क्लीनरप्रमाणेच तो आपल्याबरोबर एक प्लॅस्टिक बॅगही बाळगत

असे. त्यात त्यानं पेपर रोल, वापरून टाकून देता येणारे पॅडस्, काचा साफ करण्यासाठी वापरायचा फोम स्प्रे, तसेच फायर ब्रिगेडचे लोक वापरतात तसा लाल रबरी पंपही ठेवलेला असे. हा रबरी पंप टॉयलेटच्या कमोडमधील सर्व प्रकारची घाण शोषून घेई. खरंतर प्रत्येक घरात एखाद्या कपाटात व्हॅक्यूम क्लीनर, ब्रशेस आणि स्प्रे करायचं सामान ठेवलेलं असतं; पण हे सगळं सामान स्वतःच बाळगणारा सफाई कामगार स्वतंत्र, स्वतःचा मुखत्यार असतो. त्याची सगळ्यांवर चांगली छापही पडते.

ऑस्ट्रेलियाचे लोक - ऑसीज अगदी तर्कशुद्ध, पद्धतशीरपणे वागणारे असतात, डॅनीनं विचार केला. डॅनीच्या प्लॅस्टिक बॅगमध्ये आज एका छोट्याशा कुंडीत लावलेलं एक कॅक्टसचं रोप होतं. ग्लीबमधील पार्कजवळ एक बाई अशी रोपं विकायची. डॅनीनं ते कॅक्टस त्या बाईकडून ३.८० डॉलर्सना विकत घेतलं होतं. त्या कुंडीवर (मी कॅक्टस आहे ☺) हे वाक्य तसेच त्या रोपाची काळजी कशी घ्यायची याबद्दलच्या सूचनाही चिकटवलेल्या होत्या. कॅक्टसची ती कुंडी त्याला नंतर कुणाला तरी भेट द्यायची होती.

ती त्याची सरप्राइज गिफ्ट असणार होती.

अर्सकिनविल स्टेशनला ट्रेनच्या बोगीचं काचेचं दार उघडण्याच्या थोडंच आधी शॉपिंग बॅगवाला तो आशियाई माणूस उठला, तेव्हाच डॅनीच्या लक्षात आलं की, तो त्याचा कोणी प्रतिस्पर्धी नव्हता. त्या माणसाच्या काळ्या-पांढऱ्या बॅगमध्ये त्याला वाटलं होतं तसा व्हॅक्यूम क्लीनर नव्हता. स्वतःच्या कामात पार बुडून गेलेला ट्रेनमधील एक साधा प्रवासी होता तो.

सीटमध्ये मागं रेलून डॅनीनं आपली बोटं पुन्हा एकदा आपल्या केसांमधून फिरवली. केस रंगवताना न्हाव्यानं काहीतरी घाणेरडं रसायन वापरलं होतं. डॅनीनं परत श्वास आत घेत आता तो घाणेरडा वास येत नाही ना याची खात्री करून घेतली. मग डोक्यावरील केसांना गोंजारल्यासारखं केलं.

वा! झकास! स्वतःवरच खूश होऊन डॅनी उद्गारला.

त्याच्या केसांचं हे रूप पाहून सोंजाचे डोळे कसे दिपले होते हे डॅनीला आठवलं. "किती विचित्र" एवढेच शब्द तिच्या तोंडून फुटले होते.

ती तिनं डॅनीला दिलेली दाद होती. अशा प्रकारची विलक्षण, अति विलक्षण गोष्ट पाहायला ऑस्ट्रेलियाचे लोक हपापलेले असत. उदाहरणार्थ- सोनेरी झाक असलेल्या केसांचा तमिळ माणूस. अल्पसंख्याकांमधील अल्पसंख्याक. दुर्मिळातील दुर्मीळ गोष्ट. एकदा का तुम्हाला इथल्या लोकांच्या दृष्टीनं असं अल्पसंख्याक असणं म्हणजे काय आहे हे कळलं ना की, तुम्हाला त्याची नशाच चढते. इथे सगळीकडे दिसणाऱ्या सर्वसाधारण लोकांहून तुम्ही वेगळे असता, खास असता;

त्यामुळे तुम्ही लोकांना हवेहवेसे असता. मग तुम्हाला श्रीलंकेत परत जायला आणि तिथले अल्पसंख्याक बनून राहायला कोण सांगेल?

त्याच्या सोनेरी केसांचा आनंद साजरा करण्यासाठी सोंजानं काल रात्री पॅरामेटामध्ये जेवणाचा खास बेत केला होता. जेवताना डॅनी सोंजाकडे टक लावून पाहात होता. तिच्या डोळ्यांत दिसणाऱ्या स्वतःच्या प्रतिमेवर फिदा होत होता.

"मी आता ऑस्ट्रेलियाचा झालो... म्हणजे जवळजवळ झालोच म्हणा ना!" डॅनी स्वतःच स्वतःची खात्री पटवत होता.

खरंच! सोंजाबरोबर पहिली रात्र घालवल्यानंतर त्याला जणू काही विजयोन्माद झाला होता. तमिळ नसलेल्या स्त्रीबरोबर उपभोगलेली ती त्याची पहिली रात्र होती. त्या व्हेगन, पूर्ण शाकाहारी व्हिएटनामी मुलीला भेटत राहावं की नाही याबद्दल त्याच्या मनात गोंधळ उडाला होता. एका परीनं त्याला त्यांचं लग्नच झाल्यासारखं वाटत होतं. तमिळ न बोलणाऱ्या, तमिळ परंपरा न जाणणाऱ्या मुलीबरोबर आपलं असं कसं जुळलं, याबद्दलच्या विचारांत तो कित्येकदा बुडून जाई. अखेर त्यानं मनानं स्वीकारलेल्या या प्रेमबंधनाशी जुळवून घेतलं होतं. लोकांचे अशा प्रकारचे प्रेमसंबंध यापूर्वीही बऱ्याचदा जुळले होते. जसं मलेशियात कित्येक चिनी-तमिळ लोकांची लग्नं झालेली होती. सोंजा चिनी नव्हती. ही तुलना त्याच्या मनात सहजच आली होती. मात्र, ही निम्मी तमिळ - निम्मी चिनी मुलं पुढे आयुष्यात खूप चमकली होती. एका उन्हाळ्याच्या सुट्टीत असाच एक निम्मा चिनी - निम्मा तमिळ माणूस बट्टिकालोआला आला होता. एखाद्या लखपतीप्रमाणं तो तिथं आरामात राहिला होता.

डॅनीला एकदमच बट्टिकालोआजवळच्या एका खेड्यातील एक गोष्ट आठवली. त्या गावात एका पत्र्याच्या शेडमध्ये एका पीरबाबाची कबर होती. त्या शेडमध्ये वडाचं एक मूळ जाऊन घुसलं होतं आणि पसरत पसरत ते पार त्या पीरबाबाच्या सिमेंटच्या हिरव्या कबरीपर्यंत जाऊन पोहोचलं होतं. आपलं या नव्या खंडातील राहणं त्या वडाच्या मुळासारखंच आहे असं डॅनीला वाटलं. त्या मुळाप्रमाणेच त्याला जाणवत होतं की, इथलं जीवन आपल्यामध्ये पूर्णपणे विकसित झालेलं नाही.

म्हणूनच तो सोंजाला पुन्हापुन्हा भेटत राहिला. त्या दोघांच्या प्रेमसंबंधांचं हे दुसरं वर्ष होतं.

सोंजाची स्वतःची अशी काही ठाम मतं होती. शाकाहारी जीवनपद्धती, समाजवादी विचारसरणी, तृतीय पंथीयांचे हक्क, राजकीय दृष्टिकोन यांबाबत असलेल्या आपल्या मतांशी ती ठाम होती.

लेबर पार्टीवर नगरविकासाचं काम करणाऱ्या व्यावसायिकांची घट्ट पकड

आहे हे ती मान्य करी; पण त्याचबरोबर ते व्यावसायिक उदार मतवादीही आहेत असं तिचं म्हणणं असे.

"अर्थात या दोन्ही गोष्टी वेगळ्या आहेत. हो की नाही डॅनी?" ती डॅनीला विचारी. डॅनी तिच्या होला हो म्हणायचा; पण ती सांगायची त्यातील बऱ्याच गोष्टी त्याच्या डोक्यावरूनच जायच्या. त्याला पक्कं माहीत होतं की, सोंजाचा त्या सगळ्या गोष्टींवर पूर्ण विश्वास आहे. तिचा हा विश्वास डॅनीला फार आवडे. पॅरामेटातील तिच्या घरात एक जास्तीची खोली आहे, हेही डॅनीला खूप आवडे.

एकदा जेवणानंतर तो त्या खोलीतल्या पलंगावरच्या रजईवर बसला होता. स्वयंपाकघरातून सोंजा त्याला काही प्रश्न विचारत होती. टेबललॅम्पशी खेळत तो सोंजाच्या प्रश्नांना उत्तरे देत होता.

"हो! धंद्यातील वाढ! टॅफेमध्ये जाऊन मी संध्याकाळच्या क्लासेसबद्दल चौकशी करीन ना. तुझं म्हणणं अगदी बरोबर आहे सोंजा. फक्त साफसफाईचं काम करणं पुरेसं नाही."

डॅनीला मनोमन आशा होती की, आपलं हे उत्तर ऐकून तिला आपल्या मनातील विचार समजतील. कदाचित ती आपल्याला त्या स्पेअर रूममध्ये राहायलाही बोलावेल.

आज सकाळी तिचं हॉस्पिटलचं काम सुरू करण्यापूर्वी तिनं डॅनीला फोन केला होता. वरवर तो त्याला कॅक्टस विकत घ्यायला सांगण्यासाठी होता; पण त्याला माहीत होतं की, त्याचा आवाज ऐकण्यासाठी तिनं त्याला फोन केला आहे आणि तिनं जेव्हा विचारलं की, "तुझा या आठवड्याचा काय प्लॅन आहे?" तेव्हा... हो, तिला मनापासून वाटायचं की, आपण जीवनात काय करायचं, प्रत्येक आठवड्यात काय करायचं; याबद्दलची योजना आखणं फार आवश्यक आहे. तिच्या प्रश्नाचं उत्तर देत डॅनी म्हणाला, "ऑस्ट्रेलियन ब्युरोच्या स्टॅटिस्टिकनुसार एक हजार एकशे..."

"अरे, मला ते नव्हतं रे विचारायचं," सोंजा हसतहसत म्हणाली, "मला आपल्या भेटण्याबद्दल विचारायचं होतं. तुझा पुढच्या आठवड्याचा काय प्लॅन आहे?"

डॅनी सीटवरून उठला. व्हॅक्यूमची पेटी खांद्यावर घेत तो काचेच्या दाराजवळ येऊन उभा राहिला. त्यानं मोबाइल फोनमध्ये किती वाजलेत ते पाहिलं. त्याच्या मोबाइलचा मागचा पार्ट तुटून गेला होता. मोबाइलची बॅटरी बरोबर जागी राहावी म्हणून डॅनीनं तिथं बॅंड-एडची पट्टी चिकटवली होती. एकदा त्याच्या हातातून निसटून मोबाइल खाली पडला होता; त्यामुळे त्याच्या समोरच्या काचेलाही तडा गेला होता.

डॅनीचं घड्याळ चार मिनिटं फास्ट होतं. त्यानं ते मुद्दामच तसं ठेवलं होतं. घड्याळाकडे नजर गेल्यावर तो स्वतःला बजावत असे, अजून चार मिनिटं आहेत माझ्याकडे. ठरलेल्या ठिकाणी वेळेवर पोहोचायचा ताण मनावर राहू नये, मोकळ्या मनानं श्वास घेता यावा म्हणूनच त्यानं ही युक्ती केली होती. आपल्याकडे अजून चार मिनिटं आहेत या विचारानं त्याचा कामाचा उत्साह आणखी वाढत असे.

सेंट पीटर्स स्टेशन आलं आणि 'हिस' असा आवाज करीत ट्रेनची काचेची दारं उघडली गेली. हातातली बॅग सांभाळत डॅनी प्लॅटफॉर्मवर उतरला.

त्याचा कामाचा आणखी एक दिवस सुरू झाला होता.

स्टेशनच्या समोरच चार पोलादी कडा असलेली, काळवंडलेली धुराडी उभी होती. इजिप्तच्या अजस्र पिरॅमिडसारखी! ती धुराडी तिथं उभं राहून जणू जोर जोरात सांगत होती की, इथंच सगळं संपतं; पण खरं सांगायचं तर सगळं काही इथं, तिथं किंवा कुठंही संपत नव्हतं. सिडनी शहर सतत लांबवर पसरत चाललं होतं. फक्त माणसांना असं वाटायचं नाही. त्यांना वाटायचं की, सिडनीचा आकार, विस्तार कमी होत चाललाय. स्टेशनमधून बाहेर आल्यावर डॅनी खूप वेळ चालत राहिला. उपनगरातील घरांना घातलेल्या कुंपणांच्या मागे डॅनीला उष्ण कटिबंधात वाढणारी केळीची झाडं, पान खाणाऱ्या माणसाच्या तोंडासारखी लालेलाल पानं असलेले बोगेनिया, जमिनीवर पांढऱ्या पाकळ्यांचा खच पाडत उभे असलेले गुलमोहोर वगैरे झाडं दिसली. बाहेरच्या फुटपाथवरही त्या पांढऱ्या पाकळ्यांचा सडा पडलेला होता. त्या पाकळ्यांखालच्या फरशांवर खडूनं लिहिलेली – इथं फ्री पार्किंग नाही – कृपया लहान मुलांच्या कॅन्सरला मुळापासून उखडून टाका – यांसारखी वाक्यं झाकली गेली होती.

एका बंगल्याला काळ्याकुट्ट कोळशासारखं पातळ पट्ट्यांचं गेट होतं. गेटमागून एक पिटबुल टेरियर गुरगुरत होता : तो व्हाइट लोकांच्या गुप्त गोष्टींची राखण करीत होता.

चालताचालता डॅनीला एक जोरदार शिंक आली. सिंहासनावर बसल्यासारखं झाडांवर निळसर धुकं बसलेलं होतं. सगळीकडे धुराचा वास पसरलेला होता. डोंगरावर आग लागलेली दिसते, डॅनीनं अनुभवानं अंदाज बांधला. आज रात्री टी.व्ही.वरील बातम्यांत सांगितलं जाईल : *काल रात्री ब्लॅकहीथजवळच्या जंगलात वणवा पेटला होता, तो ताबडतोब आटोक्यात आणण्यात येत आहे; पण शहराच्या बऱ्याच भागांमध्ये वणव्याचा धुरकट वास येत राहील.*

डॅनी आता एका पार्क केलेल्या मोटारजवळून जात होता. गाडीत एक गुलाबी रंगाचा रबरी शार्क, मुख्यतः रेसिंग आणि बेटिंगचा मजकूर असलेलं

वर्तमानपत्र, एक सुंदर प्राचीन वस्तू आणि पृथ्वीचा गोल होता. पिक्चरमधील भयंकर खलनायक आपल्या बोटावर फिरवतात तसा होता तो पृथ्वीचा गोल. डॅनी खाली वाकून त्या पृथ्वीच्या गोलावर श्रीलंका शोधत होता. तेवढ्यात मागून कोणीतरी खेकसलं, "ए, निघ बरं तिथून!"

डॅनीनं पटकन मागे वळून पाहिलं; पण तिथं माणसाची छायासुद्धा नव्हती.

त्या उपनगरावरून अगदी खालून एक विमान जोरात आवाज करत उडत गेलं. ते एका बिल्डिंगवरून दुसऱ्या बिल्डिंगकडे जाताना स्पष्ट दिसत होतं. मध्येच ते दिसेनासं होत होतं.

पुढचं कंपाउंड राखाडी रंगाचं होतं. त्या कंपाउंडच्या मागे दोन जुनेपुराणे, तुटलेले, वाटोळे खांब टाकलेले होते. खांबांशेजारीच मुंडकं छाटलेली एक सिमेंटची मूर्ती होती. डॅनीचा अंदाज होता की, व्हाइट लोक येशू ख्रिस्ताची पूजा करण्याआधी ज्या काही देवांची पूजा करतात, त्या देवांपैकी एकाची ती मूर्ती होती. सिडनीच्या त्या सबर्बमध्ये धुराचा वास घेत डॅनी चालला होता. त्याला वाटलं की, या उपनगरानं शतकानुशतकं चालत आलेल्या विनाशाचा सारांश एका रात्रीत दाखवून दिला आहे. त्या मोडक्या सिमेंटच्या मूर्तीकडे पाहताना डॅनीच्या मनात आलं की, माझ्या प्लॅस्टिक बॅगमधल्या त्या ३.८० डॉलर्सच्या कॅक्टसपेक्षा ही भेट चांगली आहे का?... आणि पुन्हा एकदा डॅनीच्या कानांवर कोणाचा तरी आवाज आला... तो एका ब्राउन* माणसाचा आवाज होता.

कंपाउंडभोवती फिरताना डॅनीनं त्या आवाजाच्या मालकाला त्या बंगल्याच्या बागेत पाहिलं. त्या माणसाच्या अंगात घरातील सामानाची हलवाहलव करणाऱ्या लोकांचा - राखाडी रंगाचा युनिफॉर्म होता. कानाशी फोन तोलून धरून बोलताबोलता त्या माणसानं सहजपणे कार्डबोर्डच्या शीटस वेगळ्या केल्या. त्याच्या बळकट दंडाची प्रत्येक कणखर हालचाल जणू ओरडून सांगत होती : *'ऑस्ट्रेलियन लोकांनो, मी आलोय इथं! तुम्ही माझी दखल घ्या किंवा न घ्या; पण मीही आहे इथं.'*

त्या राकट माणसानं मध्येच काम थांबवत एक कार्डबोर्ड शीट खाली टाकली आणि त्याला डॅनीशी काहीतरी बोलायचं असल्याप्रमाणे त्यानं डॅनीकडे पाहिलं.

हा ब्राउन माणूस जावा-सुमात्राचा किंवा मलेशियाचा दिसतो. आमच्यापैकी नक्कीच नाही. डॅनी स्वतःलाच म्हणाला.

डॅनी काहीतरी बोलणार, इतक्यात तो राकट माणूस उजवीकडे वळला. जणू

---

* मंगोलियन वंशाचे लोक सोडून भारत, पाकिस्तान, श्रीलंका, मलेशिया इत्यादी आशियाई खंडातील लोक.

काही त्याला पाहिजे ती दिशा त्याला मिळाली होती. नंतर गुडघ्यावर बसून त्यानं डोळे मिटले. ओठातल्या ओठात तो काहीतरी पुटपुटू लागला. चेहरा डावीकडून उजवीकडे आणि उजवीकडून डावीकडे हलवू लागला. शेवटी चेहरा जमिनीवर टेकवून त्यानं काहीतरी प्रार्थना केली हे डॅनीच्या लक्षात आलं. म्हणजे आधी त्यानं माझ्याकडे पाहिलं ते, मी मुसलमान असेन तर त्याच्याबरोबर नमाज करीन, या दृष्टीनं पाहिलं होतं तर!

काही मानवी शरीरं, स्वतःच्या आत काळ उत्पन्न करीत असतात. जसा हा माणूस आता करीत होता. सिडनीमधील टिकटिक करणाऱ्या सर्व घड्याळांचे काटे आता या माणसाच्या हृदयात टिकटिकताहेत.

हे लोक दिवसातून पाचदा असं करतात, नाही का? मग ही त्यांची नमाजाची दुसरी का तिसरी वेळ असेल? जमिनीला डोकं टेकवण्याआधी तो माणूस इकडून तिकडे आणि तिकडून इकडे मान वळवत असताना हा प्रश्न त्याला विचारावा असं डॅनीला वाटलं.

डॅनीला एकदमच त्या माणसाच्या डोक्यावर लाल आणि हिरव्या रंगाचं शेपूट असलेला एक देवदूत दिसला. डॅनीनं नीट पाहिलं, तेव्हा त्याच्या लक्षात आलं की, ते तर एक एमिरेटस विमान आहे. ते उभे होते तिथून सिडनीचं विमानतळ फारसं दूर नव्हतं.

डॅनीला पुन्हा एकदा शिंक आली. शिंकताशिंकता त्याच्या मनात आलं, आपण नमाज करणाऱ्या माणसाच्या प्रार्थनेत व्यत्यय तर नाही आणला!

त्या इंडोनेशियन माणसाकडे डॅनीनं शेवटची नजर टाकली. नमाज संपवून तो परत आपल्या फर्निचर हलवायच्या कामाला लागला होता. ते बघून डॅनी परत चालू लागला.

छत्तीस, फ्लोरा स्ट्रीट बिल्डिंग, आजूबाजूच्या घरांपेक्षा बरीच उंच होती. तरुण व्यावसायिकांसाठी विटांनी बांधलेली ती तीनमजली बिल्डिंग अगदी साधीसुधी होती. डॅनीनं सिडनीच्या उपनगरांना दोन भागांत विभागलं होतं. एक होता अघळपघळ सुटलेल्या शरीराचा. या भागातील लोक मोलमजुरी करणारे नोकर-चाकर असत. ते काहीतरी खाऊन पोटाची खळगी भरत. स्वतःची, स्वतःच्या घराची स्वच्छता स्वतःच राखीत. दुसरा भाग होता सडपातळ बांध्याच्या श्रीमंत लोकांचा. इथं सॅलड खाणारे, जॉगिंग करणारे, उत्तम तब्येत असणारे लोक राहात. हे लोक स्वतःची घरं स्वतः कधीच साफ करीत नसत. अर्सकिनविल हे दुसऱ्या भागात मोडायचं. अशा प्रकारच्या उपनगरात ३६, फ्लोरा स्ट्रीट ही १५-२० युनिट्स घरं असणारी बिल्डिंग होती. अशा प्रकारच्या बिल्डिंगमध्ये आठवड्यातून एकदा सफाईकाम करायला मिळणं म्हणजे सफाई कामगारांच्या दृष्टीनं एक पर्वणीच

होती. अशा एका ठिकाणी आपल्याला नियमित काम करायला मिळतंय यावर कधीकधी डॅनीचा विश्वासच बसायचा नाही.

त्याच्या कामाचा सर्वांत पहिला भाग असे त्या त्या घरांची किल्ली मिळवणं. घरांच्या किल्ल्या साधारणपणे पायपुसण्याखाली किंवा फुलझाडांच्या दुसऱ्या कुंडीमागे असत. त्या किल्ल्या मिळवून अर्सकिनविलच्या निम्म्या घरांमध्ये घरफोडी करता आल्या असत्या. ३६, फ्लोरा स्ट्रीटवरील घरी तर किल्ल्या आणखी सहजगत्या मिळू शकणाऱ्या जागी म्हणजे फिकट जांभळ्या टपालपेटीत ठेवलेल्या असत. डॅनीनं टपालपेटीचं मोडकं झाकण उघडून आतली रुपेरी वस्तू बाहेर काढली.

सकाळची ८ वाजून ५७ मिनिटं

कुलूप उघडून डॅनी घरात गेला. घरात कोणीच नव्हतं. सोमवार-मंगळवारी रोडनी वकील क्वचितच घरी असत. संध्याकाळीसुद्धा ते घरी नसत. बऱ्याचदा अशा व्यक्तींना सफाई कामगार फक्त सुरुवातीला एकदाच काय ते पाहात, कामाच्या पहिल्या दिवशी. त्या दिवशी त्या व्यक्तींच्या घरी कामाला कधी यायचं, काय काम करायचं, कसं करायचं, पैसे किती द्यायचे याबद्दल बोलणी होत. एकदा हे ठरल्यावर मग महिनोन्‌महिने, कधीकधी तर वर्षानुवर्षं मालकांना भेटायचा योग यायचा नाही.

डॅनीनं खांद्यावरच्या पेटीचं ओझं खाली ठेवलं. अंगावरचा टी-शर्ट काढून बेडरूमच्या दरवाजावर टांगला.

नियम पहिला : कामाच्या स्पर्धेत पुढे राहण्यासाठी नेहमी स्लीव्हलेस पांढरा बनियन घाला. आपल्या मैत्रिणीला डॅनीनं एकदा सांगितलं होतं, ''लोकांना वाटतं की, चिनी लोक खूप स्वच्छ आहेत, कारण त्यांच्या अंगावर केस नसतात.'' नियम - शेवटी सर्व काही नियमांवर येऊन थांबतं.

'आमच्यापैकी बरेचजण इथं येण्यासाठी, आमच्याकडच्या गोंधळ-गडबडीपासून लांब पळतात. ऑसिज (ऑस्ट्रेलियन) खूप आशावादी आणि नियमांचं पालन करणारे लोक आहेत. ते कायद्याचंही काटेकोर पालन करतात. इथं मिळून-मिसळून जाण्यासाठी नियमांचं स्वरूप, महत्त्व नीट समजून घेणं फार आवश्यक आहे.' ('Through my contradictions you grow'मध्ये देशांतर करणारा माणूस स्थानिक रहिवाशाला म्हणतो. - पान नं. २४)

पुस्तकातील हा अत्यंत उपयोगाचा परिच्छेद होता. डॅनीनं परिच्छेदाच्या आणि

त्यात सांगितलेल्या खऱ्या-खुऱ्या गोष्टींच्या आधारावर आपलं नियमबद्ध आयुष्य आखलेलं होतं. त्याच्या नियमांना धरून असलेल्या वागणुकीमुळे त्याला सिडनीच्या मध्यवर्ती भागातील बारा फ्लॅटसच्या आणि रोझ बेमधील एका मोठ्या घराच्या सफाईचं काम मिळालं होतं.

'रोझ बे'मधील घरातून समुद्राचं निळंशार पाणी आणि त्यावर तरंगणाऱ्या शर्यतीच्या लहान बोटींचं छान दृश्य दिसे. हे घर तो ११० डॉलर्स मजुरी घेऊन महिन्यातून दोनदा साफ करी. अर्थात तिथं जायला-यायला त्याला प्रत्येक वेळी नऊ डॉलर्स देऊन, इतरांबरोबर टॅक्सी शेअर करून यावं-जावं लागे.

डॅनीनं बनियनवर थापटी मारली आणि तो थोडासा खोकला.

आणखी एक नियम : स्वतंत्रपणे काम करणारे बरेच चिनी करतात तसं तोंडावर फडकं बांधून कधीही काम करायचं नाही. आपल्याला तसं पाहून गिऱ्हाइकं घाबरतात. धूळ? मळ? त्यांच्यासह श्वास घ्यायचा.

टर्बो इ मॉडेल पाठीला बांधून तो कामाला लागला. भिंतीतील इलेक्ट्रिक सॉकेटला लावलेल्या रक्तासारख्या फिकट लाल रंगाच्या वायरवर पाय पडू नये याची काळजी घेत तो काम करीत राहिला.

जिथं जिथं व्हॅक्यूम अडखळे, तिथं तिथं बड्-बड्-बड्-बम् असा जोरदार आवाज येई. आता डॅनी गालिच्यावर व्हॅक्यूम चालवत होता. हेडफोन्सनी जोडलेल्या त्याच्या मोबाइलवर तो जुनी छान-छान गाणी ऐकत होता. बॅक स्ट्रीट बॉइज, मॅडोना, सेलिन डियॉन यांची गाणी. एकही तमिळ गाणं नाही. सगळी इंग्लिश गाणी. वेस्टर्न म्यूझिक. सफाई करताना, इकडे-तिकडे हिंडत असताना त्यानं भिंतीला लावलेल्या एका वेताच्या टोपलीत वीस डॉलर्सच्या तीन नोटा आणि बरीच सुटी नाणी पाहिली. वकीलसाहेब तिच्यात वीस, पन्नास सेंटची नाणी साठवून ठेवीत.

डॅनीचं लक्ष बऱ्याचदा तिकडे गेलं; पण त्यानं त्या नोटांना हात लावला नाही.

व्हॅक्यूम क्लीनरचं सगळं काम होईपर्यंत त्यानं त्या पैशांना हात लावला नाही. काम पूर्ण झाल्यावर तो तिथून साठ डॉलर्स घेईल. ही परस्पर विश्वासावर आणि आदरावर आधारलेली पद्धत होती. दोन बाथरूम असणाऱ्या फ्लॅटसाठी त्याचा तो दर होता. जास्तीच्या बाथरूम असल्यास तो प्रत्येक बाथरूमचे जास्तीचे पंधरा डॉलर्स घेई.

आदर्श सफाई कामगार!

डॅनीला चांगलं आठवत होतं. घर नंबर चारच्या डॅरियल वकिलांनीच त्याला हे नाव दिलं होतं. आता सगळे त्याला याच नावानं ओळखत आणि बोलावत. हे

विशेषण त्याला कधीच फारसं आवडलं नव्हतं. सोफासेटच्या अवतीभोवती व्हॅक्यूम फिरवताना त्याच्या मनात आलं, 'आदर्श' म्हणणं हे एखाद्या टोमण्याचंच समानार्थी रूप नाही ना : सोंजाला विचारलं पाहिजे, त्यानं ठरवलं.

डॅरियल वकील 'आदर्श सफाई कामगार' म्हणून माझी थट्टा तर करत नसतील ना?

यावर सोंजाचं उत्तर असेल – मग तू का त्यांना डॅरियल वकील म्हणतोस? असं म्हणून तूही कदाचित थट्टा करत असशील! एका मुद्द्याचं उत्तर दुसऱ्या मुद्द्यानं... अशीच आहे ती.

बड्बड्बड्म... डॅनीनं व्हॅक्यूमचं तोंड झुलत्या खुर्चीखाली घातलं. "डॅरियल... डॅरियल...!" डॅनीनं आपला आवाज व्हॅक्यूमच्या कर्कश आवाजाच्या वर चढवला. "हा बघा मी आलो डॅरियल वकील!"

आपल्या गिऱ्हाइकांबद्दल काही प्रमाणात आक्रमकपणा असल्याशिवाय कोणताही सफाई कामगार आदर्श सफाई कामगार होत नाही.

प्रॉ ऽऽऽऽ म्, डॅनीनं ओठानं फुरफुरल्याचा आवाज केला. लहानपणापासून कोणतीही नावडती गोष्ट करताना डॅनी असा आवाज करायचा. ...बड्बड्बड्बंप ऽऽऽ...

डॅनीच्या व्हॅक्यूमचं तोंड या खोलीतून त्या खोलीत जात राहिलं. त्यानं मशीन बंद केलं, तेव्हा गरम हवेनं आणि धुळीनं फुगलेली व्हॅक्यूमची पेटी सपाट झाली.

व्हॅक्यूम क्लीनर एका जागी ठेवून डॅनीनं सिंकमधल्या डिशेस साफ केल्या. खुर्च्या, टेबलं नीट लावून ठेवली आणि मग तो सर्वांत मुख्य काम करायला लागला. सफाई कामगाराच्या कामाचा दर्जा तो टॉयलेटस किती चांगल्या प्रकारे साफ करतो यावर ठरतो आणि टॉयलेटस साफ केल्याची पावती मिळते संडासचे कमोड किती लख्ख साफ केलेत यामुळे. टॉयलेटमधून बाहेर पडताना डॅनीनं आपले हातमोजे काढून ठेवले. मग वकीलसाहेबांच्या खुर्चीवर बसून त्यानं दिवाणखान्यावर नजर फिरवली.

त्यानंतर त्यानं त्यांच्या बुकशेल्फमधून जांभळट लाल रंगाचं लेदर कव्हर असलेलं 'द रिलायन्स ऑफ द ट्रॅव्हलर : अ गाइड टू इस्लामिक लॉ' (प्रवाशाचा विश्वास : मुसलमानी कायद्याचा मार्गदर्शक) हे पुस्तक बाहेर काढलं.

हे लोक हिंदू कायद्याबद्दलची पुस्तकं कधी वाचतात का नाही? की व्हाइट लोकांची मनं नेहमीच मुसलमानांबद्दलच्या विचारांनी घेरून टाकलेली असतात. कारण त्यांच्या मनात नेहमीच मुसलमानांबद्दल भीती असते... डॅनीनं हातातल्या पुस्तकाची पानं चाळली.

पुस्तकाची पानं चाळताचाळता त्याला लेकेंबामधल्या त्या दुपारची गोष्ट आठवली. त्याच्या जपानी - ब्राझिलियन मित्रानं, एबनं माहिती दिली म्हणून डॅनीनं पैसे मिळवण्यासाठी ते घर रंगवायला घेतलं होतं. त्या घराच्या पोर्चमध्ये डॅनीनं तीन अरब माणसांना पाहिलं. सगळे कंबरेपर्यंत उघडे आणि गंजलेल्या, घाणेरड्या सामानानं भरलेल्या बागेत हुक्का पीत, नाकातून हुक्क्याचा धूर सोडत बसले होते. सिडनीची पश्चिमेकडील काही उपनगरं फारच गलिच्छ होती. मजूर वस्तीतील त्या घरांसमोरची अंगणं कुजक्या लाकडांनी आणि उपड्या करून ठेवलेल्या ठेल्यांनी भरलेली असत. तिथं वाहणाऱ्या सांडपाण्याच्या ओहोळांमुळे तिथली जमीन चिकट, गुळगुळीत आणि खाली पडलेल्या पांढऱ्या पाकळ्यांनी बजबजलेली असे; पण मुसलमानांची ही हवेली त्यानं ऑस्ट्रेलियात पाहिलेली सगळ्यात घाण जागा होती. डॅनीला आपला हा विचार प्रचंड आवडला. व्हाइट लोकांच्या स्वभावानुसार त्यानं त्या चिखलाची मनोमन स्तुतीही केली; पण त्याला हे कळेना की, अशा प्रकारच्या माणसांना इथला कायदा नागरिकत्व देतो तरी कसा? अर्थात इमिग्रेशन डिपार्टमेंटमध्ये आपलं कोणी नसेल तरच हा प्रश्न संभवतो, कारण त्या खात्यातील लोकच ठरवतात की अमुकअमुक माणूस दहशतवादी दिसत नाही किंवा अमुकअमुक कधीच ऑस्ट्रेलियन होऊ शकणार नाही. मग ते म्हणतात, "हं! पुढचा! लांब दाढी असणारे तुम्ही, तुम्ही नक्कीच आत येऊ शकता." त्या दिवशी खूपच मजा झाली. बातम्यांमध्ये सांगितलं गेलं की, गिटार वाजवणाऱ्या (खरंतर त्याला गिटार वाजवताच येत नव्हतं.) एका लठ्ठ आणि ठार आंधळ्या मलेशियन माणसासाठी (त्याला ऑस्ट्रेलियाचं नागरिकत्व मिळावं म्हणून) एक ऑनलाइन सिग्नेचर कॅम्पेन सुरू झाली होती. का तर तो मुसलमान होता. झालं! त्या आंधळ्या मलेशियन माणसाला कायमचं नागरिकत्व बहाल केलं गेलं. त्याला असं कायमचं नागरिकत्व मिळण्याचं एकच कारण होतं. ते म्हणजे त्याचं मुसलमान असणं. अरे, तमिळ माणसं इथलं नागरिकत्व मिळवण्यासाठी स्वतःला जाळून घेताहेत; पण त्यांच्याकडे माय-बाप ऑस्ट्रेलियन सरकारचं लक्षसुद्धा जात नाही.

गेल्याच आठवड्यात मेलबोर्नमध्ये राहणाऱ्या जाफनाच्या एका माणसानं अंगावर पेट्रोल ओतून घेतलं; पण तरी यांनी त्याला शरणार्थीचा दर्जा दिला नाही. मग कोणाला मिळतो तो दर्जा? या मलायाच्या मुसलमानाला.

डॅनी मोठा होत होता, तेव्हा त्यानं मुसलमान आणि तमिळ लोकांमध्ये वारंवार होणारी हिंसक भांडणं पाहिलेली होती.

शत्रुकोंदण, झेवियमपूरम, सिथ्थंडी : जुनी नावं, जुने रक्तपात.

डॅनीनं मुसलमानांच्या कायद्याचा आढावा घेतला आणि मग ते पुस्तक कपाटाच्या खालच्या खणात ठेवण्यासाठी तो खाली वाकला. त्याच वेळी त्याला सोफ्याखाली

गेलेला बॉल स्पष्टपणे दिसला. घरंगळत, घरंगळत सोफ्याखाली जाऊन तो पार भिंतीलगत गेलेला होता.

ऑस्ट्रेलियात सफाई कामगारांचा एक अलिखित नियम आहे. तो असा की, टेबलाच्या उंचीखाली वाकून ते कोणत्याही वस्तूला हात लावत नाहीत. सफाई कामगारांनी आपलं काम सुरू करण्यापूर्वी घरमालकानं जमिनीवरील सगळ्या वस्तू वर उचलून ठेवायच्या असतात. अशा प्रकारे नोकर आणि मालक दोघांनीही काही नियम पाळायचे असतात. ("आम्ही आमचं घर स्वच्छ ठेवलं पाहिजे म्हणे! मग सफाई कामगार येऊन ते आणखी स्वच्छ करतील." - त्याच्या एका गिऱ्हाइकानं बहुतेक डॅरियल वकिलानंच अशी कुरकुर केली होती.) याउलट मायदेशी असा नियम आहे की, कामवाल्या बाईनं खाली वाकून मालकांना पाहिजे तशी सफाई केली पाहिजे आणि कॉफी टेबलावरील कोणत्याही वस्तूला, ती चोरीचा आळ येऊ नये म्हणून त्या हात लावत नाहीत. स्वतःशीच हसत डॅनीनं व्हॅक्यूम क्लीनर सुरू केला. प्र ऽऽम, बड्बड्डम् जाऊ दे. आपण खाली वाकून हे काम करू या; म्हणजे वकिलावर आपल्या कामाची चांगली छाप पडेल. डॅनीनं विचार केला.

गालिच्यावर ओणवं होऊन डॅनीनं आपली बोटं लांबवली; पण तो बॉल आणखी लांब गेला. तो निळा बॉल त्याला खुणावत होता.

प्र ऽऽम ब-ड-ब-ड-डम् ...

डॅनीनं बोटं आणखी लांबवली.

"आपल्या घरी घेऊन जायचा पगार साधारणपणे अकराशे पंधरा डॉलर्स, चाळीस सेंटस् आहे. ऑस्ट्रेलियाच्या स्टॅटिस्टिक ऑफिसनुसार...

...आकडेशास्त्राच्या ऑफिसनुसार..." विचार करीतकरीत डॅनी रबरानं गुदगुल्या होईपर्यंत बोटं लांबवत गेला.

('माझा वेडा मुलगा' - त्याची आई त्याला म्हणायची. आपला मुलगा गुलाबाच्या फांदीवरील सर्व काटे काढून टाकतो हे कळल्यावर ती माउली म्हणाली होती, "बाळा, ते काटे फुलांचं रक्षण करतात रे. त्यांना तोडून टाकून तू फुलांना जास्त सुरक्षित नाही रे करत. वेडंबागडं आहे गं माझं बाळ.")

पण आम्ही आदर्श सफाई कामगार आहोत.

शेवटी डॅनीची बोटं बॉलपर्यंत पोहोचली. त्यानं बोटांनी तो बॉल पकडला. सोफ्याच्या पलीकडच्या अंधाऱ्या जागेतून तो आत डॅनीच्या नाकापर्यंत आला. बॉल, निळा बॉल आला. निळा बॉल. डॅनीनं बॉलचा वास घेतला. आपल्या लांब वाढवलेल्या नखानं त्यानं बॉलचा निळा रंग खरवडला आणि पुन्हा त्याचा वास घेतला.

मृत शरीरातून येणाऱ्या उग्र वासासारखा वास होता तो. तो वास घेतल्यावर डॅनीला सोंजाचे शब्द आठवले – "कॅक्टस् घेऊन यायला विसरू नकोस." आज ती सेंट विन्सेंटला कामाला होती.

तिला प्रत्येक आठवड्याला वेगवेगळ्या हॉस्पिटलमध्ये किंवा वृद्ध लोकांची काळजी घेणाऱ्या केंद्रांमध्ये जावं लागे. "आता सगळ्यांचं खासगीकरण झालंय." ती म्हणाली होती, "एजन्सी पाठवील तिथं आम्हाला जावं लागतं. जितका वेळ सांगतील, तितका वेळ तिथं राहावं लागतं. तसं केलं नाही, तर त्या एजन्सीबरोबर काम करायची ती शेवटची वेळ ठरू शकते."

...परत तिथं जाऊन ती ग्रीक मूर्ती मिळवली पाहिजे. चांगली भेटवस्तू आहे, डॅनीनं विचार केला.

गुडघे सरळ करून डॅनी उठला. वकिलांच्या टेबलापर्यंत जाऊन त्यानं तो निळा बॉल त्या टेबलावर ठेवला. मग फ्लॅटमध्ये सभोवार नजर फिरवून त्यानं तो बॉल तळहातानं दाबून नीट ठेवला.

डॅनी लहान असताना एका नुकत्याच परदेशातून परत आलेल्या शेजाऱ्याला त्यानं विचारलं होतं, "दादा, कसं आहे हो टोरांटो शहर?" यावर त्या शेजाऱ्यानं त्याला प्रतिप्रश्न केला होता, "कोलंबोमधलं गलदरी फाइव्ह स्टार हॉटेल कसं आहे माहीत आहे तुला?" यावर डॅनीनं होकारार्थी मान हलवली होती.

"टोरांटो शहरातील इंच न इंच तसाच आहे."

वेस्टर्न देशात येण्याआधी त्यांच्याबद्दल लोक असं काही खुलवून सांगतात ना! पण ऑस्ट्रेलियाचा कोणताच भाग गलदरी इंटरनॅशनलसारखा नाही. सिडनी तर झुरळांनी, रातकिड्यांनी, उडत्या किड्यांनी भरलेलं आहे. फक्त डॅनी नुकताच जिथं जिथं आपल्या व्हॅक्यूम क्लीनर, स्पंज आणि ओल्या पोतेऱ्यासह गेलेला असेल, तिथं तिथं हे सगळं नसतं.

आदर्श सफाई कामगार!

हो; पण त्याचा फोन मात्र नक्कीच आदर्श नव्हता.

त्यातून बिप... बिप आवाज येऊ लागला.

सकाळची ९ वाजून १६ मिनिटं

डॅनीच्या फोन कंपनीकडून मेसेज आला होता. *आम्ही भविष्यकाळाच्या तरतुदीसाठी मोबाइल नेटवर्किंगचं काम चालू ठेवत असल्यानं आम्हाला आमच्या जुन्या तंत्रज्ञानावर*

आधारित गोष्टी बंद कराव्या लागत आहेत. तुम्ही वापरत असलेला टूजी फोन पुढील आठवड्यापासून काम करणार नाही म्हणून शक्य तितक्या लवकर आमच्या वेबसाइटवरून, आमच्या सोयीच्या रिटेल स्टोअर्समधून किंवा आमच्या कोणत्याही रिटेल पार्टनरकडून नवीन थ्रीजी फोन विकत घ्या.

दोन आठवड्यांच्याही आधीपासून असे मेसेजेस येऊ लागले होते. डॅनी त्यांना डिलीट करून फोनवरून काढून टाकत होता. आता मोबाइल कंपनीला सोयीस्कर असलेल्या किंवा तिच्या रिटेल पार्टनरच्या स्टोअरमधील माणूस आपलं स्वागत करत म्हणेल, "या या साहेब. नवीन फोन पाहिजे का तुम्हाला? नक्की मिळेल. जरा तुमचा टॅक्स फाइल नंबर सांगाल का? तुमच्याजवळ तुमचा पासपोर्ट आहे ना साहेब?"

डॅनीला वकीलसाहेबांच्या स्वयंपाकघरातून ब्रोकोलीचा वास आला. त्या वासानं त्याच्या पोटात डचमळायला लागलं. इतक्या वर्षांनंतरही डॅनीचं पोट त्या घाणेरड्या भाजीशी जुळवून घेऊ शकलं नव्हतं. हे लोक इतकी जास्त, तेही ती कच्ची ब्रोकोली खाऊ तरी कशी शकतात? छी ऽऽऽ! ब्रोकोली! या ऽऽक!

त्या भाजीच्या वासानं उठलेली डचमळ दाबत डॅनीनं हूकवरून आपला टी-शर्ट काढला. तो अंगात घालत वीस आणि दहा सेंटच्या नाण्यांनी झुकलेल्या वेताच्या टोपलीतून त्यानं वीस डॉलर्सच्या तीन नोटा मोजून घेतल्या. ही दहा, वीस किंवा त्यापेक्षा कमी किमतीच्या सेंटची नाणी व्हाइट ऑस्ट्रेलियनांच्या खिजगणतीतच नसतात.

साठ डॉलर्सच्या नोटा खिशात घातल्यावर डॅनीनं दोन्ही हात वर करून आपले केस चाचपले. सोनेरी झाक असलेल्या आपल्या केसांच्या स्पर्शानं त्याच्या बोटांच्या टोकांना एक प्रकारची शक्ती दिली. त्याचे सोनेरी केस पाहून व्हाइट, ब्राउन, ब्लॅक सर्व वंशांच्या लोकांना त्याचा हेवा वाटला असता.

यापुढे कोणीही तो ऑस्ट्रेलियाच्या बाहेर जन्मला आहे असं समजण्याची चूक केली नसती.

तसंही सिडनीसारख्या शहरात कोण परदेशी आहे, हे तुम्ही कसं सांगू शकाल? यासाठी डॅनीच्या शिरस्त्याप्रमाणे लोकांचं बारकाईनं निरीक्षण करा आणि एक तक्ता बनवा.

आपण आणि ते :

१. यातील पहिला आणि सर्वांत महत्त्वाचा फरक उठण्या - बसण्याची, वावरण्याची पद्धत.
२. दाढी (आमची फारच रानटी) आणि मग केस कापून घेण्याची पद्धत (खूपच साधी)

३. ढेरपोट : तरुण ऑस्ट्रेलियन लोकांचं पोट कधीही सुटलेलं नसतं.
४. आपण सार्वजनिक ठिकाणी थुंकतो. ते तसे थुंकत नाहीत.
५. दर्जा (मायदेशाच्या दर्जाच्या उतरंडीशी तुलना करता, आम्हाला इथं कोणताच दर्जा नसतो.)

पहिली दोन वर्षे डॅनी पक्क्या ऑस्ट्रेलियन माणसाची नक्कल करीत राहिला. जसं सार्वजनिक ठिकाणी अर्धी चड्डी घालून वावरणं. असं केल्यानं त्याला परत लहान मूल झाल्याचं खालच्या दर्जाचं सुख मिळत राहिलं. दोन वर्षे तो अगदी मनापासून स्वतःला तयार करत राहिला. हे करताना वेगवेगळ्या टप्प्यांत असताना डॅनीचं मन त्याच्याशी बोलत राहिलं. त्याला सूचना देत राहिलं आणि तिसऱ्या वर्षी त्यानं केस वाढवायला सुरुवात केली. लहान असतानाही त्याला केस वाढवावेत असं फार वाटायचं. (ते एक आणि आपण एक कुत्रं पाळावं असंही त्याला फार वाटे; तेही अल्सेशियन कुत्रं) हळूहळू डॅनीचे केस इतके वाढले की, ते त्याच्या पाठीवर रुळायला लागले, तेव्हा त्याला एनमोरमधील एका माणसाची आठवण आली. एनमोरमध्ये डॅनी एका खोलीची (घ.नं.२) सफाई करायचा. एक आफ्रिकन माणूस त्या खोलीच्या खाली उभं राहून आपल्या शरीरावर गोंदवलेल्या टॅटूबद्दल बोलत राहायचा - ''शेवटी मी गोंदवायला गेलो. तिथल्या माणसानं सांगितलं, त्याचा रेट तासाला दोनशे आहे. आता हे सगळं गोंदवून घ्यायला कमीतकमी तीन तास लागतात; पण मी विचार केला, अरे यार, जिंदगी एक बार ही तो मिलती है । जगून घेऊ या. ऐश करू या.'' हे सांगितल्यानंतर तो माणूस वळला होता आणि त्यानं मोठ्या खुशीनं आपला काळा पाय, आपलं शरीर झाकून टाकणारं पोपटाचं गोंदवणं दाखवलं होतं. हळूहळू त्याच्या आफ्रिकन शब्दोच्चारांची जागा ब्रिटिश उच्चारांनी घेतली होती. कदाचित ती पहिल्यापासूनच ब्रिटिश असेल. डॅनीच्या लक्षात कदाचित शेवटीशेवटी आली असेल – ''एकदाच मिळते. हो की नाही?''

त्या दिवशी डॅनीनं आपलं पूर्णपणे गोंदवलेलं नागडं पुरुषी रूप कल्पनेत पाहिलं होतं. त्याला पहिल्यांदा जाणवलं होतं की, आपल्या या शरीराचा तो मालक आहे. याला तो आपल्या स्वतःच्या सुखासाठी गरगर वाटोळं फिरवू शकतो. गुंडाळू शकतो. त्यातील सुख अनुभवू शकतो.

अदृश्य राहण्यातही सत्तेच्या उच्च-नीच अशा उतरंडी असतात. आपण उठून दिसणार नाही, आपल्याकडे कोणाचं फारसं लक्ष जाणार नाही, असं राहण्याच्याही अनेक चांगल्या चांगल्या पद्धती आहेत. आपलं शरीर गोंदवून घेण्याऐवजी (त्याला ते नेहमी खालच्या दर्जाचं, असभ्यही वाटे.) त्यानं आपले केस वाढू दिले.

अर्थात, एवढंच पुरेसं नव्हतं. विशेषतः सिडनीत राहात असताना एबनं आपले केस तपकिरी केले. तोसुद्धा सिडनीचा बेकायदेशीर रहिवासी होता. ते पाहून डॅनीनं ठरवलं की, ग्लीबमधील न्हाव्याकडे जायचं आणि त्याला आपल्या केसामध्ये लालसर सोनेरी पट्टे रंगवायला सांगायचं. तसं करून घ्यायला साडेसत्तेचाळीस डॉलर्स लागणार होते; पण सोंजानं ही कल्पना उचलून धरली. नव्हे, तिनं तसं कर म्हणून आग्रहच धरला.

फोन कंपनीकडून पुन्हा मेसेज आला. फोननं परत बीप असा आवाज केला. *भविष्यकालीन तरतुदीसाठी मोबाइल नेटवर्कचं काम चालू आहे; त्यामुळे जुन्या तंत्रज्ञानावर आधारित गोष्टी आम्हाला बंद कराव्या लागत आहेत.*

डॅनीला वाटलं, आपला हा फोन आणखी एक-दोन महिने वापरता येईल, अशी एखादी तरी युक्ती असेलच. त्याला खात्री होती आपल्याला टेल्स्ट्रा कंपनीत जाऊन आपल्याबद्दलच्या प्रश्नांची उत्तरं आणखी एक-दोन महिने तरी द्यावी लागणार नाहीत, असा काहीतरी मार्ग निघेलच.

वकीलसाहेबांचा कम्प्यूटर कोआलाचं डिझाइन असणाऱ्या चिटाच्या टेबलक्लॉथनं झाकलेला होता.

डॅनीला वाटलं, फोनसाठी आपली माहिती देण्याच्या पेचप्रसंगातून सुटण्याचा मार्ग कम्प्यूटरवरच मिळू शकेल. इंटरनेटवर जायचं आणि आपल्याला पाहिजे असलेल्या प्रश्नांची उत्तरं शोधायची; पण या कम्प्यूटरचा पासवर्ड काय आहे? रिटर्न बटण दाबायचं की झालं. डॅरियल, तू स्वतःला वकील, फार बुद्धिमान समजतोस ना?

पण याआधीही चिटाच्या कापडानं झाकलेल्या या कम्प्यूटरवर डॅनीनं बऱ्याच काही गोष्टी केलेल्या होत्या. खरंतर याच कम्प्यूटरवर डॅनीला आपलं प्रेमाचं माणूस भेटलं होतं.

पण तो आज कामासाठी न्यू टाउनला जाणार होता; त्यामुळे तिथल्या पब्लिक लायब्ररीतच आपलं ई-मेल फुकटात पाहावं असा त्यानं विचार केला.

ऑस्ट्रेलियाचं हे राज्य त्याला मेडिकल केअर, ड्रायव्हिंग लाइसेन्स आणि पोलीस सिक्युरिटी देत नसलं, तरी आपल्या पब्लिक लायब्ररीचा आणि माहिती केंद्रांचा पाहिजे तेवढा आणि मुक्तपणे उपयोग करून घेऊ देत होतं. ग्लीब लायब्ररी सनबर्स्ट किराणा मालाच्या दुकानापासून फार लांब नव्हती. त्या एरियात राहणाऱ्या सगळ्या बेकायदेशीर रहिवाशांना ती चांगली माहीत होती. पॅरामेटा, ब्लॅकटाउन, सरे हिल्स आणि हेमार्केट लायब्ररीजही चांगल्या होत्या; पण न्यू टाउनमधील पब्लिक लायब्ररी सगळ्यात चांगली होती. तिथलं छत चर्चच्या छतासारखं खूप उंच होतं आणि पहिला मजला चांगला ऐसपैस होता. आपण

कोण आहोत हे विसरून तिथल्या फरशीवर तासन्‌तास लोळत पडून राहता यायचं. लायब्ररीत त्याच्याकडे पाहून नेहमी हसणाऱ्या एका टकलू भारतीयाबरोबर - रमेशबरोबर डॅनीची थोडी मैत्री झाली होती; पण तो माणूस ऑस्ट्रेलियात तसा कायदेशीररीत्या राहात असल्यानं त्यांची मैत्री यथातथाच होती.

डॅनीनं आपली साफसफाईची साधनं पॅक केली आणि व्हॅक्यूम क्लीनरची पेटी पाठीवर टाकली. तो पुन्हा एकदा अंतराळवीर झाला.

डॅनीनं वेळ पाहण्यासाठी आपल्या सेलफोनकडे नजर टाकली. याच्या पुढील घर होतं किंग स्ट्रीट निम्मा चालून गेल्यावर लागणारं अकाउन्टन्टचं घर. या घरात एक पांढरं मांजर होतं. त्याला घराबाहेर अजिबात जाऊ द्यायचं नव्हतं. घरातल्या फ्रीजवर वीस डॉलर्सच्या तीन नोटा ठेवलेल्या असायच्या आणि फ्रीजच्या बाहेरच्या बाजूला युरेनियमच्या खाणींच्या विरोधात वेगवेगळी घोषवाक्यं चिकटवलेली असायची.

बरं, चला आता; डॅनीनं स्वतःला आठवण करून दिली.

निघताना त्यानं घरभर नजर फिरवली. दरवाजाच्या चौकटीवर त्याला एक काळा, उग्र आणि बरेचसे पाय असलेला लहानसा कोळी दिसला.

त्यानं पटकन आपला सेल फोन बाहेर काढला. मोबाइल नंबरची लिस्ट फिरवत सोंजाचा नंबर लावण्यासाठी हिरवं बटण दाबलं.

"डॅनी," फोनवर सोंजाचा आवाज ऐकू आला, "मी कामात आहे. कशासाठी केला होतास फोन?"

"मी डॅरियल वकिलांच्या घरी आहे. सफाई करतोय. अगं, इथं एक कोळी आहे. अगदी दारावर. मला त्याच्याखालून बाहेर यावं लागेल."

"कोणत्या प्रकारचा कोळी आहे? हन्टसमन?"

"माहीत नाही; पण चांगला मोठा आणि केसाळ कोळी आहे."

"हो का? मग हन्टसमनच आहे. अरे, अगदी निरुपद्रवी आहे तो. काही काळजी करू नकोस. त्याच्याखालून चालत बाहेर ये. तो तुझ्या अंगावर वगैरे काही पडणार नाही आणि समजा, पडला तरी तुला कोणत्याही प्रकारचा त्रास होणार नाही."

"पण सोंजा, मी आदर्श सफाई कामगार आहे. तो वकील आला आणि त्यानं त्या कोळ्याला पाहिलं तर त्याला वाटेल की..."

"डॅनी, काही करू नकोस कोळ्याला, साधा किडा आहे तो. बरं, मला आता काम आहे डॅनी. मी नर्स आहे ना. मला लोकांची शुश्रूषा, देखभाल करायची असते. फार काम आहे रे आज."

ठीक आहे, म्हणत डॅनीनं फोन खिशात ठेवला आणि मग तो निश्चलपणे

दारावरच्या त्या शांत बसलेल्या कोळ्याकडे पाहात राहिला.

"हन्टसमन," डॅनीनं त्या कोळ्याचं नाव उच्चारलं.

शू ऽऽ शूऽऽ डॅनीनं कोळ्याला तिथून हाकलण्यासाठी आवाज काढला; पण अशा किड्यांना माहीत असतं की, तुम्ही त्यांना काही इजा करणार नाही; त्यामुळे शू ऽऽ शूऽऽ आवाज केल्यावरही त्या कोळ्यानं काहीही हालचाल केली नाही. मग डॅनीनं बड...बड...बम...बम असे आणखी काही आवाज काढून पाहिले; पण हा आपला ढिम्म! तो हलायलाच तयार नव्हता. डॅनीला वाटलं की, दरवाजा आपटला की घाबरेल बेटा. त्यासाठी त्यानं समोरच्या दरवाजाची कळ फिरवली आणि पायानं ढकलून दरवाजा उघडला. समोर पाहतो तर काय! निळ्या युनिफॉर्ममधले तीन पोलीस जिना चढून थेट त्याच्याचकडे येत होते. पोलिसांना पाहून डॅनी एकदम स्थिर उभा राहिला.

पण त्याच्याशी एक शब्दही न बोलता ते पोलीस वकिलांच्या वरच्या मजल्यावरील फ्लॅटकडे गेले. त्यातील एकानं त्या फ्लॅटचा दरवाजा बडवायला सुरुवात केली. दुसरा गप्प उभा राहिला आणि तिसरा वरच्या मजल्याच्या पायरीवरून डॅनीकडे पाहात राहिला.

सकाळची ९ वाजून २१ मिनिटं

"काय रे, इथं राहतोस का तू?" तो पोलीस वरून ओरडला.

नकारार्थी मान हलवून डॅनी मागे वळला आणि पटकन वकिलांच्या फ्लॅटमध्ये घुसून त्यानं दरवाजा बंद करून घेतला.

आता तो पुन्हा त्या हन्टसमनच्या संरक्षक नजरेखाली आला.

दहा, वीस, तीस डॅनीनं आकडे मोजायला सुरुवात केली. थोड्या वेळानं त्यानं दार किंचित किलकिलं करून पाहिलं. तीनपैकी एक पोलीस जिन्यावरून धावत खाली गेला. याच पोलिसानं त्याला काहीतरी विचारलं होतं.

त्या पोलिसानं मध्येच थांबून दरवाजाच्या फटीतून बाहेर पाहणाऱ्या डॅनीकडे नजर टाकली. तो पोलीस व्हेलसारखा निळानिळा दिसत होता. काळ्या पट्ट्यानं बांधलेलं त्याचं ढेरपोट टणक, काळ्या मांसाप्रमाणे बाहेर आलं होतं. कंबरेवर हात ठेवून, पोट आणखी पुढे काढून त्यानं जोरात श्वास सोडला.

"अरे, तू इथं राहतोस का म्हणून विचारत होतो मी!"

"अं... नाही... फक्त..."

डॅनीचा हात पकडून त्याला बाजूला सारत पोलिसानं घरात डोकावलं. डॅनीनं साफ केलेला अपार्टमेंट बारकाईनं न्याहाळला. शिंक येत असल्याप्रमाणं त्याचं नाक फुरफुरलं.

"सफाई कामगार..." डॅनी.

"बरं. ठीक आहे. माझा तोच अंदाज होता. रस्त्याच्या पलीकडे काहीतरी घडलंय... त्याचाच तपास करतोय आम्ही."

"बरं साहेब. बरं."

मला शोधत तर ते नक्कीच आलेले नाहीत. म्हणजे आत्ता तरी मला कसला धोका नाही. रस्त्याच्या पलीकडे काहीतरी... निळ्या डोंगरामध्ये पेटलेल्या वणव्याबद्दल बोलत असेल तो... धुरानं सगळे रस्ते भरून टाकणारा वणवा... आणखी काही नसणार... तो वर बसलेला मोठ्ठा कोळी अजूनही त्याच्याकडे टकामका बघत होता. डॅनीला पोटातली डोक्यात जाऊन भिनणारी भीती (ऑस्ट्रेलियाचे पोलीस) आणि तिची धुकधुकी (श्रीलंकेचे पोलीस) यातील फरक माहीत होता. ज्या कारणासाठी पोलीस इथं आले आहेत, ते कारण म्हणजे मी नाही, डॅनीनं स्वतःला बजावलं. त्यांना तू दिसतही नाहीस.

डॅनीनं मनाला शांत केलं. डेस्कटॉप कम्प्यूटरवरून कोआला प्रिंटचं चिटाचं कापड वर सारलं आणि कम्प्यूटरचं रिटर्न बटण दाबून त्यानं थोडी वाट पाहिली. स्क्रीन प्रकाशित झाल्यावर तो गुगल न्यूजला गेला आणि त्यानं टाइप केलं – *किरण राव.* डॅनीला वाटलं की, पुस्तक जवळ बाळगणारा तो सिडनीतील एकुलता एक सफाई कामगार असेल. डोक्यातल्या विचारांना खाद्य पुरवण्यासाठी वाचत राहणं फार आवश्यक असतं. त्यानं सुरुवातीला मेडलिन ब्राइटचं गुलाबी पेपरबॅक : 'स्प्लेंडिड इन सॅटिन' (सॅटिनमधील सौंदर्य) वाचलं होतं. मग न्यू टाउन लायब्ररीच्या टाकून दिलेल्या पुस्तकांच्या टोपलीत त्याला किरण रावचं 'थ्रू माय कॉन्ट्रॅडिक्शन्स यू ग्रो' (माझ्या अंतर्विरोधांमुळे तुझी वाढ होते.) हे पुस्तक मिळालं. पुस्तकावर किरणचा सुंदर दक्षिण आशियाई चेहरा छापलेला होता. डॅनीनं टॉयलेट ब्रशेस, स्प्रेज आणि ब्लॅक अँड गोल्ड चीज स्लाइसेसमध्ये लपवून ते पुस्तक चोरून लायब्ररीबाहेर आणलं होतं. तेव्हापासून वर्षभर डॅनीच्या सफाईकामाच्या टूर्सवर ते त्याच्यासोबत असे. एव्हाना त्याला ते जवळजवळ तोंडपाठ झालं होतं; त्यामुळे आता ते बरोबर घेऊन यायची काही गरज उरली नव्हती. डॅनीच्या मते ते या शंभर वर्षांतील सर्वांत महत्त्वाचं पुस्तक होतं.

डॅनीनं कम्प्यूटरवर पाहिलं.

बातम्या (गेल्या चोवीस तासांतील)

किरण सिडनी फेस्टिव्हलमध्ये बोलायचा. तो स्क्रीनवर दिसला, तो त्याच्या

नेहमीच्या काळा सूट आणि तांबडा टाय या पोशाखात होता. तो सिडनीच्या देशांतरित लोकांच्या कडू-गोड जीवनाबद्दल श्रोत्यांकडून विचारल्या जाणाऱ्या प्रश्नांची उत्तरे देत होता.

डॅरियल वकिलांच्या घरातील कम्प्यूटरसमोर बसून डॅनीनं प्रश्न विचारण्यासाठी हात उंचावला आणि अशा प्रकारे त्यानं स्वतःला श्रोतृवृंदात आमंत्रित करून घेतलं. मग त्यानं आपल्या जीवनातील कठीण प्रसंगाला शब्दरूप देऊन आपल्या आवडत्या लेखकाला तो प्रश्न विचारला.

"मी दुसरा - नवा फोन घ्यायला गेलो आणि त्यांनी मला माझा टॅक्स फाइल नंबर विचारला तर मी काय करू किरण?"

डॅनीनं पाहिलं की, सूटबूट घातलेला तो आदरणीय लेखक, त्याला दाद देणाऱ्या समारंभातील श्रोत्यांकडून त्याच्याकडे वळला आणि म्हणाला, "डॅनी, अजून बराच काळ तू आपला जुना फोन वापरू शकतोस. इतका नको विचार करूस या गोष्टीचा. हे बघ, मी तुझ्या जागी असतो ना, तर फक्त एकाच गोष्टीची काळजी केली असती. माझं प्रेमप्रकरण कसं टिकवून ठेवायचं. (यावर श्रोते जोरात हसले.) ऑस्ट्रेलियातील माणसासाठी ही गोष्ट सगळ्यात कठीण आहे. खरंच!"

खरंच डॅनीला ही गोष्ट तेवढी कठीण वाटली नव्हती. सोंजाबरोबरचं त्याचं प्रेमप्रकरण खूप टिकलं होतं. वाढलं - रंगलं होतं आणि त्याची सुरुवात इथूनच, वकीलसाहेबांच्या पूर्णपणे बंद न केलेल्या कम्प्यूटरवरच झाली होती. डॅनीचा एक ऑस्ट्रेलियन मित्र होता. त्याला डॅनीची सगळी गुपितं माहीत होती. तो डॅनीला खूप शहाणपणाच्या गोष्टी सांगायचा. त्यानंच डॅनीला त्या डेटिंग साइटची माहिती दिली होती आणि मग याच कम्प्यूटरच्या साहाय्यानं डॅनीनं त्या साइटवर संपर्क साधला होता.

व्हेजी डेट

(क्रूरताविरहित प्रेम) शाकाहारी तरुण-तरुणींची गाठभेट

सिडनीतील दिसायला सगळ्यात सुंदर लोक पक्के शाकाहारी आहेत. ते मांस, मटन, अंडी; इतकंच काय दुधालाही हात लावत नाहीत.

"पण मी खातो..."

"एक मूर्खा : सगळ्यांना वाटतं की, भारतीय लोक गायीला पूज्य मानतात; त्यामुळे सर्व भारतीय लोक शाकाहारी आहेत. तुला या समजाचा फायदा करून घ्यावा, असं नाही वाटत?"

डॅनीला माहीत होतं की, असं करणं बरोबर नाही. अशा प्रकारे वकीलसाहेबांचा पर्सनल कम्प्यूटर वापरणं आणि त्याद्वारे बायकांशी संबंध जोडणं फार वाईट

आहे, गैर आहे हेही त्याला माहीत होतं; पण शाकाहारी? डॅनीला मटन आवडायचं, डुकराचं मांस आवडायचं.

डॅनीचं अंतर्मन त्याला बजावत होतं की, हे बरोबर नाही. अगदी चूक आहे. सगळे तुला सच्चा, इमानदार समजतात आणि तू... पण तिकडे दुर्लक्ष करून त्यानं ती गोष्ट केलीच. मिळालेल्या संधीचा फायदा करून घेतलाच. सोंजा, त्यानं संपर्क साधलेली तिसरी शाकाहारी, व्हेगन होती. ती दोघं त्याच आठवड्यात, सुट्टीच्या दिवशी पॅरामेटाला भेटली.

पबमध्ये तोच आधी पोहोचला आणि मग एका छोट्याशा लाकडी खोलीत बसून तिची वाट पाहू लागला. दरम्यान, समोरच्या आरशात स्वतःला न्याहाळत बसला. इथल्या दिव्यांची रचना व्हाइट लोकांची लैंगिक भूक जास्तीतजास्त चाळवणारी, जरा जास्तच प्रखर होती. त्याला वाटत होतं की, दिव्यांच्या या भगभगाटात आपली काळसर बोटं आणि डोळ्यांतील पांढरा भाग जास्तच उठून दिसतो आहे. "जरा बुद्धिमान आहेस असं दाखव." तो आपल्या प्रतिबिंबाला म्हणाला. मग त्यानं हाताची बोटं एकमेकांत गुंतवली व अंगठे वाकवून तोंडावर टेकवले. सोंजानं त्याला पाहिलं, तेव्हा तो 'विचारमग्न' दिसत होता.

"भारतीय लोकांबद्दल मला काय आवडतं सांगू? ते जगातील सगळ्यात लठ्ठ शाकाहारी आहेत. आनंदी, लठ्ठ, शाकाहारी."

सोंजा एक ठेंगणी, आकर्षक व आग्रही स्वभावाची मुलगी होती. तिनं घातलेल्या टी-शर्टवर 'व्हेगन्स फर्स्ट' (आधी शाकाहारी) असं लिहिलेलं होतं आणि डोळ्यांत दुसऱ्यांना भेटायची उत्सुकता होती. हो, ती चिनी नाही, व्हिएतनामी होती. सभ्य माणसांना हा फरक माहीत असतो. हो की नाही?

तिनं दोघांसाठी बिअरची ऑर्डर दिली. ती म्हणाली की, ती बिअर वनस्पतींपासून बनवलेली आहे. प्राण्यांवर होत असलेल्या अन्यायाबाबत ती कळकळीनं बोलू लागली, तशी कानांवरच्या स्नायूंवर जोर देत डॅनीनं स्मितहास्य केलं.

"तुला माहीत आहे, दूध काय असतं ते? ते एक प्रकारचा पू असतं. असं समज की, तू गटागटा पू पितोस." असं म्हणून तिनं बिअरचा पेला उंचावून बिअरचे तीन घोट घेतले आणि मग तो पेला खाली ठेवला. डॅनीला वाटलं, या भेटीनं तीही नर्व्हस झाली.

बिअरचा पेला ती परत उचलणारच होती; पण त्याआधी तिनं विचारलं, "तू मुसलमान आहेस का?" त्यानं दिलेल्या उत्तरानं तिची नक्कीच निराशा झाली होती; पण लगेच स्वतःला सावरत ती म्हणाली, "कमीतकमी तू सूटबूटवाला तरी नाहीस."

सोंजाच्या या उद्‌गारानं डॅनी गोंधळून गेला, कारण त्यानं स्वतःबद्दल विचार

करताना नेहमीच हे गृहीत धरलं होतं की, तो सिडनीत सूट घालायलाच आला आहे. चांदीची बटणं असलेले, खिशात रुमाल असलेले वूलन सूट.

बट्टिकालोआमध्ये फक्त एकच शिंपी इतके पॉश सूट शिवू शकत होता आणि शहरातल्या चार लोकांना तसे सूट घालणं परवडायचं.

"एक पेय म्हणून दूध कसं आहे असं तुला वाटतं?"

"प्राण्यांच्या आणि अन्य जिवांच्या हक्कांना तुझा कितपत पाठिंबा आहे?"

"तू जिथून कुठून आलाहेस, त्या तुझ्या स्वतःच्या देशातले लोक पक्के शाकाहारी आहेत का?"

खाण्याच्या विषयांपासून संभाषण दूर नेत त्यानं तिला सांगितलं की, होय, श्रीलंकेत आणि दुबईमध्येही शाकाहारी लोक आहेत. तो दुबईला गेला होता. तिथल्या डेअरामधील मोटेलमध्ये त्यानं एक वर्षभर काम केलं होतं. हिरवा सूट आणि हिरवा टाय घालून त्यानं मोटेलमध्ये तिथल्या लोकांचं स्वागत केलं होतं. खरंच ऑस्ट्रेलियाला येण्याआधी डॅनीची तीच नोकरी होती. इथं आल्यावर? इथं आल्यावर तो सफाई कामगार बनला. त्याचं काम आहे घासून-पुसून घरं साफ करणं. हो, याहून जास्त चांगले काम करायला मिळते का याच्या शोधात आहे तो.

थोड्या वेळानं ते दोघे पॅरामेटा नदीवर फिरायला गेले. आधी पाहिली होती त्यापेक्षा खूपच वेगळी वाटली डॅनीला ती नदी.

तिचे किनारे एकदम छान, हिरवेगार होते. जणू काही नदी बनवणाऱ्या मशीननं त्यांना सरळ आणून पृथ्वीवर चपखल बसवलं होतं.

"तुला माहीत आहे त्याचा अर्थ?" तिचा प्रश्न.

त्याच्या लक्षात आलं की, तिचे डोळे नदीकाठच्या एका जुन्या बिल्डिंगकडे लागलेत.

"जुन्या चर्चवर ते अशी अक्षरं का लिहितात? त्यांचा अर्थ काय असतो?" डॅनीनं नीट लक्ष देऊन, बारकाईनं पाहिलं.

बिल्डिंगवर एम डी सी सी सी एल व्ही व्ही आय आय अशी अक्षरं होती.

"त्यांचा अर्थ आहे अठराशे सत्त्याहत्तर." डॅनीनं सोंजाला माहिती दिली.

"तुला कसं माहीत हे सगळं?" आश्चर्यानं आ वासत तिनं विचारलं.

आपल्या विधानाचं स्पष्टीकरण देत डॅनी म्हणाला, "रोमन लोक एका विशिष्ट पद्धतीनं अंक लिहीत. हिंदूंकडून अंक लिहिण्याची दशांश पद्धत चोरल्यावर त्यांच्या पद्धतीत खूप सुधारणा झाली."

डॅनीकडे पाहून त्याच्यावर एक प्रकारचा हक्क दाखवत सोंजानं विचारलं, "ऑस्ट्रेलियात आल्याबरोबर तू एखादी डिक्शनरी कोळून प्यायलास की काय?"

यावर डॅनी एक शब्दही बोलला नाही. मग स्वतःचीच लाज वाटल्यासारखी ती हसली. तिनं बोललेले शब्द किती अपमानास्पद होते हे तिला जाणवलं.

त्यानंतर बोलण्याचं सगळं काम त्यानंच केलं. त्याचं सर्व बोलणं संपल्यावर सोंजानं तोंड उघडलं : "तुम्ही खरंच खऱ्याखुऱ्या लगूनशेजारी राहायचा? आणि मग ते सर्व सोडून तू ऑस्ट्रेलियाला का आलास?"

"माझी एक अडचण आहे." डॅनी म्हणाला, "ती म्हणजे नाकातलं हाड वाकडं असणं." नाकाला हात लावत तो पुढे म्हणाला, "म्हणजे मला फार लवकरच ताप येतो. माझ्या नाकातल्या हाडांची पोकळी जड होते." खरंच होतं ते.

माझ्या या अडचणीपासून म्हणजे सायनसपासून बचाव करण्याचे उपाय :

१. पाणी गरम करा. नाकपुडीच्या पोकळ्या जड व्हायला लागल्या की, गरम पाण्यानं गुळण्या करा, चुळा भरायला लागा.
२. सिगारेट पिण्यासारख्या वाईट सवयींपासून कसोशीनं दूर राहा.
३. पहिल्या आणि दुसऱ्या दिवशी नाकात मेंथॉलचा स्प्रे घ्या.

वाईट सायनससोबत आयुष्य कंठणं किती कठीण असतं या मुख्य विषयावर बोलत डॅनी त्या शाकाहारी मुलीबरोबर एका छोट्याशा बंधाऱ्यापर्यंत आला. नदीचा प्रवाह तिथं गडद काळ्या डोहात उडी घेत होता. त्याच्याकडे वळून पाहात सोंजा म्हणाली, "तुझ्या नाकातल्या वाकड्या हाडाबद्दलचं बोलणं थांबवून तू माझ्या प्रश्नाचं उत्तर देशील?"

"सॉरी ऽऽ"

"माझा प्रश्न हा आहे : या देशात येण्यासाठी तू ते लगून का सोडलंस?"

डॅनीनं विचार केला, आता मला खोटं बोलावं लागेल; पण पॅरामेटा नदीनं त्याला वाचवलं. पाण्याच्या प्रवाहावर तरंगत-तरंगत एक पांढरंशुभ्र पीस त्यांच्या बाजूला आलं. त्यानं सोंजाचं लक्ष त्या पिसाकडे वेधलं.

पाण्याबरोबर वाहात येणाऱ्या कचऱ्याकडे तो आपलं लक्ष वेधतो आहे असं समजून ती शाकाहारी मुलगी म्हणाली, "ते होय? अरे, सिडनीमध्ये सर्व गोष्टींचं प्रायव्हेटायझेशन, खासगीकरण होत असल्यानं हे होतंय. अगदी या नदीचंसुद्धा खासगीकरण झालंय."

"माझ्या लगूनमधील मासे ना," डॅनी सोंजाला म्हणाला, "गाऊ शकतात." तिच्या चेहऱ्यावरील संशय पाहून तो म्हणाला, "अगं, खरंच!" मग त्यानं तिला हेही सांगितलं की, त्याच्या गावच्या खासगीकरण न झालेल्या लगूनच्या पाण्यावर लव्हाळं ठेवलं की, लोकांना गूं ऽ गूं आणि गुणगुण असा आवाज ऐकायला येई.

बट्टिकालोआ या शब्दाचा अर्थच आहे गाणारे मासे. हे गाव म्हणजे पूर्वेकडील श्रीलंकेचं लखलखतं रत्न आहे. तिथल्या देवळांत आगीवर चालणारे लोक आहेत. जिभेला भोक पाडून घेणारे लोक आहेत. तिथले चांदीसारखे चमचमणारे समुद्रकिनारे, लगूनमध्ये राहणाऱ्या जलपऱ्या! त्यांना आम्ही कादल कन्नी म्हणतो... "मी सांगतो त्यातला एक शब्द तरी कळतो आहे का तुला?" डॅनीच्या या प्रश्नावर नकारार्थी मान हलवून ती म्हणाली, "असंच काही नाही; पण तू सांग ना!"

आणि मग डॅनी सांगत राहिला. ते सगळं लगूनबद्दलंच होतं असं नाही.

"तू फुटबॉलच्या मॅचेस बघतोस?" सोंजानं विचारलं.

"नाही."

"क्रिकेट?"

"नाही. खेळ हा माझा प्रांतच नाही. हे बघ, माणसाला खेळापासून फक्त १ ते १.४ यश मिळू शकतं."

"म्हणजे नक्की काय म्हणायचं आहे तुला?"

डॅनी दात दाखवत हसला आणि म्हणाला, "अगं, काहीतरी साध्य करणं, संपादन करणं म्हणजे काय, तर थोडंफार यश मिळवणं."

"काहीही!" म्हणत ती हसली.

पहिली दोन वर्षे डॅनीनं आपल्या शब्दोच्चारांबाबत खूप काळजी घेतली होती; पण नंतर मात्र त्यानं आपल्या भाषेची, उच्चाराची लकब कधी लपवली नाही. *शुगर फ्री म्हणजे नो शुगर. साखर नसणे. हो की नाही?* गात असल्याप्रमाणे एखादा शब्द परतपरत बोलणं त्याला सहज जमत असे. त्याच्या उच्चारात (अगदी ऑस्ट्रेलियन नाही; पण थोडीफार ऑस्ट्रेलियन लोकांसारखी) वेगळ्याच प्रकारची इंग्रजी होती. ऑस्ट्रेलियामध्ये येऊन दोन वर्षे झाल्यावर त्यानं तिला गुरगुरण्याची संधी दिली.

मग त्यानं खेळाच्या क्षेत्रात चमकलेल्या खेळाडूंची अंगभूत लबाडी तिला समजावून सांगितली. "धावण्याचं अगदी प्राथमिक शिक्षण मिळालेला एकवीस वर्षांचा तरुण साधारणपणे चौदा सेकंदांत शंभर मीटर धावू शकतो. हो की नाही? आणि सगळ्यात फास्ट धावणारा माणूस तेच अंतर ९.९ सेकंदांत धावतो म्हणजे दोघांच्या वेळात किती फरक आहे? १ ते १¼पट. आता सर्वसाधारण माणसाच्या आणि आईन्स्टाइनच्या बुद्धिमत्तेत किती फरक आहे? माहीत नाही. आपण तो मोजू शकत नाही."

डॅनी अगदी चित्रविचित्र विधानं सटासट फेकत होता. ती दोघं पॅरामेटा नदीकिनाऱ्यावर हिंडत असताना आपल्या तकलादू पण निरुत्तर करणाऱ्या शैलीनं तो जगन्मान्य सत्ये पार धुडकावून लावत होता. त्या दोघांभोवती एक छोटासा

पक्षी वाकडातिकडा उडत होता. तो अशा काही खुशीत उडत होता, जणू त्याला एकट्याला चरायला उसाचं एक मोठ्ठं शेत मिळालं आहे.

दुसऱ्या दिवशी सनबर्स्ट किराणा स्टोअरमध्ये हवाबंद डब्यात वस्तू भरत असताना डॅनीला कोणाचा तरी फोन आला. तो सोंजाचा निघाला. तिचा आवाज ऐकताना त्याची छाती जोरजोरात धडधडायला लागली आणि त्याच्या डोळ्यांसमोर मिशन इम्पॉसिबल २ मधील टॉम क्रूझच्या जवळून चौखूर उधळत जाणाऱ्या घोड्यांचा सीनच आला.

सकाळची ९ वाजून ४३ मिनिटं

"ते काय चाललं होतं ते एव्हाना संपलं असेल." डॅनी स्वतःलाच जोरात म्हणाला.

"तेच ते. रस्त्यापलीकडे जे काही चाललं किंवा झालं होतं, त्याची गडबड आता संपली असेल. निळ्या युनिफॉर्ममधले लोक निघून गेले असतील." स्वतःशीच बडबडत तो कम्प्यूटरजवळून उठला अन् दरवाजाला कान लावून बाहेरची चाहूल घेऊ लागला.

"काय चाललंय ऑफिसर? काहीतरी विपरीत, वाईट घडलंय का?" कोणाचा तरी आवाज.

"सॉरी. आम्ही आमची नेहमीची कारवाई करतोय. रोडच्या पलीकडे एक वाईट घटना घडली आहे. आम्ही इथून तिथले फोटो घेत होतो. हे आमचं नेहमीचंच काम आहे."

"वाईट घटना?"

"हो. खून झालाय."

"बाप रे! कुणाचा खून झालाय?"

"तुम्हाला तुमच्या शेजाऱ्या-पाजाऱ्यांबद्दल काही माहिती आहे का?"

"फार काही नाही. कोणती बिल्डिंग?"

"तिचं नाव काय म्हणालात? नाही. या नावाच्या बाईला मी ओळखत नाही."

डॅनीच्या कानावर बाहेरच्या लोकांचं बोलणं येत होतं. ते ऐकून तो पटकन दाराआड गेला.

आता इथं किती वेळ अडकून पडावं लागतं आहे की! अकाउन्टन्ट रोडनीला

फोन करून आपल्याला यायला उशीर होईल असं सांगावं की काय...

तितक्यात त्याला आठवलं की, डोक्यावरचा मोठ्ठा कोळी त्यानं अजून मारलेला नाही.

सकाळची ९ वाजून ४७ मिनिटं

डॅरियल वकिलांच्या सिंकखाली ठेवलेला कीटनाशकाचा स्प्रे हातात घेऊन डॅनी त्या तपकिरी पायांच्या कोळ्याच्या खालच्या बाजूला आला. मिशन इम्पॉसिबलचं थीम साँग गुणगुणून त्यानं त्या कोळ्याला निसटून जायची शेवटची संधीही दिली; पण ते संगीत आणि तो विनोद आपल्याला आवडला आहे हे दाखवायला त्यानं फक्त पायांची चाळवाचाळव केली. डॅनी गाणं का गुणगुणत होता हे समजल्यावर तो कोळी तिथून हलला; पण एव्हाना खूप उशीर झाला होता. डॅनीनं स्प्रेचं पांढरं बटण दाबलं होतं. ते द्रव अंगावर पडताच शरीराची गुंडाळी करून, तो कोळी निर्जीव होऊन खाली जमिनीवर पडला. कागदी नॅपकिनने त्याला उचलून घेताना डॅनीला तो शरीर आखडून घेतलेला लालभडक कोळी आणखी भेसूर, धोकादायक वाटला. सिंकवरची खिडकी, मागील रस्त्याच्या बाजूला उघडणारी एकुलती एक खिडकी होती. बोल्ट लावून ती नेहमीच बंद ठेवलेली असे. डॅनीच्या लांबवर पसरलेल्या उजव्या हातात कोळी पकडलेला कागदी नॅपकीन होता. दुसऱ्या हातानं त्यानं बोल्ट काढून ती खिडकी उघडली. कित्येक महिन्यांनी त्यानं ती खिडकी उघडली होती. त्यानं उघड्या खिडकीतून फ्लोरा स्ट्रीटमागचा तो शांत, निर्जन रस्ता पाहिला. जणू काही खिडकी उघडण्याच्या त्याच्या निर्णयाबद्दल त्याला शिक्षा करण्यासाठी त्या खालच्या रस्त्यावरील बिल्डिंगसमोर एक व्हॅन उभी होती. तिच्या टपावर असलेल्या दिव्यामधून लाल-निळा प्रकाश शांतपणे बाहेर येत होता.

त्या शांत, निर्जन रस्त्यावर एकुलती एक व्यक्ती उभी होती, निळा युनिफॉर्म घातलेला एक माणूस. युकॅलिप्टसच्या झाडाला टेकून तो जोरात सिगारेटचा झुरका घेत होता.

युकॅलिप्टसचं ते झाड चांगलं उंच-निंच, प्रचंड होतं. भिंतीला आलेल्या रंगाच्या पोपड्याप्रमाणे त्याचं पांढरं, राखाडी साल जागोजागी निघालेलं होतं. या झाडाचं निघालेलं साल पाहून सुरुवातीला घाबरायला होतं, कारण त्याला पाहून आपल्याला कोड किंवा तत्सम गोष्टींची आठवण येते. आपल्या देशात अशा

गोष्टींची सगळ्यांना भीती वाटते.

डॅनीचे डोळे परत पोलीस व्हॅनकडे आणि मग त्यामागे नव्याने बांधलेल्या विटांच्या बिल्डिंगकडे वळले. त्या बिल्डिंगच्या प्रत्येक मजल्यावर तो जिना चढून गेला होता.

तिथला चौथा मजला. तिथं काय होतं आहे हे पाहायला डॅनी थांबला.

पोलीस व्हॅनमागे असलेल्या बिल्डिंगच्या चौथ्या मजल्यावरील एका घराच्या खिडकीत काळ्या ट्रेमध्ये ट्युलिप्सची रोपं वाढलेली होती.

दाराबाहेर भेटलेल्या पोलिसानं त्याला सांगितलं होतं की, 'रोडच्या त्या बाजूला कोणाचा तरी खून झालेला आहे.' तो खून रस्त्याच्या मागच्या बाजूला झाला आहे असं नव्हतं म्हटलं त्यानं. म्हणजे ती बिल्डिंग ही नसणार. नक्कीच नसणार, डॅनीनं स्वतःला बजावलं.

कारण ज्या बिल्डिंगसमोर कोड झालेल्या माणसाप्रमाणे दिसणारं झाड आहे, ज्या बिल्डिंगच्या चौथ्या मजल्यावर ट्युलिप्सची रोपं आहेत, ती बिल्डिंग *तिची* बिल्डिंग आहे. राधाची बिल्डिंग आहे.

हा विचार मनात येताच डॅनीच्या घशाला कोरड पडली.

जवळजवळ दोन वर्षे डॅनी दर सोमवारी सकाळी तिथल्या ट्युलिप्सची फुलं असलेल्या घर नंबर ५ला जात होता. आपल्या व्हॅक्यूम क्लीनर आणि इतर सामानासह.

रोडच्या त्या बाजूला कोणाचा तरी खून झालाय.

तो त्यानं मारलेला कोळी! डॅनी त्याबद्दल सगळं विसरूनच गेला होता. डॅनीनं पटकन तो नॅपकीन खाली टाकला. लाल कोळ्याचा तो निष्प्राण हलका देह गिरक्या घेतघेत खाली पडलेला त्यानं पाहिला. खिडकीच्या काचा खाली घेऊन त्यानं ती घट्ट बंद करून घेतली.

दुबईच्या बिझिनेस मोटेलच्या स्टाफ ट्रेनिंग प्रोग्रॅममध्ये शिकवलं होतं तसा खोल श्वास घेताना आणि सोडताना त्यानं एक-दोन-तीन, एक-दोन-तीन असे आकडे मोजायला सुरुवात केली. मग मानेजवळ खाजवलं आणि खिशातून आपला मोबाइल बाहेर काढला. थोडा वेळ शोधाशोध करून त्यानं एक नंबर शोधून काढला.

फोन बुकमधील अठराव्या नावावर त्याची नजर स्थिरावली. तिथं फोन नंबरच्या वर फक्त घर नं. ५ एवढंच लिहिलेलं होतं.

हो. ती तिथंच राहायची. त्या फ्लॅटच्या खिडकीत लाल ट्युलिप्स असायचे. त्या फ्लॅटची ती मालकीण होती. आता तो फ्लॅट रस्त्याच्या मागे होता की रस्त्याच्या दुसऱ्या बाजूला? या ऑस्ट्रेलियनांची इंग्लिश भाषाही गंमतशीर असते.

त्यांच्या भाषेत रस्त्याच्या दुसऱ्या बाजूचा अर्थ - म्हणजे रस्त्याच्या मागच्या बाजूस असा होतो.

तो त्या घरचा फोन लावणारच होता, तेवढ्यात त्याचं लक्ष खालीच उभ्या असलेल्या पोलीस व्हॅनकडे गेलं. लाल-निळा प्रकाश बाहेर फेकणारी व्हॅन. आत्ता त्यानं तिला फोन केला आणि तिथं घरात पोलीस असतील तर ते त्याचा फोन ट्रेस करू शकतील. सिडनीचे पोलीस हल्ली कशावरूनही काहीही शोधून काढतात.

स्वयंपाकघराच्या खिडकीशेजारील भिंतीजवळ उभं राहून डॅनी हळूच खालच्या रोडकडे पाहात होता.

आणखी एक निळ्या गणवेशातील पोलीस जवळ आला, तेव्हा एका रोगट युकॅलिप्टसला रेलून सिगारेट पिणाऱ्या पोलिसाने हातातली सिगारेट दूर फेकून दिली.

किंचित काळ डॅनी त्या खिडकीजवळून दूर झाला; पण काहीच क्षणांत तिथं परत येऊन त्यानं खिडकीवरचा पडदा दूर सारला. त्यानं डेस्कवरील निळ्या बॉलकडे पाहिलं. मग तो बॉल हातात घेऊन त्यानं जमिनीवर टाकला. तो बुटानं बॉलला ढकलत राहिला. शेवटी तो परत घरंगळत सोफ्याखाली गेला. ठीक आहे. जा, परत तिथंच; तो बॉलला म्हणाला.

डॅनीनं ओळखलं की, वकीलसाहेबांच्या सोफ्याखालची ती अंधारी जागा - सिडनी शहरातील त्याला मज्जाव असणाऱ्या जागांपैकीच एक आहे. त्याला वाटलं, आपण तिथं आपला हात घालायलाच नको होता.

डॅनी परत डेस्कटॉपकडे गेला. तिथं बसून त्यानं कम्प्यूटरवर टाइप केलं, *सिडनी खुनाची बातमी.*

त्या सावकाश चालणाऱ्या कम्प्यूटरवर त्यानं विचारलेली माहिती येईपर्यंत, त्यानं आपला सेल फोन बाहेर काढला. त्यातील घरांच्या पत्त्यांची खिडकी उघडली. खालच्या नंबरवर जाऊन, स्क्रीनवर बोट ठेवून तो आपलं बोट वरवर नेऊ लागला. असं करीतकरीत तो अगदी पहिल्या नंबरापर्यंत गेला. तो नंबर होता त्याच्या घराचा. त्याच्या इथल्या घराचा.

तो फोन लावण्यासाठी त्यानं मोबाइलचं हिरवं बटण दाबलं; चारदा रिंग वाजली. नंतर तिकडून फोन घेतल्याचा क्लिक असा आवाज आला आणि मग आला एक म्हातारा शांत आवाज. मागून १९७० मधील एका पॉप गाण्याचा आवाज येत होता.

''कशासाठी फोन केलास तू? आधीच मला इथं इतकं टेन्शन आहे!'' त्याचा सिडनीतील घरमालक म्हणाला, ''फार वाईट आहे ही सकाळ आमच्यासाठी; फारच वाईट.''

टोमो 'आम्हाला' हे सर्वनाम फक्त त्याच्या पॅरामेटा ईल्स फुटबॉल टीमसाठीच वापरत असे. बाकी कोणासाठीही नाही.

"टोमो, माझ्यासाठी जरा टी.व्ही. पाहतोस का?"

"त्यांनी सांगितलं आहे की, पुढच्या वर्षी जोइ मिशेल खेळू शकणार नाही. आणि डॅनी, तुझ्या सेल फोनवरून मला फोन करत जाऊ नकोस. कितीदा बजावलं आहे मी."

"फार अर्जंट गोष्ट आहे रे. जरा पाहतोस का? एखाद्या खुनाबद्दल काही माहिती येते का?"

...थोडी शांतता.

"अर्सकिनविलला फ्लोरा स्ट्रीटजवळ. त्याबद्दल टी.व्ही.वर काही सांगताहेत का?"

"खून?" टोमो सावडारिसचा आवाज थोडा खाली आला. "तू आज अर्सकिनविलला काम करतो आहेस ना?"

"हो. टी.व्ही.वर अर्सकिनविलला झालेल्या खुनाबद्दल काही सांगतात का हे जरा पाहतोस का?"

यावर तिकडून फोन बंद झाला.

स्साला! डॅनी परत स्वयंपाकघरात गेला. त्यानं परत खिडकी वर केली.

तो पुन्हा फोनवरील ॲड्रेस बुक तो पाहू लागला. खाली जातजात तो त्या लिस्टवरील एकोणिसाव्या नंबरवर येऊन थांबला. त्याच्यापुढे त्यानं घ.नं. ६ टाइप केलं होतं.

घ.नं. ५मध्ये काही झालं असेल, तर घ.नं. ६मध्ये त्याबद्दल नक्की काहीतरी कळलं असणार.

पण घ.नं. ६ला फोन न करता, डॅनीनं परत एकदा 'सनबर्स्ट'ला फोन केला.

"टोमो, अरे टी.व्ही. लाव ना जरा. माझ्या फोनवर टी.व्ही. लागत नाही. जुना आहे ना माझा फोन!"

"डॅनी, का परतपरत फोन करतोस मला? तुला एकदा सांगितलं ना! मला कधीही फोन करत जाऊ नकोस."

"मला फक्त इतकंच सांग की, जिचा खून झालाय तिचं नाव राधा तर नाही ना?"

पुन्हा एकदा फोनच्या त्या बाजूला शांतता पसरली. हे सावडारिस, सनबर्स्ट किराणा स्टोअरचे मालक होते. गेल्या चार वर्षांपासून डॅनी तिथंच राहात होता.

"का?" तिकडून आवाज आला.

"मला एवढंच सांग की, काल रात्री अर्सकिनविलला ज्या बाईचा खून झाला

तिचं नाव राधा थॉमस तर नव्हतं? तू हे सांगेपर्यंत मी फोनवर वाट पाहतो.''

सावडारिसचा आवाज संथच राहिला. ''डॅनी, जोइ मिशेलला आज टीममधून सस्पेंड केलं. आता आपलं काही खरं नाही.'' एवढं सांगून डॅनीच्या घरमालकानं आणि संरक्षकानं फोन बंद केला.

खिडकीच्या पलीकडच्या कठड्यावरून दोन पिवळे, गोल गरगरीत डोळे खिडकीच्या आत डोकावले. तो एक कावळा होता; पण तो श्रीलंकेच्या कावळ्यांच्या दुप्पट आकाराचा होता. त्याचे डोळेही कार्टूनमधल्या कावळ्यांच्या डोळ्यांसारखे मजेशीर होते. खिडकीच्या काचेच्या त्या बाजूला बसलेल्या त्या कावळ्याच्या चमकदार पंखांवर सूर्याचा प्रकाश लखलखत होता.

डॅनीला सुरुवातीच्या दिवसांत जंगली प्राण्यासारखे दिसणारे हे मोठाले ऑस्ट्रेलियन कावळे म्हणजे एक कोडंच वाटे. त्याला प्रश्न पडे की, त्या कावळ्यांना इतकं मोठं आणि कर्कश ओरडायला इथले लोक खायला तरी काय घालतात?

विचार करताकरता डॅनीच्या एकदम लक्षात आलं, अरे, आपली मायभूमी, आपलं घर आपल्या किती जवळ आहे.

वकीलसाहेबांच्या घरात बसून डॅनी बाहेरची चाहूल घेत होता. त्याला रस्त्यावरून पोलिसांची कुजबुज ऐकू येत होती. पादचाऱ्यांनी पुढे जायचं की नाही जायचं याचा इशारा देणाऱ्या इंडिकेटरचा बीप... बीप... बीप असा आवाजही ऐकू येत होता.

खिडकीजवळ उभं राहून डॅनीनं ट्युलिप्सची लाल फुलं पाहिली. खूपच उठून दिसत होती ती. एकदम रसरशीत! पुन्हा त्याच्या मनात आलं, घ.नं. ५च्या राधा थॉमसला फोन करावा. तिनं फोन उचलला तर तो तिला खिडकीशी यायला सांगेल. म्हणजे तो तिला पाहू शकला असता.

पण जेव्हा ट्युलिप्सची फुलं हलली आणि ती खिडकी उघडली गेली, तेव्हा त्याला तिथं बाई नाही, एक माणूस दिसला. एक व्हाइट माणूस. त्यानं खिडकीतून बाहेर पाहात पोलिसाला बाहेरचं दृश्य दाखवलं. त्याला पाहताच डॅनीनं तो कोण आहे हे लगेच ओळखलं. तो मार्क होता. राधाचा नवरा. त्याचा चेहरा रडूनरडून लालेलाल झाला होता आणि ती –

सकाळची ९ वाजून ५४ मिनिटं

वकीलसाहेबांचं घर परत विमानाच्या घराघराटानं भरून गेलं. आणखी एक विमान अर्सकिनविल सबर्बवरून जाऊन, किंग्जफोर्ड स्मिथ इंटरनॅशनल एअरपोर्टवर उतरत होतं.

सकाळची ९ वाजून ५६ मिनिटं

"ड्रग्ज..."

डॅनीनं त्या शब्दांचा वारंवार उच्चार केला आणि मग त्याला थोडं बरं वाटू लागलं. त्यानं आपलं तोंड तीनदा धुतलं होतं आणि मुद्दाम पुसलं नव्हतं. तसंच वाळू दिलं होतं. एकदा का आपल्याला कळलं की, ड्रग्ज, मादक पदार्थांचं सेवन केल्यामुळे इथल्या तरुणांचे डोळे गारगोटीसारखे निळे-निळे दिसतात की, मग ऑस्ट्रेलिया कळायला फारसा अवघड राहात नाही.

डॅनीनं आपण आपलं सगळं सामान बरोबर घेतलंय याची खात्री करून घेतली.

तर डॅनी, ड्रग्ज घेतलेल्या कोणीतरी इसमानं तिच्या घरी घरफोडी केली असेल आणि तिला गोळी घालून मारलं असेल किंवा तिचा गळा दाबला असेल. कदाचित ती मेलीही नसेल. इथं पोलीस का आलेत हे तुला माहीत नाही. डॅनी, या बाबतीत तिहेरी उडी मारू नकोस. डॅनीनं स्वतःला समजावलं.

त्यानं आपल्यामागे दार बंद केलं. जिन्यावरून खाली उतरून ३६, फ्लोरा स्ट्रीटच्या मेलबॉक्समध्ये किल्ली ठेवली. मग तो शांत, एकदम शांत झाला. त्याच वेळी दोन मोठ्ठे निळे प्राणी दुसऱ्या बाजूच्या फुटपाथकडून सरळ त्याच्याकडेच चालत आले. ते प्राणी म्हणजे न्यू साउथ वेल्सच्या दोन स्त्री पोलीस, बीट ऑफिसर्स होत्या. त्यांनी मला पाहिलं या विचारानं डॅनी थिजूनच गेला. त्याचे पाय लटालटा कापायला लागले. दात थडथड वाजू लागले. बाप रे! आता काय करायचं?

पण त्या लेडी ऑफिसर्स त्याच्या जवळून पुढे निघून गेल्या. डॅनीनं सुटकेचा श्वास टाकला. मेल बॉक्समधून हात बाहेर काढून त्यानं ते आपल्या केसांमधून फिरवले.

हुश्श! वाचलो बाबा!

डॅनीनं दूर नजर टाकली. त्याला दूर विटांनी बांधलेले चार राखाडी टॉवर्स दिसत होते. त्या टॉवर्सच्या पुढे सेंट पीटर्स स्टेशन लागे; पण इथून तिथपर्यंतच्या रस्त्यात कितीतरी गोष्टी होत्या – झेब्रा क्रॉसिंग, ठिपके-ठिपके, रेघा-रेघा, वळणं, पांढऱ्या कमानींचं जंजाळ, कोड्यासारखे आकडे आणि अस्फाल्ट रोडवर घट्ट रंगांनी रंगवलेल्या नागमोडी रेषा. हा रोड आता साधा रोड राहिला नव्हता. ते तर सिडनी शहर नावाच्या शिकाऱ्याचं रंगवलेलं, टॅटू केलेलं युद्ध शरीर होतं. मोठ्या गोष्टीत लहान गोष्टी सामावल्या जातात. ऑटोमॅटिक टोल ए.टी.एम.मध्ये फिट होतो आणि त्यांच्यात स्वाइप कार्ड फिट होतात आणि पे-वेव्ह कार्डमध्ये हे सगळं घातलं जातं. कधीही, कुठल्याही मशीनमध्ये आणि ते शोध घेतंय धनंजय राजरत्नम या माणसाचा. धनंजय राजरत्नम म्हणजे डॅनी.

सकाळची १० वाजून ११ मिनिटं

काचेच्या दरवाजावर चिकटवलेल्या स्टिकरवर लिहिलं होतं की, या ट्रेनच्या बाहेर आणि आत कायकाय चाललंय याचं अधूनमधून सावध निरीक्षण करण्यासाठी इथं कॅमेरे लावलेले आहेत. शिवाय ट्रेनमधील मॉनिटर बोर्डवर नारिंगी अक्षरांतही ही सूचना वारंवार झळकत होती.

...या ट्रेनच्या आत व बाहेर कायकाय चाललंय याचं अधूनमधून सावध निरीक्षण करण्यासाठी...

ट्रेनच्या शेवटच्या डब्यात बसून डॅनी बाहेरच्या स्टिकरवरील आणि आतल्या इलेक्ट्रॉनिक सूचनेमध्ये काय फरक आहे याचा विचार करू लागला. त्याच्या खांद्यावरील पेटीचं, पिशवीतील स्प्रे गनचं आणि फोम ब्रशचं वजन वाढतच गेलं.

डॅनीनं सभोवार पाहिलं. तो आता पुन्हा आपला जुना खेळ खेळणार होता. उदाहरणार्थ, 'द संडे हेरॉल्ड' वाचणारी ही बाई. आपल्या पिवळसर, तपकिरी केसांची तिनं मानेवर गाठ बांधलेली होती. तिचे जबडे घट्ट, मजबूत आणि आवळलेले होते. तरीही तिच्या चेहऱ्यावर चिंतेच्या रेषा उठून दिसत होत्या. श्रीलंकेच्या मिलिटरी पोलिसांनी किंवा परदेशातून आलेल्या लोकांची टेहळणी करणाऱ्या खात्याच्या - इमिग्रेशन डिपार्टमेंटच्या लोकांनी तिला प्रकाशकिरणांच्या झोतात ठेवलं असतं, तर ती फक्त ओठ चावत राहिली असती. एक शब्दही बोलली नसती. तिनं त्यांचे टोमणे कसे सहन केले असते : उलट प्रकारचं

मानसशास्त्र, अपमान, चेहऱ्यावर पडलेली थप्पड...

पण मिस, तुमच्या मांडीवर जळती सिगारेट ठेवली तर?

त्या व्हाइट बाईनं वर्तमानपत्राची पानं उलटली. डॅनीनं हातानं डोळ्यांभोवती गोलाकार केला. स्वतःला म्हणाला, विचित्रच आहेस. अरे, तू ऑस्ट्रेलियामध्ये आहेस. इथं येऊन तुला चार वर्षे झाली. आता तरी त्यांच्यासारखा विचार करायला लाग.

घ.नं. ५. तिच्यावर जबरदस्ती करणाऱ्या माणसावर ती मात करू शकली असती, नक्कीच.

हाडापेरानं मजबूत होती ती बाई. घ.नं. ५. राधा. प्रशस्त पार्श्वभाग, कणखर स्नायू असलेली. आता ती त्याच्या डोळ्यांसमोर येऊ लागली. घट्ट, अंगाला चिकटणाऱ्या काळ्या जीन पॅन्टसवर पांढरा शर्ट घातलेली राधा. तशी चांगली सशक्त होती ती; पण तरीही नाजूक, हलकी-फुलकी दिसणारी. ती एक चांगली नर्तकी, डान्सर होती. डॅनीनं तिला हाँगकाँगच्या त्या छपरावर लिंडी हॉप, एक चपळ नृत्य करताना पाहिलं होतं. ती खूपच लवचीक होती.

तिला ठार मारणं खुन्याला सोपं गेलं नसणार.

ती मेली असेल, तर तिच्या नवऱ्याला पोलीस काहीतरी वेगळंच विचारत असणार. तिचा नवरा घरं, जमीनजुमला विकणारा रिअल इस्टेट एजंट आहे ना? अशा एजंटांपैकी एकाला लोकांची फसवणूक केल्याच्या आरोपाखाली काही दिवसांपूर्वी अटक करण्यात आली होती. तसं पेपरमध्ये छापून आलं होतं.

डॅनी स्वतःलाच म्हणाला, राधाला फोन करून पाहा आणि ती व्यवस्थित आहे ना ते विचार.

मागच्या बाजूच्या रेल्वे बोगींचा क्रीकिंग, क्रीकिंग असा आवाज वाढतच गेला. असं वाटत होतं की, आता कोणत्याही क्षणी ट्रेनचा तो भाग ट्रेनच्या बाकीच्या भागापासून सुटा होणार आहे.

...पण तिची परिस्थिती बरोबर नसली आणि तिचा फोन पोलिसांकडे असला तर!

डॅनीला सेंट्रल रेल्वे स्टेशनजवळ चमकदार करड्या केसांचा आणि रुपेरी दाढी असलेला एक रेल्वे कामगार दिसला. तो हात पाठीशी बांधून रेल्वे ट्रॅकवर काहीतरी शोधत होता. तो तमिळ संत तिरुवल्लुवरचा ऑस्ट्रेलियन अवतार वाटत होता.

गाडीनं स्टेशनचा सँडस्टोननं बांधलेला क्लॉक टॉवर पार केला : तो टॉवर पाहून डॅनीला बट्टिकालोआजवळचा एक मिनार आठवला. त्या मिनारावरही एक मोठं घड्याळ लावलेलं होतं. ते रमदानच्या दिवसांत रुपेरी प्रकाशात चमकत

असायचं. घड्याळात दिसणारी वेळ पटकन लिहून ठेवावी, असा विचार तो लहान असताना लोक करायचे, कारण त्या वेळेस वेळ दाखवणारी कोणतीच गोष्ट लोकांकडे नसायची. त्यांच्याकडे साधं रिस्टवॉचही नसायचं. हे सगळं किती नुकतंच घडलेलं, जवळचं वाटतं. माझा देश. माझं घर.

बरोबर त्याच वेळी ट्रॅकवर उभ्या असलेल्या त्या रुपेरी केसवाल्या रेल्वेमननं डोकं वर केलं आणि त्याचे डोळे डॅनीच्या डोळ्यांना भिडले.

''ओ - के!'' डॅनी जोरात म्हणाला.

राधाही असंच म्हणायची : तिच्या ऑस्ट्रेलियन तोंडातून एवढाच काय तो परका, विशिष्ट पद्धतीनं म्हटला जाणारा शब्द असायचा. ओ या स्वराबरोबर ह चा अस्पष्ट उच्चार आणि के चा उच्चार स्फोट झाल्यासारखा! किंचित अस्वस्थतेची किनार येऊ पाहणाऱ्या त्रासाला शांत करायचा एक प्रयत्न असायचा तो.

''ओ - के!'' डॅनी पुन्हा म्हणाला.

ट्रेनमध्ये वाहणाऱ्या हवेला जनावरांच्या चरबीचा शिळा वास होता; पण बाकी प्रवाशांना ते जाणवलं नसावं; त्यामुळे डॅनीला धाकधूक वाटली की, हा त्याच्या सफाईच्या साधनांचा वास असावा की त्याच्या दैवाचा.

त्याच्या समोरच्या सीटवर बसलेल्या माणसानं वर्तमानपत्र उघडलं. डॅनीला समोरच एक जाहिरात दिसली : चायनीज ड्रॅगन - आठ डॉलर्सचा मेनू, सातही दिवस!

प्राण्यांच्या चरबीचा वास उग्र होऊ लागला. डॅनीनं आपल्या पोटाला बजावलं – काहीतरी वेड्यासारखं करू नकोस. ओकू नकोस. चार वर्षे लोकांच्या नजरेत न भरता, गुपचूप, सुरक्षित राहण्यासाठी ऑस्ट्रेलियन लोकांची चव आत्मसात करावी लागते. हे सगळ्यांना माहीत आहे.

'मी ऑस्ट्रेलियात नुकताच आलो होतो, नवीन होतो, तेव्हा माझं बोलणंही बाहेरून ऑस्ट्रेलियात आलेल्या लोकांप्रमाणेच होतं. त्या वेळी मला शाळेतल्या काही मुलांनी अडवलं. ती मला त्रास देऊ लागली; पण त्या धटिंगणांशी मुद्देसूदपणे बोलून मी त्यांना माझी बाजू समजावून सांगितली आणि मग ते माझे चांगले मित्र झाले.' ('थ्रू माय कॉन्ट्रॅडिक्शन यू ग्रो' पान १२)

प्रत्यक्ष ऑस्ट्रेलियाला येण्यापूर्वीपासून डॅनी ऑस्ट्रेलियन कसं व्हायचं याचा सराव करत होता. फार पूर्वी बट्टिकालोआला असताना तो आरशासमोर उभा राहायचा. 'व्हि'मधील ह चा उच्चार हळू, कळेल न कळेल असा करत होता. व्हॉलिबॉल उच्चारताना तो खालचा ओठ दातानं चावत होता.

सनबर्स्ट किराणा स्टोअरमध्ये लॉंग लाइफ दूध किंवा चॉकलेट शेकची पावडर भरताना आपण ऑस्ट्रेलियन आहोत असं लोकांना वाटावं यासाठी आपण

कोणत्या जादूच्या किल्ल्या कुठं वापरल्या पाहिजेत याचा डॅनीनं शोध घेतला होता. दुबईत असताना त्यानं चीनमधील खेडूत डॉक्टरांना काय सांगत ते ऐकलं होतं. त्याला आठवलं की, ते डॉक्टरांना सांगत की, इंग्लिश बोलताना त्यांचा चिनी भाषेचा हेल कमी व्हावा म्हणून ते जिभेवर एक चीर करून घेत. डॅनीला वाटलं की, तोही असं काहीतरी करू शकतो. अशी कोणती गोष्ट आहे, जी ऑसीला ऑसी बनवते? ती गोष्ट आहे इंग्लिश बोलताना तमिळ लोक ज्या ज्या विशिष्ट गोष्टी करतात, त्या त्या काढून टाकणं म्हणजे बोलताना खाली-वर होणारी लय, शब्दांना जोडून 'यो' किंवा 'री' म्हणणं, शब्दांवर जोर देण्यासाठी किंवा वाक्ये बोलताना मध्ये-मध्ये 'नो' म्हणणं.

आपल्या बोलण्यात हा बदल घडवताना डॅनीला मजा वाटली होती.

त्यानं विचार केला, आपल्या मायभूमीतील - घराकडचे लोक काय करतात? एकमेकांशी तुलना करणं, एकमेकांचा विरोध करणं, दुसऱ्याचं बोलणं खोडून काढणं. एका सकाळी आपण म्हणतो, विडी-सिगारेट ओढल्यानं कॅन्सर होतो. त्यावर दुसरा म्हणतो, 'ओ नो नो रे, नो! मग त्या ईश्वरनचं काय? चांगला नव्याण्णव वर्षे जगला की तो! तो तर सकाळ, संध्याकाळ, रात्रीसुद्धा विड्या ओढायचा.' यावर ऑसी म्हणतील, 'अरे, प्रत्येक नियमाला अपवाद असतोच रे! तर्कशुद्धता! आता ॲशफील्डमधील घ.नं. नऊचंच उदाहरण घ्या. त्यानं बाथरूममध्ये खूप पाणी साचू दिलं; पण मार्केटिंगमध्ये काम करणाऱ्या लाल केसवाल्या बाईला समजावून सांगितलं की, नळाची तोटी तुटली आहे. ते प्रत्यक्ष दाखवून तो त्या बाईला हे पटवूनही देऊ शकला. मग त्या बाईचा रागही शांत झाला.' नळाची तोटी तुटणं ही डॅनीची चूक नव्हती. या सगळ्या भानगडीत डॅनीचा जास्त वेळ गेला; त्यामुळे त्याला आपण जास्तीचे पंचवीस डॉलर्स दिले पाहिजेत असंही तिला वाटलं. हे लोक खरंच तर्काला धरून वागतात. तुझं जीवन तुझं आहे. माझं जीवन माझं.

ऑस्ट्रेलियन लोकांची बोलण्याची एक विशिष्ट लकब असते. रीसीट म्हणायचं रीसिप्ट नाही. वाक्य सुरू करण्याआधी जोरात 'लुक' हे बघ म्हणायचं आणि वाक्य संपताना रिडिक्युलस - गंमत आहे म्हणायचं. तुम्ही खूश असाल तर रगबीबद्दल बोला 'गो ईल्स' आणि दुःखी असाल, तरीही रगबीबद्दल बोला, 'व्हॉट अबाउट रॅबिटोहज्'...

आणि त्या खेळाला चुकूनही रगबी म्हणू नका. आपली जीभ ऑस्ट्रेलियन असली पाहिजे तसंच आपलं पोट, आतडंही ऑस्ट्रेलियन असलं पाहिजे...

'चायनीज ड्रॅगन : ८ डॉलर्सचा मेनू : सातही दिवस'

वर्तमानपत्र वाचणाऱ्या त्या माणसाला डॅनीनं मनातल्या मनात विनंती केली.

प्लीज, दुसरं कोणतं तरी पान वाचा. ...मला इथं आत्ता ओकायचं नाही.

वर्तमानपत्रावरून नजर काढून डॅनीनं ती मागे, डाव्या बाजूला वळवली आणि त्यामुळेच त्याच्या लक्षात आलं की, कोणीतरी त्याच्यावर पाळत ठेवून आहे.

जीन्सवर पांढरा शर्ट घातलेली एक बाई वर्तमानपत्र वाचण्यात मग्न होती; पण तिचं लालसर केसांचं मूल, आईच्या मांडीवर डोकं ठेवून डॅनीकडे टक लावून बघत होतं. मांडीवर बसलेल्या मांजरासारखं.

आपल्या आईच्या वर्तमानपत्राच्या छायेत त्या बाळाचे डोळे चमकत होते. जणू ते म्हणत होतं की, तुझ्या केसांच्या या सोनेरी छटेनं मी फसणार नाही. तू कोण आहेस हे मला माहीत आहे.

...चीड आणणाऱ्या कायद्याच्या बाबी... डॅनीनं डोकं एका बाजूला करून त्या मुलाच्या नजरेला नजर दिली.

...कायद्याचा धाक दाखवणारा छोटा पोलीस... मी नाही जाणार कधी परत. त्या मुलाची मान एका बाजूला कलली. आणखी थोडी कलली; पण तरीही ते मूल एकटक डॅनीकडे पाहात राहिलं.

डॅनीनंही तसंच केलं.

त्या मुलाकडे बघत तो म्हणाला, ‘‘गेली चार वर्षे मी इथं टिकून राहिलोय, ते काही तुझ्याकडून पकडून घ्यायला नाही छोट्या पोलिसा.’’

बेकायदेशीरपणे राहण्याचं पहिलं वर्ष

त्याला इथं येऊन अजून सहा महिनेही झाले नव्हते. तितक्यात बर्वुडच्या शॉपिंग मॉलमध्ये तो पकडला गेला होता.

डोक्यावर दणकट हिरवी छत्री धरलेली एक बाई डॅनीला नीट पाहण्यासाठी अचानक थांबली आणि तिच्या हातातली पिशवी अवजड झाल्यासारखी तिच्या हातातून खाली पडली. ती बाई नक्कीच तमिळ होती. त्याला पाहताच तिच्या लक्षात आलं की, हा श्रीलंकेतील तमिळ माणूस आहे. तिच्या शिगोशिग भरलेल्या शॉपिंग बॅगवरून आणि उन्हं न टाळता चालत राहण्यावरून डॅनीच्या लक्षात आलं की, ती इथली कायदेशीर रहिवासी आहे. आणि त्याच्या एकदम विरुद्ध प्रकारे वागण्यावरून त्या बाईच्या लक्षात आलं की, हा माणूस बेकायदेशीरपणे राहात आहे.

तिची नजर ओळखून डॅनी एकदम मागे वळून जोरजोरात धावू लागला.

त्यानं टोमोसमोर जेव्हा कबूल केलं की, त्याच्या देशातील एका बाईनं त्याची खरी स्थिती जवळजवळ ओळखलीच होती, तेव्हा तो ग्रीक माणूस काउंटरमागे गेला आणि रस्त्याकडे बोट दाखवून जोरात ओरडला, "आत्ताच्या आत्ता निघून जा इथून. मी इथला नागरिक आहे. माझ्याकडे या देशाचा पासपोर्ट आहे. मी पॅरामेटाच्या पब्लिक हॉलमध्ये, मी इथला नागरिक झाल्याची शपथ घेतली आहे. मला हात लावू शकत नाही कोणी. ही खोली मी एखाद्या युनिव्हर्सिटीच्या विद्यार्थ्याला आठवड्याचे तीनशे रुपये भाड्यानं देऊ शकेन; पण मी तुला ती भाडं न घेता फुकट राहायला दिलीय का? ...आणि तू अगदी कुचकामी आहेस."

डॅनी लोखंडी जिन्यावरून धावत वर गेला. ग्लीबच्या सनबर्स्ट किराणा स्टोअरच्या स्टोअर रूममध्ये जाऊन धाडकन सोफ्यावर पडला. अधूनमधून कानोसा घेत राहिला - "इथं कोणी बेकायदेशीरपणे राहतोय का? श्रीलंकेहून आलेला. कोणी बेकायदेशीर माणूस?" अशी विचारणा कोणी करतंय का हे ऐकत राहिला.

त्याला माहीत होतं की, टोमो क्षणात त्याचा विश्वासघात करील.

त्याला वाटलं की, पोलिसांना सर्व काही सांगून टाकावं - म्हणजे आपलं देशांतर, कस्टम्स ड्यूटी, आपल्या देशात गावी असलेले आपले वडील वगैरे वगैरे आणि त्यांची क्षमा मागावी. त्याला वाटलं, त्यांना हेही सांगावं की, ज्या दिवसापासून तो असा बेकायदेशीरपणे इथं राहायला लागला होता, तेव्हापासून तो सगळं सुधारण्याचा प्रयत्नही करत होता. काहीतरी करून मी आपली ही स्थिती बदलण्याचा प्रयत्न करतो आहे.

प्र. १ :

मी ऑस्ट्रेलियाचा स्टुडंट व्हिसा, विद्यार्थ्यांसाठी असलेला परवाना घेऊन इथं आलो; पण मग माझ्या लक्षात आलं की, माझं कॉलेज यथातथाच आहे. मला इथं नोकरी मिळवून देण्याच्या बाबतीत त्याचा काहीच उपयोग होणार नाही; त्यामुळे मी ते कॉलेज सोडून दिलं; पण खरं सांगतो, कॉलेज सोडून दिल्यावरही अठ्ठावीस दिवस इथं राहण्याची चूक माझ्याकडून अजाणतेपणी झाली. तुमच्या फोरममधील कोणी मला हे सांगेल का की, माझी इथं राहायची मुदत वाढवून देण्याबाबत मी डिपार्टमेंटला अर्ज करू शकतो का?

सर्वोत्तम उत्तर (३ उत्तरांतील)

मित्रा, तुला कॅलेंडर वाचता येत नाही का? कायदा पाळायला लावणारा ऑफिसर या नात्यानं मी तुला नक्की काय झालं असेल आणि यापुढे काय काय होऊ शकतं ते सांगू शकतो, कारण तुझ्यासारखे शेकडो लोक आम्ही पकडले आहेत. मला हे चांगलंच माहीत आहे की, तू इथं चुकून राहिलेला नाहीस. तू ना, जाणून-बुजून इथं

मुदतीपेक्षा जास्त काळ राहिला आहेस; पण हरकत नाही. खरं असो की खोटं; पण कोर्स सोडल्यानंतर इथं अठ्ठावीस दिवस जास्त राहणं, ऑस्ट्रेलिया सोडून न जाणं हे बेकायदेशीरच ठरतं. मला वाटतं, तू या देशात इतका नक्कीच राहिला आहेस की, इथं अशा बेकायदेशीपणाला थारा नाही हे तुझ्या लक्षात यावं. तुला नक्की माहीत आहे की, इथं अशा गोष्टी सहन केल्या जाणार नाहीत. हा ना फ्रान्स आहे ना अमेरिका. हे एक बेट आहे. आमच्या परवानगीशिवाय ना तू इथं येऊ शकतोस; ना हे बेट सोडून जाऊ शकतोस. तुझ्या बाबतीत माझी शिफारस आणि सल्ला असा आहे की : तू ताबडतोब इमिग्रेशन ऑफिस - देशांतर केलेल्यांच्या बाबतीत निर्णय घेणाऱ्या ऑफिसला शरण जा. आणि त्यांच्याकडून इथून निघून जायचा परवाना ताबडतोब मिळव. कारण तू असंच करत राहिलास; पोलिसांपासून, कायद्यापासून लांब पळत राहिलास, त्यांना हुलकावण्या देत राहिलास, पोलिसांनी अटक करेपर्यंत लपत राहिलास (आणि लक्षात ठेव. तुझ्या हातात बेड्या या पडणारच.) तर तुला याचे फार भयानक परिणाम भोगावे लागतील. लक्षात ठेव, प्रत्येक पोलीस स्टेशनमधील ऑफिसरला, टॅक्स वसूल करणाऱ्या ऑफिसरला, इमिग्रेशन किंवा कस्टम्स ऑफिसरला तुला ताबडतोब पकडण्याचा अधिकार आहे. तुला ऑस्ट्रेलियामध्ये राहण्याचा कायदेशीर हक्क आहे असं दाखवणारी कागदपत्रे तू दाखवू शकला नाहीस, तर ते तुला जागच्या जागी बेड्या घालून कितीही काळपर्यंत तुरुंगात डांबून ठेवू शकतील. दुसरा पर्याय आहे इथल्या नागरिकांना तुरुंगामध्ये घालायचा; पण मी पैजेवर सांगतो की, तो तुला मिळणारच नाही, कारण इथल्या लोकांपेक्षा तुझे शब्दोच्चार खूप वेगळे आहेत. दुसऱ्या शब्दांत त्याचा अर्थ होतो : हे कायदे पाळायला लावणाऱ्या अधिकाऱ्यांनो, मी इथं कायद्याने का असू शकत नाही याचा तुम्ही तपास घ्या.

प्र.
आणि?

सर्वांत चांगलं उत्तर (३ एकसारखी कारणं)
आणि बेटा, तू नक्कीच पकडला जाशील आणि त्यानंतर तुझ्यापुढे हे वाढून ठेवलेलं असेल – पुढील बरेच दिवस तुला अनोळखी माणसांबरोबर घालवावे लागतील. ती माणसं कदाचित इराकी असतील, कदाचित पाकिस्तानीही. तशी ती माणसं चांगलीही असतील. तुला अरेबियन नाश्ता आवडेल अशी आशा आहे. ऑस्ट्रेलियातून हद्दपार करण्याआधी, तुझ्या इथल्या बेकायदेशीर वास्तव्याची शिक्षा म्हणून तुला कोर्टात खेचण्यात येईल. त्यानंतर सरकार तुझ्याकडून दहा हजार डॉलर्सहून अधिक बिल वसूल करील, हेही लक्षात ठेव. तुझ्या हद्दपारीचा सर्व खर्च तुलाच भरावा लागेल. शिवाय तुला जितक्या दिवसांची कैद होईल तितक्या दिवसांचे दर दिवशी तीनशे किंवा त्याहून जास्त डॉलर्सच्या हिशेबाने तुझ्याकडून खर्च काढून घेतला जाईल.

आणि हो, प्रश्न विचारण्यासाठी तू कम्प्यूटरवर लॉग ऑन केलंस ना, तेव्हा तुझा आय.पी. रेकॉर्ड करून ठेवला गेला आहे. कारण कायद्याचं पालन करायला लावणाऱ्या यंत्रणेचं 'याहू'वर बारीक लक्ष असतं. याहूवर जेव्हा मुलांचं लैंगिक शोषण करणाऱ्यांच्या, कपटी लोकांच्या, नशाबाजांच्या किंवा आमच्या देशात बेकायदेशीरपणे राहणाऱ्या लोकांच्या प्रश्नांना उत्तरे येतात ना, तेव्हा ते कोणत्या शहरात, कोणत्या घरात राहताहेत हे त्या यंत्रणेला आधीच माहीत असतं. कळलं का, मी काय काय सांगितलं ते? बेट्या, तुला बऱ्यापैकी इंग्लिश येतं ना?

प्रश्न
हो, नंद्री.

सर्वोत्तम उत्तर (३ उत्तरांतील)
अरे, तुझा प्रश्न तरी काय आहे रे?

डॅनीचं स्पष्टीकरण होतं – ग्लीबमध्ये जेव्हा जेव्हा दरवाजा उघडे किंवा बंद होई, तेव्हा तेव्हा डॅनीच्या हृदयात जोरजोरात धडधड होई. त्याच्या डोळ्यांसमोर दोन बोटांत सिगारेट पकडलेला ब्राउन* माणूस येई. श्रीलंकेमधील इमिग्रेशनबद्दलचे प्रश्न विचारणारा माणूस साधारणपणे भंडारनायके इंटरनॅशनल एअरपोर्टच्या आसपास बसलेला असे. जेव्हा जेव्हा दरवाजा उघडे किंवा बंद होई, तेव्हा तेव्हा डॅनीला ओरडून सांगावसं वाटे की, मी सॉरी आहे सर, मी सॉरी आहे; पण आता असं सॉरी म्हणून तरी काय उपयोग होता? आता तर या जगात तो काहीही हक्क नसलेला माणूस होता.

सकाळची १० वाजून ३२ मिनिटं

सेंट्रल रेल्वे स्टेशनमधून बाहेर पडायचे सात रस्ते होते. ते शहरामागच्या सरे टेकड्यांच्या छायेत, सँडस्टोनच्या कमानीखालून, नाहीतर सिडनीच्या सेंटरमध्ये असलेल्या मार्केट एरियात घेऊन जात. नाहीतर ते आपोआप वर घेऊन जाणाऱ्या जिन्यानं, एस्कलेटरनं उचलून तुम्हाला लाइट रेल्वे गाड्यांच्या प्लॅटफॉर्मवर घेऊन जात. एक रस्ता आत्ता डॅनी चालत होता त्या संगमरवरी दगडाचं नक्षीकाम असलेल्या बोगद्यातून रेल्वे चौकाच्या बसस्टँडला घेऊन जाई.

---

* ब्राउन : भारत, पाकिस्तान, श्रीलंका इत्यादि देशांतील आशियन लोक.

जाता जाता डॅनी एका सँडविचच्या दुकानात थांबला. तिथं छताच्या एका कोपऱ्यात टी.व्ही. स्क्रीन लावलेला होता. काउंटरच्या मागे एक बाई प्लेट पुसत उभी होती. प्लेट पुसतापुसता ती अॅस्ट्रॉनॉटसारखी बॅग पाठीला लावलेल्या आणि हातात प्लॅस्टिक बॅग घेतलेल्या माणसाला पाहात होती.

एका मिनिटात त्याच्या कानावर आलं असतं की, इथल्या सर्व सोयी फक्त गिऱ्हाइकांसाठी आहेत; पण त्या क्षणी तो सफाईसाधनांनी भरलेली बॅग घट्ट पकडून आ वासून टी.व्ही.च्या स्क्रीनकडे पाहात होता.

...'ज्या कोणाला अर्सकिनविलमधील एका स्त्रीच्या खुनाबाबत काही माहिती असेल, त्यानं पुढे येऊन ती माहिती आम्हाला द्यावी असं पोलिसांचं सांगणं आहे. सदर त्रेचाळीस वर्षांची बाई आधी मेडिकल अॅडमिनिस्ट्रेटरचं काम करीत होती. तिचा मृतदेह तुंगब्बी खाडीच्या जवळ मिळाला आहे. तिला सुरा भोसकून मारण्यात आलं आहे. मारल्यानंतर तिचं शरीर दगड भरलेल्या एका जॅकेटमध्ये गुंडाळून खाडीत टाकलं गेलं आहे; पण ते नंतर येऊन किनाऱ्याला लागलं. सकाळी जॉगिंग करणाऱ्या एका माणसानं ते पाहिलं. तिच्या मानेला आणि डोक्याला झालेल्या जखमा फार गंभीर स्वरूपाच्या आहेत असं पोलिसांचं म्हणणं आहे.'

आता ते मृत स्त्रीचा जुना फोटो दाखवत होते. निमगोरी, चेहऱ्यावर प्रसन्न स्मित, रुंद खांद्याची मजबूत ब्राउन बाई. रक्त सांडल्याचा लवलेशही नाही. कुठं जखमही नाही. डॅनीनं पटकन डोळे मिटून घेतले.

प्रऽऽऽम्प, बड्‌बड्‌बड्‌बड्‌बम्! मी आदर्श, प्रामाणिक डॅनी आहे.

त्याच्या प्रामाणिकपणाचा पुरावा म्हणजे तो लहान असताना त्याचा एक म्हातारा नातेवाईक त्यांच्याकडे छत्री विसरून गेला होता. त्याची छत्री परत करायला हा सहा किलोमीटर चालत गेला होता, "अब्राहम लिंकननं हीच गोष्ट याच वयात केली होती." कोणीतरी म्हणालं होतं, "हा मुलगाही पुढे खूप मोठ्ठा माणूस होईल." आणि प्रत्यक्षात काय झालं होतं?

हा मुलगा मोठा होऊन दुबईत बिझिनेस मोटेल*मध्ये असिस्टंट मॅनेजर झाला होता. त्या वेळेस डॅनीला डॉलर्सनं भरलेलं एक वॉलेट मिळालं होतं. त्याच्या मोटेलमध्ये राहिलेल्या एका कस्टमरचं चुकून खाली पडलेलं वॉलेट होतं ते. मोटेल सोडून तो कस्टमर टॅक्सीनं एअरपोर्ट रोडवर गेलाही होता. डॅनीनं त्याला याबद्दल मोबाइलवरून मेसेज केल्यावर त्या कस्टमरनं त्याला मोबाइलवरच प्रशंसात्मक पत्र पाठवलं होतं. ज्या वातावरणात डॅनी बट्टिकालोआला लहानाचा मोठा झाला होता, त्यात त्याचं हे असं करणं अगदी साहजिक होतं. तिथं

---

* मोटारी चालवणाऱ्यांसाठी गावाबाहेरच्या रस्त्यावर असलेलं हॉटेल.

गुन्हेगारांनाही कायद्याचं पालन करावं लागे(!) म्हणजे असं पाहा, एकदा सरकारनं संचारबंदी जारी केली होती. संध्याकाळी आठच्या आत सगळ्या दुकानांचे शटर्स बंद झालेच पाहिजेत असा नियम होता. मार्केटमधून चालत असताना दोन पोलिसांना बंद शटर्सच्या आतून बोलण्याचे आवाज ऐकू आले, ''दुकान उघडा!'' म्हणून त्यांनी आतल्या लोकांना शटर्स वर करायला सांगितलं. पाहतात तो काय, बंद शटर्सच्या आत त्या दुकानाचा मालक आणि त्याचा मुलगा जेवत होते. पोलीस कायद्याला धरून म्हणाले, ''आम्हाला बाहेरून तुमच्या खाण्याचा, खाता खाता बोलण्याचा आवाज ऐकू येत होता. तुम्ही संचारबंदीचं उल्लंघन करीत होता. चला, आता पोलीस चौकीत.''

मग काय, मुलानं आणि वडिलांनी हात धुतले आणि गेले ते पोलीस चौकीत. त्या दिवशी संध्याकाळी वडील पोलीस कोठडीतून बाहेर आले. पिऊन तर्रऽ! लोक पोलिसांबद्दल उगाच गैरसमज करून घेतात. खरंतर ते खूप चांगले असतात. मुलगा दुसऱ्या दिवशीही तुरुंगातून बाहेर आला नाही. त्याच्या चौकशीसाठी वडील रोज पोलीस चौकीत जात असत. एका आठवड्यानंतर एक नग्न शरीर लगूनमध्ये तरंगत होतं. तोंड खाली केलेलं. पायाच्या घोट्याखाली लाकडाचा ओंडका बांधलेलं. ते कोणाचं प्रेत आहे हे ओळखायला तासन्तास तिथं बसून राहिले. मथितार्थ काय की, कर्फ्यू आठ वाजता सुरू होणार असेल तर तुम्ही पावणेआठ वाजल्यापासूनच त्याचं पालन करायला लागा. कायदा 'ए' म्हणत असेल तर तुम्ही 'ए' म्हणा.

त्यामुळे डॅनी शंभर टक्के इमानदार होता. प्रऽऽम्प... त्यानं डोळे उघडून पाहिलं.

टी.व्ही.वर अजूनही राधाचा जुना हसरा फोटो दाखवत होते. राधा, त्याची आधीची मालकीण; घ.नं. ५ची मालकीण.

म्हणजे लाल ट्युलिप्सवाल्या तिच्या घरात कोणी जबरदस्तीनं घुसला नव्हता. तिथं मादक द्रव्य त्यांचा किंवा पैशांचा वगैरे काही घोटाळा झालेला नव्हता. कदाचित तिच्या नवऱ्याला काही प्रश्न विचारण्यासाठी पोलीस तिथं गेले होते. पोलिसांचा दुसरा गट खाली खाडीजवळ असणार. तिचं शव तिथंच तर मिळालं होतं. तिचा खून खाडीजवळ झालेला होता आणि मग तिच्या मृत शरीराला जाकीट घालून ते तिथंच खाडीत टाकून देण्यात आलं होतं.

पाण्यात बुडून मेलेल्या माणसाचं शरीर असं दिसतच नाही. टी.व्ही.वर दाखवत होते तसं तर ते मुळीच दिसत नाही. त्याला आठवलं, २००४ मध्ये त्सुनामी आली होती. त्याच्या एक दिवस नंतर तो कल्लडी पुलावरील गर्दीत उभा होता. हा कल्लडी ब्रिज बट्टिकालोआला जगाशी जोडतो. डॅनी ब्रिजवरून

खाली फुगलेल्या लगूनकडे बघत होता. ते लगून बेपत्ता झालेलं एकेक माणूस जगाला परत करत होतं. पाणी पिऊन फुगलेलं, सुजलेलं, पांढरंफटक पडलेलं एखादं प्रेत पाहून ब्रिजवरूनच ओळख पटल्याचा आवाज येत होता.

राधा थॉमस पाण्यात बुडून मेली असती, तर तशीच दिसली असती; पण ती पाण्यात बुडण्यापूर्वीच मेलेली होती.

तिच्या शरीरावर चाकूचे खोल घाव झालेले होते. चाकू शरीरात घुसल्यावर शरीरातून रक्ताच्या चिळकांड्या उडतात, तेव्हा कसं वाटत असेल? ते रक्त कसं दिसत असेल? डॅनी लहान असताना त्याला आई कॉड लिव्हर ऑइल पाजायची. ती त्याला सांगायची की, ते शार्कच्या यकृताचं रक्त आहे आणि त्याला ताकदवान बनवण्यासाठी ती त्याला ते देत आहे.

मांस खाण्याच्या तीव्र इच्छेनं त्याचं पोट खवळलं. डुकराच्या मांसाच्या पदार्थाचा लहानसा तुकडा, अंडं घातलेला पदार्थ, काळसर मांस घालून केलेला त्रिकोणी पराठा, तळलेला मांसाहारी सामोसा. श्रीलंकेच्या चहाच्या दुकानांमध्ये काचेमागे हे सगळे पदार्थ आटोपशीरपणे ठेवलेले असतात. ते दिवसाकाठी अनुभवायला लागणाऱ्या अशाच काही असह्य क्षणांसाठी ठेवलेले असत; पण आता परत कधी मांस खायचं नाही. शाकाहारी मुलीबरोबर राहण्यासाठी ही किंमत द्यायलाच हवी.

पाठीवरील ओझं दुसऱ्या बाजूला घेत त्यानं सभोवार नजर फिरवली. त्याला एक घड्याळ दिसलं.

क्षणभर थांबून तो वळला. त्यानं परत टेलिव्हिजनकडे पाहिलं. त्या जॅकेटचा रंग कोणता होता? त्याबद्दल त्यांनी काही सांगितलं का?

सकाळची १० वाजून ३७ मिनिटं

"काय रे, सगळं ठीक आहे ना?" सँडविच काउंटरमागच्या बाईनं डॅनीला विचारलं.

तिच्याकडे बघून डॅनीनं स्मितहास्य केलं.

आता टी.व्ही.वर सांगण्यात येत होतं, 'निळ्या पर्वतांमधील आग आणखी काही काळपर्यंत...'

डॅनी मागे वळला आणि पुन्हा ट्रेन्सच्या बाजूला चालत गेला. जिन्यावरून दडादडा चढत मिळालेल्या पहिल्या प्लॅटफॉर्मवर उतरला. ती ट्रेन कुठं जातेय हे माहीत नसूनही तो तिथं उभा राहिला.

वाऱ्याच्या झुळकीबरोबर डाएट कोकचा चेपला गेलेला डबा रेल्वे ट्रॅकमध्ये इकडून तिकडे ढकलला जात होता.

डॅनीच्या मनात आलं, प्रकाशला फोन करावा. असाच. घ.नं. पाचबद्दलची बातमी त्यानं ऐकली की नाही याचा अंदाज घ्यावा. सहज म्हणून.

दूरच्या निळ्या पर्वतांमधील जळत्या जंगलांचा वास इथं सेंट्रल रेल्वेच्या सतरा नंबरच्या प्लॅटफॉर्मवरही येत होता. प्लॅटफॉर्मच्या अगदी कडेला असलेल्या पिवळ्या चकाकत्या रेषेवर उभं राहून तो रेल्वेचे रूळ पाहात राहिला. मग तो मागे उभ्या असलेल्या गर्दीकडे वळला.

शिखांची पगडी घातलेला एक अधू दृष्टीचा मुलगा प्लॅटफॉर्मवरील इलेक्ट्रॉनिक नोटिस बोर्डाकडे असा बघत होता, जणू काही त्याला कोणी त्या बोर्डाला डोळ्यांनी खाऊन टाकायला सांगितलं होतं. प्लॅटफॉर्मवर तीन कॅथॉलिक नन्स गप्पा मारत उभ्या होत्या. डॅनीला वाटलं की, त्या फ्रेंच किंवा स्पॅनिशमध्ये बोलत आहेत. मग त्याला कुठून तरी हिंदी भाषा ऐकू आली. प्लॅटफॉर्मवर दूर कुठेतरी कोणी तमिळमध्येही बोललं. डॅनीला आपल्या फिजिक्सच्या पुस्तकातील मजकूर आठवला. द्रव पदार्थाचे अणू गरम केले की, वाफ होऊन सगळीकडे पसरतात. तशीच ही गर्दी वाढत जाऊन सगळ्यांना झाकून टाकते. ती गर्दी आपल्यालाही लपवून टाकते; पण त्यानं पाहिलं होतं की, सिडनीबाहेरच्या गावांच्या प्लॅटफॉर्मवरची किंवा बस स्टेशनवरची कॉकेशियन, युरोपियन व्हाइट लोकांची गर्दी कशी थंड, विरळ, संकुचित असते. ती आपल्याला दूर ढकलते. उघडं पाडते. डॅनीला प्लॅटफॉर्मच्या कडेच्या पिवळ्या रेषेवर कसं सुरक्षित वाटत होतं.

त्यानं परत वळून त्या शीख मुलाकडे पाहिलं. या वेळी त्याचं लक्ष थेट त्या मुलाच्या डोळ्यांकडेच गेलं. त्या डोळ्यांचा रंग चक्क फिकट तपकिरी होता.

हा डॉ. प्रकाशच्या डोळ्यांचा रंग होता. राधाचा प्रेमी डॉ. प्रकाश. या माणसाला जवळजवळ दोन वर्षे डॅनी घ.नं. सहा या नावानं ओळखत होता.

ते जॅकेट कोणत्या रंगाचं होतं? डॅनीला त्या शीख मुलाला विचारावंसं वाटलं. खुन्यानं तिला घातलेलं जॅकेट कोणत्या रंगाचं होतं, तुला माहीत आहे?

पुढची ट्रेन स्टेशनकडे येत होती; त्यामुळे रेल्वे रुळांवरील तो कोकचा धातूचा डबा आणखी जोरात आवाज करत होता.

सकाळची १० वाजून ४४ मिनिटं

रेल्वेच्या काचेच्या दरवाजामागं निळा सूट घातलेली एक भारतीय स्त्री जमिनीकडे नजर लावून गाडी थांबायची वाट बघत होती. गाडी थांबली. काचेची दारं उघडून रेल्वेमधील प्रवाशांची गर्दी प्लॅटफॉर्म नं. १७ वर उतरू लागली. त्या बाईनं डोळे वर करून केस मागे ढकलले.

...आणि राधा थॉमस

डॅनीला ती राधा थॉमसच आहे असं वाटलं... अगं, काल रात्री तुझा खून झाला ना? तुला खाडीत फेकून देण्यात आलं आणि खाडीच्या पाण्यानं तुला किनाऱ्यावर आणून टाकलं. तिथं फिरायला आलेल्या एका माणसाला तू मेलेल्या स्थितीत दिसलीस ना? मला वाटतं, तुला त्या स्थितीत पाहून, दचकून तो नक्कीच जोरात किंचाळला असणार.

निळ्या सूटमधील ती भारतीय स्त्री डॅनीजवळ येऊन पुढे निघून गेली. घशातला आवंढा गिळत डॅनी तिच्या मागोमाग निघाला. ती गर्दीत दिसेनाशी होईपर्यंत तो तिचा पाठलाग करत राहिला.

सकाळची १० वाजून ५४ मिनिटं

सेंट्रल स्टेशनमधून बाहेर पडायचे सात मार्ग आहेत. सातवा मार्ग जिन्यातून वर सूर्यप्रकाशाकडे नेतो.

त्यापुढे लख्ख प्रकाशात आहे तो चाल्मर्स रोड. तिथं उभं राहिलं की, सिडनी शहर आपल्या पाठीशी आहे असं वाटतं.

या वेळी पाठीवर रुपेरी जेट-बूस्टर घेतलेला हा माणूस मागील बाजूनं सेंट्रल स्टेशनमधून बाहेर पडत होता. लोक त्याच्या दोन्ही बाजूंनी जिन्यानं किंवा एस्कलेटरवरून जात होते; पण तो अजून त्यांच्यामधून जाणाऱ्या अंधाऱ्या पायऱ्यांवरच होता. तो जाड काळ्या रेघांपलीकडच्या झाडांकडे पाहात होता. सिडनीच्या उन्हानं श्रीमंत झालेल्या त्या झाडांची पानं वाऱ्यानं हलत होती. लडिवाळपणे त्याला बोलावत होती, "अरे निष्णात सफाई कामगारा, ओलांड ती काळी रेघ. राधाच्या खुनाबद्दल त्याला काय माहीत आहे हे प्रकाशला विचार."

पण बाहेरच्या त्या पानांकडे जाण्यासाठी डॅनीला ती काळी रेघ ओलांडावी

लागली असती. ती रेघ कोणाही ऑसीला दिसत नव्हती; पण डॅनी जगात कुठेही गेला, तरी ती काळी रेघ त्याच्याभोवती असणार होती. १९९०च्या दशकात श्रीलंकेत वाढलेल्या सगळ्यांना ती रेघ माहीत होती. ती कोणाकोणाला मोठ्या आवाजात हुकूम देते आणि कोणाला कशाकशाची परवानगी देते हेही त्यांना माहीत होतं.

मनाई :

आणि ती काळी रेघ सांगत असते :

जिवंत राहा.

या गोष्टीत लक्ष घालू नका.

तुम्ही या जगातील कोणताही हक्क नसलेला माणूस आहात.

पण त्या काळ्या रेघेपलीकडील प्रकाशात तळपणारे प्रत्येक पान, सूर्यकिरणांनी झगमगणारी झाडाची प्रत्येक रेघ त्या मृत स्त्रीच्या आवाजात म्हणत होती :

'मी सिडनी का सोडू शकत नाही, यामागे एक कारण आहे आणि ते कारण म्हणजे इथला रसरशीत प्रकाश. तुला माहीत आहे, मला हाँगकाँगमधल्या सगळ्यात मोठ्या हॉस्पिटलमध्ये ॲडमिनिस्ट्रेटर - म्हणून काम करण्याची संधी दिली गेली होती. दुबईतूनही मला अशीच ऑफर मिळाली होती. तिथं तर सगळं टॅक्स फ्री आहे; पण मी इथला हा प्रकाश सोडून कुठंही जाऊ शकले नाही. जाऊ शकतही नाही.'

सूर्यप्रकाशात न्हालेल्या पानांना पाहून मनाईहुकुमांबरोबर घासघीस करण्यात पटाईत असणाऱ्या डॅनीनं आपल्या मनाशी बोलणी केली : अकाउन्टन्टच्या घरी जायला अजून दीड तास आहे. दिवसाच्या नेहमीच्या कामाकडे वळण्याआधी माझ्याकडे दीड तास आहे.

मी फक्त पाच मिनिटे सेंट्रलमध्ये फिरेन आणि लगेच परत येईन.

"काय करणार आहेस तू?" काळ्या रेघेनं दाट होत विचारलं.

डॅनीकडे मोकळा वेळ असेल, तर त्यानं ग्लीबमधील त्याच्या स्टोअर रूममध्ये घालवायला हवा. नाहीतर जिथं त्याच्यासारखेच बेकायदेशीर रहिवासी येतात, त्या लायब्ररीत तरी. इथं सेंट्रल स्टेशनच्या जवळपास नाही.

येणाऱ्या - जाणाऱ्या प्रत्येक गाडीगणिक प्लॅटफॉर्म नंबर १७ समोरच्या रुळांमध्ये घरंगळणारं, चेपलं जाणारं डाएट कोकचं ते डबडं अधिकाधिक वेडंवाकडं होत होतं.

डॅनीच्या अगदी जवळून एक व्हाइट माणूस गेला. डॅनीला मागे टाकून घाईघाईनं पायऱ्या चढून तो वरच्या लखलखीत रस्त्याकडे गेला. त्यानं मागे वळून डोळ्यांच्या कोपऱ्यातून डॅनी कुठंवर आलाय हे पाहिलं.

त्या माणसाचं त्याच्या मागून येऊन तसं पुढे जाणं, डॅनीला कोणीतरी पोटात ठोसा मारल्यासारखं जिव्हारी लागलं. त्याला वाटलं, मी फारच हास्यास्पद दिसत असणार. डॅनीला आपल्या डोक्यावरील कातडीला सोनेरी झाक आणणाऱ्या, शॅम्पूनं धुतलेल्या केसांचं ओझं अंमळ जास्तच जाणवलं. त्याला वाटलं, त्याच्या डोक्यावर एक शिकारी बसला आहे आणि त्याला डोक्यावर घेऊन तो सिडनीत सगळीकडे फिरत आहे. त्याच्या मनातली लाज त्याला म्हणाली, "अरे, पटकन ग्लीबमधल्या स्टोअर रूममध्ये जा. तिथंच थांब."

पण तितक्यात वाऱ्यानं झाडांची पानं सळसळली आणि दक्षिण गोलार्धातील प्रकाशानं उजळून निघाली.

'पण नेल्सन, तुझ्यासाठी हे फार भयानक शहर असेल. हो ना? कधीकधी सकाळी तुला असंच वाटत असणार. प्रकाशाचा तुरुंग वाटत असेल तुला हे शहर. सफाई कामगारा, मी प्रयत्न करीन तुला मदत करायचा. इथल्या सरकारमधले काही लोक माझ्या ओळखीचे आहेत. त्यांना मी विचारीन याबद्दल. अर्थात, तुझ्या नावाचा उल्लेख न करता तुला माफी मागण्याचा काही मार्ग आहे का, हे मी त्यांना विचारीन. तू हे जे केलंस, ते माफीयोग्य आहे का हे विचारीन. अगदी नक्की विचारीन मी.'

होताहोता तो आवाज खूपच मोठा झाला. त्या मेलेल्या स्त्रीचा आवाज खूपच मोठा झाला.

सकाळची १० वाजून ५७ मिनिटं

डॅनी चमचमणाऱ्या पानांनी भरलेल्या झाडांजवळून जात असताना, खाली सेंट्रल स्टेशनमध्ये उपनगरांतील प्रामाणिक लोकांनी खचाखच भरलेल्या पॅसेंजर ट्रेन्स येत - जात होत्या.

अखेर ते त्यानं केलं. मनाईहुकूम, निषेधाज्ञा डावलून, स्टेशन मागे सोडून तो रस्त्यावरून धावू लागला.

त्याला लगेच चिकन, डुकराचं मांस किंवा अंडं घालून तळलेलं काहीतरी खायची तलफ आली. त्याला मेंढराची सागुती खावीशी वाटली.

माणसाला मांस-मटन खायला मिळालं नाही, तरी निदान एखादा मित्र तरी असावा.

दात घट्ट दाबून डॅनी चालत राहिला.

चाल्मर्स स्ट्रीटवर थोडं चालल्यावर त्याला चोवीस तास उघडं राहणारं, सुख-सोयींच्या वस्तू पुरवणारं एक दुकान दिसलं. तो त्या दुकानाच्या दिशेनं चालत राहिला. अशा प्रकारचं दुकान कोण चालवत असणार याचा त्याला लगेचच अंदाज आला.

सकाळची ११ वाजून १ मिनिट

सिडनी शहरात शॉपिंग करणारा माणूस जणू परीलोकातील लहान मूल असतो. तो एखाद्या जादूच्या किल्ल्यात असल्याप्रमाणे गोळ्या-चॉकलेटांनी आणि चमकदार रंगांनी वेढलेला असतो तसेच दुष्ट चेटकीण असते स्क्रीनवर अधूनमधून झळकणारे सरकारी मेसेज.

दुकानाचं दार उघडून, दुकानदार कुठं आहे हे पाहात असताना डॅनीला घंटांची किणकिण ऐकू आली.

प्रत्येकी सव्वादोन डॉलर्सना मिळणाऱ्या चॉकलेट-गोळ्यांच्या आणि प्रत्येकी साडेतीन डॉलर्सना मिळणाऱ्या गुलाबी भेटकार्डांच्या डोंगरामागे एक ब्राउन माणूस उभा होता. त्याचं डोकं त्याच्या मागं असलेला 'विडी-सिगारेट माणसांना मारून टाकतात' हा संदेश पार झाकून टाकत होतं. आपल्या समोरची, आमच्यावर काहीतरी लिहा आणि पैसे मिळवा म्हणणारी लॉटरीची तिकिटं तो डोळ्यांत तेल घालून राखत उभा होता. या दोन्ही गोष्टी तशा काचेच्या पेटीत बंद आणि म्हणूनच सुरक्षित होत्या.

काउंटरमागं उभा असलेला तो गलेलठ्ठ, दाढीवाला बहुतेक बांगलादेशी होता. त्याच्या हावभावांवरून डॅनीला वाटलं की, तो नक्कीच कायदेशीरपणे इथं राहात असावा.

तो ज्या तऱ्हेनं आपल्याकडे पाहात असतो, त्यावरून एवढा अंदाज नक्कीच बांधता येतो.

या व्हाइट लोकांच्या देशात एक ब्राउन माणूस दुसऱ्या ब्राउन माणसाकडे वेगवेगळ्या प्रकारे पाहतो. डॅनीनं या वेगवेगळ्या पद्धती चांगल्या अभ्यासलेल्या होत्या. यामध्ये आपल्या चांगल्याचांगल्या नोकऱ्यांमध्ये छान बस्तान बसलेल्या, टोयोटा, कॅमरीज गाड्या चालवणाऱ्या, पश्चिमेकडील उपनगरांमधील भारतीयांच्या मैत्रीपूर्ण नजरा असत. नुकत्याच ऑस्ट्रेलियात आलेल्या, पटापट धावून रस्ते ओलांडणाऱ्या हेमार्केटमधल्या विद्यार्थ्यांचे सहज विचारलेले 'सब ठीक है भाई?'

'काय सगळं ठीक आहे ना?' असे प्रश्न असतात किंवा हल्ली-हल्ली ऐकू येणारा जमैकन लोकांचा रहस्यमय 'हे ऽऽमॅऽऽन' उद्‌गार, मॉस्मन किंवा कॅसल हिलमधल्या डॉक्टर्सच्या (यांना डॅनी बर्फाच्या बॉक्ससारखे थंड भारतीय म्हणे, कारण त्यांच्या डोळ्यांवर सतत काळे चष्मे असत आणि त्यांना अगदी उन्हाळ्यातही घाम येत नाही असं डॅनीला वाटे.) तसेच ऑस्ट्रेलियात जन्मलेल्या पोरांच्या 'तुझ्यात-माझ्यात काहीच साम्य नाही रे' असं म्हणणाऱ्या, तोरा दाखवणाऱ्या बेपर्वा नजरा असत. डॅनीला सगळ्यात वाईट वाटत चेन्नई किंवा मलेशियातून ऑस्ट्रेलिया पाहायला आलेल्या कुटुंबातील माणसं. ही माणसं समुद्रकिनाऱ्यांचे फोटोंवर फोटो घेत राहात किंवा आपल्या मायभूमीतील नातलगांना फोन करून कोलेस्ट्रॉल कमी करण्याचं नक्की कोणतं औषध ऑस्ट्रेलियातून आणायचं किंवा कांगारूंबद्दलचं कोणतं पुस्तक आणायचं याची खात्री करून घेत. डॅनीला वाटे की, हे ब्राउन लोक त्याला म्हणताहेत की, 'अरे, तू तर आपल्या कुटुंबापासून दूर पळून आलास. तू सर्वसाधारण, स्वाभाविकपणे जगणारा माणूस नाहीस' अशा वेगवेगळ्या नजरा पाहून डॅनीची प्रतिक्रिया एक तर तिथून पळून जावं अशी होई किंवा त्याला त्याचं काहीच वाटत नसे आणि आता न्हाव्याकडे जाऊन केसात सोनेरी झाक आणल्यावर तो आरशासमोर उभं राहून ऑस्ट्रेलियात जन्मलेल्या माणसांची नक्कल करी. जसं 'माझे वडील वेस्टमीडमध्ये डॉक्टर आहेत. तुझ्यासारख्या बाहेरच्या देशातून इथं राहायला आलेल्या माणसासाठी माझ्याकडे वेळ नाही.' त्यानं आपली उठण्या-बसण्याची लकबही ठरवून टाकली. सिडनीच्या रस्त्यांवर अजूनही पाकिस्तानी, भारतीय, श्रीलंकन लोक डॅनीकडे पाहात; पण आता त्यांच्या नजरेत त्याच्याबद्दल हेवा असे.

व्हाइट लोकांसमोर अदृश्य राहणं, त्यांच्या समोर असूनही त्यांच्या नजरेआड राहणं जगातील सगळ्यात सोपी गोष्ट आहे; कारण तसंही ते तुमच्याकडे पाहातच नाहीत; पण ब्राउन लोकांच्या नजरेपासून लपून राहणं सगळ्यात कठीण गोष्ट आहे; कारण काही झालं तरी ते तुमच्याकडे पाहणारच. मग डॅनीनं ठरवलं की, त्यांनी मला घाबरून गेलेला, चोरून इकडे-तिकडे पाहणारा, बेकायदेशीरपणे राहणारा माणूस म्हणून पाहू नये. त्यांनी मला सिडनीतच जन्मलेला, सोनेरी झाक असणाऱ्या केसांचा, ताठ मानेनं चालणारा, शरीरातल्या कणाकणांत उर्मटपणा, उद्धटपणा भरलेला माणूस म्हणून बघू दे. त्यांना वाटू दे की, डॅनी बर्फाचा बॉक्स, एकदम कूल व आरामशीर आहे.

पण ते इथं होणं शक्यच नाही, कारण सेंट्रल स्टेशनच्या जवळपास असणारा कोणीही असा बर्फासारख्या थंड वृत्तीचा असूच शकत नाही.

इथले चाल्मरचे आणि डर्व्हानशायरचे रस्ते जुन्या लोखंडी रुळांवरून येणाऱ्या-

जाणाऱ्या रेल्वेगाड्यांच्या खडखडाटानं भरलेले असतात. इथं डॅनीनं फक्त भेदक नजरा अनुभवलेल्या होत्या. सेंट्रल स्टेशनमधील एका देशांतरिताच्या दुसऱ्या देशांतरिताकडे वळलेल्या नजरांमध्ये एक जीवघेणं सत्य बोलत असे. सिडनीतील प्रत्येक आशियन माणसाला एक ना एक दिवस भीक मागावी लागते.

कायदेशीररीत्या इथं राहणाऱ्या माझ्या बांधवा, माझा भीक मागायचा दिवस आज आहे. डॅनीच्या नजरेनं त्या बांगलादेशीयाला कळकळीची विनंती केली.

कायदेशीररीत्या राहाणारा? त्यापेक्षाही बरंच काही जास्त. हा तरुण जणू बांगलादेशी विटेची पक्की भिंत होता. त्यातील प्रत्येक वीट ओरडून सांगत होती, मी एक आदर्श देशांतरित आहे.

डॅनीच्या नजरेला नजर देऊन त्या दुकानदारानं छातीवर हाताची घडी घातली. हे जणू त्याच्या आदरणीयतेचं, परिश्रमाचं, आपल्या कुटुंबाबद्दलच्या जबाबदार वृत्तीचं प्रतीक होतं. ज्या गोष्टींसाठी व्हाइट लोक एखाद्याला आपल्या देशात येऊन राहू देतात, त्या सर्व गोष्टी त्या बांगलादेशीयाच्या देहबोलीत सामावलेल्या होत्या. गिऱ्हाइकाच्या पसंतीला उतरण्यासाठी त्याला हवापाण्याबद्दल किंवा क्रिकेट-फुटबॉलबद्दल बोलावं लागत नव्हतं. उलट त्यांना मनातल्या मनात त्याच्या देवावरच्या श्रद्धेचा, स्वतःवरच्या विश्वासाचा, त्याच्या सउद्देश्य जगण्याचा, ठाम परक्या गाभ्याचा हेवाच वाटे.

हळूहळू दुकानदाराचा विश्वास मिळवण्यासाठी डॅनीनं 'डेली टेलिग्राफ' या वृत्तपत्राच्या गठ्ठ्याच्या वरच्या बाजूला हात लावला. मग तो खाली वाकून दुकानदाराकडे पाहून हसला. त्याच्या या वागण्याचा अर्थ होता – मी विकत न घेता हा पेपर पाहू शकतो का? क्रिकेट, फक्त क्रिकेटसाठी?

हे सर्व एकही शब्द न बोलता होत होतं. एका दक्षिण आशियन माणसाचा दुसऱ्या दक्षिण आशियन माणसाशी चाललेला निःशब्द संवाद.

चेहऱ्यावरील रेषही न हलू देता; पण थोडं नरम पडत बांगलादेशीयानं डॅनीला बजावलं, ''चालेल; पण घाण करू नकोस.''

'द डेली टेलिग्राफ'कडे पोहोचण्याआधी डॅनी ग्रीटिंग कार्डस्‌जवळून, प्लॅस्टिक बॅगमध्ये घालून टांगून ठेवलेल्या धातूच्या वस्तूंजवळून आणि फक्त मॅग्नम आइस्क्रीम ठेवायला पुरेल अशा छोट्या फ्रीझरजवळून गेला.

वृत्तपत्राची पानं चाळताचाळता डॅनी मनातल्या मनात म्हणाला, ''हुं! घाण करू नकोस म्हणे. कायदेशीरपणे राहणारा मूर्ख माणूस!''

वृत्तपत्रात (त्याबद्दल) खास काहीही नव्हतं. म्हणजे ती गोष्ट रात्री खूप उशिरा घडली असावी. वर्तमानपत्रामध्ये नजर घालून बसलेला असतानाच डॅनीनं त्या चाकूवाल्या खुन्याला हवेतल्या हवेत गुद्दा मारला. अर्थात, तसं करायला आपल्यात

तेवढी ताकद हवी. चाकू खूप मोठा असला तरी तुमच्या मनगटातही तेवढा जोर हवा. ती एक भक्कम बाई होती. तिनं खूप जोरदार प्रतिकार केला असणार.

डॅनीनं त्या बांगलादेशीयाला फोनवर अगदी हळू आवाजात बोलताना ऐकलं, "...खरा मालक लुईभाई आहे. तो खरा मालक..." किंचित काळ लुईभाई या नावानं डॅनीवर मोहिनी घातली; पण त्याआधी तो विचार करत होता. आपला खून होईल हे जर तिच्या ध्यानीमनीही नसेल, आपल्यावर चाकूनं वार होईल याची तिला यत्किंचितही कल्पना नसेल, तर... म्हणजे हे असं होईल असं तिला चुकूनही वाटलं नसणार... डॅनी याच विचारात गुंग असताना, कोणीतरी चुटकी वाजवल्याच्या आवाजानं त्याची तंद्री भंग पावली.

डॅनीनं मान वर करून पाहिलं, तो बांगलादेशीय थेट त्याच्याकडेच पाहात होता. तुझा फुकट वाचायचा वेळ संपला याअर्थी.

डॅनीनं वृत्तपत्राची नीट घडी केली. मग ते वाचू दिल्याच्या बदल्यात त्यानं त्या बांगलादेशीय माणसाकडे बघून एक मोठं स्मित केलं. 'धन्यवाद मित्रा!' या अर्थानं.

"माझ्याकडे एक कॅक्टस आहे." तो म्हणाला. एव्हाना त्यानं बॅगमधून ते कॅक्टस बाहेर काढलं होतं. त्याच्या भोवतीचं प्लॅस्टिक कव्हरही काढून टाकलं होतं.

बांगलादेशीयानं कॅक्टसकडे जराशा कुतूहलानं पाहिलं. त्याचे डोळे तसे का चमकत होते हे डॅनीच्या लक्षात आलं.

नेहमीच्या फांद्या असलेल्या कॅक्टसऐवजी त्यानं घुमटाकार कॅक्टस विकत घेतलं होतं.

"माझ्या मैत्रिणीसाठी, सोंजासाठी. नर्स आहे ती. आज ती सेंट विन्सेंटमध्ये आहे. खूपच चांगली नर्स आहे ती. तिला आवडेल हे कॅक्टस. माझ्या मते तिला नक्की आवडेल हे."

फांदीवाल्या कॅक्टसपेक्षा हे घुमटाकार कॅक्टस साठ सेंटनं स्वस्त होतं. त्या बांगलादेशीयाला हे माहीत नसेल का? बघा ना हसतोय कसा तो!

"तुमच्याकडे विणकामाचं मासिक आहे?" डॅनीनं आवाज उंचावून विचारलं, "तिला शिवणकाम, विणकाम आवडतं. ऑसी मुलींना हे आवडत नाही; पण सोंजा फार चांगलं शिवते, विणते."

"तिकडे आहे बघ." स्टोअर मॅनेजरनं एव्हाना डॅनीला चांगलं ओळखलं होतं.

"फुकट नको वाचूस हं ते!" तो म्हणाला.

डॅनी शिवणकाम, विणकाम वगैरे बायकांच्या कलांच्या मासिकांच्या कप्प्याकडे

जाईपर्यंत टी.व्ही.वरचा बातमीदार खेळांबद्दल बोलू लागला होता.

डॅनी फक्त विणकामाची मासिकं चाळत असताना दुकानात आणखी एक गिऱ्हाईक आलं. त्या गिऱ्हाइकानं मात्र खरंच काहीतरी विकत घेतलं.

"तुम्हाला रिसीप्ट पाहिजे का?" त्या बांगलादेशी माणसानं त्या गिऱ्हाइकाला विचारलं. हा अजूनही रिसीटला रिसीप्ट म्हणतो या विचारानं डॅनीला हसू आलं.

पण त्या बांगलादेशी माणसाला सारवासारवी करायची काहीच गरज नव्हती. तो कायदेशीररीत्या इथं राहात होता. त्या दुकानदाराने रिसीट म्हणताना 'पी'चा उच्चार केला किंवा नाही, तरी त्या दुकानात डॅनीला मिळालेला वेळ आता संपलेला होता.

दुकान सोडताना डॅनी मनात घोळवत होता लुईभाई. नवा मालक लुईभाई. जिथं वेगवेगळ्या संस्कृती एकत्र नांदतात, त्या सिडनीचा तो नवा बॉस आहे. बांगलादेशीयाच्या दुकानाबाहेर येताना डॅनीनं विचार केला, मला या लुईभाईबरोबर बोललं पाहिजे. रुळांवरून आवाज करत ट्रेन्स धावत असतानाही डॅनीच्या मनात एकच आवाज घुमत होता - लुईभाई... लुईभाई...

मनावर ताण आला की, त्याचं सायनसचं दुखणं उचल खाई. त्याच्या नाकपुड्या दुखायला लागत. आपल्या कवटीतील भोकं जड-जड होताहेत असं त्याला वाटू लागे. आतासुद्धा तेच झालं. त्याच्या नाकातला तो बाक दुखू लागला. शरीराला कंप सुटला. लुईभाई, लुईभाई... फुटपाथवर कुठं एखादं सिगारेटचं थोटूक दिसतं का हे पाहायला त्यानं सभोवार नजर फिरवली. देवा, एखादं तरी थोटूक मिळू दे. तंबाखूच्या नुसत्या वासानंसुद्धा डोकं ताळ्यावर येतं, डॅनी मनातल्या मनात म्हणत होता.

काहीतरी खायला किंवा ओढायला मिळवायच्या, निदान तंबाखूचा वास तरी घ्यायला मिळेल या शोधात डॅनी फिरत होता. सेंट्रल स्टेशनच्या आसपास फिरताना डॅनीला त्यांपैकी काहीच मिळालं नाही. तिथं त्याला दिसले फुटलेल्या काचांचे तुकडे.

त्यानं समोर पाहिलं. एका खिडकीच्या काचेच्या मधोमध भोक पडलेलं होतं आणि तिथून उडालेले काचेचे तुकडे फुटपाथवर पडलेले होते. सिडनीमध्ये 'का?' हा प्रश्न विचारायची सोय नाही. तिथले व्हाइट लोक ठोसा मारणं, काचा फोडणं, विध्वंस करणं अशा गोष्टी सहज करतात.

जमिनीवर पडलेल्या त्या काचांकडे डॅनी टक लावून पाहात राहिला. त्याची नजरच हलेना तिथून. खरंतर त्या दृश्यानं त्याच्या पोटात भीतीचा गोळा उठला होता; पण तरीही ती गोष्ट आपल्या फार जवळची आहे असंही त्याला वाटत होतं. ती गोष्ट त्याला जोरजोरात ओरडून काहीतरी सांगत होती.

तुटलेल्या काचांचे विखुरलेले तुकडे त्याला मृत्यूची आठवण करून देत होते. त्याच्या मनात एकदम एक प्रतिमा उभी राहिली. ती प्रतिमा होती राधा थॉमसची. सुदृढ, घट्ट-मुट्ट हातांच्या राधा थॉमसची. सिडनी शहरातील स्विमिंग पूलच्या मुलांच्या भागात पोहणारी, खाली-वर उचंबळणाऱ्या लाटांमध्ये चमचमणारी, तिच्या अगदी डोक्यावर होता लाल आणि निळ्या टाइल्सचा एक मोठ्ठा साप आणि सभोवर होती गॉगल्स आणि पोहायचा पोषाख घातलेली, आनंदानं चिरकणारी मुलं. पोलादी मानेची आणि रुंद खांद्यांची ही बाई त्यांच्यावर पाणी उडवत होती...

हो. त्या दिवशी डॉक्टरनं आणि राधानं दोन डॉलर्स देऊन डॅनीसाठी एक बघ्याचं तिकीट विकत घेतलं होतं. त्यानं पब्लिक स्विमिंग पुलाच्या काठावर उभं राहून आपल्याला मुलांच्या भागात पोहताना पाहावं आणि काहीतरी मजेशीर बोलावं म्हणून.

निळ्या पाण्यात ती जीवनानं किती मुसमुसलेली दिसत होती; पण घ.नं.पाचमध्ये राहणाऱ्या त्या बाईचं जीवन संपुष्टात आलं होतं. तिचा खून झाला होता.

आपल्या मनातली मजा आणि भयंकर भीती यांना जोडणाऱ्या दोरीला जीवघेणा पीळ पडत आहे असं डॅनीला वाटलं.

कोणीतरी मुद्दाम फोडलेल्या काचेच्या त्या तुकड्यांना बुटानं हलवताना डॅनीच्या मनात विचार आला. याआधीही त्याच्या पोटात असाच जीवघेणा खड्डा पडला होता. ऑस्ट्रेलियात विद्यार्थ्यांसाठी असणाऱ्या त्याच्या व्हिसाच्या परवान्याच्या अटी मोडून अठ्ठावीस दिवस झाले, तेव्हाही त्याच्या पोटात असाच खड्डा पडला होता. गुदमरवणारी भीती वाटली होती. त्यानंतरचं त्याचं तिथं राहणं बेकायदेशीर झालं होतं. नेहमीसाठी.

काचेचे ते फुटलेले तुकडे काळ्या अक्षरांनी रंगवलेले होते. त्यांच्यावर कांगारूचं आणि एमूचं - ऑस्ट्रेलियाचं राष्ट्रीय चिन्ह रंगवलेलं होतं. पाहता क्षणी तिथं लिहिलेलं मूळ नाव काय असेल याचा डॅनीनं अंदाज बांधला. आपल्या बुटानं त्यानं तो शब्द साधायला काचेचे ते सगळे तुकडे एकत्र करायला सुरुवात केली.

पहिलं अक्षर होतं इंग्रजी 'एम' **(M)**

अक्षरं जुळवताजुळवता डॅनीच्या मनात आणखी कशाची तरी जुळवाजुळव चालली होती.

जीवनातील सगळ्या चांगल्या गोष्टी बाहेर यायला थोडा वेळ लागतो. जसं एखाद्या नारळाच्या काळोख्या बागेच्या आत कुठं तरी दडलेलं केळीचं चमचमतं झाड. सावकाशीनं घे डॅनी - नीट विचार कर; डॅनीनं स्वतःलाच समजावलं.

पहिलं अक्षर नीट जुळवून डॅनी मागं सरला.

आता इंग्रजी 'इ' (**E**) अक्षराची जुळणी सुरू झाली.

तुला असं काय माहीत आहे डॅनी?

ते खूप भांडायचे.

म्हणजे? सगळेच भांडतात की, तू आणि सोंजा नाही भांडत?

त्याला आपल्या शंकरकाकांची आठवण आली. ते जिथं जिथं जायचे, तिथं तिथं आपल्याबरोबर व्हिक्स मेंथॉल इनहेलर घेऊन जायचे. त्यांना जेव्हा जेव्हा नाक चोंदल्यासारखं होई, तेव्हा तेव्हा इनहेलर नाकपुडीपाशी नेऊन ते जोरात श्वास घ्यायचे.

...काचेच्या पुढच्या तुकड्याला बुटानं ढकलताना त्याच्या मनात आलं, माझ्याजवळही मेंथॉल इनहेलर असतं तर किती छान झालं असतं...

'इ' अक्षर पूर्ण जुळल्यानंतर त्याला आता पुढचं इंग्रजी 'आय' (**I**) अक्षर मिळालं.

डॉक्टर प्रकाश राधाचा प्रियकर होता. तो तिला प्रिय का होता? कोण जाणे! तो माणूस तसा फार विचित्र होता. खूप दारू प्यायचा. कधीकधी एका वेळी बिअरच्या वीसवीस बाटल्या तो पोटात रिचवी; पण तो तसा वाईटही नव्हता. किंग्ज क्रॉसमधल्या लोकांसारखा तो गटारात लोळणारा, थर्ड क्लास माणूस नव्हता. तो प्रायव्हेट स्कूलबॉय होता. त्याचं शिक्षण चांगल्या प्रायव्हेट स्कूलमध्ये झालेलं होतं. त्याच्याकडे त्या शाळेचे कपाटभरून टाय होते.

डॅनीनं एक नाकपुडी बंद करून दुसऱ्या नाकपुडीनं श्वास घेतला. सायनसचा त्रास कमी करण्याची त्याची ही जुनी युक्ती होती.

जोरजोरात धापा टाकत एक ट्रेन सेंट्रल स्टेशनमध्ये प्रवेश करू लागली. तिची धाडधाड वाढू लागली तशी जवळपासच्या काचेच्या चकचकीत इमारतींचं रंगीबेरंगी, लखलखीत प्रतिबिंब सभोवर हलू-डुलू लागलं. या आगडोंबाच्या चकचकाटातून वर आलं ब्रह्मदेवासारखी चार तोंडं असलेलं स्टेशनचं मोठं घड्याळ. ते शहराच्या सर्व भागांना नक्की किती वाजलेत हे दाखवत होतं. या ओळखीच्या गोष्टींकडे डॅनी आश्चर्यानं पाहात होता.

जमिनीवरील एका काचेच्या तुकड्यानं डॅनीचं लक्ष वेधून घेतलं. त्यानं बुटानं तो पाहिजे त्या ठिकाणी सरकवला. ते इंग्रजी 'सी' (**C**) अक्षर होतं.

...पांढऱ्या-काळ्या रंगांच्या पट्ट्यांचे वेगवेगळे टाय आणि त्यांच्या शेजारी असायचं त्याचं लेदर जॅकेट. ते जॅकेट नेहमीच त्याच्या अंगावर असायचं.

तो लाल रंगाचं जॅकेट घालायचा.

...पण त्यांनी मृत महिलेच्या अंगावर रंगीत जॅकेट होतं असं काही सांगितलं नव्हतं. का बरं सांगितलं नव्हतं त्यांनी ते?

डॅनीच्या लक्षात आलं : चालताचालता तो किंग्ज क्रॉसच्या वरच्या अंगाला पोहोचला. कोका-कोलाच्या मोठ्या जाहिरातीजवळ. त्या उंचीवरून त्याला येणाऱ्या-जाणाऱ्या वाहनांच्या गर्दीला अलग करणाऱ्या कॅलिफोर्नियन पामवृक्षांची रांग दिसत होती.

आता त्याला ऑगस्टमधील ती सकाळ आठवली. राधा त्याच्याजवळ येऊन वाट पाहात उभी होती. या सुमारास श्रीलंका आणि साधारणपणे बाकीचं सर्व जग कमालीचं गरम असतं; पण इथं गोठलेलं वातावरण होतं. श्वासोच्छ्वास करताना हवेत वाफेचा फवारा उडल्यासारखा होई. राधा त्याच्या इतक्या जवळ आली होती की, तिच्या केसातील शॅम्पूचा वास भपकन त्याच्या नाकपुडीत घुसत होता. मध्येच ती म्हणाली, 'तिथं आहे बघ तो.' खरंच. नवं कोरं लेदर जॅकेट घालून. ते काळं नव्हतं तर लाल होतं – त्यांच्याकडे बघून हात हलवत विल्यम स्ट्रीटवरून डॉक्टर प्रकाश येत होता. तो. प्रकाश. त्या लाल जॅकेटमध्ये तो किती उत्साहानं सळसळणारा, आनंदी दिसत होता! हसतहसत त्यांच्याकडे येणारा डॉ. प्रकाश नुकत्याच उलगडणाऱ्या नव्या पानासारखा दिसत होता. ऑस्ट्रेलियाचा लांबलचक थंड हिवाळा संपलाय हे सांगणाऱ्या कोवळ्या नव्या पानासारखा.

...काचेच्या पुढच्या तुकड्याकडे जाताना डॅनी स्वतःशीच म्हणाला, डॅनी, त्यानंच हे कृत्य केलंय असा विचार करणंही वेडेपणाचं आहे. मग त्याला इंग्रजी 'ए' (**A**) अक्षर मिळालं.

नंतर इंग्रजी 'आर' (**R**) आणि 'इ' (**E**) अक्षरंही मिळाली.

सर्व अक्षरं जुळवताना डॅनीच्या लक्षात आलं की, इंग्रजी 'डी' अक्षर कुठंतरी हरवलंय. बुटाच्या सूक्ष्म, अलगद हालचाली करून त्यानं सगळी अक्षरं व्यवस्थित जवळजवळ बसवली. आता त्यातील काचेचा एकेक तुकडा सूर्याचा दात असल्यासारखा चमकायला लागला.

ME ICARE - मेडिकेअर

हाच असावा तो शब्द.

बातमीदारानं सांगितलं होतं की, तिचं मृत शरीर तुंगब्बीतील खाडीजवळ मिळालं होतं. म्हणजे तिचा खून काल रात्री झालेला होता; काल रविवार होता.

तिचं मृत शरीर खाडीजवळ पडलेलं होतं आणि रविवार. म्हणजे ती कोणती खाडी असू शकते हे मला माहीतच आहे, डॅनी स्वतःशीच पुटपुटला.

डॅनीला वाटलं, आदल्या दिवशी सिडनी फेस्टिव्हलमध्ये किरण राव बोलत होते, तसंच तो प्रेक्षकांसमोर बोलत आहे – "हो सर. असंच झालंय. त्या बाईबद्दल दुसऱ्या कोणालाही माहीत नाही अशी एक गोष्ट मला माहीत आहे. गंमत म्हणजे मी बेकायदेशीरपणे इथं राहात असल्यामुळे मला एक प्रकारची

शक्ती मिळाली आणि मी त्या शक्तीचा उपयोग चांगलं काहीतरी करण्यासाठी करतो आहे. माझ्यातील विरोधाभासामुळे तुमचा उत्कर्ष होईल. थ्रू माय कॉन्ट्रॅडिक्शन्स यू ग्रो.''

पण डॅनीनं जेव्हा मेडिकेअरची ती जाहिरात जिथून खाली पडली होती त्या खिडकीकडे पाहिलं, तेव्हा त्याच्या घशाला कोरड पडली. स्वतःला सावरत तो म्हणाला, ''मी फक्त सफाई कामगार होतो.'' प्रेक्षकांसमोर आपण गयावया करत आहोत असं लक्षात आलं तरीही त्यानं आपलं बोलणं चालू ठेवलं, ''मी आठवड्यातून एकदा व्हॅक्यूम क्लीनरनं लोकांची घरं आणि संडास-मोऱ्या साफ करतो. बस!''

त्याला वाटलं, तर्कनिष्ठ ऑस्ट्रेलियन श्रोत्यांना त्याचं म्हणणं कळेल.

मला फक्त जरा दिमाख दाखवायची हौस आहे. बाकी काही नाही. मला माफ करा... हो. डॅनीनं फुटक्या काचांमधून एक नाव तयार केलं होतं; पण ते कदाचित चुकीचं नाव होतं **मेडीकेअर**.

डॅनी फुटक्या काचांकडे पाहातोय हे एका व्हाइट माणसानं पाहिलं. ते पाहून डॅनी मागे वळला आणि दूर जाऊ लागला; पण मग सेंट्रल स्टेशनमधून आणखी एक ट्रेन धडधड आवाज करत जाऊ लागली आणि रस्त्याच्या मधोमध डॅनी जणू थिजून गेला.

तो झेब्रा क्रॉसिंगवर पाय ठेवणार इतक्यात त्यानं पाहिलं की, रस्त्यापलीकडील इमारतीवरील बहिर्गोल काचेमुळे झेब्रा क्रॉसिंगच्या रेषा गोल-गोल, वेड्यावाकड्या नाचल्यासारख्या दिसत होत्या आणि त्यात अडकलेली त्याची सावली ही विस्कळीत, विचित्र दिसत होती. केसातील सोनेरी झाक, पाठीवरील व्हॅक्यूम क्लीनरची पेटी, मनात लपवून ठेवलेला खोटेपणा आणि जिभेवरील ऑस्ट्रेलियन इंग्लिश लकब. सुखवस्तू, व्यायामानं शरीर बांधेसूद ठेवणारे लोक. तसेच कष्टकरी कामगार वर्ग. व्यायामाला वेळ नसल्यानं फुगलेले लोक. मला सगळं कळतंय... डॅनीचं विचारचक्र चालूच होतं.

रस्ता पार केल्यावर तो त्या बाकदार काचेसमोर ओळंब्यासारखा - ताठ, स्तब्ध उभा राहिला.

समोरच्या ॲस्ट्रॉनॉटच्या विचित्र प्रतिबिंबाकडे पाहात असताना ते प्रतिबिंब एकदम बदललं. ते त्याच्या चुलतभावाचं, कन्ननचं प्रतिबिंब झालं. डॅनीचा चुलतभाऊ कन्नन आठवतोय तुम्हाला? डॅनी विमानानं ऑस्ट्रेलियाला आला, त्याच सुमारास कन्ननं चोरून माणसांना परदेशी पाठवणाऱ्या टोळीला बरेच पैसे दिले होते. ते बट्टिकालोआच्या लोकांना आधी रामेश्वरला नेत. मग तिथून त्यांना समुद्रमार्गाने आफ्रिकेला वळसा घालून अटलांटिक पार करून पुढे घेऊन जात. अशा एका बोटीत कन्नन ब्राउन ब्रेड आणि उकटलेले बटाटे खात, पावसाचं पाणी साठवून

ते पीत तब्बल सतरा दिवस राहिला. शेवटी समुद्रकिनाऱ्याचं रक्षण करणाऱ्या कॅनडाच्या कोस्ट गार्ड्सनी त्याच्या बोटीवरील सर्व लोकांना अटक करून तुरुंगात डांबलं. ते सगळे आठ महिने तुरुंगात होते आणि नंतर चमत्कार झाल्यासारखा त्यांना तिथं राहायचा कायदेशीर हक्क मिळाला. शरणार्थी बनायलाही माणसात एक प्रकारचा आत्मविश्वास लागतो.

डॅनी विमानानं ऑस्ट्रेलियाला आला होता आणि नंतर त्यानं शरणार्थी दर्जा मिळवण्यासाठी तिथल्या सरकारकडे अर्ज केला होता. तो अर्ज अर्थातच फेटाळला गेला होता.

ऑसी सरकारला त्याची हकिगत संशयास्पद वाटली; यामध्ये ऑसी सरकारचा खरंच काही दोष होता का? मायदेशाच्या पेटती सिगारेट दोन बोटांत ठेवून प्रश्न विचारणाऱ्या ऑफिसरच्या बाबतीतही हेच घडलं होतं. लोक त्याच्या आत सहज डोकावून पाहू शकत; पण त्यांना त्याच्या बाबतीत संभावणाऱ्या फक्त वाईट गोष्टीच तेवढ्या दिसत. त्याच्या खोटेपणामागं, चेहऱ्यावरील हास्यामागं कोणतंही मोठं रहस्य दडलेलं नव्हतं.

काही जुनाट भिंतींवर पोस्टरच्या वर पोस्टर्स चिकटवलेली असतात. फळाच्या साली काढून टाकल्याप्रमाणे आपण एकावर एक लावलेली पोस्टर्स काढून टाकली, तर ती इमारतच कोसळल्यासारखी होते.

प्रामाणिक डॅनी, हुशार डॅनी, विश्वासू डॅनी...

लांबून एका ट्रेनची शिट्टी वाजली.

एकदमच कोणीतरी 'मिशन : इम्पॉसिबल' फिल्मचं मुख्य गाणं गुणगुणू लागला. डॅनीनं खिशात हात घातला. त्याच्या हाताला त्याचा सेल फोन लागला. त्यानं फोन हातात घेतला, तेव्हा त्याला छान वाटलं आणि सुरक्षितही. फोन बुकवर बोट खाली घेताघेता तो एकोणिसाव्या नंबरला थांबला. तिथं नंबरसमोर लिहिलं होतं - एच ६

घर नंबर सहा

त्यानं त्या नंबरवर फोन करण्यासाठी हिरवं बटण दाबलं. फोनची रिंग ऐकू येईल म्हणून वाट पाहिली.

''विचित्र, फारच विचित्र आहे,'' म्हणत त्यानं कॉल संपवला.

त्या वेळी त्याचे पाय एखाद्या पोलिसाला पाहिलं असल्याप्रमाणे थरथरत होते; पण त्याचे ओठ विलग झाले होते आणि मनात आनंद भरलेला होता.

आणखी एक गाडी धडधडत सेंट्रल स्टेशनमध्ये आली. तिच्या येण्यानं सेंट्रल स्टेशन हादरून गेलं. स्टेशनच्या परिघावर बांधलेल्या सँडस्टोनच्या बिल्डिंगजवळची झाडं उजळली. त्यांची पानं पारदर्शक हिरव्या द्राक्षासारखी चमचमली.

प्रत्येक हलत्या आणि चमकत्या झाडामध्ये डॅनीला मुरुगन देवाच्या वाहनाचा, मोराचा चमचमता पिसारा दिसला. रेल्वे इंजिन जवळून गेल्यानं तो मोरपिसारा सळसळला आणि त्यानं डॅनीला आश्वासन दिलं की : तू परत एकसंध होशील.

मुरुगन : मुरुगनची आठवण होताच डॅनीनं आपले डोळे मिटले. सिंहलचा, श्रीलंकेचा संरक्षक देव बुद्ध होता; पण संकटात सापडलेल्या तमिळ लोकांचा देव होता मुरुगन. हातात एक वेल-भाला घेऊन तो मोरावर बसलेला असतो : भारतातील मंदिरामध्ये त्याची पूजा होई. जाफना, बट्टिकालोआमध्ये त्याची देवळं होती. मलेशियाच्या बाटू गुहांच्या बाहेर त्याचा एक सोनेरी पुतळा आहे.

डॅनीनं डोळे उघडले, तेव्हा त्याच्या फोनची रिंग वाजत होती. थोडा वेळ आधी त्यानं फोनच्या यादीतील एकोणिसाव्या नंबरला, एच ६ला फोन लावला होता. आता त्या नंबरवरून डॅनीला फोन येत होता.

हे अल्पसंख्याकांच्या मुरुगन देवा, चार वर्षे केलंस तसं आजही तू माझं रक्षण कर, त्यानं प्रार्थना केली.

डॅनीनं फोनला उत्तर दिलं, ''डॉक्टर प्रकाश, आपण डॉक्टर प्रकाशच आहात ना?''

बेकायदेशीरपणे राहण्याचं दुसरं वर्ष

कॅम्पबेल टाउनमधील कॅक्टसतोडीचं काम त्याला सावडारिसनं माहिती दिल्यामुळे मिळालं होतं. टोमो सावडारिसचं ग्लीबमध्ये सनबर्स्ट प्रोव्हिजन स्टोअर होतं. शिवाय पीटरशनमध्ये तारण ठेवून पैसे कर्ज म्हणून देण्याचंही दुकान होतं. याशिवाय सिडनी शहरात आणि उपनगरांमध्ये 'दुसरा कोणीतरी' या नावानं एकमेकांच्या संपर्कात राहणाऱ्या लोकांचं एक नेटवर्क होतं.

कॅम्पबेल टाउनमधील एका घराच्या मागील अंगणात पाच सॅग्वारो कॅक्टस वाढले आहेत, ही गोष्ट ग्लीबमध्ये टोमोला समजली. या कामाचे चांगले पैसे मिळण्यासारखे होते. कॅम्पबेल टाउनमधील माळ्याला 'हे टेक्सासचे सद्‌गृहस्थ' (झाड) दाखवण्यात आले. त्यांना समूळ उपटून टाकण्याच्या कामासाठी त्यानं आपली किंमत सांगितली. घराच्या मालकाला ती फार जास्त वाटली.

''मग दुसऱ्या कुणाला द्या हे काम.'' तिथल्या माळ्यानं सांगितलं. त्यानंतर या कामाची माहिती 'दुसरा कोणीतरी' नेटवर्कतर्फे सगळीकडे पाठवली गेली. ती माहिती कळल्यावर टोमो स्वतःच कॅम्पबेल टाउनला गेला. संधीवाताचा त्रास

असतानाही तो म्हातारा जास्तीचे पैसे मिळवण्यासाठी जास्तीचं काम करायला नेहमीच तयार असे; पण त्या घराच्या मागच्या अंगणात उभं राहून त्यानं त्या पाच काटेरी झाडांना पाहिलं, तेव्हा तोही गप्पगार झाला.

अशा प्रकारे डॅनी दुसऱ्या कोणाचा तरी दुसरा कोणी होता.

टोमोनं त्याला सकाळची सुट्टी आणि तो पत्ता दिला. कामाचे पैसे आल्यावर ते निम्मे-निम्मे वाटून घ्यायचे या अटीवर त्यानं डॅनीला ट्रेनच्या भाड्याचे निम्मे पैसेही दिले. डॅनीनं काम स्वीकारलं. कॅम्पबेल टाउनची गाडी पकडण्याआधी रेल्वे स्टेशनजवळच्या एका दुकानातून त्यानं स्वतःसाठी तीन सिगारेटी विकत घेतल्या. एक सिगारेट त्यानं लगेच ओढली आणि उरलेल्या दोन एका पांढऱ्या रुमालात बांधून घेतल्या. हे झाल्यावर त्यानं स्थानिक वर्तमानपत्राची एक प्रत बरोबर घेतली.

विलावुडमध्ये आणखी एक मृत्यू

विलावुडमध्ये आणखी एका बेकायदेशीर देशांतरितानं, इमिग्रन्टनं आत्महत्या केली. विलावुडच्या सेंटरमध्ये, मायदेशी परत पाठवून देण्यासाठी डांबून ठेवलेल्या आणि त्यानं आत्महत्या करू नये म्हणून कडक नजरबंदीत असलेल्या या देशांतरितानं आत्महत्या केली.

संपर्कमाध्यमांमध्ये ही बातमी प्रसारित झाल्यावर गृहखात्यानं या बातमीला दुजोरा दिला आहे. अफगाणिस्तानच्या एका तेहतीसवर्षीय माणसानं रेझर ब्लेड गिळलं होतं. अंतर्गत रक्तस्रावामुळे तो रात्रीच मरण पावला. अनधिकृत बातमीनुसार ३५०० बंदी असलेल्या या गृहातील स्वतःला इजा करून घेण्याचा हा सहाशे अठ्ठ्याण्णववा प्रयत्न आहे.

ट्रेनचा बराच लांबचा प्रवास होता तो. डॅनीच्या समोर तीन तरुण मुलं बसलेली होती. त्यांच्या पांढऱ्या पायांमध्ये दोन-दोन लिटरच्या कोकच्या बाटल्या होत्या. "तर माझे आजोबा अर्धे स्कॉटिश होते. हो की नाही?" दोघांच्या मध्ये बसलेला तरुण त्या दोघांना म्हणाला, "म्हणजे त्यांनी मला इंग्लंडमध्ये राइट ऑफ ॲडमिटन्स, प्रवेश करायचा अधिकार द्यायला पाहिजे आणि मग मला इयू पासपोर्ट मिळेल; म्हणजे मला स्कॉटलंडला जायचं आहे असं नाही बरं का..."

डॅनी कॅम्पबेल टाउन स्टेशनबाहेर आला. तिथं मासे आणि चिप्स विकणाऱ्या दुकानाजवळून जाताना त्यानं चार लठ्ठमुठ्ठ ऑसी मैना पाहिल्या. त्या इकडून तिकडे तुरुतुरु चालल्या होत्या. या मैना मायदेशाच्या मैनांसारख्या साध्यासुध्या, शांत नव्हत्या. त्या जोरजोरात आवाज करून गोंधळ घालणाऱ्या मैना होत्या. यांना

उडण्यापेक्षा जमिनीवर चालायला जास्त आवडे. फ्रेंच फ्राइज दिसल्या रे दिसल्या की या मैनांचा थवा त्यांच्यावर तुटून पडे. सिडनीमध्ये चोराचिलटाचं भय नाही. म्हणूनच की काय एरवी सौम्य असलेले लोक अन् पशुपक्षीही इथं धीट होतात.

थोडंसं चालून गेल्यावर डॅनीला ते घर मिळालं. बाहेरच्या बाजूला, लॉनवरच्या कापलेल्या गवताचा ढीग करून ठेवलेला होता. तपकिरी मातीच्या ढेकळांवर तरारलेलं ते गवत पाहून डॅनीला घरी तयार केलेल्या चॉकलेटमध्ये भरलेल्या जायफळाची आठवण आली. चॉकलेट खात असल्याप्रमाणे त्यानं ओठांवरून जीभ फिरवली.

दरवाजाची बेल वाजवल्यावर एक पंचवीस-तीस वर्षांची ऑसी बाई बाहेर आली. डॅनीला मागच्या अंगणात नेऊन तिनं 'हे बघ, टेक्सासचे सद्गृहस्थ' म्हणत सॅग्वारो कॅक्टसची झाडं दाखवली. तिथं राक्षसासारखी आडदांड वाढलेली पाच कॅक्टस होती. सगळ्यात उंच कॅक्टस तर इतर चार कॅक्टसपेक्षा दीड फूट जास्त उंच होतं. दगड-गोट्यांनी भरलेल्या त्या अंगणात काटेरी शरीरांमुळे गर्विष्ठ वाटणारे, इंग्रजी यू आकाराचे, ते फिकट हिरवे कॅक्टस आपली मुळं जमिनीत घट्ट रोवून उभे होते.

"आमच्या आधी इथं राहणाऱ्या लोकांनी या कॅक्टसना खतपाणी घातलं; त्यामुळे कशी भयंकर माजली आहेत बघ. पुढच्या वर्षी मूल होऊ द्यावं असा विचार करतोय आम्ही."

डॅनीला अंदाज आला की, गवत कापणाऱ्या माणसानं कॅक्टस कापायला का नकार दिला असणार. त्यानं कॅक्टसच्या काट्याला स्पर्श केला.

"आमच्या बाळाच्या दृष्टीला हे राक्षस पडू नयेत असं आम्हाला वाटतं."

मागच्या अंगणातील शेडमधील कॅक्टस कापायची साधनसामग्री तिनं डॅनीला दाखवली. त्यात बॅटरीवर बझ्ऽऽऽ असा आवाज करत चालणारी एक यांत्रिक करवतही होती.

"आणि हो... ती कॅक्टस मुळापासून उपटून टाक हं. तुला माहीतच असेल, या झाडांचा बुंधा कापून टाकला तरी त्यांचा थोडासा भाग जरी जमिनीत राहिला तरी ती परत वाढायला लागतात. कापून झाल्यावर त्यांना नीट कोपऱ्यात नेऊन टाक. मी काय म्हणतेय, ते लक्षात येतं आहे ना तुझ्या?"

डॅनीनं कॅक्टस कापायची साधनं शेडमधून बाहेर काढली आणि आपली दुसरी सिगारेट शिलगावली. काय काय करायचं हे त्याच्या लक्षात आलं होतं.

श्रीलंकेच्या पूर्व किनाऱ्यावर हिंदू लोक उत्सवाच्या दिवशी जळत्या निखाऱ्यांवरून चालतात, कारण पूर्वेकडील लोक असेच असतात. श्रद्धाळू मुसलमान लोक कलमुनाइच्या दर्ग्यात आपली जीभ सळीनं टोचून घेतात. एखादा माणूस एप्रिलच्या

कडक उन्हाळ्यात आपला मनगटापासून कोपरापर्यंतचा हात कट्यारीनं चिरतो. या सगळ्याचं कारण एकच आहे आणि ते म्हणजे श्रीलंकेच्या पूर्वेकडचे लोक असेच आहेत.

डॅनीनं सिगारेटचं जळतं थोटूक कॅक्टसवर टेकवून बंद केलं, तेव्हा त्या ऑसी बाईनं घाबरल्यासारखा चीत्कार केला. मग घराचं काचेचं दार लावून घेऊन ती त्या दारामागून डॅनीचं काम पाहू लागली.

डॅनीनं पहिल्या कॅक्टसभोवतीची जमीन फावड्यानं खणून भुसभुशीत केली. वीस मिनिटे तो हे काम करत राहिला. कॅक्टसच्या झाडांभोवतालच्या जमिनीवर फावड्यानं हल्ला करून त्यानं प्रत्येक झाडाची चाचपणी केली. मग गाणं गुणगुणत त्यानं झू ऽऽ झू ऽऽ आवाज करणारी करवत सुरू केली. कॅक्टसमधून त्यांचे काटे, दुधासारखा चीक आणि लगदा इकडे-तिकडे पडू लागला.

"ए, थांब रे. हे लाव डोळ्यांवर!" हातात गॉगल्स घेऊन ती बाई काचेच्या दरवाजामागून ओरडली. बझ करवतीनं टेक्सासच्या सद्गृहस्थांवर हल्ला चढवताना डॅनी आणखी जोरात गाणं गाऊ लागला.

काटे असतात गुलाबाचं रक्षण करण्याकरता. कॅक्टसना तोडून काढताना डॅनीच्या चेहऱ्यावर हसू पसरलं. 'काटे असतात गुलाबाचं रक्षण करण्याकरता...' तो परत एकदा गुणगुणला.

"बेकायदेशीरपणे राहतोस का तू इथं?" त्या बाईनं विचारलं. ते ऐकताच डॅनीनं मशीन बंद केलं. डोळ्यांवरचा गॉगल बाजूला केला आणि तो दाराजवळ हाताची घडी घालून उभ्या असलेल्या त्या व्हाइट बाईकडे वळला.

"इतक्या कमी पैशात काम करायला तयार झालास!"

जमिनीवर करवत ठेवून डॅनी पळायच्याच बेतात होता; पण ती गुपचूप घरात गेली आणि तिनं दार लावून घेतलं; पण दुसऱ्याच क्षणी ती दार उघडून ओरडली, "एकदा का तू त्या 'टेक्सासच्या सद्गृहस्थां'ना कापून काढलंस की, तुला त्यांना भिंतीपर्यंत लोटत न्यायचंय."

मग तिनं तब्बल पंचेचाळीस मिनिटं त्याला एकट्याला काम करू दिलं. तिनं परत दार उघडलं, तोपर्यंत पाचही कॅक्टस धराशायी झाले होते. डॅनीनं त्यांना लोटतलोटत बागेच्या भिंतीपर्यंत नेलं होतं. झू ऽऽ झू ऽऽ आवाज करणारी करवत बाजूला पडलेली होती आणि डॅनी घराबाहेरच्या सिंकमध्ये हात धूत होता. अंगणात आल्यावर तिनं पाहिलं की, डॅनीच्या रक्तामुळे सिंकचा रंग बदललाय.

"हॉस्पिटलला जा बरं का. जखमेत पू-बी भरेल आणि मग ती चिघळून तिचं सेप्टिकही होऊ शकेल. खरंच सेप्टिकही..." मग तिनं त्याच्याकडे बघितलं आणि तिच्या लक्षात आलं, की हा काही हॉस्पिटलला जाणार नाही. नक्कीच

जाणार नाही.

त्या बाईच्या घरात ॲन्टिसेप्टिक औषध होतं. मऊ पांढरे टॉवेलही होते. डॅनीच्या जखमेला ॲन्टिसेप्टिक मलम लावून तिनं त्याचे हात त्या टॉवेल्समध्ये घट्ट बांधून टाकले.

''मीसुद्धा बेकायदेशीरपणे राहत होते. इथं नाही. अमेरिकेत.'' ती हळूच म्हणाली.

त्या बाईचं नाव होतं सॅम. मी मूळची ऑस्ट्रेलियाची नव्हती. झिम्बाब्वेची होती.

''तुला माहिती आहे, लोक आपला मायेदश का सोडतात?'' तिनं डॅनीला विचारलं. या माहितीसाठी गुगलमध्ये पाहिलं पाहिजे डॅनीनं विचार केला. त्यानं आपल्या घट्ट बांधलेल्या हातांकडे पाहिलं आणि काही न बोलता तो कामाचे पैसे मिळण्याची वाट पाहू लागला.

पण सॅम सांगतच राहिली की, ती अमेरिकेत कोलोरॅडोमध्ये राहिली. अमेरिकेत स्थायिक व्हावं म्हणून तिनं सात वर्षे खटपट केली. कोलोरॅडोनंतर ती टेक्सास, लास व्हेगास आणि आणखीही बऱ्याच ठिकाणी राहिली होती. ग्रीन कार्ड मिळावं म्हणून ती प्रयत्न करीत राहिली; पण ते तिला कधीच मिळालं नाही. मग ते मिळावं म्हणून ती वकिलाकडे जात राहिली. असे तिनं अठरा महिने काढले. ''शेवटी हा प्रयत्न मी केव्हा सोडून दिला माहीत आहे?'' तिनं डॅनीला विचारलं. मग तीच म्हणाली, ''माझ्या वकिलाच्या ऑफिसात मी जोस डिगो या सफाई कामगाराबरोबर बोलले. त्या दिवशी त्यानं मला तो अमेरिकन नागरिक कसा झाला ते सांगितलं. तो म्हणाला, त्याची सहा महिन्यांची गरोदर आई टेक्सासजवळच्या सीमेपर्यंत चालत चालत आली. तिनं चालतच सीमेवरची नदी पार केली. फक्त अमेरिकेत येण्यासाठी; आपल्या लेकराला अमेरिकेच्या भूमीवर जन्म देण्यासाठी तिनं हे सारे कष्ट सहन केले. ग्रीन कार्ड मिळवण्याचा असा ध्यास घ्यावा लागतो; पण काही लोकांचं नशीब बलवत्तर असल्यानंही त्यांना अमेरिकेचं ग्रीन कार्ड मिळतं.'' तिनं पुस्ती जोडली.

ती पुढे म्हणाली, ''माझी ॲना नावाची ब्रिटिश मामेबहीण आहे. तिचा जन्म लंडनचा. ती लंडनमध्येच मोठी झाली. म्हणजे तिला तसं वाटत होतं. ती अठरा वर्षांची झाल्यावर एकदा अचानक तिच्या आई-वडिलांनी तिला सांगितलं, 'ॲना, आम्ही तुला सांगितलंय ना गं की, तुझा जन्म हवाई आयलंडमध्ये झालाय?' त्यांनी असं दाखवलं की, जणू इतकी वर्षे ते ही गोष्ट सांगायचं विसरूनच गेले होते. खरंतर ती जन्मानं अमेरिकन आहे. आता ती अमेरिकेत राहते - ओहायोला... तर अमेरिकन होण्यासाठी खूप खूप प्रयत्न तरी करावे लागतात किंवा खूप

चांगलं नशीब तरी असावं लागतं. माझ्याजवळ या दोन्ही गोष्टी नव्हत्या.''

डॅनी हातावर गुंडाळलेले टॉवेल्स काढून आपल्या हातांची अवस्था पाहू लागला, तेव्हा ती म्हणाली, ''या बाबतीत ऑस्ट्रेलिया तसा खूप वाईट नाही. खरंतर मानवी इतिहासात असं कधी घडलेलं नाही; पण या देशात छळवाद नावाची गोष्टच नाही. वाईटपणा औषधालाही नाही. इथं बेकायदेशीरपणे राहणं कठीण आहे का?''

यावर डॅनी जोर देऊन म्हणाला, ''मी इथला बेकायदेशीर रहिवासी नाही.''

मग ती काही न बोलता त्याचे पैसे आणायला आत गेली.

डॅनीनं टॉवेल्ससाठी सॅमचे आभार मानले; पण तिनं देऊ केलेली बिअर नाकारली. तिला आपला फोन नंबर देऊन त्यानं तिला सांगितलं की, यापुढे गरज पडल्यास सरळ मला फोन करा. टोमो सावडारिस किंवा त्याऐवजी 'दुसऱ्या कोणत्यातरी' नेटवर्कवरून माझ्याशी संपर्क साधू नका.

तो चालतच कॅम्पबेल टाउन स्टेशनला गेला. तिथं गेल्यावर त्यानं हाताला गुंडाळलेले, रक्तानं माखलेले टॉवेल्स काढून फेकून दिले आणि तो ट्रेनची वाट पाहू लागला.

सकाळची ११ वाजून ११ मिनिटं

''डॉक्टर प्रकाश,'' डॅनी परत म्हणाला, नंतर आणखी काय बोलावं हे न सुचल्यानं त्यानं 'सर' हे शब्द आपल्या संभाषणात जोडले.

पलीकडच्या बाजूला किंचित्काळ शांतता होती आणि मग त्यानं कित्येक महिने न ऐकलेला आवाज ऐकला.

''नेल्सन, नेल्सन मंडेला. तूच आहेस. हो ना? नेल्सन, आमचा सफाई कामगार.''

''हो सर, मीच आहे.'' डॅनी दीर्घ श्वास घेत म्हणाला. आता काहीही बदलता येण्यासारखं नव्हतं. फोनच्या त्या बाजूचा माणूस पुन्हा एकदा हसला.

''खूप दिवसांत हा नंबर दिसला नव्हता. मध्यंतरी खूपच काळ निघून गेला. नेल्सन मंडेला, आमचा अत्यंत कुशल सफाई कामगार. तुझा आवाज, तोही आज ऐकून इतकं छान वाटतंय ना मला.''

एखाद्याला नक्कल करायची अनावर इच्छा व्हावी, त्याप्रमाणे डॅनीला लोकांशी बोलायची, त्यांना फोन करायची अनावर इच्छा व्हायची.

“तोही आज?”

डॉक्टरचा आवाज अगदी स्पष्ट, संथ होता. बट्टिकालोआला संध्याकाळचं वादळवारं शांत झाल्यावर रात्री मोटारीच्या हेडलाइटस्‌चा प्रकाश कसा स्पष्ट, लख्ख दिसायचा, तसा जणू काही तो शांतपणे, गंभीरपणे विचारत होता की, “अरे, मी कसा खुनी असेन?”

डॅनी स्वतःला म्हणाला, एक टाळी वाजव बेटा, दिवस पुन्हा पहिल्यापासून सुरू होईल.

ऑसीज विचार करणारे, तर्कानं वागणारे लोक आहेत. या देशात केलेल्या चुका सुधारल्या जाऊ शकतात. डॅनी फोनमध्ये म्हणाला, “डॉक्टर, चुकून लागला तुमचा नंबर. घर नं. सातचा नंबर पाहात होतो. तो अकाउन्टन्ट आहे. ब्राउन स्ट्रीट, न्यू टाउनमध्ये. त्यांच्या घरात सफाई करायची आहे. चुकून तुमचा नंबर दाबला गेला.”

“चुकून? आणि तोही आजच?” हा आवाज होता घ.नं. सहाच्या डॉक्टर प्रकाशचा. या माणसाला तो कधी काळी नाइलचा राजा म्हणायचा.

उगीचच खोकत डॅनी गडबडीनं म्हणाला, “हो. थोडं विचित्र आहे हे डॉक्टर; पण खरं आहे.”

थोडा वेळ शांतता पसरली आणि मग फोनवर पुन्हा हसण्याचा आवाज आला. डॅनीनं थोडी वाट पाहिली.

“श्रीयुत सफाई कामगार, सफाई कामगार नेल्सन. तू आज फोन केलास ही फारच चांगली गोष्ट आहे. का हे माहीत आहे तुला? अरे, आणखी काहीच तासांत मी विमानानं दक्षिण आफ्रिकेला चाललोय. दिवस संपतासंपता विमान निघेल माझं!”

“दक्षिण आफ्रिका?”

“हो. दक्षिण आफ्रिका. तुला माहीतच आहे, मला तो देश किती आवडतो ते. तरुणपणी गांधी तिथं राहायचे. तुला आठवत असेल, त्याबाबतची सगळी हकिगत मी तुला सांगितली आहे.” हलकेच हसत डॉक्टर म्हणाला, “ओळख, मला आज काय पाहिजे आहे तुझ्याकडून? अरे, मला माझं घर साफ करून घ्यायचं आहे. तू तर आमचा सगळ्यात चांगला सफाई कामगार होतास. आपल्या कामात अगदी वाकबगार. नेल्सन, लगोलग ये बरं इथं.”

“डॉक्टर, मला खूप कामं आहेत. न्यू टाउनला तर जायलाच हवं.”

“मला फोन करायला तुझ्याकडे वेळ आहे; पण माझ्याकडे यायला तुझ्याकडे वेळ नाही. आमचा डॅनी फारच मजेशीर माणूस आहे हं! हे तुझं दुसरं नाव आहे. हो ना?”

डॉक्टरचा आवाज अगदी शांत, धीरगंभीर, समंजस वाटत होता. मुख्य म्हणजे तो ऑस्ट्रेलियन वाटत होता.

"सॉरी डॉक्टर," श्वास घेण्यासाठी थांबत डॅनी म्हणाला, "मोठी चूक झाली माझ्याकडून. खरंच चुकलो मी. पण न्यू टाउनचं काम करायला मला जावंच लागेल." आणि त्यानं पटकन फोन बंद केला.

फोन बंद केल्यावर मोठी सुटका झाल्यासारखं वाटलं डॅनीला. त्यानं त्याचं काम केलं होतं. प्रकाश नेहमीसारखा आहे की नाही हे पाहण्यासाठी त्यानं फोन केला होता आणि त्याला तो अगदी नेहमीसारखाच वाटला होता. त्याचा इतर कोणत्याही गोष्टीशी तिळमात्र संबंध असावा असं वाटलं नाही. छान! डॅनीला खूप छान वाटलं. आता नेहमीसारखं मन लावून रोडनी अकाउन्टन्टचा फ्लॅट स्वच्छ करायचा – ब ऽऽ डा ऽऽ डा ऽऽ बम... बम...!

चेननं बांधलेल्या कुत्रीला घेऊन एक मध्यमवयीन माणूस डॅनीजवळून गेला. डॅनीला कोणत्याही कुत्र्याची ब्रीड, जात सांगता यायची नाही. ही कुत्री न्यूझीलंडच्या ब्लू बेरी आइस्क्रीमच्या रंगाची होती. तिच्या गळ्याभोवती छोटे-छोटे खिळे असलेली काळी कॉलर होती. तिच्या सपाट पोटाखाली तिची पांढरी स्तनाग्रं ताठ उभी होती. डॅनीला वाटलं, त्याला आत्ता अल्सेशियनसारखं श्रीलंकेचं एखादं गुबगुबीत, ओळखीचं कुत्रं दिसलं तर किती छान होईल.

तिथल्या अल्सेशियनला इथं जर्मन शेफर्ड म्हणतात.

...डॅनीचा फोन परत चमकू लागला. एच ६

डॉक्टर प्रकाशला आधीचं संभाषण चालू ठेवायची उत्सुकता आहेसं दिसतं.

आता दुपार झाली असणार. नक्कीच.

डॅनी टाळी वाजव बेटा, पुन्हा पहिल्यापासून दिवस सुरू होईल. थोडा मेंथॉलचा वास घे. कदाचित दिवस परत सुरुवातीपासून सुरू होईल.

चालताचालता हातानं टाळ्या वाजवत डॅनी परत ग्लीबमध्ये आला... दुबईच्या हॉटेल बिझनेसमध्ये ही अगदी गडबडीची वेळ असे. तिथं आपल्याला आपल्या घाणेरड्या हॉटेलच्या, घाणेरड्या खोल्यांसाठी गिऱ्हाईक पटवायचं असतं. दुसऱ्यांना मोठमोठी आश्वासनं देणारा माणूस स्वतःलाही तशीच मोठमोठी आश्वासनं देतो. डॅनी स्वतःलाच म्हणाला, "डॅनी, या खुनाचं रहस्य आता उलगडणार आहे... डॅनी मोठा हिरो होणार आहे..." हे असंच होणार आहे.

ज्याला त्यानं फोन करायला नको होता, त्या माणसाला डॅनीनं फोन केला होता. राधाच्या मृत्यूच्या दिवशी.

सेंट्रलपेक्षा इथं ग्लीबमध्ये जास्त दाट धूर होता. डॅनी पुन्हा एकदा शिंकला.

मागच्या बाजूनं बांधकामाचा धड... धड... कट्... कट्... असा आवाज येत होता. डॅनी विचार करत होता... सगळेजण कुठं आहेत? नेहमीचं जग कुठं आहे?

दोन दिवसांपूर्वी तो वेगळ्याच ठिकाणी होता. जत्रेत आठवड्याच्या सुट्टीच्या दिवशी भरलेल्या जत्रेत. सोंजा आणि तो जत्रेत फिरत होते. हातात हात घालून. पांढऱ्या तंबूंच्या आत ओळीनं दुकानं लावलेली होती. तिथं त्यांनी हातानं ठोकून तयार केलेले स्टीलचे दागिने, कातडी बेल्टस, रंगीत कागदांत गुंडाळलेले साबण आणि सुगंधित जाड मेणबत्त्या पाहिल्या. तंबूंच्या मागे एक रॉक बँड वाजत होता. सोंजा गुडघ्याजवळ फाडलेल्या जीन्स शोधत होती. विणकामासाठी रंगीत धागेही शोधत होती. ती पांढऱ्या छत्र्यांखाली बसलेल्या लोकांबरोबर लोकरी कपड्यांबद्दल आणि रफू करण्याच्या तसेच शिवणाच्या वेगवेगळ्या पद्धतींविषयीही बोलत होती. तिच्यात एक प्रकारचा घरगुतीपणा होता. डॅनीला तसा घरगुतीपणा दुसऱ्या ऑस्ट्रेलियन बायकांमध्ये दिसला नव्हता; त्यामुळे त्याच्या चेहऱ्यावर हसू फुटलं. मागच्या बाजूला अन्य बेकायदेशीर रहिवासी योग्य ते अंतर ठेवून उभे होते.

त्यांना डॅनी तिथं असेल आणि सोंजाही तिथं येणार आहे हे माहीत होतं. ते तिथं दात दाखवत उभे होते.

शनिवारी, शनिवारी घडलं होतं हे सगळं; पण आत्ता या क्षणी लाकडी धुरानं वेढलेलं ग्लीब, भुताटकीनं पछाडलेली वस्ती वाटत होतं.

ग्लीबचं पांढरे खांब असलेलं पोस्ट ऑफिस, ओसाड बागा, बट्टिकालोआच्या घरांची आठवण करून देणाऱ्या लोखंडी, नक्षीदार कठड्यांच्या गच्च्या मागं टाकून डॅनी लायब्ररीकडे धावला.

सनबर्स्टमध्ये लपून राहा किंवा तुझ्यासारख्या लोकांमध्ये जाऊन बस. तरच तू जिवंत राहशील, डॅनीनं स्वतःला सांगितलं.

कामाच्या बहुतेक दिवसांत तिथले बेकायदेशीर रहिवासी ग्लीब लायब्ररीच्या समोर एकत्र जमत. तो त्यांचा स्वतःचा बाजार होता. तिथं ते वापरून झालेल्या वस्तूंची देवाण-घेवाण करीत किंवा त्या विकून टाकत. तिथं ते नोकरीबाबतची माहिती आणि देशांतरित लोकांना तिथले कायमचे रहिवासी करून घेणाऱ्या कायद्यांमध्ये होत असलेले बदल एकमेकांना सांगत : कधी डॅनी इतरांना किरण रावचं पुस्तक वाचून दाखवत असे किंवा त्या दिवशी सकाळी टी.व्ही.वर किरण राव काय बोलले ते सांगे.

"रोज सकाळी आई मला पेनरिथला जाणाऱ्या ट्रेनमध्ये बसवून देई. मी शहरातल्या 'नॉक्स ग्रामर' या शाळेत शिकायचो. त्या त्या वर्षी मी पूर्ण शाळेत पहिला यायचो. शाळेत जाताना ट्रेनमध्ये मी दर दिवशी एक पुस्तक वाचायचो.

माझ्या आईच्या ‘प्रयत्नांची कास कधी सोडायची नाही.’ या वृत्तीमुळेच आज मी एक मानसशास्त्रज्ञ आहे आणि चॅनल नऊवर बहुसांस्कृतिक घडामोडींचा, प्रश्नांचा विचार करणारा सल्लागार आहे.''

आज ग्लीब लायब्ररीसमोर एकहीजण बसलेला नव्हता. डॅनी त्यांना चिनी किंवा मलेशियन लिन, पाकिस्तानचे इब्राहिम आणि रझाक अशा नावांनी ओळखत असला तरी ते कोणत्या वेळी, कुठं भेटू शकतील याबद्दल त्याला काहीच माहीत नव्हतं; असं असावं याबद्दल सगळ्यांमध्येच एकमत होतं; त्यामुळे त्यांच्यातील एखादा काही कारणानं पकडला गेला तरी बाकी सर्व सुरक्षित राहात.

दोनच महिन्यांपूर्वी घडलेली घटना. इथंच, या लायब्ररीसमोरच मलेशियातील चिनी लिन, पाठीवर एक जड बॅग घेऊन चाललेल्या एका युरोपियनाशी, तो बहुतेक ब्रिटिश असावा – बोलत होता. डोळ्यांत पाणी आणून तो लिनला सांगत होता की, त्यानं महिनाभर टॅम्वर्थच्या एका शेतकऱ्याकडे संत्री तोडायचं काम केलं होतं. महिन्याच्या शेवटी त्याला एका टोपलीची फक्त एक डॉलर मजुरी दिली गेली होती. पाठ, मान मोडून टाकणाऱ्या त्या कामाचे त्याला सरतेशेवटी फक्त एकशे वीस डॉलर्स मिळाले होते. ते घेऊन त्यानं टॅम्वर्थ सोडलं. त्या व्हाइट मुलाच्या वाट्याला अशी फसवणूक पहिल्यांदाच आली हे ऐकून लिनला आश्चर्यही वाटलं आणि भीतीही. तो मुलगा येणाऱ्या-जाणाऱ्या सगळ्यांना ‘‘लवकरच भेटू आपण'' असं म्हणे. लिनला त्याची ही सवय फार आवडे. लिन एका मेक्सिकन हॉटेलमध्ये काम करायचा. तो त्या हॉटेलमध्ये गेला. तिथं फुकट मिळणाऱ्या टॅकोच्या, मांस घातलेल्या पास्टाच्या कचोऱ्या गुपचूप बाहेर घेऊन आला. त्यानं आणि त्या युरोपियानं ग्लीब लायब्ररीच्या बाहेर एकत्र बसून त्या कचोऱ्या खाल्ल्या होत्या. त्याच्यावर दया येऊन, अशा प्रकारच्या संकटात तो एकटाच नाही हे त्याला समजवायला लिननं तो स्वतःही ऑस्ट्रेलियाचा बेकायदेशीर रहिवासी आहे हे कबूल केलं. तुमचा विश्वास बसणार नाही; पण त्या युरोपियनानं टॅकोसाठी लिनचे आभार मानले. त्याला तो ‘लवकरच भेटू या आपण’ म्हणाला आणि आपल्या टाउन हॉलमधील होस्टेलवर परत गेल्यावर त्यानं चक्क इमिग्रेशन ऑफिसमध्ये लिनबद्दल फोन केला होता. खरंच! आणि मग तिथला ऑफिसर व्हॅननं ग्लीबला आला होता. त्यानं लिनचा शोध सुरू केला होता. त्या वेळी लिनला त्याच्यापासून कोणी वाचवलं असेल? एका लायब्ररीयननं, युनिव्हर्सिटीतील मुलीनं. तिनं त्याला दोन तास आपल्या कारमध्ये लपवून ठेवलं. या प्रसंगानंतर दोन तासांनी लिननं आपला फोन नंबर बदलला. नंतर डॅनीला किंवा दुसऱ्या कोणालाही त्यानं आपला फोन नंबर दिला नाही.

लायब्ररीतून बाहेर पडल्यावर डॅनी उजव्या हाताला असलेल्या रस्त्यावरून

पळत सुटला. उताराला लागल्यावर तो मेन रोड सोडून आडरस्त्याला गेला. तिथं खिडकी नसल्याने आंधळी वाटणारी खूप घरं होती. त्यांना मागं टाकल्यावर त्याला एका भिंतीवर स्प्रे-पेन्टिंग केलेलं, भडक रंगाचं कृष्णाचं मोठं चित्र दिसलं. त्यात कृष्ण एका फळकुटाच्या आधारानं पाण्यात सर्फिंग करणाऱ्या निळ्या रंगाच्या एका निग्रोच्या रूपात दाखवला होता. ते भित्तीचित्र नजरेस पडताच आता आपण आपल्या घराच्या जवळ आलोय हे डॅनीच्या लक्षात आलं.

हळूहळू त्याला 'टूसीएच ११७० केएचझेड'वर लावलेली जुनी लोकप्रिय गाणी ऐकू येऊ लागली. नंतर लगेचच त्याला एका ग्रोसरी स्टोअरच्या उघड्या खिडकीतून बाहेर आलेला एक म्हातारा गोरा हात दिसला. त्या हातानं जळत्या सिगारेटची राख फुटपाथवर झटकली. अशा रीतीनं की, त्या माणसानं जंगलात पेटलेल्या वणव्याच्या धुरानं झालेल्या प्रदूषणात सिगारेटच्या धुराची आणि गरम राखेची आणखी भर घातली.

जळत्या सिगारेटचा मालक कुरकुरत होता, "नियमबाह्य खेळ खेळल्याबद्दल नेहमी आम्हालाच का पकडतात? सगळे नेहमी ईललाच का दोषी ठरवतात? तुला आठवतं, गेल्या वर्षी रगबी लीगच्या कमिटीनं जोइ मिशेलवर आरोप केला होता? विरोधी टीमच्या खेळाडूंवर तो घातक चाल करतो म्हणून? पण खरंतर ती अगदी बरोबर चाल होती. एकदम बरोबर चाल. ते नेहमी आम्हालाच दोषी ठरवतात."

"टोमो!"

पूर्ण सिडनीसाठी उन्हाळा भलेही क्रिकेटचा सीझन असो; पण ग्लीब पॉइंट रोडजवळच्या, जुन्या पाटीवर पांढऱ्या रंगात सनबर्स्ट नाव लिहिलेल्या या स्टोअरमध्ये तो क्रिकेटचा सीझन नव्हताच. तो रगबीचाच सीझन होता. "बिचारा मिशेल. त्याच्या डोक्याला जखमा झाल्या आहेत आणि कमिटीची न्यायव्यवस्था त्यालाच दुष्ट खेळाडू म्हणते आहे."

"टोमो!" म्हणत डॅनीनं स्टोअरमध्ये प्रवेश केला. त्याच क्षणी खिडकीबाहेरील जळती सिगारेट फुटपाथवर पडली आणि खिडकीबाहेरचा हात खिडकीत आला. शेल्व्हजजवळून चालत डॅनी स्टोअरच्या मागच्या बाजूस गेला. तिथं डाव्या बाजूला वळून जुन्या लोखंडी जिन्यावरून दडा-दडा धावत तो वर गेला. तिथल्या स्टोअररूममध्ये जाऊन त्यानं ते दार आतून बंद करून घेतलं. आता कुठं तो आपल्या घरात होता.

सकाळची ११ वाजून १६ मिनिटं

कपाटावर ठेवलेल्या दोन पांडा अस्वलांनी डॅनीचं स्वागत केलं. त्या कपाटात टिशू पेपर भरून ठेवलेले होते. भिंतीजवळ कार्डबोर्डचे डबे रचून ठेवलेले होते; पण खोलीत गेल्या गेल्या नजरेत भरत होता तिथला निळा सोफा आणि फिरती काळी खुर्ची. भिंतीवर एक तडा गेलेला आरसा टांगलेला होता.

रगबी म्हणजे काय, हे समजून घ्या.

ऑस्ट्रेलियात तीन प्रकारची रगबी खेळली जाते.
(पण तिला रगबी कधी म्हणू नका.)
रगबी लीग (याला फुटबॉल म्हणा.)
मोठ्या टीम्स
ईल्स - पॅरामेटा (टोमोची टीम)
ड्रॅगन्स - इल्लवर
रॅब्बिटोह - (फारच वाईट आहे ही टीम) साउथ सिडनी
बुलडॉग्ज - कॅन्टरबरी
हा खेळ ब्रिस्बेनमध्येही खेळला जातो.

हातानं लिहिलेला, स्टिकमनची चित्रं असलेला एक कागदाचा ताव आरशाशेजारी भिंतीला चिकटवलेला होता.

२. रगबी युनियन (याला फक्त युनियन म्हणा.)
हा खूपच श्रीमंतांनी खेळायचा रगबी खेळ आहे. या खेळात 'स्क्रम' असतो. म्हणजे दोन्ही टीमच्या सर्वांत पुढच्या खेळाडूंनी डोक्याला डोकी भिडवून एकमेकांना ढकलणं आणि त्यांच्यामध्ये बॉल फेकला जाणं.

चित्रातील एका खेळाडूनं उंच उडी मारून ती लंबगोल वस्तू हातानं पकडलेली होती.

३. एएफएल (ऑसींचे नियम) - या प्रकारच्या टीम्स आहेत कॉलिंगवुड, फिटझ्रॉय वगैरे.

पाठीवरचं अवजड ओझं उतरवून डॅनीनं ते प्लॅस्टिक बॅगवर टाकलं. नंतर बॅगमधील कॅक्टस बाहेर काढून पांडा अस्वलाजवळ ठेवून दिलं.

"तू आत्ता इथं का आहेस?" खालून आवाज आला. डॅनीनं दरवाजा उघडून सात लोखंडी पायऱ्यांखाली पाहिलं.

खालून टोमो सावडारिसचा निस्तेज चेहरा त्याच्याकडे रोखून पाहात होता.

स्टोअरचा कॅश काउंटर सूर्यप्रकाशात उजळून निघाला होता. टोमोच्या अगदी मागे, उजव्या बाजूला लहान बाळांच्या दुधाच्या पावडरीचे जस्ताचे हवाबंद डबे होते (शेल्फ एफ १). शेल्फ जी १ होते हवेत फवारणी करणाऱ्या स्प्रे, टिशू पेपर्स आणि टॉयलेट पेपर्सचे शेल्फ. शेल्फना नंबर द्यावेत ही डॅनीच्या डोक्यातून निघालेली कल्पना होती. शेल्फ पाहून डॅनीला आठवलं की, आज त्याला कार्डबोर्डचं खोकं उघडून लगेच बनवून खाता येतील अशी रेमन नूडल्स पाकिटं शेल्फ इ.मध्ये काढून ठेवायची आहेत. जस्ताच्या डब्यात बंद असलेल्या सूप्सच्या शेजारी.

"तुला आज सफाईची कामं आहेत. एक नाही, दोन-दोन कामं आहेत. तू रद्द केलीस की काय ती?" टोमो.

डॅनीच्या जास्त जवळ जाण्यासाठी टोमोनं आपला हात जिन्याच्या कठड्यावर ठेवला. त्याचा आवाज सिगारेट ओढणाऱ्यांचा असतो तसा क्षीण होता आणि नजरेत होती वेगवेगळ्या शिक्षांची जरब.

"तू ती कामं रद्द केली असशील, तरी माझं वीस डॉलर्सचं कमिशन तुला द्यावंच लागेल. असा विसरणार नाही मी. तू मला वीस डॉलर्स देणं लागतोस ही गोष्ट मी अजिबात विसरणार नाही. डॅनी, तुझा माझ्यावर विश्वास आहे. हो ना? तुला माहीत आहे, मला येणारी देणी मी कधीच विसरत नाही."

आपल्या बॉसला काहीही उत्तर न देता डॅनीनं त्याच्या तोंडावर दार बंद केलं.

मग तो फिरत्या खुर्चीवर बसला. ओल्या पुठ्ठ्याच्या, मसाल्यांच्या आणि गालिचाच्या वासानं कुंद झालेली हवा त्यानं नाकात ओढून घेतली अन् त्याला जाणवलं की, हे जे काही आहे, ते त्याला गमवायचं नाही.

त्यानं आपली ही जागा आवश्यक त्या सोयींनी सुसज्ज केली होती, कारण ऑसी आपल्या दिवाणखान्यातील वस्तू दर दोन दिवसांनी काढून फेकून देत. डॅनीच्या कपाटात एक छोटासा इलेक्ट्रिक हीटरसुद्धा होता. रोज रात्री ४० मिनिटं का होईना त्याला तो वापरू दिला जाई. सावडारिसचं म्हणणं होतं की, तो खूप इलेक्ट्रिसिटी वापरतो. तसा हिवाळा खूपही वाईट जायचा नाही. विशेषतः ग्लीब लायब्ररीनं टाकून दिलेली ही खुर्ची मिळाल्यापासून.

वु ऽऽऽश! खुर्चीत बसून डॅनी ती आपल्याभोवती फिरवू लागला : दुबईला गेल्यावर त्याला बाहेरचं जग किती मोठं आहे याची कल्पना आली होती. त्याच्या

हेही लक्षात आलं होतं की, पायरीपायरीनं उंचावणाऱ्या, भव्य होत जाणाऱ्या जगात तो सर्वांत खालच्या पायरीवर आहे. तो सर्वांत खालच्या पायरीवर असलेल्या श्रीलंकेच्या पूर्व भागातील अल्पसंख्याकांमधील अल्पसंख्याक होता.

इथं, ग्लीबच्या या स्टोअर रूममध्ये, या तुरुंगात डॅनीनं एका फिरत्या खुर्चीची भर घातली होती. त्या खुर्चीत बसल्यावर तो कुणीतरी वेगळाच, बहुतेक वेळा किरण राव होऊन जाई. आज तिथं बसल्यावर त्याला जाणवलं की, त्याचं ब्लडप्रेशर कमी होऊ लागलंय.

मग खालून, स्टोअरमधून कुणीतरी ओरडून विचारलं, "डॅनी, आज किती डॉलर्स मिळवलेस तू?... डॅनी."

डॅनी बसल्या जागेवरून ओरडला, "टोमो, तू जा बरं!"

"तू काम रद्द केलं असलंस तरी मला माझे पैसे मिळालेच पाहिजेत हं!"

"काम रद्दबिद्द केलं नाही मी. फक्त थोडी विश्रांती घेतो आहे."

"विश्रांती?" त्या ग्रीक म्हाताऱ्यानं तो शब्द अशा रीतीनं उच्चारला जणू काही त्याला तो शब्द माहीतच नव्हता.

"विश्रांती घेतोस?"

फिरती खुर्ची कपाटापाशी नेत डॅनीनं कपाटावर ठेवलेला एक पांडा उचलला आणि त्याला दाराकडे फेकत तो जणू त्याला म्हणाला, "ए, बाहेर जा बरं!"

आपल्या डोळ्यांसमोर आलेल्या त्या चेहऱ्याबद्दल तो विचार करत राहिला. मार्क. तिचा नवरा. त्यानं तो चेहरा लाल ट्युलिप्सच्या शेजारी पाहिला होता. तो तिचा छळ करत नव्हता. कदाचित त्यामुळेच 'त्याला' त्याचा राग आला असेल. मत्सर वाटला असेल. मार्क रिअल इस्टेट एजंट होता. तो जमिनींची, घरांची खरेदी-विक्री करत असे. गडगंज श्रीमंत होता तो (म्हणजे त्यानंच हे कृत्य केलं आहे असंही नाही म्हणायचं मला. आपल्या कल्पनेतील ऑस्ट्रेलियन श्रोत्यांना हे सांगणं गरजेचं आहे असं त्याला वाटलं. 'मी मार्कला दोष देतो आहे अशी तुमची समजूत करून दिल्याबद्दल क्षमस्व!') मग दुसऱ्या कोणी केलं असेल हे? उगीचच ठोसे मारून, मारून टाकणाऱ्या एखाद्या गुंडानं? उगीचच केलेला हल्ला? ज्या कोणी हा खून केला आणि ज्या कारणासाठी केला असेल, त्याबद्दल एक गोष्ट मात्र नक्की होती.

ती म्हणजे, खुनी इथला नागरिक होता.

"कोणत्या तरी गोष्टीनं तू बेचैन झालेला दिसतोस डॅनी!" बाहेरून त्या म्हाताऱ्याचा आवाज ऐकू आला. "उगीच फार विचार करत बसू नकोस."

सफाई कामगार म्हणून डॅनीला जी काही कमाई होई, तिचा एक तृतीयांश सावडारिस दलाली म्हणून वसूल करत असे. जीवनाबद्दलचा सल्ला मात्र डॅनीला

फुकट मिळत असे.

"अरे डॅनी, आज स्टोअरमध्ये आगीचा भोंगा वाजला. ग्लीबमध्ये सगळीकडे आगीचे भोंगे वाजत होते. हवेत इतका धूर होता म्हणतोस! त्या धुरानंच तुझं डोकं उठलं असेल. काहीच्या काहीच विचार करतो आहेस तू आज!" डॅनीला एकटं सोडून जाण्याआधी तो दुकानदार बाहेरून ओरडला.

डॅनीला माहीत होतं की, त्याचं म्हणणं बरोबर होतं. या वेळी सावडारिस बरोबर होता. खरंतर या वेळी डॅनी सफाई कामात असायला हवा होता.

डॅनीचं हृदय जोरात धडधडत होतं. जणू काही अशा रीतीनं ते आपणहून आपल्या देवाची प्रार्थना करत होतं – एक तळलेला सामोसा. फक्त एक अंडं घातलेला सामोसा.

"डॅनी, ती बाई. आज मेलेली ती बाई," परत दरवाजामागून आवाज आला, "तिच्यामुळे तर तू आज घरी आला नाहीस ना? अं?"

त्या चाणाक्ष म्हाताऱ्यानं अंदाज बांधायला सुरुवात केली होती.

"टोमो," डॅनी स्टोअर रूममधून ओरडला, "घ.नं. ५. तुला माहीत नाही ती."

"पण मला तुझ्याबद्दल सगळं माहीत आहे."

"हो; पण तुला तिच्याबद्दल काही माहीत नाही, कारण मी तुला कधी तिच्याबद्दल काहीही सांगितलेलं नाही. आधी मी तिथं सफाई करायचो; पण मग मी तिचं काम सोडलं. ती मेली आहे. ते जॅकेट कोणत्या रंगाचं आहे हे त्यांना माहीत नाही..."

"या घराबद्दल तू मला कधी सांगितलं नाहीस? तू मला त्याचा पैसाही कधी दिला नाहीस..."

सावडारिस किती चिडला आहे हे त्याच्या बडबडीवरून डॅनीला कळत होतं. चार वर्षांपूर्वी डॅनी त्याच्या स्टोअरमध्ये आणि मुठीत होता. त्यानंतर जाणाऱ्या प्रत्येक दिवसागणिक त्याच्यावरची आपली मूठ ढिली पडती आहे हे सावडारिसला कळत होतं.

त्यानंतर काय करायला पाहिजे हे डॅनीला सांगायची गरजच नव्हती. त्यानं एवढंच केलं की, त्या स्टोअरमध्ये तो म्हातारा आणि आपण समान आहोत हे त्यानं त्याला कळू दिलं.

"तुला आठवतं, मी कधीकधी रात्री खूप उशिरा घरी यायचो? तुला सांगायचो की, मी लायब्ररीत होतो? खरंतर मी त्यांच्याबरोबर असायचो. खून झालेल्या त्या बाईबरोबर आणि डॉक्टरबरोबर. अरकोतलं घ.नं.५ आणि पॉटस पॉइंटमधलं घ.नं. ६. मग मी दोन्हीकडे जाणं बंद केलं. साधारण सहा-सात महिन्यांपूर्वी."

"तू उशिरापर्यंत बाहेर राहायचास. मजा करायचास आणि मला तू हे कधीच सांगितलं नाहीस. त्या घरांचे पैसेही दिले नाहीस." खालून येणारा आवाज कर्कश, चिडका, वेड लागल्यासारखा झाला.

डॅनी हसू लागला. म्हाताऱ्याला त्रास देऊन, त्याला खुनशी आनंद मिळत होता.

पण त्याच्या चेहऱ्यावरील हसू फार काळ टिकलं नाही. आज सकाळपासून त्यानं केलेली प्रत्येक चूक त्याला मोठी वाटायला लागली होती. त्याच्या फोनची रिंग परत परत वाजत होती.

घर नं. ६.

डॉक्टर प्रकाश त्याला परत फोन करत होता.

"क्लीनर," डॅनीनं फोन घेतल्यावर तिकडनं आवाज आला.

"का रे, मघाशी काही न बोलता माझा फोन काटलास तू?"

"सॉरी, खरंच मी तसं करायला नको होतं."

"लक्षात ठेव. आज तू मला फोन केला होतास. आता इथं घरी येऊन तू घर साफ केलं पाहिजेस. एकदम बरोबर आहे ही देवघेव. हो की नाही?"

"मी... मी... मी..." म्हणत डॅनीनं फोन काटला.

डॅनीनं आपल्या खोलीत तो शब्द जोरात उच्चारला – 'भारतीय!' आणि मग तो स्वतःलाच दोष देत राहिला. तुला माहीत होतं, ती दोघं भारतीय आहेत. तुला माहीत आहे की, श्रीलंकेच्या तमिळ माणसासाठी भारतीय लोक सगळ्यात वाईट आहेत. मग या दोन भारतीयांपासून चार हात लांब का राहिला नाहीस तू?

पोलीस विचारतील, "या दोघांच्या बाबतीत काहीतरी चुकीचं आहे असं तुला वाटत होतं तर तू आम्हाला याआधी का फोन केला नाहीस?"

'मला माझ्याच देशात छळवाद सहन करावा लागला आहे.'

त्यानं फिरत्या खुर्चीत एक गिरकी घेतली. खुर्चीच्या सांधणीतून कच कच आवाज आला.

"म्हणूनच का तू आपल्या बापाचा पैसा खर्च करून ऑस्ट्रेलियात आलास? आणि मग त्याच्याशी बोलणं सोडलंस?"

खुर्चीची गिरकी थांबवण्यासाठी डॅनीनं आपले बूट जमिनीला लावले.

त्यानं खाली वाकून जमिनीवर पडलेला पांडा उचलला आणि पुन्हा कपाटावर ठेवला.

दोन्ही पांडा अस्वलांमध्ये ठेवलेलं, प्लॅस्टिक पेपरमध्ये गुंडाळलेलं कॅक्टस त्यानं बाहेर काढलं आणि सोफ्यावर ठेवलं. त्या कॅक्टसकडे तोंड करून तो बसून राहिला.

आता चौकशी सुरू झाली.

काय काय, कसं कसं घडलं ते सुरुवातीपासून सांग. पोलीस असंच विचारतात म्हणे. म्हण, कबूल कर. ''मला लाज वाटते. मी इथला बेकायदेशीर रहिवासी आहे. मी कायदा मोडला आहे.''

आणि डॅनीनं पुन्हा एकदा त्या काळ्या खुर्चीत गिरकी घेतली.

''ठीक आहे. आता हे सांग की, त्या मृत बाईच्या घरी तू कशी काय सफाई करू लागलास?''

या देशात तुम्ही कोणतंही काम व्यवस्थित, धंदेवाईक पद्धतीनं केलं, तर इथले लोक तुम्हाला मानानं वागवतात. ऑस्ट्रेलियातील इतर अनेक गोष्टींप्रमाणे ही गोष्टही मला आवडते. तू तुझं काम खूप छान करतोस. माझ्या मित्रालाही असा सफाई कामगार पाहिजे आहे असं म्हणून असंच कोणीतरी मला राधाकडे कामाला पाठवलं असणार. कोणी पाठवलं ते मला आता आठवत नाही...

''आठवण्याचा प्रयत्न कर. कोणी पाठवलं होतं तुला तिथं?''

डॅनीनं गिरकीचा वेग कमी केला. ''सॉरी, मला आठवत नाही आता.''

त्याबद्दल त्याला आता एवढंच आठवलं. पहिला आठवडा. तिचा फ्लॅट त्याच्यासाठी इतर घरांप्रमाणेच सफाईकाम करण्याचं ठिकाण होतं. जमिनीवर पडलेल्या योगा मॅटस आणि जिमचे कपडे. सिंकमध्ये स्पॅगेटी. फ्लॅटची मालकीण राधा थॉमस तो कशी सफाई करतोय यावर नजर ठेवून होती; पण हे नेहमीचंच होतं. तुम्ही कोणाकडे पहिल्यांदा सफाईचं काम करत असाल तर तुम्ही कसं काम करताय हे ते लोक लक्ष देऊन पाहतात. घरातील प्रत्येक भिंतीवर तिचा आणि एका व्हाइट माणसाचा फोटो होता. तो तिचा ऑस्ट्रेलियन नवरा होता. तिनं डॅनीला त्याच्या कामाचे रोख साठ डॉलर्स दिले. सगळं ठीकच होतं.

तो तिच्याकडे दुसऱ्यांदा कामाला आला, तेव्हा तो काम करीत असताना ती फोनवर बोलत राहिली. तिचं फोनवरचं बोलणं ऐकताना, तिच्या 'ओऽके'ची नक्कल करत तोदेखील खालच्या स्वरात स्वतःशीच 'ओऽके' म्हणाला. तिच्या खिडकीतून त्याला चार काळे मिनार दिसले. अर्सकिनविलच्या शेवटी असलेले विटांचे चार मनोरे होते ते.

अचानक जिन्यावरून धाडधाड करत ते ताकदवान पाय वर आले. डॅनीनं व्हॅक्यूम क्लीनर बंद करण्याआधीच धाडकन दार उघडलं गेलं. धटिंगणासारखं आत आलेल्या त्या बलिष्ठ माणसानं राधाला आपल्या बाहूमध्ये घेऊन जमिनीवरून तिला चक्क वर उचललं होतं. डॅनीच्या हातातून व्हॅक्यूम क्लीनरचा दांडा खाली पडला होता. आत आलेल्या त्या बलशाली माणसाकडून वर उचलली गेलेली आणि त्याच्या चुंबनांना हातानं पूर्ण शक्तिनिशी दूर सारणारी त्याची मालकीण

मोलानं मिळालेल्या आपल्या मदतनीसाकडे - डॅनीकडे पाहून ओरडली, ''घाबरू नकोस रे. मी या माणसाला ओळखते. माझ्या ओळखीचा माणूस आहे हा. जरा खाली जाऊन थांब. नंतर बोलावते मी तुला. आम्ही तुला जास्तीचे पैसे देऊ. ओऽके? देवा! प्रकाश, अरे मला असं कवटाळू नकोस रे याच्यासमोर...''

घ.नं. ५ मधील राधाला बाहूत उचलणारा तो भारतीय माणूसही डॅनीकडे वळून म्हणाला, ''अरे यार! थोडा वेळ बाहेर जा ना.''

मग तो त्यांच्यासाठी बाहेर जाऊन थांबला. आणखी काय करू शकत होता तो नाहीतरी?

बाहेर आल्यावर अपार्टमेंटचं दार बंद करून, डॅनी रस्त्यावर आला आणि त्यांनी बोलावण्याची वाट पाहात युकॅलिप्टसच्या पांढऱ्या झाडाजवळ जाऊन बसला. त्याला कोड झालेल्या माणसासारख्या दिसणाऱ्या, त्या उंच झाडाला स्पर्श करावासा वाटला. झाडाच्या मुळाशी उगवलेल्या मशरूमना गुदगुल्या कराव्यात अशीही इच्छा झाली. त्या झाडाकडे पाहात असताना तो 'ओऽके' या शब्दाची नक्कल करत होता. हॅन्डबॉम्बसारखा होता तो शब्द. घशातून निघणारा ओ आणि स्फोट झाल्यासारखा उच्चारला गेलेला के. वरून त्या बाईच्या विव्हळण्याचा आवाज येत होता. त्या स्वरांनी खालचं अंगण भरून जात होतं. डॅनीनं वर पाहिलं. राधानं आपल्या खिडकीमध्ये लाल ट्युलिप्सची रोपं लावली होती.

ओ ऽ के, ओ ऽ के! त्यांचे सुख प्रकट करणारे आवाज ऐकताना डॅनीनं पुन्हा एकदा आपल्यातील पुरुष पाहिला. तो पुरुष आपल्या मनात खदखदणारा रागही धड व्यक्त करू शकत नव्हता. त्याच्यापेक्षा कितीतरी पटीनं कमी लायक, कमी गुणी माणसंही ते करू शकली होती. त्याचा शाळेतला एक मित्र, फार काही चांगला विद्यार्थी नव्हता. तिहेरी उड्या मारण्यातही पटाईत नव्हता; पण एका संध्याकाळी एलटीटीईत भरती झाला. तो मोटरबोटने लगूनमधून पळून जाऊन एका ट्रकच्या मागच्या बाजूने ट्रकमध्ये चढला होता. ट्रकमध्ये बसून तो थेट उत्तरेच्या ट्रेनिंग कॅम्पमध्ये गेला होता. तिथं मिलिटरी ट्रेनिंग घेऊन तो सैनिक झाला होता. श्रीलंकेच्या लष्कराशी चार हात करताना तो मृत्युमुखी पडला होता. ते मानाचं मरण होतं.

सुरा उचलून वंशद्वेषी पोलिसाच्या छातीत तो पुन्हापुन्हा खुपसणं मानाची गोष्ट होती. बोटीत बसून वल्ह्यांनी पूर्ण शक्तिनिशी शार्कना मारण्यात आणि कॅनडाच्या कोस्टगार्डसना 'मी तुमचा शरणार्थी आहे' असं ओरडून सांगणं मानाची गोष्ट होती.

पण तू जरा स्वतःकडे बघ.

डॅनीच्या डोळ्यांसमोर भिंतीवर काढलेलं एक चित्र आलं. सिडनीत इकडे-

तिकडे हिंडताना त्यानं ते कुठेतरी पाहिलं होतं. त्या चित्रात तीन मृत प्राण्यांचे डोळे आणि केस इतक्या बारकाईनं रंगवले होते की, ते तिन्ही प्राणी अगदी खरे वाटत होते. बाकदार शिंगांचं हरीण, बगळा आणि ससा. तिघांनाही तारेनं किचनच्या छताला बांधून ठेवलं होतं आणि त्यांच्या खाली खाटकाच्या टेबलावर एक मेंढा पडलेला होता. त्याचं तोंड दोरीनं बांधलेलं होतं. त्यातून बाहेर आलेली जीभ लटकल्यासारखी दिसत होती. त्यातील बगळ्याचा एक डोळा पूर्ण उघडा होता. जणू काही तो सांगत होता, आमच्याकडून आमचं जग हिरावून घेतलं गेलं; पण आम्ही किंचाळलोसुद्धा नाही.

डॅनी सेहेचाळीस मिनिटं खाली वाट पाहात उभा होता. बेचैन होऊन मुठी आवळून युकॅलिप्टसच्या खरखरीत सालींवर घासत होता. युकॅलिप्टसच्या सालींचे तुकडे पायांनी तुडवलेल्या मशरूमवर पडत होते. घर नं. ५च्या बाईच्या विव्हळण्याचा आवाज आणखी वाढला आणि मग बंद झाला. डॅनीनं वर पाहिलं. काही मिनिटांनी वरची ट्युलिप्स हलली. त्यांच्यामागची खिडकी उघडली गेली आणि तिथं त्याला राधाचा तृप्त चेहरा अगदी स्पष्ट दिसला. तिनं त्याला बिल्डिंगमध्ये परत बोलावलं.

तो धावतच वर गेला.

"काय रे मित्रा, तू हेरबीर नाहीस ना?" अजून बॉक्सर पँटमध्येच असलेल्या त्या भारतीय माणसानं कंबरेवर हात ठेवत, जरब दाखवत विचारलं.

"तू हेर आहेस असं मला वाटतंय. आशियन माणसावर पाळत ठेवायला ते नेहमी आशियन माणसालाच ठेवतात."

हेरांबद्दल बोलताबोलताच त्या माणसानं डॅनीच्या हातात रोख रक्कम ठेवली. साठ डॉलर्स कामाचे आणि वीस डॉलर्स जास्तीचे. डॅनीला त्यानं गुपचूप राहावं हे कळत होतं; पण त्यानं स्टोअर रूममध्ये दीड वर्ष काढलं होतं; त्यामुळे न राहवून त्यानं विचारलंच, "तुम्ही दोघं रेडनेक्स (गांवढळ) आहात की काय?" त्याचा तो प्रश्न ऐकून ती बाई जोरजोरात हसायलाच लागली.

"मित्रा, तू हा शब्द ऑस्ट्रेलियात आल्यावर शिकलास का?" तिच्या मित्रानं विचारलं.

"हा अमेरिकन आहे." डॅनीनंही त्याला सुनावलं.

त्या वेळी रेल्वे स्टेशनच्या अर्ध्या रस्त्यापर्यंत पोहोचल्यावर डॅनीला जाणवलं की, आपल्या मागून कोणीतरी येत आहे. मागोमाग त्याला एका बाईच्या ओरडण्याचा आवाज आला, "तू बरोबर होतास रे!" त्याच्या मागे धावत आलेली राधा म्हणाली, "हो तो अमेरिकन शब्द आहे. आम्ही प्रकाशच्या डिक्शनरीत पाहिलं. परत चल. आमच्याबरोबर एक ड्रिंक घे. जेवण कर."

क्षणभर थांबून डॅनी राधाच्या मागोमाग निघाला. मग तो नेहमीचा क्रम झाला.

आता तरी आठवलं का, तुला तिच्या घरी कोणी पाठवलं ते?

नाही. अजूनही नाही आठवलं. डॅनीनं आणखी एकदा खुर्चीवर गिरकी घेतली.

अर्सकिनविलमध्ये तिच्या घरी तो दर मंगळवारी जाई. तिचं आणखी एक घर होतं, पॉटस पॉइंटमध्ये घर नं. ६. ती प्रकाशला तिथं राहू देत होती. दर बुधवारी तो त्या घरी जाई; पण दोन्ही घरी गेल्यावर त्याचं तेच ते ठरावीक काम होतं, खरंच! म्हणजे काय?

म्हणजे त्याला घराबाहेर वाट पाहा असं सांगण्यात येई आणि घरात ती दोघं त्यांना सगळ्यात जास्त आवडणारं काम करीत. एकमेकांबरोबर कामक्रीडा करत राहणं हेच ते काम. अर्थात तिचा नवरा जवळपास नसताना. डॅनी ते सहन करी. जोवर ते त्याला वेळेवर पैसे देत होते, तोवर तो त्यांची सगळी थेरं सहन करी. ही गोष्ट तेही व्यवस्थित करीत. वर जास्तीची रक्कम आणि टीपही देत.

मग काहीतरी गडबड झाली असावी. कदाचित तिच्या नवऱ्यानं त्यांना नको ती गोष्ट करताना जवळजवळ पकडलं असावं. एक दिवस प्रकाशचं अर्सकिनविलला येणं बंद झालं, तेव्हापासून ती दोघं फक्त त्याच्याच घरी भेटू लागले. तिच्या पॉटस पॉइंटमधील घरी. इथंच तिनं त्याला राहायला जागा दिली होती.

आता डॅनी घर नं. ५ मध्ये सफाई करायला लागला. त्याचं घर व्यवस्थित स्वच्छ करण्याचं काम संपल्यावर राधा स्वतः गाडी चालवत त्याला अगदी किंग्ज क्रॉसला घेऊन जाई. (ती म्हणे की, "आमच्याकडे आलेला प्रत्येक सफाई कामगार 'मला बेडसिट बदलायचे आहे' अशी भाषा बोलायचा. तू तर फक्त तीनच शब्द बोलतोस. मग आम्ही तुला आमचं काम कसं सोडू देऊ?")

किंग्ज क्रॉस सिडनीचा वेश्या वस्तीचा भाग होता. शहर थोड्याथोड्या अंतरावर आपलं रूप बदलतं. तर किंग्ज क्रॉसच्या मागेच छानछान इमारती असलेली उच्चभ्रूंची वस्ती आहे. (खरंच थिन-बम, व्यायामानं सडपातळ झालेल्यांची वस्ती. नंतरनंतर डॅनी राधाला हे सांगायचा आणि हसवायचा.) या वस्तीचं नाव होतं 'पॉटस पॉइंट'. राधा 'रीजंट कोर्ट' नावाच्या बिल्डिंगसमोर गाडी थांबवायची. मग घर नं. ६समोर ती घरात जायची आणि डॅनीकडून अपेक्षित असायचं बराच वेळ घराबाहेर थांबणं, कॉफी विकत घेऊन पीत राहणं किंवा किंग्ज क्रॉसपर्यंत जाऊन तिथं इकडेतिकडे हिंडत राहणं. कोका-कोलाच्या प्रचंड मोठ्या जाहिरातीखाली उभं राहून खालून जाणारी वाहतूक पाहात राहणं. राधानं फोनवर 'सर्व काही झालं आहे' मेसेज पाठवला की, मग तो लंगडउडी मारे, मग साधी उडी मारल्यासारखा धावे, आणखी एकदा खूप उंच उडी मारी. अशा तऱ्हेनं तिहेरी उड्या मारून तो काचेच्या दरवाजातून बिल्डिंगमध्ये शिरे आणि सहाव्या मजल्यावरच्या प्रकाशच्या

फ्लॅटमध्ये घुसे. पलंगावरील चुरगळलेल्या चादरी नीट करी आणि पूर्ण घरही झाडूनपुसून लख्ख करी.

फिरत्या खुर्चीच्या गिरक्यांचा वेग कमीकमी होत गेला आणि अखेर ती थांबली. डॅनीनं सोफ्यावरील आपला सेल उचलला.

तू त्याला डॉक्टर म्हणतेस, तो खरंच डॉक्टर आहे का? डॅनी राधाला विचारायचा.

जरासं पुढे वाकून डॅनीनं कॅक्टस नीट केलं. मग त्याने खुर्चीवर बसून आणखी एक गिरकी घेतली.

ऑफिसर, ती प्रकाशला या नावानं हाक मारायची. त्याला डॉक्टर म्हणून बोलावणं हा तिच्या दृष्टीनं एक विनोद होता. राधा थॉमस लोकांना मदत करायची आणि ती ज्या कोणाला मदत करायची, त्याच्याकडून ती त्या मदतीची किंमत अशा प्रकारे वसूल करून घ्यायची. प्रकाशही त्या विनोदात सामील व्हायचा. किंग्ज क्रॉसवरून जाताना तो एखाद्या माणसाकडे बोट दाखवून म्हणायचा, "त्या माणसाचं मूत्रपिंड खराब झालंय. त्याच्या चालण्याच्या पद्धतीवरूनच कळून येतंय." तर कधीकधी जॉगिंग करणाऱ्या एखाद्या माणसाकडे बोट दाखवून तो म्हणे, "बाप रे! त्या माणसाला हार्ट डिसीज आहे. बिचारा फार काळ जॉगिंग नाही करू शकणार." हो, तोही डॉक्टरच्या अशा प्रकारच्या विनोदात सामील होई. त्यात काय विनोद आहे हे न समजताच.

प्रकाशचं शिक्षण उच्च प्रतीच्या खासगी शाळेत झालं होतं. तो आइसबॉक्स भारतीय (उच्चभ्रू भारतीय) होता. खरंतर डॉक्टर व्हायला हवा होता. खाण कामगार नाही आणि हाच तर विनोद होता.

पॉटस पॉइंटच्या त्याच्या फ्लॅटमध्ये किंवा असं म्हणू या की, ती स्वतःच्या ज्या फ्लॅटमध्ये त्याला राहू देत होती, त्या फ्लॅटमध्ये गेल्यावर तो खासगी महागड्या शाळेतील विद्यार्थी होता. या गोष्टीवर कोणाचाही सहज विश्वास बसण्यासारखा होता. तिथं एक पूर्ण कपाटभर टाय होते. पट्ट्या-पट्ट्यांचे टाय. तिथं त्यानं स्कूलच्या रगबी मॅचमध्ये जिंकलेली चांदीची ढालही होती. तिच्यावर लॅटिनमध्ये त्याच्या शाळेचं ब्रीदवाक्य लिहिलेलं होतं.

तिथं प्रकाशचा दुसऱ्या कोणत्या तरी देशातला फोटो होता. त्याच्याभोवतालच्या लोकांकडे पाहता, तो बहुतेक आफ्रिकेतल्या कोणत्या तरी देशातला फोटो वाटत होता.

तुला राधा थॉमसकडे पाठवणाऱ्या इसमाचं नाव आता तरी आठवलं का तुला?

नाही. अजूनही ते आठवण्याचा प्रयत्न करतोय मी.

डॉ. प्रकाशनी तिचा खून केला असावा असं वाटतं का तुला?

नाही. (डॅनीनं पुन्हा एकदा आपल्या चमकत्या फोनकडे पाहिलं. घर. नं. ६ अजून त्याला कॉल करत होता.)

त्याचं असं आहे की, त्यांच्यातील प्रत्येकजण स्वतःवर हसू शकत होता आणि दुसऱ्यावरही. हे परस्परांवर हसणंच परस्परसंबंध टिकवतं. मी सांगतोय ना; त्यामुळेच सोंजाचं आणि माझं इतकं पटतं.

एक उदाहरण देतो तुम्हाला; एके दिवशी राधा आपल्या त्या माणसाच्या शेजारी उभी होती आणि ती सहजच म्हणाली, "माझ्या पिढीतल्या सगळ्यांनी केलं तेच मी केलं. मी सरकारी नोकरी केली. तुझे एका सरकारी ऑफिसरबरोबर प्रेमसंबंध आहेत. तू धोकादायक आहेस. हो की नाही?"

"माझ्या पिढीचे सगळे डॉक्टरच बनायचे," राधासमोर किंचित झुकून प्रकाश म्हणाला, "म्हणूनच मीही डॉक्टर झालो."

यावर दोघं जोरजोरात हसू लागले.

मी काय म्हणतोय ते कळलं ना? डॅनीनं आपल्या म्हणण्यावर जोर देण्यासाठी आपले दोन्ही हात उभारले. दोघांचं छान जमायचं. दोघंही जुगार खेळायचे आणि एकमेकांबरोबर प्रेमक्रीडा करायचे.

ते दोघं एकमेकांबरोबर कुठंतरी पळून जायच्या गोष्टीही करायचे. हो, तमिळ पिक्चरमधील प्रेमी-प्रेमिकांप्रमाणे तेही सिडनी सोडून पळून जायच्या, ऑस्ट्रेलिया सोडून पळून जायच्या गोष्टी करायचे.

पण ते तसं काही करतील असं डॅनीला कधीही वाटलं नाही. त्यांची तिथं स्वतःची घरं होती. तिची घरं. तिची सिडनीमध्ये दोन ठिकाणी घरं होती.

डॅनीनं डोळे मिटून परत ती ठिकाणं आठवली. पॉटस पॉइंटमधील एक घर. त्या घरात ती डॉक्टर प्रकाशला फुकट राहू देत होती. डॅनी सोफ्याच्या जवळपास व्हॅक्यूम फिरवायचा, तेव्हा डॅनीला बाहेरचं दृश्य दिसायचं. एकीकडे एलिझाबेथ बे जवळचे अपार्टमेंटचे ब्लॉक होते आणि दुसरीकडे हार्बर ब्रिजची कमान होती. तिथेच सिडनी ऑपेरा हाउसही होतं. दमट दिवस असले की, ते धुक्यात कापल्यासारखे दिसायचे. ती धुक्यानं भरलेली थंड हवा बट्टिकालोआहून जणू उडतउडत इथं आली होती.

ती प्रकाशकडून भाडं न घेता त्याला तिथं राहू देत होती. इतकं प्रेम होतं तिचं त्याच्यावर. असं असताना तो तिला कशाला मारील?

कदाचित त्या दुसऱ्या माणसाचं काम असावं हे. तिच्या लालतोंड्या नवऱ्याचं - मार्कचंच काम असावं हे; पण तिनं आपल्या नवऱ्याला खाडीबद्दल का सांगितलं असेल? ती त्याला तिथं का घेऊन गेली असेल? ती जागा, तिथलं वाहतं पाणी,

चंद्र-तारे फक्त तिच्यासाठी आणि डॉक्टरसाठी होते.

किंवा हे एखाद्या अनोळखी माणसाचं काम असू शकेल. त्या व्यक्तीनं तिला फक्त त्या रात्री तिथं पाहिलं असावं.

एकदा राधा आणि प्रकाश त्या खाडीवर गेले होते आणि दोन व्हाइट मुलगे आपल्या काळ्या कुत्र्यांबरोबर पाण्यात उड्या मारत होते. काय जोरात भुंकत होता तो कुत्रा!

डॅनीनं डोळे उघडले. स्टोअर रूमचा लोखंडी जिना हलत होता. टोमोनं त्याच्यावर कार्डबोर्डचं खोकं ठेवलं होतं. डॅनीनं आपल्या खोलीत पडून राहून स्वप्नं पाहण्यापेक्षा आता त्याच्या स्टोअरमध्ये त्याला मदत करावी हे सुचवण्याची त्याची ती पद्धत होती.

खुर्चीवरून उठून डॅनीनं कपाट उघडून त्यातून 'यलो पेजिस' काढलं. सफाई-काम करणाऱ्या वेगवेगळ्या कंपन्यांचे त्यात फोन नंबरही होते. त्यांना अधूनमधून फोन करून तो त्यांचे कामाचे दर तपासून पाही. त्यानं ते जाडजूड पुस्तक उचलून पानं उलटायला सुरुवात केली. शेवटी त्याला पाहिजे तो फोन नंबर त्याला मिळाला :

महत्त्वाचे नंबर

गुन्ह्यांना आळा घालणारे - 1-800-333-000

गुन्ह्यांना आळा घालणारे - हा नंबर आठवड्याचे सातही दिवस, चोवीस तास चालू असतो.

कुठंही काही गुन्हेगारी, संशयास्पद हालचाली चालू आहेत असं तुमच्या नजरेस आल्यास तुम्ही आपलं नाव, पत्ता कळू न देता तिथं फोन करून ती माहिती कळवू शकता. तुम्ही दिलेली माहिती एखाद्या गुन्ह्याची उकल करण्याच्या दृष्टीनं पोलिसांचा महत्त्वाचा दुवा ठरू शकते.

डॅनीनं आपला साथीदार असल्याप्रमाणे ते कॅक्टस आपल्याबरोबर घेतलं. टोमोनं सात पायऱ्यांच्या त्या जिन्याच्या मधोमध रेमन नूडल्सचं खोकं ठेवलं होतं. ते तिथं ठेवून त्या म्हाताऱ्यानं त्याला संदेश दिला होता की, तो जर टोमोसाठी साफसफाई करणार नसेल तर त्यानं टोमोची कागदपत्रे फाइलमध्ये नीट लावून ठेवावीत.

त्या लोखंडी जिन्यावरून खाली उतरताना जिन्यानं कच कच आवाज करून जणू आपला नर्व्हसनेस दाखवला. कॅक्टस उजव्या हातात पकडून डॅनीनं लांब ढांग टाकून ते पुठ्ठ्याचं खोकं ओलांडलं.

...खाडीवरील त्या दोन व्हाइट मुलांबद्दल तू थोडी जास्तीची माहिती देऊ शकतोस का आणि त्या काळ्या कुत्र्याबद्दलही?

डॅनीनं ओठांवर बोट टेकवून, त्या पोलिसाला क्षणभर शांत राहण्याचा इशारा केला.

टोमो सावडारिस काउंटरवरून पाहातच राहिला आणि त्यानं आपली तिहेरी उडी घेतली. लंगडउडी घालत, त्याला ओरडून काहीतरी सांगणाऱ्या म्हाताऱ्याजवळून तो सटकला. मग लांबउडी घेत तो त्या स्टोअरमधून पळाला आणि शेवटी लांब ढांगा टाकत तो ग्लीबमधून पळून गेला. मागून वेड्यासारखा किंचाळणारा आवाज येतच होता. "डॅनी! मागं ये आणि मला माझे वीस डॉलर्स दे. तुझा खून करीन मी डॅनी. माझे वीस डॉलर्स द्यायचेत अजून तुला. माझे ते वीस डॉलर्स मी कधीही विसरणार नाही. माझे वीस डॉलर्स!"

भिंतीवरील श्रीकृष्णाचं मोठं चित्र ही या भागाची महत्त्वाची खूण होती. तिथं जवळच त्या उपनगराची आणखी एक शान होती. ती म्हणजे गॅब्रिअल नावाचा चहा-कॉफीचा स्टॉल. तिथं ते स्वतः तयार केलेला ब्रेड विकत. शहरातील इतर ठिकाणांपेक्षा इथं शेकडा वीस टक्के जास्त किंमत आकारली जाई आणि शनिवारी, रविवारी सोडून इतर दिवशी तो दुपारी तीन वाजताच बंद होई. एका खिडकीच्या काचेवर स्टॉलचं हे टाइमटेबल चिकटवलेलं होतं.

हा स्टॉल ऑस्ट्रेलियाला स्थलांतरित न झालेले लोक चालवत. भाजल्या जाणाऱ्या ताज्या ब्रेडचा वास घेत गॅब्रिअलसमोरून जाताना डॅनीनं कुंडीतील ते कॅक्टस आपल्या टी-शर्टवर दाबून धरलं, तेव्हा त्याचा तो गोल घुमटासारखा आकार त्याच्या छातीला जाणवला.

तिथून जाताना डॅनीला जाणवलं की, सेव्हन इलेव्हन बिल्डिंगच्या काळोख्या खिडकीतून कोणीतरी त्याच्याकडे पाहात आहे. ही अशी दुकानं साधारणपणे बाहेरच्या देशातून इथं येऊन स्थायिक झालेल्या, कायदेशीरपणे ऑस्ट्रेलियन नागरिकत्व मिळवलेल्या लोकांची असत.

डॅनीनं अंधारातून त्याच्याकडे पाहणाऱ्या त्या माणसाकडे नजर टाकली. तशी त्या आशियन माणसाचे डोळे विस्फारले गेले. कॅमेऱ्यानं आपला डोळा मोठा करावा त्याप्रमाणे डॅनीचं चित्र मिळवण्याच्या आपल्या इच्छेची लाज वाटल्यासारखा तो कॅमेऱ्यासारखा डोळा मागे गेला; पण जणू काही त्या लाजेमुळेच ते बिंब परत पाहायला मिळावं ही त्याची इच्छा आणखी तीव्र झाली.

डॅनीनं त्या माणसाच्या त्या कृतीची नक्कल केली. एक पाऊल मागे सरकून त्यानं सेव्हन-इलेव्हनमधील त्या माणसाचा मागे सरकणारा चेहरा पाहिला.

या प्रसंगामुळे डॅनीच्या नजरेसमोर एकदम जुगाराच्या इलेक्ट्रॉनिक मशीनवरील

इजिप्तच्या फरोहाचा चेहरा आला. नाइलचा तो राजा रुंद खांद्याचा, राजस माणूस आहे. त्याचे डोळे सर्व काही समजत असल्यासारखे आहेत. तो मुकुट घातलेल्या क्लिओपात्राचा, तिला शोभून दिसणारा जोडीदार आहे : पुढच्या मशीनवरून आपल्याकडे पाहात असते ती आहे नाइलची राणी.

नाइलचा राजा - राणी, जुगार या सर्व विचारांमुळेच डॅनीची छाती धडधडू लागली. त्याची धडधडणारी छाती सांगत होती, तो येतोय, तो येतोय. डॅनीच्या बुटांजवळून एक कुत्रा धापा टाकत पुढे गेला. त्याच्यात काही खास असं न वाटल्यानं तो परत आपल्या मालकाकडे गेला आणि... त्याला वाटलं होतं, त्याप्रमाणे त्याचा फोन वाजला. फोनवरील पारदर्शक चौकोन उजळून निघाला एच ६, घर नं. ६.

सेव्हन-इलेव्हनमधून कुणीतरी अजून आपल्याकडे पाहातंय हे जाणवल्यानं डॅनी ग्लीब पोस्ट ऑफिसच्या बाजूला गेला.

त्यानं अजूनही कॅक्टस आपल्या छातीजवळ दाबून धरलं होतं. तळहातावर लिहून घेतलेला फोन नंबर दिसेल एवढा हात उघडून त्यानं तो नंबर पाहिला--- 1-800-333-000. मग तो आपल्या फोनवर बोलला - ''हं, डॉक्टर सर.''

सकाळची ११ वाजून ४३ मिनिटं

फोनमधून आवाज आला, ''काय गंमत आहे ना क्लीनर? इतक्या दिवसांनंतर आज तू मला फोन केलास.''

तो आवाज अगदी शांत, सावकाश होता. त्यात अपराधीपणाचा थोडाही अंश नव्हता.

''आजचा दिवस खास आहे. तो का खास आहे, महत्त्वाचा आहे; हे तुला माहीत आहे.'' डॉक्टर प्रकाश म्हणाला.

''हो नक्कीच माहीत आहे मला. आज गुरुपौर्णिमा आहे.'' डॅनी हसून म्हणाला.

''ओह! तुला माहीत आहे तर?'' डॅनीच्या उत्तरानं आश्चर्य वाटल्याप्रमाणे डॉक्टर म्हणाला आणि मग गप्प बसला.

यानं टी.व्ही.वरील बातमी अजून पाहिली नाही? आपण सांगावं का? की, तुझ्या मैत्रिणीचा, गुप्त मैत्रिणीचा सुरा भोसकून खून झालाय आणि तिचं शव तुंगब्बीच्या एका खाडीजवळ पडलंय... डॅनी विचारात पडला.

फोनच्या त्या बाजूला भाजलेल्या जिभेवर फुंकर घालण्यासाठी श्वास आत

घेण्याआधी येतो, तसा किंचित हसण्याचा आवाज आला.

"गुरुपौर्णिमा म्हणजे पौर्णिमा, गुरू असलेली पौर्णिमा असं म्हणायचा तुम्ही. हो की नाही?" डॅनी.

तिकडून परत हसण्याचा आवाज आला. तो आवाज खूप हळू स्वरात कुजबुजला, "किती पाहिजेत तुला?"

किंचित दचकून डॅनी म्हणाला. "क्षमा करा, पण काय म्हणायचं आहे तुम्हाला?"

परत एकदा फोनवर कुजबुज ऐकू आली, "किती पाहिजेत रे?"

"कशासाठी?" सुटका करून घेण्यासाठी डॅनीनं विचारलं.

पुन्हा एकदा हसण्याचा आवाज आला.

"ठीक आहे." फोनवर ऐकू आलं, "कशासाठी काय? अरे हे घर साफ करण्यासाठी. या घराची एकदा शेवटची सफाई करून घ्यायची आहे. लवकर ये रे. यासाठी तुझीच गरज आहे मला."

म्हणूनच याला राधाला काय झालं आहे हे माहीत नाही. घर सोडून चाललाय हा. पॅकिंग करण्यात गुंतला असणार.

"नेल्सन, तुला माहीत आहे? तू काम सोडून गेल्यावर त्यांनी मला घर साफ करायला सांगितलं. काय काय करायला लावलं. घरात सगळा पसारा पडला आहे. तू लवकर ये."

आता डॉक्टरचा आवाज आणखी खाली गेला. "डॅनी, काळजी नको करूस."

"काळजी नको करूस?" डॅनीनं आश्चर्यानं विचारलं.

फोनवरील आवाज सांगत होता. "तुझं गुपित सुरक्षित आहे. गुपितच आहे."

स्वतःला आवर घालण्याआधीच डॅनी बडबडला, "तुम्हाला तुमचं गुपित, तुमचं रहस्य म्हणायचं आहे का?"

"नाही." डॉक्टर जोरात म्हणाला. "तुझं गुपित रे!"

मुलांनी शब्दांबरोबर खेळावं, तसं चाललं होतं दोघाचं.

"कोणतं गुपित?"

"डॅनी, तुझं गुपित मी कोणालाही सांगणार नाही. तुझं गुपित फार भयंकर आहे रे ते."

"कोणतं गुपित?"

आता हा फोनवर मला सरळसरळ धमकी देतोय; कशासाठी देतोय मला हा धमकी? डॅनी विचारात पडला.

"हो, पण नक्की कोणतं गुपित? बरोबर आहे तुझं!" बोलताबोलता डॉक्टर थोडा थांबला. मग म्हणाला, "डॅनी, तू एका प्रोव्हिजन स्टोअरमध्ये राहतोस. तू

लपलाहेस त्याच्या अगदी शेजारी, भिंतीवरच मोठं चित्र आहे. एक हिंदू चित्र. खरं आहे ना?'' आणखी एकदा थांबून, अंदाज घेत तो म्हणाला, ''ते गणेशाचं चित्र आहे. हो की नाही?''

हे गुपित होय?

डॅनीला तो थंड फोन आपल्या मानेवर येऊन बसल्यासारखं वाटलं. तिनं सांगितलं आहे याला. तिनं सगळं काही सांगितलेलं दिसतं आहे याला. अगदी परवापर्यंत स्थिर असलेल्या आणि आता डळमळीत झालेल्या जमिनीवर त्यानं घट्ट पाय रोवायचा प्रयत्न केला.

''हं! शांतपणे श्वास आत घे. शांतपणे तो बाहेर सोड.'' डॅनीनं स्वतःला सांगितलं; पण डॅनीचं विचारचक्र चालूच होतं. आपण तिला सांगितलेली सगळी गुपितं मरण्यापूर्वी तिनं याला सांगितलेली दिसताहेत.

''पॉटस पॉइंटच्या माझ्या घरी ये आणि तिथली साफसफाई करून टाक. ओके?''

डॅनी शांतच राहिला, तेव्हा डॉक्टरनं एखाद्या शहाण्या माणसाप्रमाणे बोलायचा विषय बदलला, ''किंवा आपण क्लिनिकमध्ये भेटू या. लक्षात आहे ना तुझ्या माझं क्लिनिक?''

यावर डॅनीनं काही न बोलता फोन बंद केला.

या बेट्याला बेकायदेशीरपणे इथं राहणाऱ्या देशांतरितांबद्दल माहिती गोळा करणाऱ्या डॉब इन फोनचा नंबर माहीत असणार. समजा, यानं आधी तिथं फोन करून त्याला माझ्याबद्दल असलेली सगळी माहिती फोनवर सांगून टाकली तर? मग तर मी आज संध्याकाळपर्यंतच बेकायदेशीर रहिवाशांना डांबून ठेवणाऱ्या विलवुड डिटेन्शन केंद्रातच असेन.

ग्लीब पोस्ट ऑफिससमोरच, शर्ट न घातलेला एक व्हाइट माणूस जमिनीवर पालथा पडून हिंदूंप्रमाणे, भिंतीवरील कृष्णाला साष्टांग नमस्कार घालत होता. डोकं जमिनीवर टेकवून त्यानं आपल्या दोन्ही हातांनी 'मला मदत करा' असं लिहिलेला एक प्लॅस्टिक कप पकडून ठेवलेला होता. ते पाहून असं वाटत होतं की, तो जणू काही खाली झोपून एखादं योगासनच करतो आहे.

डॅनीच्या मोबाइलवर आणखी एक मेसेज झळकला. 'परत कट केलास ना तू माझा फोन?'

पटकन काही विचार करून डॅनीनं मेसेज पाठवला – 'सॉरी, मी येतोय.' मग त्यानं त्यात तुम्हाला क्लिनिकमध्ये भेटतो हे वाक्यही जोडून टाकलं.

मग प्रकाशचा मेसेज आला – 'गुपित सुरक्षित आहे.'

तो मेसेज पाहून डॅनीनं मोकळा श्वास घेतला. त्याच्या मनात आलं; पण

त्याच्याकडे लपवण्यासारखं काहीतरी असल्याशिवाय का तो मला अशी धमकी देतो आहे?

कदाचित त्याला खुनाबद्दल असं काही माहीत असेल, जे त्याला पोलिसांना सांगायचं नसेल.

डॅनीला सगळ्याच गोष्टींचा इतका राग आला की, आपला फोन तोडून टाकावंस वाटलं. काय नालायक बाई होती ती राधा. जाईना का खड्ड्यात! तिनंच प्रकाशला मी इथला बेकायदेशीर रहिवासी आहे असं सांगितलं असेल.

त्याच्या लक्षात आलं की, आपल्याला खूपखूप पाणी प्यायला हवं. सोंजा म्हणाली होती की, दिवसभर खूप पाणी पीत राहिलं तर हा सायनसचा, नाक आणि डोकं ठणकण्याचा त्रास कमी होईल.

खाली वाकलेल्या त्या व्हाइट माणसाकडे आणि त्याच्या त्या पांढऱ्या कपाकडे पाहताना डॅनीच्या मनात आलं, आत्ताच मी त्या मेलेल्या बाईला शिव्या घातल्यात. फार वाईट गोष्ट आहे ही. मग त्या गोष्टीचं प्रायश्चित्त घेत असल्याप्रमाणे त्यानं आपलं पैशाचं पाकीट बाहेर काढलं आणि त्यातलं सर्वांत कमी किमतीचं नाणं त्यानं त्या व्हाइट माणसाच्या प्लॅस्टिकच्या कपात टाकलं. नाणं टाकल्यानं सुरू झालेल्या मशीनप्रमाणे त्या योग्यानं एकदम वर पाहून ''धन्यवाद!'' म्हटलं. आणि परत आपलं तोंड फुटपाथकडे वळवलं.

स्टेजप्रमाणे दिसणाऱ्या एका मोठ्या चंद्राकार इमारतीनं घोषित केलं की, इथं ग्लीबची हद्द संपलीय आणि शहराचा ब्रॉडवे हा भाग सुरू झालाय. आता शहराचा यापुढचा कोणताही भाग बेकायदेशीर रहिवाशांना अटक करणाऱ्या यंत्रणेपासून सुरक्षित नव्हता. सिडनी जर प्रकाशाचं विषुववृत्तीय दाट जंगल असेल, तर ग्लीब त्यातील सुरक्षित मोकळी जागा होती. सळसळत्या पानांच्या दाट वृक्षराजींनी भरलेली, जुन्या काळच्या इमारतींनी आणि चर्चेसनी भरलेली. इथं येऊन आपण ब्रॉडवेकडे तोंड करून उभं राहिलं की, आपल्याला काहीच फुटाच्या अंतरावर राजवाड्यासारखे भव्य दोन शॉपिंग मॉल्स दिसतात. दोन जुळ्या मुलांसारख्या अगदी एकसारख्या आहेत त्या बिल्डिंग्ज. दोन्ही बिल्डिंग्जच्या डोक्यावर एकेक हिरवा गोल आहे. त्या जुळ्या बिल्डिंग्ज दिसल्या की, डॅनीला लक्षात यायचं की, आता आपण ग्लीबच्या संरक्षक कवचाच्या बाहेर जात आहोत.

सिडनी हे शहराचं प्रमुख दार आहे.

दुपारची १२ वाजून ३ मिनिटं

डॅनीनं दीर्घ श्वास घेतला.

समोर काळसर भिंतींनी बांधलेले दोन सुंदर मिनार होते. ते दोन्ही मिनार, पोप ज्या प्रकारच्या गॅलरीत उभे राहून आशीर्वाद देतात, त्या प्रकारच्या एका गॅलरीनं जोडलेले होते.

डॅनीची आणखी एक सुरक्षित जागा होती : ग्लीबकडून येणाऱ्या रस्त्यावरील लॅन्सडाउन हॉटेल.

पबच्या काळ्या दारातून एक बाई बाहेर आली, तशी तिच्याबरोबर आतल्या एअर कंडिशनच्या थंड हवेचा एक झोत बाहेर आला. एका प्लॅस्टिक बादलीतून आणलेले बर्फाचे क्यूब्ज तिनं 'कुत्र्यांसाठी फराळ' अशी अक्षरं असलेल्या एका टिनच्या डब्यात टाकले. डॅनी पबजवळ आला, तेव्हा टिनच्या डब्यात पडणाऱ्या बर्फाच्या तुकड्यांचा खडखड असा जोरात आवाज येत होता.

"तू उशिरा आलास बाबा!" वर न पाहताच ती व्हाइट बाई म्हणाली. तिचं लक्ष त्या टिनच्या डब्याकडेच होतं. तो डबा त्यात पडलेल्या हिऱ्यांनी लखलखत होता; पण या गोष्टीत काही मोठं रहस्य दडलेलं नव्हतं. डॅनीबद्दल त्या बाईचा गैरसमज झाला होता. डॅनी म्हणजे तिला त्या पबमध्ये काम करणारा आशियन मुलगाच वाटला होता.

"सॉरी!" डॅनी म्हणाला.

नंतर कोणी तिला विचारलं असतं तर सोनेरी छटा असलेले ते केस किंवा त्या विशिष्ट माणसाबद्दल म्हणजे डॅनीबद्दल तिला काहीच आठवलं नसतं.

पबच्या आत एका छोट्या तलावाशेजारी एक टेबल होतं. त्या टेबलाजवळ एक स्क्रीन चमकत होता आणि त्या स्क्रीनवर 'बिग बक' नावाचा व्हिडिओ गेम चाललेला होता. या गेममध्ये काळ्या प्लॅस्टिकच्या बंदुकांनी स्क्रीनवरच्या बर्फातून जाणाऱ्या कॅरिबो हरणांवर किंवा रेनडिअरवर नेम धरायचा असतो. हरणाला नेम लागताच त्याच्या जागी एक मुलगी उभी राहायची आणि ती नेम धरणाऱ्याकडे एक चुंबन फेकायची... डॅनी तिथून पायऱ्या चढून वर गेला. वर एका अश्लील चित्रानंतर आराम करण्यासाठी कोच ठेवलेले होते. तिथून रस्त्याच्या पलीकडे एकसारख्या दिसणाऱ्या त्या शॉपिंग मॉल्सचे दरवाजे दिसायचे. त्यांच्यावरचे काचेचे गोलही दिसायचे.

वरच्या बाजूचे दिवे लावलेले नव्हते. पैसे टाकून करायचा फोन शोधण्यासाठी डॅनी वर गेला, तेव्हा तो काळोखात अडकल्यासारखा झाला; पण त्यानं पहिल्या

पायरीवर पाय ठेवताच तिथले दिवे आपोआप लागले. त्या उजेडात त्याला ओलसर टॉयलेटस आणि एक काळा फोन दिसला.

डॅनीनं उजव्या हातानं आपले सोनेरी केस नीट बसवले आणि तो स्वतःलाच म्हणाला, याच्यासाठीच तर आलो होतो की आपण!

डॅनीचं स्वगत चालूच होतं - हं, आता फोन उचल आणि डायल फिरवून पोलिसांना फोन लाव. त्यांना सांग की, घर नं. ५चं घर नं. ६शी प्रेमप्रकरण आहे. मला एवढंच माहीत आहे. बाय बाय आणि फोन ठेवून इथून पळ काढ.

''मित्रा, तू स्वतःजवळ कॅक्टस ठेवलंस?''

पबमध्ये आपण कधीही एकटे नसतो. अगदी सकाळीसकाळीही हे वाक्य म्हणणाऱ्या माणसानं सूट-बूट, टाय घातलेला होता. सोमवारी सकाळीसुद्धा त्यानं दारू प्यायलेली होती.

''अरे, तू स्वतःजवळ कॅक्टस ठेवलंस?'' हा प्रश्न ऐकताच डॅनीनं हातातल्या कुंडीतील त्या हिरव्या वस्तूकडे असहायपणे पाहिलं. त्याला वाटलं होतं की, त्याला आता त्याचं हसणं ऐकू येईल; पण त्या तरुण माणसाच्या लाल चेहऱ्यावर त्याला बरीच सहानुभूती दिसली. ती सहानुभूती कदाचित त्यानं प्यायलेल्या दारूचा परिणाम असेल किंवा तो ऑस्ट्रेलियन असल्यानं त्याला वाटली असेल; पण ती जगावेगळं काहीतरी पाहिल्यामुळं निर्माण झालेली होती.

''तुझ्या हातात कॅक्टस आहे?'' तो दारुड्या पुन्हा एकदा दुःखी स्वरात म्हणाला आणि डॅनीला तिथंच सोडून निघून गेला.

डॅनीला टॉयलेटसच्या आधी, भिंतीवरील एका मोठ्या कोनाड्यात मिणमिणत्या प्रकाशात एक काळा फोन दिसला. कोनाड्यातील तो फकफकणारा दिव्याचा उघडा बल्ब एखाद्या पक्ष्याच्या धडधडत्या काळजासारखा दिसत होता.

डॅनीनं त्या अंधूक प्रकाशात आपल्या हातावरील काळ्या शाईतील तो नंबर वाचला.

1-800-333-000.

फोनच्या फटीमध्ये वीस सेंटची काही नाणी टाकून डॅनीनं तो नंबर लावला; पण टाकलेली नाणी पुरेशी झालेली नसावीत. मग त्यानं आणखी एक नाणं त्या फटीत सरकवलं.

आता न्यू साउथ वेल्स क्राइम हॉटलाइनचा फोन घणघणला. उत्तरादाखल तिकडून एका बाईचा आवाज ऐकू आला, ''पोलीस हॉटलाइन. मी आपली काय मदत करू शकते?''

''एक्स्क्यूज मी.''

''हो. तुम्ही कशासाठी फोन केलात? ही गुन्हेगारी तपासाची हॉटलाइन

आहे. तुम्हाला एखाद्या गुन्ह्याची माहिती द्यायची आहे का?''

"हो. म्हणजे माझ्याकडे माहिती आहे...'' म्हणून डॅनी थांबला.

"कशा प्रकारची माहिती? गुन्ह्याबद्दलची?''

"हो. एका गुन्ह्याबद्दलची माहिती.''

"अहो, हो! त्या प्रकारची माहिती मिळावी म्हणूनच तर हा नंबर आहे. कोणत्या प्रकारचा गुन्हा आहे?'' त्या बाईनं विचारलं.

"आज... गुरुपौर्णिमा आहे.'' तो म्हणाला.

...आणखी एक हॉटलाइन आहे. तिचा नंबर वेगळा आहे. डॅनीला तो नंबर तोंडपाठ होता.

1-800-009-623.

इमिग्रेशन डॉब इन सर्व्हिसला कशी व केव्हा माहिती द्यावी सांगणारी.
बॉर्डर हॉटलाइन - सीमासंरक्षक हॉटलाइन.

कोणत्या प्रकारच्या हालचालींबद्दल माहिती द्यावी?

समाजातील कोणत्याही व्यक्तीनं बिनधास्तपणे पुढे येऊन अशा प्रकारच्या माणसाबद्दल माहिती द्यावी :

- *जो / जी या देशात राहण्याच्या परवान्याची मुदत संपल्यावरही इथं राहात आहे. (म्हणजेच ज्याच्याकडे कायदेशीर परवाना नाही.)*
- *जो बेकायदेशीरपणे इथं पोटापाण्याचा उद्योग करतोय / करतेय. ज्यानं परवान्याच्या अटी मोडलेल्या आहेत. उदा. विद्यार्थी परवान्यावर इथं राहणारी व्यक्ती जर परवान्यानं दिलेल्या वेळेपेक्षा जास्त तास नोकरी करत असेल.*
- *या देशात राहण्याचा परवाना घेताना मुद्दाम खोटी माहिती दिली असल्यास.*
- *विद्यार्थी परवान्यावर इथं आल्यावर शिकत नसल्यास.*
- *डिपार्टमेंटला खोटी कागदपत्रे दिली असल्यास.*
- *एखादी व्यक्ती कायदेशीर परवाना न घेता ऑस्ट्रेलियात आली असल्यास.*
- *इथं राहण्याचा परवाना मिळवण्यासाठी एखाद्या व्यक्तीनं फसवं लग्न केलं असल्यास किंवा लग्नासारखे संबंध ठेवले असल्यास.*
- *इथं देशांतरित होण्यासाठी एखादी व्यक्ती सल्ला-मसलत देत आहे; पण स्वतः त्याच्याकडे / तिच्याकडे तो देण्याचा कायदेशीर परवाना नाही.*

"सर, कोणता गुन्हा आहे आणि तुम्हाला काय बातमी किंवा काय माहिती द्यायची आहे सर?''

मिणमिणत्या उजेडातील तो कोनाडा जणू बट्टिकालोआचा राजदूतावास झाला.

गॅसचा एक दिवा हिस् हिस् आवाज करीत कोनाड्याभोवती सावल्यांचा खेळ खेळत होता : ठळक रूपरेषा असलेल्या त्या सावल्या माणसांच्या सावल्या होत्या; त्याच्या देशातील परिचित माणसांच्या सावल्या आणि धूसर रूपरेखा होत्या भिंतीला लावून ठेवलेल्या त्यांच्या सायकलींच्या.

डॅनीनं आपल्या हातावरील त्या उंचवट्याला स्पर्श केला. परत जायचा तर प्रश्नच येत नाही; परत तर जायचंच नाही कधी.

पैसे देऊन करायच्या त्या फोनचा रिसीव्हर खाली ठेवून डॅनीनं तो कॉल संपवला. त्यानं गुलाबी आणि पांढऱ्या अक्षरांत लिहिलेली 02379286 × 2 ही ओळखसंख्या पाहिली. त्या जुन्या पे-फोनची लांबलचक काळी वायर कुठून येते आहे हे पाहतापाहता डॅनीची नजर एका सॉकेटकडे गेली. एखाद्या कलाकारानं कलात्मक सजावट करावी त्याप्रमाणे त्या सॉकेटमधून डाव्या बाजूला वळण्याआधी ती वायर बऱ्याच इलेक्ट्रिक वायर्स एकत्र बांधून ठेवणाऱ्या एका पट्टीत होती. त्या सगळ्या वायर्स कुठं बरं जात असतील? सर्व काही ऐकून घेणाऱ्या एका मोठ्या मशीनमध्ये. सिडनी शहरात.

कोनाड्यातील दिवा आपोआपच विझला.

पे-फोन आणि पराक्रमी वीर होण्याचा मोह मागे सोडून डॅनी त्या अश्लील फोटोजवळून धावत खाली आला. काउंटरमागच्या बाईची नजर त्याच्याकडे गेली.

"तुला चीज मिळालं का? रात्री त्याचं स्पेशल बर्गर करायचं आहे."

डॅनी तसाच चालत बाहेर आला. बाहेर येताच त्याला समोरच सिडनीचं प्रवेशद्वार असणारे ते जुळे राजेशाही टॉवर्स दिसले.

काचेच्या हिरव्या गोलांच्या खाली एकेक विशालकाय घड्याळ होतं. ती घड्याळं मैलोन्मैल दिसत राहात.

डॅनी त्यांच्याकडे पाहात असताना एका घड्याळातील मिनिटाचा काटा हलला.

दक्षिण आफ्रिका.

आज आपण दक्षिण आफ्रिकेला जाणार आहोत असं म्हणत होता तो.

ती दोघं एकत्र असताना आपण दोघं तिथं पळून जाऊ या, असं तो नेहमी म्हणे. यावर ती म्हणायची : प्रकाश, तुला हा देश सोडून जायचं असेल तर ठीक आहे. मी येईन तुझ्याबरोबर; पण दक्षिण आफ्रिकेला नाही. आपण हाँगकाँगला जाऊ या. तिथं मला जॉब ऑफर आहे. नोकरी मिळते आहे मला तिथं. नाहीतर आपण इंडियाला जाऊ या. तू तिथलाच आहेस. हो ना?"

"तिथं सगळीकडे रक्तच रक्त आहे. इंडियाच्या हमरस्त्यांवर रक्त सांडलेलं असतं. इतक्या बेदरकारपणे गाड्या चालवतात ना तिथं. माझ्यात नाही ती हिंमत."

प्रकाश डोकं झटकत म्हणे. "मी इंडियाला कधीच परत जाणार नाही. आपण साउथ आफ्रिकेलाच जाऊ या. इथं साधं टॉयलेटला जायला दोन-तीन फॉर्म्स भरून द्यावे लागतात. तिथं तसं नाही. अगदी शहराच्या थोडं बाहेर गेलं तरी आपल्याला वाघ, सिंह, जिराफ दिसतात. ती खरी सभ्यता, संस्कृती आहे आणि तिथले जुगारी अड्डेसुद्धा प्रामाणिक आहेत. तिथं लांडी-लबाडी चालवून न घेणारी मशीन्स आहेत. तिथल्या अड्ड्यांमध्ये आपण दररात्री जिंकू."

डॅनी चालतचालत बाहेर जाणार एवढ्यात त्याला काउंटरवरच्या व्हाइट मॅडमचा जोरात विचारलेला प्रश्न ऐकू आला, "अरे, तुला रात्रीच्या बर्गर्ससाठी चीज मिळालं का? का तू पुन्हा विसरलास?"

"सॉरी," त्यानंही तिला गप्प करण्यासाठी जोरात ओरडून सांगितलं.

डॅनीचं विचारचक्र चालूच होतं... प्रकाशनं अपराध केलाच नसेल तर तो मला का धमकावतोय? तू इथला बेकायदेशीर रहिवासी आहेस असं का म्हणतोय... मला पोलिसाला फोन करायलाच पाहिजे.

पण समजा, पोलिसानं माझ्यावर विश्वास ठेवला आणि प्रकाशला फोन केला, तरी त्याच्या लगेच लक्षात येईल की, पोलिसांना मीच माहिती दिली. त्याचा बदला म्हणून मी इथं बेकायदेशीरपणे राहतोय या गोष्टीचा तो फायदा घेईल. तो बेकायदेशीरपणे इथं राहणाऱ्यांची माहिती गोळा करणाऱ्या फोनवर पोलिसांना माझी माहिती सांगेल. मग त्यांना या अत्युत्तम सफाई कर्मचाऱ्याचं नाव, तो कसा दिसतो, कुठं राहतो वगैरे सर्व माहिती मिळेल. त्या बाईनं माझ्याबद्दल सगळं काही सांगितलं आहे.

डॅनीनं स्वतःला बजावलं - पण खुनी कोण आहे हे तुला माहीत असेल तर तू पोलिसाला फोन केलाच पाहिजेस. साधी सरळ गोष्ट आहे ही.

(पण मी कायद्याला त्याची माहिती दिली तर मला कायद्याला माझी माहितीही द्यावी लागेल...)

डॅनी पबच्या उंबरठ्यावर तसाच उभा राहिला. तो आतही गेला नाही आणि बाहेरही आला नाही.

कुत्र्यांसाठी असलेल्या पत्र्याच्या डब्यात मघाशी खडखड करत बर्फाचे तुकडे टाकले गेले होते. आता तो डबा पाण्यानं काठोकाठ भरला होता. त्यात मोठमोठे बुडबुडे तरंगत होते. आत्ताच ऊन जाणवू लागलं होतं; पण भट्टीचा दरवाजा अजून उघडलाही गेला नव्हता. डॅनीनं कॅक्टस छातीच्या आणखी जवळ ओढलं.

सिडनी युनिव्हर्सिटीजवळच्या हिरवळीवर मुली क्रिकेट खेळत होत्या. डॅनी त्या तरुण शरीरांना धावताना, वळताना, किंचाळताना पाहात राहिला... मी या

शहरात राहायची अजून पुरेशी सुरुवातही केलेली नाही आणि तुम्ही मला इथून निघून जायला सांगताय...

दुपारची १२ वाजून ६ मिनिटं

फोनवर घर नं. ६चा नवीन मेसेज झळकला : 'इकडे यायच्या रस्त्यावर आहेस ना?'

डॅनीनं मेसेज केला – 'हो, मी तुमच्या घराच्या रस्त्यावर आहे.'

त्याची नजर समोरच्या जुळ्या राजेशाही इमारतींवर, जुळ्या हिरव्या गोलांवर आणि जुळ्या घड्याळांवर होती.

त्या जोडघड्याळांकडे पाहताच डॅनीच्या नाकपुड्या थरथरल्या : घशातील आवंढा मोठा झाल्यासारखा वाटला. भुवयांमधील तपमान वाढल्यासारखं झालं.

त्याच्याकडे बघून कोणीतरी जोरात ओरडलं. डॅनीनं त्या दिशेला पाहिलं. तिथं उन्हानं वेडीपिशी झालेली एक व्हाइट मुलगी होती. खिडकीतून बाहेर वाकून ती पुन्हा एकदा ओरडली. तिच्या दोन्ही हातांत ऑस्ट्रेलियन झेंड्यामध्ये गुंडाळलेलं एकेक गुबगुबीत पग कुत्रं होतं. स्वदेशाभिमानी आवरणातून त्या कुत्र्यांनी बाहेरचा उन्हाळी वारा जिभा बाहेर काढून चाटला आणि ती दोन्ही कुत्री डॅनीकडे बघून एकदमच हसली.

मिशन इम्पॉसिबल २, माझं कपाळ.

डॅनीनं एक उसासा सोडला.

मी आधीच त्याचं सफाईकाम सोडायला पाहिजे होतं ऑफिसर. मला माहिती आहे की, ती दोघं वेडपट आहेत. मला माहीत होतं हे.

छातीशी कॅक्टस धरून डॅनी ब्रॉडवेमधून चालला होता... पण ते माझ्या विनोदांना हसायचे ऑफिसर. त्यांना मी तिथं हवा असायचो.

राधाच्या सोफ्याखालून व्हॅक्यूम फिरवताना डॅनी म्हणायचा, "तमिळमध्ये एक म्हण आहे बरं का! खंड्या पक्षी शान मारत पाण्यातून उडत राहतो. समुद्रपक्षी दिवसभर पाण्यावर घिरट्या घालतो; पण मासा नेहमी कावळ्यालाच मिळतो." त्याचं हे बोलणं तिला आवडायचं. ती कोपरखळी मारायची, "प्रकाश, मला वाटतंय की, क्लीनर हे तुला उद्देशून म्हणतो आहे." कधीकधी व्हॅक्यूम क्लीनर खाली ठेवून डॅनी म्हणायचा, "मी शाळेत तिहेरी उडी मारायचो. आधी थोडी उंच

मग आणखी उंच आणि नंतर लांबउडी... हे असं बघा.''

सुमारे अडीच वर्षांपासून त्याच्या मनात ऑस्ट्रेलियाच्या पाण्याबद्दल एक प्रश्न ठाण मांडून बसलेला होता. एकदा त्यानं तो प्रश्न राधाला विचारलाच, ''इथले लोक रोज रात्री सिडनी बंदरात निळा रंग ओततात का हो?'' राधानं त्याला प्रश्न नीट समजावून द्यायला सांगितला, तेव्हा डॅनी म्हणाला, ''सफरचंदं चांगली लालेलाल दिसावीत म्हणून सुपर मार्केटमध्ये त्यांवर मेणाचा स्प्रे करतात. हो की नाही? सिडनी बंदरातही कदाचित हेच करत असतील. श्रीलंकेतला समुद्र असा निळानिळा दिसत नाही.''

''तू माझी चेष्टा तर करत नाहीस ना?'' राधानं खातरजमा करून घेतली. मग तिनं प्रकाशला बोलावून घेतलं आणि डॅनीला त्याचा प्रश्न पुन्हा विचारायला सांगितला.

त्याचा प्रश्न ऐकून ती दोघं डोळ्यांत पाणी येईपर्यंत हसली. मग डोळ्यांतलं पाणी निपटून प्रकाश म्हणाला, ''मी खरंच सांगतोय. अगं, या मुलाचं मिडलिंग्टनमध्ये छान जुळलं असतं. हा खासगी शाळेतल्या मुलांसारखाच हुशार आहे.''

राधानं ओठांचा चंबू करून डॅनीला विचारलं, ''याच्या खासगी शाळेतले टाय पाहिलेस का तू कधी?''

''हो!'' डॅनी मनातल्या मनात म्हणाला. डॅनीला तसे कितीतरी टाय जमिनीवरून उचलून ठेवावे लागायचे. त्या टायवर सर्वांत रुंद आकारापर्यंत पांढऱ्या, काळ्या रंगांचे पट्टे असायचे. मग तिथं एक सोनेरी ठसा छापलेला असायचा. त्याला समजावून सांगितलं गेलं होतं की, तो सिडनीमधील एका खूप चांगल्या प्रायव्हेट शाळेचा लोगो होता. बाहेरच्या देशातील या क्लीनरला हेही सांगितलं गेलं होतं की, प्रकाश खूप प्रतिष्ठित लोकांमधील एक होता; जीवनातील खूप मोठमोठ्या गोष्टी मिळवायची त्याची योग्यता होती.

''खूप छान आहे टाय!'' डॅनीनं पसंतीची पावती दिली. तोसुद्धा शाळेत असताना शाळेचा टाय घालायचा. बट्टीला असताना.

''प्रकाशला त्याच्या या सगळ्या टायचा किती अभिमान आहे नाही?'' राधानं थट्टेचा सूर लावला. ''तो कोर्टाला जाताना टाय घालायचा. हो की नाही प्रकाश? जजवर इंप्रेशन मारायला आणि आता तो ते घालून किंग्ज क्रॉसभोवती फिरतो.''

''हेरगिरी करतेस की काय माझी? या क्लीनरला बरोबर घेऊन माझ्यावर नजर ठेवतेस होय? भांडखोर कुठली!'' प्रकाशनं तिला प्रतिप्रश्न केला.

''ओहो! किती सुसंस्कृत, उच्चभ्रू आहे नाही हा?''

''सुसंस्कृत? संस्कृती, संस्कृती म्हणजे तरी काय असते गं?'' डॉक्टरनं विचारलं.

“रागावू नकोस रे प्रकाश परत. असं बोलून तू माझा अपमान करतोस!” राधा.

“राधा, मी फक्त विचारलं की, संस्कृती म्हणजे नक्की काय असते? बऱ्याच गोऱ्या मॅडमांनी आपल्याला हॉटेलमध्ये काळी कॉफी सर्व्ह करणं म्हणजे संस्कृती आहे का गं? हो. इथं सिडनीमध्ये तेच आहे फक्त. राधा, तू इथल्या सरकारसाठी काम केलं आहेस. तू खरंच खूप स्मार्ट आहेस. हो ना?”

“मला नाही माहीत. इतर लोकांना गांधींसारखी मदत करणं, संस्कृती आहे. नाही का?”

“नाही. दुसऱ्या देशात जाऊन, राहून आशियन ब्राउन किंवा आफ्रिकन ब्लॅक लोकांना पैसे देणं, हेही संस्कृती नाही. परोपकारी! ते तर सगळ्यात वाईट लोक असतात. त्यांच्यातला एक आपल्याला माहीत आहे. हो की नाही राधा?” प्रकाशनं विचारलं.

वीज चमकावी तसा राधानं आपला मूड बदलला. क्षणात या कानापासून त्या कानापर्यंत हसत तिनं त्याच्यावर प्रतिहल्ला चढवला, “अगंऽगं! जळतोय गं बाई, माझा राजा माझ्यावर! आपण डी. व्हाय.मध्ये एका कॅफेत गेलो होतो. तिथले सगळे छान छान, रुबाबदार वेटर्स माझ्याभोवती रुंजी घालत होते. अगदी सगळेच्या सगळे. म्हणूनच डॉक्टरसाहेबांना माझा हेवा वाटतो आहे तर!”

यावर डॉक्टर काहीच बोलला नाही. दोन्ही तळहात एकमेकांवर घासत त्यानं डॅनीकडे बघून डोळा मारला.

“डॉक्टर,” राधाचं डिवचणं चालूच होतं, “डॉक्टर, मी तुला डॉक्टर म्हणते, ही गोष्ट आवडत नाही का तुला? डॉक्टर, ए डॉक्टर,”

बहुतेक ही गोष्ट खरी होती, कारण तिचं बोलणं ऐकताच डॉक्टरनं एक चांदीचं पेन हातात घेतलं आणि नेम धरून तिच्याकडे फेकलं.

“तुझा आय.क्यू. इतका कमी आहे ना. खरंच तुला डोकंच नाही.”

डोळ्यांवरील वाचायचा चश्मा काढून त्यानं तो टेबलावर ठेवला आणि तो चवताळून राधाकडे धावला.

राधा सर्रकन डॅनीकडे वळली. त्याला वाटलं, ती मदतीसाठी त्याच्याकडे वळली; पण तेवढ्यात त्याच्या कानांवर तिचे शब्द आले, “अरे मूर्ख क्लीनर, बाहेर निघून जा ना! हातातलं सगळं काही सोड आणि पटकन फूट इथून!”

“डुकरं आहेत ही!” बाहेर येऊन दार बंद करताना डॅनी स्वतःशीच पुटपुटला. तो बाहेर येण्याआधीच त्यांचं ‘ते’ सुरू व्हायचे आवाज येऊ लागले होते.

पॉटस पॉइंटमधून बाहेर पडून तो चालतचालत किंग्ज क्रॉस भागात शिरला. कोका-कोलाच्या जाहिरातीजवळ जाऊन तो खाली शहराकडे जाणाऱ्या ताडाच्या

झाडाकडे पाहात राहिला. त्याला माहीत होतं की, त्यांना आता सुमारे चाळीस मिनिटं द्यावी लागतील. मागं वळून तो असाच इकडे-तिकडे फिरत राहिला. मग ईस्ट सिडनी या नावानं ओळखल्या जाणाऱ्या भागात गेला. इथून सिडनी बंदर दिसायचं. शहराच्या या भागात दिवसभर फारशी वर्दळ नसायची. बट्टिकालोआ आणि दुबईमध्ये त्याची ज्या बाबतीत उपासमार झाली होती, ती गोष्ट इथल्या शांत, एकाकी रस्त्यांमध्ये भरपूर होती : स्वतःमध्ये रमू देणारा शुद्ध एकान्त. डॅनीचा स्वतःशीच संवाद सुरू झाला. ''शेक्सपिअर जिवंत असताना त्याला कोणी पाहिलं नाही. खरी गोष्ट आहे ही अगदी खरी.''

ताड वृक्षांच्या मधून त्याला निळाशार समुद्र आणि त्याच्याजवळचं पांढरंशुभ्र ऑपेरा हाउस दिसलं. तो झपाझप चालू लागला. चालत राहिला. चालत राहिला. त्याचा सूड घेण्यासाठीच की काय, त्या शहरानं त्याला स्वतःचाच एक चमत्कार दाखवेपर्यंत तो चालत राहिला. में ऽऽ में ऽऽ बकरीचा आवाज आला, तशी तो डावीकडे वळला आणि बकरीच्या लेंड्यांच्या वासाच्या दिशेनं चालत राहिला. एका लाकडी पट्ट्यांच्या कंपाउंडमध्ये एका खुंटीला एक पांढरी बकरी बांधलेली होती. गाभण असल्याप्रमाणे तिचं पोट फुगलेलं होतं. पिंजऱ्यात अडकलेला तो केविलवाणा अश्राप जीव त्याच्याकडे बघत होता. त्या क्षणी डॅनीला वाटलं की, पाश्चिमात्य जगासाठी आपण काय आहोत याचं प्रतीक आहे हे. वरून कुठून तरी कुजबुजण्याचा आवाज आला, ''खरंतर त्यानं तिला इथं ठेवता कामा नये.''

''पोलिसांना सांगितलं पाहिजे. काय वास येतोय तिच्या लेंड्यांचा. शी ऽऽ यॅक! रस्ताभर पसरलेला असतो हा वास!''

चाळीस मिनिटांनी डॅनी पॉटस पॉइंटच्या अपार्टमेंटला परत आला. दार उघडं होतं. राधाच्या चेहऱ्यावर हास्य खेळत होतं. तिनं जवळजवळ सगळे कपडे घातलेले होते.

''ये रे क्लीनर. आम्ही बाहेर जातोय.'' डॅनीनं आपलं सगळं सामान आवरलं. पाठीवरच्या ॲस्ट्रॉनॉटच्या बॅगेभोवती लाल तार गुंडाळली आणि तो आपल्या सामानासह कारच्या मागच्या सीटवर जाऊन बसला. आणखी एका अश्राप जिवाप्रमाणे त्यानं त्यांच्याबरोबर मोटारमधून हिंडण्याची संधी स्वीकारली. त्या वेळी त्याला असं वाटत होतं की, आपण घाणीनं लडबडलोय आणि त्याचा घाण वास सगळीकडे पसरलाय. ऑस्ट्रेलियापासून त्याला याहून जास्त काय मिळण्यासारखं होतं म्हणा! प्रकाश स्टिअरिंग व्हीलवर होता. आता सिडनीच्या वेगवेगळ्या भागांमध्ये त्यांची शोधयात्रा सुरू झाली होती.

त्या वेड्या जोडप्याकडे डॅनीनं आठ महिने साफसफाई केली आणि त्या अवधीत ते त्याला एकामागून एक अशा दारूच्या खूप बारमध्ये घेऊन गेले.

स्पोर्टस बार, जॅकी चॅन बार, क्रिकेट कॉर्नर, विझार्ड लेअर... उद्दीपक उत्तेजना. एक धगधगता नियॉन ड्रॅगन - त्यांना खाली लपलेल्या गुहेत जाण्याचा मार्ग दाखवी. प्रकाश आणि राधाच्या मागोमाग तो जुगारांच्या एअर कंडिशन्ड अड्ड्यांमध्ये जायचा, तेव्हा त्याच्या मनात जेम्स बाँडच्या फिल्मसारखा थरार असे. तिथं गेल्यावर त्या सुखद थंडाव्याने त्याचं अंगांग सुखावे. पाश्चिमात्य जगात काय काय असेल याची आधी मिळालेली आश्वासनं त्याला आठवू लागत. त्या जागांमधील इंच न इंच गलदारी हॉटेलसारखा होता. आपल्याला लागलेला हा शोध (पाश्चिमात्य जगाबद्दलचा) आपला फायदा करून देणाऱ्यांना सांगावा म्हणून तो त्यांच्याकडे वळे; पण तेवढ्यात त्याला जाणवे की, त्याच्या डोळ्यांदेखत त्यांच्यात जुगार भिनत चाललाय आणि ती नाइलची राजा-राणी बनत चाललीत.

या काळात डॅनीनं जणू काही एखादा बुरखा बाजूला सारून त्या नवीन देशाच्या अंतरंगात डोकावून पाहिलं होतं आणि तिथं त्याला काय दिसलं होतं?

जुगार!

जुगार खेळताना बोली लावणाऱ्यांना तिथं पोकी म्हटलं जायचं. सुरुवातीला ते नाइलचा राजा या मशीनवर बोली लावत. हरेपर्यंत तिथंच जुगार खेळत. हरू लागल्यावर दुसऱ्या मशीनकडे मोर्चा वळवत : ॲझटेक, वाइल्ड वेस्ट, झोडियाक सिंबॉल्स, ताजमहल, बेंगॉल टायगर्स, लाइटनिंग बोल्ट्स, मेक्सिकन सोंब्रिरोज. डॉक्टर मशीनमध्ये पांढरं मॅग्नेटिक कार्ड तरी घाले, नाहीतर मशीनच्या फटीत एकामागोमाग एक डॉलर्स तरी घालत राही. राधा मशीन्सच्या इलेक्ट्रॉनिक स्क्रीनचं थरथरणं आणि लुकलुकणं पाहात राही. मग दोघं आपापल्या जागा बदलत. ती खेळायला पुढे सरसावे आणि डॉक्टर चश्मा खाली करून स्क्रीनकडे पाही. त्यांची जागांची अदलाबदल चालू राही. हळूहळू त्यांचं आपसातलं बोलणंही बंद होई. दोघांचीही मशीन्ससमोर एक प्रकारची समाधी लागे. पुन्हा एकदा दारू पिण्याचं सत्र सुरू होई किंवा व्ही.आय.पी. रूम्सचे काळ्या बंड्या घातलेले राखणदार त्यांना स्मितहास्य करत बायकांच्या किंवा पुरुषांच्या टॉयलेटसपर्यंत आणि तिथून जुगाराच्या रूम्सपर्यंत सोबत करीत, तेव्हाच ती दोघं या जगात परत येत. डॅनीला वाटायचं की, जुगार खेळायच्या त्या हॉलबाहेर फक्त त्याच्यासाठी एक छोटीशी पाटी टांगलेली आहे आणि तिच्यावर लिहिलंय की, इथं जॅकपॉट जिंकायचा चान्स लाखात एकाहून खूप कमी असणार आहे.

''या क्लीनरच्या चेहऱ्याकडे तरी बघ. फक्त चेहऱ्याकडे हं!''

''त्याची टर उडवू नकोस रे प्रकाश. आणि हो, त्याच्याकडे नुसतं बघत बसू नकोस. जा त्या मशीनवर खेळ. हा घे डॉलर. जा खेळ बघू.''

''अगं, खरंच बघ ना त्याच्याकडे. बारा वाजलेत त्याच्या चेहऱ्यावर. मला

वाटतं, तो या मशीन्सना जाम घाबरतो. त्याला जरा धीर दे गं!''

''अरे बाबा, एक ड्रिंक घे. हे ड्रिंक तुला आमच्याकडून.'' राधा म्हणे.

''नको.'' डॅनी.

''अरे, चक्क अपमान करतोस तू माझा!'' ती परत म्हणे.

''खरंच,'' प्रकाश तिला दुजोरा देत म्हणे.

''कसला तमिळ आहेस रे तू! चिनी लोक उदास आणि एकांडे असतात. नंतरनंतर ते कडवट होत जातात; पण आम्ही भारतीय जुगार असा खेळत नाही. भांगडा म्हणजे काय हे माहिती आहे तुला? अरे, हा एक पंजाबी नाच आहे. तो पौर्णिमेच्या रात्री करतात. तुला सांगतो, जेव्हा जेव्हा भारतीय लोक जुगार खेळतात ना, तेव्हा तेव्हा त्यांच्या डोक्यावर पौर्णिमेचा चंद्र असतो.''

ते कधी जिंकलेच तर एकमेकांचे हात पकडून आनंदाने किंचाळायला लागत. कधीकधी ती उत्साहाच्या भरात प्रकाशच्या अंगावर चढूनही बसे. एकदा त्यांना जुगारात खूप मोठी रक्कम मिळाली असावी. दोघं मिळून मशीन्सच्या जवळ आनंदानं नाचायलाच लागले. एक वेगळ्याच प्रकारचा नाच होता तो. ते त्याला लिंडी हॉप म्हणाले. तिथं जमलेले सगळे लोक त्यांच्याकडे बघत राहिले. टाळ्या वाजवत राहिले.

त्याला थोडंफार ओळखू लागल्यावर, एकदा राधा बारमधून ओरडली, ''डॅनी, आज मी तुझ्यासाठी ड्रिंक आणणार आहे.''

मग ती डाएट कोक घेऊन आली आणि म्हणाली, ''मर्द माणसाची दारू!'' क्षणभर थांबून ती म्हणाली, ''मजा करते रे तुझी! आमचा जिनियस क्लीनर आहेस तू.''

डॅनीनं त्या कोल्ड ड्रिंकचा घोट घेतला आणि आपल्या मालकाकडे पाहिलं.

''क्लीनर, माहिती आहे, या माणसानं - प्रकाशनं एकदा फ्लेक्सी ट्रिफेक्टा जिंकली आणि पंधरा हजार डॉलर्स मिळवले होते. त्यासाठी त्यानं किती डॉलर्सची बेट लावली असेल? फक्त सात डॉलर्सची. डॉक्टर, याला सांग रे ती गोष्ट.''

''सहा हजार तीनशे चौऱ्याहत्तर डॉलर्स!'' राधाकडे दुर्लक्ष करून प्रकाशनं आपलं लक्ष आपल्या पोकी मशीनच्या स्क्रीनवर केंद्रित केलं होतं; पण राधाही कच्च्या गुरूची चेली नव्हती. ती बोटांनी त्याचं रेड जॅकेट ओढत राहिली.

''पंधरा हजार नाही.'' प्रकाश पुन्हा म्हणाला.

तिचा बोटांनी त्याचं जॅकेट ओढायचा चाळा चालूच होता.

''ओ हो! किती सेंटी आहे ना डॉक्टर प्रकाश? त्याचं नाव किती बरोबर आहे नाही?'' म्हणत ती खुदुखुदु हसली. ''तुझी किती आठवण येत होती मला

डॉक्टर! मी हाँगकाँगला गेले असताना ना, डॅनीनं माझं घर घासूनपुसून अगदी लख्ख केलं होतं. हो की नाही रे? पण आमची सुट्टी फार बेकार गेली. मार्क हॉटेलच्या खोलीतच बसून राहायचा आणि मी त्याचे लहान बाळासारखे लाड करावेत अशी त्याची अपेक्षा होती. वैताग नुसता. आम्ही हाँगकाँगमध्ये होतो. मला तिथं मजा करायची होती. मग मी वर हॉटेलच्या टेरेसवर गेले आणि सुंदर रुबाबदार चिनी माणसांसोबत लिंडी हॉप नाच करत राहिले. तुला सांगते, तिथं मी जणू रॉकस्टारच होते. क्लीनर, तुला लिंडी हॉप म्हणजे काय हे माहीत आहे. हो ना?''

''त्या माणसाबरोबर तू सुट्टीसाठी जातेस तरी का, माहीत नाही.''

''त्याचं असं आहे, मला तू सुट्टीसाठी घेऊन जाऊ शकशील अशी तुझी परिस्थिती नाही. हो ना डॉक्टर? तू आपला सगळा पैसा इथंच उडवून टाकतोस. जुगार खेळण्यात फुंकून टाकतोस.''

''गप गं बये! तो माणूस रिअल इस्टेट एजंट आहे. ही माणसं पिकांची नासाडी करणाऱ्या टोळधाडीसारखी असतात. सगळ्यात नीच प्रवृत्तीची. चिनी लोकांना घरं विकतात. तूच सांगितलंस मला हे. मित्रा, सिडनीची ही आणखी एक बाजू आहे बरं! हीच का, या शहराच्या आणखी अनेक बाजू आहेत. गंमत म्हणजे मी सैन्यामध्ये जातो आणि त्याचं पॉटस पॉइंटमध्ये स्वतःच्या मालकीचं एक घर होतं.'' आपल्या जॅकेटवरील राधाचा हात झटकण्याचा प्रकाश वारंवार प्रयत्न करत होता.

त्या आठवड्यात पॉटस पॉइंटच्या फ्लॅटची सफाई केल्यानंतर डॅनीनं प्रकाशला हळूच आपल्या कामाचे पैसे मागितले. त्या वेळी प्रकाश आरशासमोर उभा राहून आपला पट्ट्या-पट्ट्याचा टाय नीट करत होता. ''साठ डॉलर्स,'' डॅनी म्हणाला. प्रकाशनं कधीच कुणाला साठ डॉलर्स दिलेले नव्हते. तो डॅनीला म्हणाला, ''तुला माहिती आहे की, तुला नेहमी बाईच पैसे देतात. कुठं आहेत त्या? बाहेर गेल्यात? चल, क्लीनर आपण शोधू या त्यांना.'' आरशात बघून टाय नीट केल्याकेल्या प्रकाश फ्लॅटबाहेर पडला आणि आपली अॅस्ट्रॉनॉटसारखी असलेली बॅग खांद्याला लटकवून डॅनीही प्रकाशच्या मागोमाग निघाला. त्याच्याबरोबर डॅनीही किंग्ज क्रॉसमध्ये गेला.

फुटपाथवरील लोक क्षणभर थांबून त्यांच्याकडे बघत होते. आपल्या शानदार लाल जॅकेट आणि प्रायव्हेट स्कूलच्या पट्टेदार टायमध्ये डॉक्टर प्रकाश एखाद्या राजकुमारासारखा रुबाबदार दिसत होता. पॉटस पॉइंटच्या बँकर्सना, सावकारांना ओलांडून ते किंग्ज क्रॉसमध्ये गेले. तिथं सकाळी-सकाळीच दारू पिऊन झिंगणारे दारुडे होते. आपली सिगारेटची तलफ भागवायला एखादं सिगारेटचं थोटूक

मिळतं का हे पाहण्यासाठी फुटपाथवरील कचरा खाली-वर करणारे नशाबाज होते. भुऱ्या केसांची युरोपियन वेश्या होती. रोज सकाळी तिथं उभी राहून ती तिथं सापडलेल्या डेझी फुलाची पाकळी न पाकळी तोडत असे. आपल्या पाळीव काळ्या काकाकुवा पक्ष्याला खांद्यावर घेऊन एक माणूस तिथं नेहमी उभा असे. या सगळ्यांना ओलांडून प्रकाश डिस्को बॉलप्रमाणे सभोवार पाणी उडवणाऱ्या कारंजाजवळ आला. कारंजाच्या चारी बाजूंना आपले पांढरे पंख फडफडवणारे जबिरू पक्षी होते. कारंजावर पाय ठेवून प्रकाश एखाद्या राजाच्या दिमाखात आपल्या या छोट्याशा राज्याकडे अभिमानानं पाहू लागला. या बिनभाड्याच्या जागेत तो पाहिजे तेव्हा थांबत असे. तिथं थोडा वेळ काढल्यावर तो वेगास या एअर कंडिशन्ड बारमध्ये जाई. राधा येईपर्यंत तो तिथल्या जुगाराच्या मशीन्ससमोर उभं राहून आपल्या 'ग्रे हाउन्ड्स' कुत्र्यांवर आणि घोड्यांवर पैसे लावत राही. या जागेचं नाव राधानं क्लिनिक ठेवलं होतं.

डॅनीला इथंच प्रकाशकडून राधाची माहिती मिळाली होती. इथंच त्याच्या हेही लक्षात आलं होतं की, प्रकाश खरा डॉक्टर असो वा नसो; पण राधा ही खरोखरच एक पेशंट होती.

"क्लीनर, ही बया नक्की काय आहे हे आपल्याला कधीच कळणार नाही. ही जागा सोडून ती आपल्या घरी जाते त्या क्षणापासून ती कायकाय करते ते देवालाच ठाऊक!" एकदा तो म्हणाला होता. मग आवाज खाली आणत तो उद्गारला होता, "तिच्यात जराशी गुन्हेगारी प्रवृत्ती आहे."

तीनच वर्षांपूर्वी राधा ब्लॅक टाउन मेडिकल ऑफिसमध्ये मॅनेजर होती. ती एक उत्तम काम करणारी ऑफिसर होती. ब्लॅक टाउनमध्येच तिचं एअर कंडिशन्ड ऑफिस होतं. ती सर्व प्रकारच्या रिसीटसची मुख्य अधिकारी होती. मेडिकेअर ऑफिसमध्ये दररोज गोळा होणारी सर्व रोख रक्कम आठवड्याच्या शेवटी मोजली जाते. सोमवार ते शुक्रवार या दरम्यान येणारी रक्कम कमी-जास्त होत असते; त्यामुळे मॅनेजरनं शुक्रवारपर्यंत आलेल्या एकूण रकमेची गोळाबेरीज करेपर्यंत, मधल्या दिवसांत कोणत्या दिवशी नक्की किती रक्कम आली हे कोणाला माहीतही नसतं आणि त्याबद्दल कोणी काही विचारही करत नाही. एका सोमवारी राधानं काय केलं की, ऑफिसमधील तिजोरीतील नव्या करकरीत नोटा एका शॉपिंग बॅगमध्ये भरल्या आणि पांढराशुभ्र युनिफॉर्म घालून ती रस्त्याच्या पलीकडील ब्लॅक टाउन आर.एस.एल क्लबमध्ये गेली. ती पाच हजार डॉलर्सचा जुगार खेळली; पण जुगारात सर्व रक्कम हरली. दुसऱ्या दिवशी ती परत तिथं गेली आणि तिनं आदल्या दिवशी जुगारात हरून गमावलेले सर्व डॉलर्स परत मिळवले. तरुणपणी तरुणासारखं राहिलं नाही तर काय उपयोग, अशा विचारांची ती बाई

होती. तिच्या भारतीय आई-वडिलांनी तिच्या बाबतीत जी काही स्वप्नं पाहिली होती, ती पूर्ण झाली होती. तिचं लग्न सिडनीच्या पूर्वेकडील उपनगरातील चिनी लोकांना भरमसाट किमतीला घरं विकणाऱ्या एका एजंटशी झालं होतं. ती सरकारी नोकरी करत होती. सिडनीत अशी नोकरी मिळणं फार भाग्याची गोष्ट होती. तिच्या फेसबुकवर तेवीसशेहून अधिक मित्र-मैत्रिणी होत्या; पण आपल्या पूर्ण युनिफॉर्ममध्ये ती मेडिकेअर ऑफिसमधून रस्त्यापलीकडील ब्लॅक टाउन आर.एस.एल. क्लबमध्ये गेली आणि तिला स्वतःला हवी असलेली गोष्ट तिला मिळाली. एका सूट-बूट घातलेल्या व्हाइट ऑस्ट्रेलियन बाईनं तिला पौर्वात्य लोकांप्रमाणे कमरेत वाकून नमस्कार केला आणि ती तिला ऑटोमॅटिक पोकर मशीनच्या झगमगाटानं उजळलेल्या हॉलमध्ये घेऊन गेली. ती पोकी झाली. क्लबमधील लोकांना माहीत होतं की, ती मेडिकेअर ऑफिसमध्ये काम करते. त्यांनी तिच्याजवळ सरकारनं जारी केलेल्या कोऱ्या करकरीत नोटा पाहिल्या अन् ते हसून म्हणाले, "सुस्वागतम."

ती जुगारात हरली तरी दुसऱ्या दिवशी ती परत क्लबमध्ये गेली आणि तिनं आपले गमावलेले पैसे परत मिळवले. त्यानंतरही ती कसंतरी करून दर शुक्रवारी ऑफिसचे भरायचे पैसे बरोबर जमवी. तिच्याकडे नेहमी ऑफिसकडून घेतलेल्या पैशांपेक्षा जास्तच पैसे असत; पण मग ती दुर्दैवी गोष्ट घडली. एकदा सोमवारपासून लागोपाठ तीन दिवस ती समोरच्या क्लबमध्ये जात राहिली. जुगार खेळत राहिली. या वेळी मात्र नशिबानं तिची साथ सोडली. तिनं ऑस्ट्रेलियन सरकारचे सत्तर हजारांहून जास्त डॉलर्स गमावले. शुक्रवारी सकाळी ऑफिसला न जाता ती पासपोर्ट घेऊन कारनं एअरपोर्टला गेली. तिथून विमानानं भारतात जाण्याचा तिचा बेत होता; पण इमिग्रेशन काउंटरवर तिची वाट पाहणाऱ्या पोलिसांनी तिला पकडलं. तिच्या नवऱ्याला, मार्कला ऐन वेळी ही गोष्ट कळली आणि त्यानं तिला तुरुंगवासापासून वाचवलं. जजनी तिला तुरुंगवासाची शिक्षा ठोठावली नाही. तिच्या गब्बर श्रीमंत नवऱ्यानं, मार्कनं कोर्टाला तिला आर्थिक आधार देण्याचं वचन दिलं. मग जजनी राधा थॉमसला थेरपीसाठी आणि सामूहिक चर्चेसाठी सहा महिन्यांची मुदत दिली. ज्यांचं यशस्वी पुनर्वसन करता येईल अशांच्या यादीत तिचं नाव घातलं.

तिनं सामूहिक चर्चेतच त्याला पहिल्यांदा पाहिलं. सावळ्या चेहऱ्यावर पांढरे-काळे केस खरंच खुलून दिसतात, नाही का? आणि त्याचा तो जाड फ्रेमचा चश्मा! जुगाराचं व्यसन लागलेल्या लोकांच्या ग्रूप डिस्कशनमध्ये ही दोघंच आशियन होती. दोघं पूर्ण वेळ एकमेकांकडे नुसती पाहात राहिली. ग्रूप डिस्कशन संपल्यावर सगळ्यांनी टाळ्या वाजवून आपलं स्वतःचं अभिनंदन केलं. त्यानंतर

लगेचच ही दोघं बाहेर एकत्र आली आणि थेट सर्वांत जवळच्या दारूच्या गुत्त्यात गेली आणि तिथं जुगार खेळू लागली.

प्रकाशच्या चेहऱ्यावर ऑस्ट्रेलियाच्या उन्हातही घाम यायचा नाही आणि त्याचे डोळे सभोवारच्या वातावरणाला गारवा द्यायचे. राधानं कबुली दिली की, याआधी तिला एकही भारतीय बॉयफ्रेंड नव्हता. तो म्हणाला, माझ्या बाबतीतही हेच आहे. याआधी मला एकही भारतीय गर्लफ्रेंड नव्हती.

प्रकाशनं तिला सांगितलं की, त्याला राहायला जागा हवी आहे. योगायोगानं त्याच वेळी तिचा पॉटस पॉइंट अपार्टमेंटमधला फ्लॅट रिकामा होता. म्हणजे तसं पाहिलं तर तो मार्कच्या मालकीचा होता; पण प्रकाश तिथं राहू शकत होता. मार्कनं तिच्याविरुद्ध माहिती दिली होती. त्याचा हा चांगला सूड होता. ती मार्कला घटस्फोट नक्कीच देणार नव्हती, कारण त्यामुळे तिच्या आयुष्यात बरेच प्रश्न निर्माण झाले असते (पैसे, खाणं-पिणं, घर वगैरे) मग ती शांतपणे घरी गेली. तिनं दोघांसाठी स्माइलिंग लसान्या बनवला; पण तिनं संध्याकाळी डॉक्टरला मेसेज पाठवला की, आपण एक तर माझं घर रिकामं झाल्यावर माझ्या घरी भेटू किंवा 'त्याच्या' पॉटस पॉइंटमधल्या घरी. अशा रीतीनं ती दोन घरं चालवू लागली. एका घरात ती सुगृहिणी म्हणून वावरायची, तर दुसऱ्या घरी नाइलची राणी म्हणून.

नाइलच्या राजानं तिच्यावर आपल्या शिष्टाचारयुक्त वागण्यानं, शक्तिशाली पुरुषी शरीरानं, महागड्या प्रायव्हेट स्कूलच्या काळ्या-पांढऱ्या टायनी मोहिनी घातली. (डॅनीच्या डोळ्यांसमोर डॉक्टरनं राधाशी कामक्रीडा करताना पूर्ण वेळ टाय लावलेला आहे असं चित्र येई.) त्याच्या बदल्यात ती डॉक्टरच्या खाण्या-पिण्याची, राहण्याची काळजी घेई आणि रात्रींमागून रात्री ती त्याच्याबरोबर जुगार खेळत हिंडे.

प्रकाश आणि राधा. ऑस्कर आणि ल्युसिंडा. वरच्या भाजून काढणाऱ्या सूर्यप्रकाशात ते नगण्य होते. कस्पटासमान होते; पण खाली दारूच्या बारमध्ये आणि पोकी मशीननी घेरलेले असताना ते जणू पुनवेच्या चांदण्यासारखे चमकत असत. सिडनीमधील कोणत्याही वाइन बारमध्ये पाय ठेवताच डॉ. प्रकाश तिथली सगळ्यात लखलखती बाब ठरे.

दुपारची १२ वाजून २८ मिनिटं

रेस्ट रूमच्या सिंकवरील आरशात पाहतापाहता डॅनी स्वतःलाच म्हणाला, मी तिला डॉक्टर असं काहीतरी करील असा इशारा दिला होता खरं म्हणजे.

आरशात परत पाहण्याआधी डॅनीनं तोंडावर पाणी शिंपडलं.

सिडनीच्या विचित्र जगात, पाण्याच्या बाटल्या कॉफीच्या पेल्याहूनही जास्त महाग होत्या. त्या कधीकधी बिअरच्या बाटलीपेक्षाही जास्त महाग असू शकतात. अशा वेळी फुकटात पाणी प्यायला मिळेल अशी एक जागा होती. ती म्हणजे पिट स्ट्रीटवरील एडिंबरो कॅसल पब. तुम्ही इथं बाकीच्या जगापासून वेगळं होऊन शरीरातील नको झालेली गोष्टदेखील टाकून देऊ शकता. डॅनी एडिंबरो कॅसल पबमध्ये शिरला. त्याला पबमध्ये येताना बारमधील कोणी पाहिलं तरी त्याला वाटलं असतं की, तो इथला सफाई कर्मचारी क्लीनर आहे. तो जिन्यानं पुरुषांच्या टॉयलेटमध्ये जाई आणि नळ उघडून ओंजळीनं पाणी पीत राही.

आजही त्यानं तेच केले. पाणी पीतापीता नीट श्वास घेण्यासाठी तो पाण्याच्या धारेपासून थोडा लांब गेला, तेव्हा त्याचं लक्ष रेस्ट रूमच्या लहानलहान चौकोनी टाइल्सकडे गेलं. त्या टाइल्स पाहून त्याला दुसऱ्या एका देशातील, आपल्या देशातील टॉयलेटमधल्या टाइल्स आठवल्या. त्याला वाटलं, आपलं घर किती जवळ आहे! कॅक्टसची कुंडी त्यानं सिंकजवळ ठेवलेली होती. सिंकजवळच्या आरशात त्याला टॉयलेटची हातानं ओढायची चेन दिसली. त्या चेननंही त्याला बट्टिकालोआची आठवण करून दिली. सिंकमध्ये पडणाऱ्या पाण्याच्या धारेमुळे त्याच्या मनात परत उत्साह आला; पण नळाचा टॅप बंद करून त्यानं शर्टाच्या बाहीनं आपलं तोंड पुसलं आणि अचानक त्याच्या अंगावर शहारा आला, कारण त्याला इंग्रजी आणि तमिळमध्ये लिहिलेली वाक्ये दिसली.

I did tell her.
(मी तिला सांगितलं होतं.)

I did warn her.
(मी तिला धोक्याचा इशारा दिला होता.)

त्यानं परत नळ सुरू केला. वाहत्या पाण्यात बोट घालून त्यानं इंग्रजीत क्रमवार वाक्य लिहायला सुरुवात केली.

The thorns are there to protict the roses.

(काटे गुलाबाची राखण करतात. मग त्यानं वाक्यातील चूक सुधारली.)

to protect the roses.

(गुलाबाची राखण करतात.)

त्याच वेळी डॅनीचा फोन वाजू लागला.

फोनवर डॉ. प्रकाशच होता.

"तू इकडे येतोस, क्लीनर?"

"हो, सर."

किती शांत, संयत दिसतो हा डॉक्टर. आपल्यातील आज्ञाधारक वृत्ती किती छान प्रकारे जागवतोय.

आता डॅनीच्या मनातील अंधाराला दोन डोळे छेद देत होते. डॉक्टर प्रकाशचे डोळे, पिकलेल्या करवंदासारखे लालसर तपकिरी डोळे. बोंडायसारख्या उपनगरातील समुद्रकिनाऱ्यावरील मावळत्या सूर्याचा मंद प्रकाश त्या भारतीय पुरुषाच्या डोळ्यांतील बाहुल्यांमध्ये शिरतो, तेव्हा दिसणारा तो लालसर तपकिरी रंग.

फार मोठी चूक केलीस तू डॅनी. ते समुद्रतटासारखे लुकलुकणारे डोळे म्हणत होते. *आज सकाळी तुझ्याकडून फार मोठी चूक झाली.*

"हे बघ डॅनी, तुला माझं घर साफ करायचं आहे. मी दक्षिण आफ्रिकेला जाण्याआधी."

"हो, सर."

"आत्ता काय करतो आहेस तू? इथं यायला इतका का वेळ घेतो आहेस?"

"काम करतो आहे सर."

यावर थोडी स्तब्धता.

"खरंच काम करतो आहेस तू आत्ता?"

"हो सर." डॅनीनं ओठांचा चंबू केला.

"ब्रूम... ब्रू ऽऽ म...! ऐकू येतं आहे तुम्हाला? मी व्हॅक्यूमनं सफाई करतो आहे. ब्रूम... ब्रू ऽऽ म." तिकडून प्रकाशचं खणखणीत हसू ऐकू आलं. ते ऐकताच डॅनीनं फोन बंद केला.

तो फोनवर बोलत होता, तेव्हा त्याचं बोट पूर्ण वेळ मोबाइलच्या स्क्रीनवर होतं. त्यातून निथळणाऱ्या घामानं तो धूसर झाला होता. डॅनीनं परत तो स्क्रीन दाबला आणि आरशावर बोटानं एक ओली रेघ मारली. त्याला आपल्या गावचं लगून आठवलं. त्या रेघेवर त्यानं दोन ठिकाणी छेद दिला. त्याच्या गावाचं दोन ठिकाणी उघडणारं लगून.

राधाला कोणीतरी दुसऱ्यानं मारलं असणार. लगूनच्या कोणत्याही उघडीपीकडे गेलं तरी असंच वाटत होतं.

डॉ. प्रकाशबद्दल संशय घेणं वेडेपणाचं आहे. तो कसा आहे हे आपल्याला माहीत आहे. आपण त्याच्याबरोबर कित्येकदा बारमध्ये गेलेलो आहोत.

डॅनीनं आपल्या केसांमधून हात फिरवला; पण...

पण हेही किती विचित्र आहे? राधाचा मृत्यू झालाय आणि आजच संध्याकाळी हा देश सोडून चाललाय. कदाचित त्याला असं काहीतरी माहीत आहे, ज्यामुळे त्याला हा देश सोडून जावं लागतंय.

पोलिसांना सांगितलं पाहिजे. त्यांना ही माहिती हवी असणार. नाही का?

खून केलेल्याची माहिती दिली तर पोलीस त्याची पाठ थोपटतील; बरोबर गोष्ट केल्याबद्दल. ओलसर आरशावर ओलसर रेषा होत्या. लगूनसारखे आणि लगूनचे समुद्राला येऊन मिळणारे दोन प्रवाहही होते.

डॅनीला आता त्या जागी सिडनी शहर दिसू लागलं. हिवाळ्याच्या पहाटे शहराच्या मध्यवर्ती भागात दिसणारं सिडनी त्याला खूप सुंदर, लोभसवाणं वाटे. त्या वेळी रस्ते साफ करणारं मशीन धडधड आवाज करत आपलं काम करत असतं आणि डॅनीचं लक्ष स्थिर झालेलं असतं. आभाळातील उंच ढगाच्या गुलाबी तुकड्यांच्या पार्श्वभूमीवर उठून दिसणाऱ्या सेंट्रल स्टेशनच्या घड्याळवाल्या उंच दगडी मनोऱ्यावर. तो उंच दगडी मनोरा त्याच्या देशांतरित मनाला आश्वासन देई की, त्याला पुढे गलदरी हॉटेलच्या आतील एअर कंडिशन्ड, सुंदर आलिशान वातावरणाप्रमाणे काहीतरी छान मिळणार आहे. तो त्याला सांगायचा की, डॅनी, तू हात पसरलास तर अजूनही तुला हे शहर, हा देश, हा स्वर्ग मिळू शकेल.

आता त्या स्क्रीनवर ऑस्ट्रेलियाचा माल्कम फ्रेझर नावाचा एक वृद्ध, देशभक्त भूतपूर्व पंतप्रधान आला. त्याच्या उजव्या खांद्यावर एक प्रचंड मोठा दक्षिणी तारा होता आणि मागे ऑस्ट्रेलियाचा झेंडा. (तो जणू म्हणत होता की,) माझ्या या मित्रासाठी, डॅनीसाठी आपण इथला कायदा थोडा शिथिल करू या. ये डॅनी. ऑसीज, या माणसाचं अभिनंदन करा.

ते पाहून डॅनी किंचित हसला आणि लगेच स्क्रीनवरून फ्रेझर नाहीसा झाला. डॅनी पुन्हा एकदा हसला. या वेळेस स्वतःवर.

डॅनी ज्या देशातून आला आहे, तिथं स्तुती करण्याची संस्कृती आहे. तुम्ही कोणी महत्त्वाची व्यक्ती असाल, तर तुम्ही स्टेजवर असायला हवं. लाउडस्पीकर्सनी, मायक्रोफोन्सनी आणि प्रशंसकांनी घेरलेले. माइकवरून कोणीतरी तुमचा परिचय करून द्यायला हवा. ''स्टेजवर बसलेल्या, इथं भेट द्यायला आलेल्या, तसेच इथल्या स्थानिक प्रतिष्ठित श्रोत्यांनो, इथं आपण आपल्या सुपुत्राचा सन्मान करायला...'' जोरदार सन्मान समारंभ. दक्षिण आशियाच्या प्रत्येक शहराप्रमाणे असे समारंभ बट्टिकालोआच्या जीवनाचा श्वास होते. तिथं सगळ्यांना आपल्याला लोकांनी

ओळखावं, आपला सन्मान करावा, गौरव करावा अशी आस असते. आपण आपल्या छापील पोस्टर्सनी वेढलेलं असावं, आपल्या डोक्यावर कबुतरं घिरट्या घालताहेत अशा भित्तीचित्रांनी सन्मानित असावं अशी महत्त्वाकांक्षा असते. मग दीप-प्रज्वलन, सलग पस्तीस मिनिटांची भाषणं, ती एखादं-दुसऱ्या लहान-सहान राजकीय महत्त्वाच्या व्यक्तीची असली तर फारच चांगलं. नंतर झेंडूच्या आणि जाई-जुईच्या फुलांची माळ गळ्यात पडणं आणि नंतर लाकडी सन्मानचिन्ह मिळणं. त्यावर आपलं नाव बरेचदा चुकीचं लिहिलेलं असतं. झालं! त्या क्षणी आपण आपल्या शहराचे लाडके सुपुत्र झालेलो असतो.

पाचच मिनिटांनी सगळं काही बदलूनही जाऊ शकतं.

याचं कारण म्हणजे सन्मान नेहमी आपल्या जुळ्या भावंडाबरोबर येतो. त्याचं जुळं भावंड आहे गटारगंगा. कुजबुजल्या स्वरात बोललं जाणारं अप्रिय सत्य.

ज्या कुणाची स्टेजवर स्तुती केली जाते, त्याची त्याच दिवशी नंतर थट्टा, निंदानालस्तीसुद्धा केली जाते.

"हो. हा तिथं मोठ्या माणसाप्रमाणे गळ्यात हार घालून बसला होता; पण मला पक्कं माहीत आहे, गेल्या शनिवारी तो... बरोबर... करताना दिसला होता." सन्मान आणि अपमान दोन्ही एकमेकांना तोलून धरतात; त्यामुळे बट्टिकालोआतली कोणतीही सन्मान्य व्यक्ती दुपारच्या वेळी गटारातून बाहेर आलेल्या डुकराप्रमाणे कायमची अर्ध्या काळ्या आणि अर्ध्या पांढऱ्या भागांमध्ये विभागली जाते.

आरशात आपला चेहरा बघ. काय दिसतंय तुला? नेल्सन मंडेला, तुला कोणीतरी या नावानं हाका मारायचं.

पण या चेहऱ्यासाठी तू आणखीही बरीच नावं ऐकली आहेस.

अर्धा मंडेला, अर्धं डुक्कर!

डॅनीनं स्वतःला सांगितलं, आज तुझी जागा टॉयलेटमध्ये आहे. आता जा आणि स्वतःला कोंडून घे बरं! म्हणून त्यानं तेच केलं.

प्लॅस्टिक कव्हरमधलं ते छोटंसं कॅक्टस टॉयलेट पेपरच्या गुंडाळीवर बसलं होतं. त्या कॅक्टसचा मालक धातूच्या चार दणकट भिंतींच्या आत बसला होता. टाळ्या वाजवत. त्या निळ्या गोळ्याला, नकोशा कोळ्याला तिथून घालवणं अवघड होतं. निळ्या पोलिसाला घालवून लावणंही तसंच कठीण होतं.

हवेत क्लोरोक्सचा वास भरून राहिला होता. म्हणजे इथली सफाई नेपाळी लोकांनी केली आहे. ते नेहमी ही गोष्ट फार वापरत.

दारूच्या बारची सफाई करणं फार कठीण असतं. त्यातून तिथल्या टॉयलेटसची सफाई करणं तर फारच कठीण असतं.

"काय रे गधड्या, मी काय म्हणतेय ते कळतंय का तुला? इंग्रजी समजतं

का तुला?'' टॉयलेटसच्या सफाईकामावर देखरेख करणारी ऑस्ट्रेलियन बाई डॅनीच्या अंगावर जोरात खेकसली. या बायका नेहमीच नोकरांचा पाणउतारा करायचा, असा दृढ निश्चय केल्यासारख्या अंगावर वसकन ओरडतात, "हा एक घाणेरडा संडास आहे आणि आम्ही तुम्हाला आमच्या देशात असे घाणेरडे संडास साफ करून घेण्यासाठीच येऊ दिलं आहे. समजलं?'' जास्तीतजास्त क्लोरोक्स वापरणं हाच काय तो अशा लोकांवर उगवता येणारा सूड होता.

एच ६

डॉ. प्रकाशनं पाठवलेला मेसेज टॉयलेटच्या भिंतींना भेदून मोबाइलमध्ये आला.

डॅनी किंचित हसला आणि मग त्यानं आपल्या लहानपणीच्या आणखी एका युक्तीचा वापर करायचं ठरवलं. या युक्तीचा वापर करून तो तासन्‌तास स्वतःमध्येच रमत असे.

बाळा, आपला चेहरा दोन्ही हातांच्या ओंजळीत घे. आता हातांचे कोपरे मांड्यांवर गुडघ्याच्या वरच्या बाजूला ठेव. मन अगदी शांत ठेव. मनात काहीही विचार येऊ देऊ नकोस. असं केल्यानं आपण लवकरच टोचऱ्या बिंदूंचा अंधारातील समांतरभुज चौकोन होऊन जातो : संडासच्या थंड सीटवरील आपलं निर्जीव झालेलं ढुंगण, दोन कोपरांची गुडघ्यांना टोचणारी हाडं आणि उजव्या गालावर ओरखडे मारणारं, लांब वाढवलेलं नख. उरलेलं सर्व... धुरकट.

...डॅनीनं काही वेळानं डोळे उघडले. गुडघ्यांवरचे कोपरे वर उचलले. तो आज सामान पॅक करणार आहे. डॉ. प्रकाश म्हणत होता की, तो आज सामान पॅक करणार आहे.

नेमकं आजच्या दिवशी?

डॅनीचं लक्ष टॉयलेट बाउलच्या वर छापलेल्या मजकुराकडे गेलं.

विध्वंसकांनी केलेल्या थोड्या तोडफोडीमुळे ही जागा वापरात नाही! आम्हाला माहीत आहे! तुम्ही कोण हे. मॅनेजमेंटचे डोळे इकडे आहेत.

इथं उद्‌गारचिन्ह चुकीच्या जागी वापरलं होतं. डॅनीनं ते आपल्या नखानं खोडायचा प्रयत्न केला. ...थोडी तोडफोड... वेडपट ऑस्ट्रेलियन... आपली स्वतःची भाषाही... बोलू शकत नाहीत.

पुरे झालं इथं बसणं, असा विचार करून डॅनीनं दारावर बुटांनी धडक दिली आणि तो कमोडवरून उठला. पुन्हा एकदा वॉश बेसिनच्या सिंककडे जाऊन त्यानं आरशातील आपल्या प्रतिबिंबावर पाण्याचे शिंतोडे उडवले. केस ओले

झाल्यावर त्यातील सोनेरी झाक कशी जास्त चमकते हे त्याला पाहायचं होतं.

तो आज सामान पॅक करतोय. कुठंतरी नक्कीच पाणी मुरतंय!

आणखी एक मेसेज. डॉक्टरला त्याचं उत्तर हवं होतं.

एच. ६

ब्रूम ब्रूम. लवकर ये.

हो सर. मी लवकरच येतो आहे तुम्हाला भेटायला.

समोर आरशावर त्याला आपलं ओलं प्रतिबिंब दिसत होतं. तो एक पाऊल मागे सरकला. मनातल्या मनात म्हणाला, मी येतोय; काळजी करू नका.

आरशात दिसणाऱ्या सिडनीच्या अफाट जनसमूहाला तो म्हणाला, "घर नं. ६बद्दल मला नेहमी काहीतरी विचित्र वाटायचं."

आता घर नं. ५ची राधा, ती मेलेली बाई शंभर टक्के ऑसी होती. तुमच्यासारखी. तिच्याबद्दल काहीच प्रश्न नव्हता. डॅनीनं श्रोत्यांना स्पष्ट करून सांगितलं.

पण तो प्रकाश, घर नं. ६, राधाचा प्रियकर, नाइलचा राजा, तो माझ्यासारखाच होता.

म्हणजे डॅनीनं उकल करून सांगितलं. म्हणजे तो ऑस्ट्रेलियात जन्मला नव्हता. लहान असताना इथं आला असेल. या गोष्टी आपल्याला उच्चारांवरून कळतात. नाही का? तो भारतात जन्मला असेल. लहान असताना इथं आला असेल; पण तो तुमच्या सैन्यात होता. म्हणजे तो इथला नागरिक होता. तुमच्यासारखाही होता आणि माझ्यासारखाही.

आणि सैन्यात जाऊन डॉक्टर आणखी मजबूत झाला.

कारण सिडनीतील प्रत्येक आशियन माणसाला कधी न कधी भीक मागावी लागते; पण प्रकाशला ते करावं लागलं नाही. कधीच करावं लागलं नाही.

"तू समुद्रातल्या खडकाळ प्रदेशात रीफला जाऊन आलास ना क्लीनर?" प्रकाश त्याला विचारायचा. "ग्रेट बॅरियर रीफ रे! पोवळ्यांचा भला मोठा खडक. तो पाहायला तू काचेचा तळ असलेल्या बोटीतून गेला असशील. हो ना? समुद्रात आणखी काय पाहिलंस तू? तिथं तो घाणेरडा स्टिंगरे मासा असतो. समुद्राच्या तळाशी फेंगडा बसलेला. मग तो एकदमच उठतो. सगळीकडे चिखल उडवतो. काचेचा तळ असलेल्या बोटीखालून आपली काटेदार शेपटी हलवत तो जोरजोरात धावतो. त्याच्या शेपटीत ना भयंकर जहाल विष असतं. मी कधीच तसा जगणार नाही. मीही कधीच कोणाची क्षमा मागणार नाही."

दुसऱ्यांनी दिलेल्या त्रासापुढे तो कणखरपणे उभा असायचा. त्याच्या या धारिष्ट्याचं कौतुकच करावं लागेल. खरंच, सिडनीमधील एक कणखर भारतीय माणूस आहे तो."

जणू काही त्याच्या या भाषणाला उत्तर देण्यासाठी, त्याचे गोरे ऑस्ट्रेलियन श्रोते आरशावरून नाहीसे झाले. आरशामध्ये उरला फक्त एक काळा, ओला चेहरा. तो चेहरा त्याच्याकडे पाहून हसला.

त्यानं तिला मारून टाकलं आहे. तुला माहीत होतं की, कधी ना कधी तो हे करेल.

डॅनीनं आपल्या प्रतिबिंबावर पाणी उडवलं. ते आणखी जास्त हसतंय असं त्याला वाटलं.

पहिला मुद्दा. जिथं रात्री जायला त्या दोघांना आवडायचं तिथंच त्या मृत स्त्रीचं शव कशावरून मिळालं असेल? म्हणजे ती खाडी दुसरी कोणतीही असू शकेल. दुसरा मुद्दा आहे प्रकाशच्या स्वभावाचा.

डॅनीनं आरशाकडे पाहिलं. काय बोलत होतो बरं आपण?

हं! सुमारे दोन वर्षांपूर्वीची गोष्ट. ती नक्की मंगळवारची रात्र होती. हो : डॅनीला पबमधली ती सजावट आठवली. मेलेले प्राणी. भुस्सा भरलेलं झेब्र्याचं मुंडकं; शेकोटीच्या वर लावलेलं. डॅनीनं वर पाहिलं. त्याच्या अगदी डोक्यावर 'कुडु' नावाच्या प्राण्याचं मुंडकं होतं.

छताला टांगलेला एक डिस्को बॉल अंधाऱ्या पबमधील देशोदेशीच्या स्मारकचिन्हांवर लुकलुकता प्रकाश टाकत होता.

प्रकाश बिअर पीत होता. डॅनी डाएट कोकचे घोट घेत होता. बारमध्ये आणखी तीन माणसं दारू पीत बसलेली होती.

दारू पीत बसलेली ती माणसं व्हाइट, ऑस्ट्रेलियन होती; पण ती माणसं सिडनीमध्ये क्वचितच दिसणाऱ्या लोकांपैकी नव्हती. ती माणसं स्वतःच्या आर्यवंशीय श्रेष्ठत्वानं, अ‍ॅन्झॅक आणि गल्लीपोलीच्या लढाईच्या अभिमानानं भारलेली आणि इतर मानववंशीयांना खूप कमी दर्जाची माणसं समजणारी होती. उंच-निंच, धिप्पाड आणि इतर मानववंशीयांना धडक देण्यासाठी उत्सुक!

या तीन व्हाइट माणसांनी नारिंगी व्हेस्ट घातलेली होती. म्हणजे ती कामधंदा करणारी माणसं होती. बराच फायदा मिळवणाऱ्या ठिकाणी नोकरीला होती; पण कामाच्या दिवशीही ती अशा प्रकारे दारू पीत होती, जणू आज त्यांचा आठवड्याच्या सुट्टीचा दिवस आहे. बीचवरून घाई-गडबडीनं आल्याप्रमाणे त्यांच्या दंडांवर वाळू चिकटलेली होती.

डॉक्टरनं त्यांना पाहूनही न पाहिल्यासारखं केलं. स्वतःसाठी बिअरची आणि डॅनीसाठी कोकची ऑर्डर दिली आणि आपलं बोलणं चालू ठेवलं.

"क्लीनर, या देशात मी खूप वर्षं राहिलो आहे. खूप अनुभव घेतला आहे. आधीसारखा राहिलो नाही."

स्वतःकडे बोट करून डॉक्टर म्हणाला, "हा माणूस आधी कसा होता हे तुला माहीत नाही."

मग प्रकाशनं डॅनीला आपली एक गोष्ट सांगितली.

भारतातून ऑस्ट्रेलियात येऊन प्रकाशला एकच महिना झाला होता. त्या वेळी तो नऊ एक वर्षांचा होता. एकदा त्यानं आपले झिजलेले बूट काढून, त्याच्या तळाला थाप मारत एका चांभाराला दाखवले. ते बूट पाहून त्या ऑसी चांभारानं प्रकाशला वरपासून खालपर्यंत न्याहाळलं आणि विचारलं, "बेटा, हे दुरुस्त करून घेण्यापेक्षा तू बुटांचा नवीन जोडच का विकत घेत नाहीस?"

"ऑस्ट्रेलिया! इथं जुने बूट थोडेसे झिजले की, लगेच नवीन बूट विकत घेतले जातात. गंमत आहे ना? ही त्या काळची गोष्ट आहे क्लीनर, जेव्हा इथं भारतीय औषधालाही मिळायचे नाहीत. एकदा मला आणि माझ्या डॅडना फार एकटंएकटं वाटायला लागलं. अशा वेळी आम्ही काय करायचो माहीत आहे?"

प्रकाश अशा माणसाला ऑस्ट्रेलिया विकत होता, ज्याच्याकडे विकत घ्यायला दुसरं काहीही नव्हतं. डॅनी प्रकाशचं बोलणं उत्सुकतेनं ऐकत होता.

"आम्ही ना, टेलिफोन डिरेक्टरी उघडायचो. तिच्या पानावर बोट ठेवून तिच्यातली नावं आणि नंबर पाहात बोट खाली-खाली आणायचो. एकदा आम्हाला डिरेक्टरीत कुमार हे नाव दिसलं. झालं. आम्ही त्या माणसाला फोन लावला. डॅडींनी विचारलं, "भारतातून आलात? मीसुद्धा तिथूनच आलो आहे, आपण भेटायचं?" आणि आम्ही भेटायला लागायचो. ओळखपाळख व्हायची, वाढायची. तेव्हा असं होतं. आता या देशात जिथं तिथं भारतीय दिसतात यार, ऑस्ट्रेलिया आता पूर्वीसारखा राहिला नाही. झुंबड उडाली आहे बघ नुसती! एकदम बरोबर आहे हा शब्द. तुला माहीत आहे ना हा शब्द क्लीनर? नक्कीच माहीत असणार. तू चांगल्या शिक्षण पद्धतीत शिकलेला आहेस. आमच्यासारख्या शिक्षण पद्धतीत नाही. आता मला पश्चात्ताप होतोय. शाळेत फारसा काही चमकलो नाही मी. संधीच नाही मिळाली. आपला बुद्ध्यांक आपण दहा वर्षांचे होण्यापूर्वीच ठरतो. तुला माहीत होतं हे?"

डॅनीला नव्हतं माहीत हे.

"मला संधीच दिली गेली नाही. मी दोन वर्षे प्रायव्हेट स्कूलमध्ये होतो हे खरं आहे; पण आमच्या सारख्या बदल्या व्हायच्या. माझा आयक्यू स्थिरच झाला नाही. मला सैन्यातलं जीवनही आवडलं नाही. नंतर मी पश्चिम ऑस्ट्रेलियातल्या किंबर्लेमध्ये खाण कामगार म्हणून काम केलं. खाली खोलवर खाणीत इतका मिट्ट काळोख असतो ना की, तुझ्या समोर उभ्या असलेल्या माणसानं तोंड उघडलं तर त्याचे दातही दिसत नाहीत. खाणीतल्या वातावरणात फार धोका

असतो बाबा. त्या दिवसांत दरड कोसळणं म्हणजे अगदी प्राणघातक होतं; पण खाण कामगारांना पगार चांगला असायचा. अर्थात परकीयांनी खाणी ताब्यात घेईपर्यंत. आता खाणींमधले सगळे वरिष्ठ लोक चिनी आहेत आणि पगाराचं म्हणशील तर तो फारच कमी असतो.''

डॉ. प्रकाशचं बोलणं डॅनी इतक्या एकाग्रतेनं ऐकत होता की, त्याचा नेहमीचा कोळ्याचा सावधपणा पार गळून पडला होता. काही वेळानं कुणीतरी जोरात पादल्याचा आवाज आला तशी तो दचकून या जगात परत आला.

त्या तीन व्हाइट लोकांमधील एकजण बारमधल्या तीन खुर्च्या एकाला एक जोडून आरामात आडवा-तिडवा पसरला होता. तोच निर्लज्जपणे पादला होता आणि तिघंही दात दाखवत फिदीफिदी हसत होते. एकदमच डॅनीच्या लक्षात आलं की, ते सगळे त्याच्याकडेच टक लावून पाहात आहेत.

त्यांच्यातील कोणीतरी, काहीतरी बोललं. काय ते डॅनीला नीट ऐकू आलं नाही. आधीच ऑस्ट्रेलियन लोकांचे बोलण्याचे स्वर लांब, रेंगाळणारे असतात. त्यात त्या तिघांनी चिक्कार दारू ढोसली होती; त्यामुळे ते आणखी लांब, चेंगट झाले होते; पण त्याला एवढं मात्र जाणवलं की, आता इथं काहीतरी गडबड होणार आहे आणि त्यात आपल्याला धोका आहे.

ते लोक प्रकाशकडे आणि त्याच्याकडे पाहात नव्हते, तेव्हा त्यांचं लक्ष पबमधल्या टी.व्ही.कडे होतं. आता टी.व्ही.वरील रेस बंद झाली होती आणि तिथं स्थलांतरित, देशांतरित लोकांचा शो लागला होता. टी.व्ही.वरील दृश्यांबरोबर मथळे, टायटल्सही असल्यामुळे शोमध्ये काय दाखवताहेत हे लगेचच कळत होतं. बेकायदेशीर देशांतरित हा त्या शोचा विषय होता. एक बोट पश्चिम युरोपमधल्या समुद्रात उभी होती. बोटीत घाणेरडे दिसणारे लोक शेळ्या-मेंढ्यांसारखे कोंबलेले होते. दुसऱ्या बोटीत स्वच्छ, निळा युनिफॉर्म घातलेले लोक होते. हळूहळू ती दुसरी बोट पहिल्या बोटीच्या जवळ आली. तिच्यातले लोक त्या बेकायदेशीर स्थलांतरितांना पकडण्याच्या बेतात होते.

प्रकाशचं बोलणं चालूच होतं, ''त्या काळी कोणीही ऑस्ट्रेलियन कुठंही जाऊन आरामात सुट्टी घालवू शके. हा देश कसा होता हे तू पाहिलेलं नाहीस डॅनी. एकदम स्वच्छ! एकदा मी आणि माझी बायको दक्षिण आफ्रिकेला गेलो. गांधींचा पुतळा आम्ही तिथंच पाहिला. माझ्या बायकोला त्यात काही रस नव्हता. ती कंटाळलेली होती; पण मी तिथं उभं राहून विचार करत होतो. 'हा एका भारतीयाचा पुतळा आहे. तोही भारतीय आहे आणि खूप सभ्य आहे. हो की नाही?' मी माझ्या बायकोला म्हटलं; पण ती जाम कंटाळलेली, वैतागलेली होती... लवकरच ती माझी भूतपूर्व पत्नी होणार होती. हा... म्हणजे दिवंगत पत्नी.''

"बट्टिकालोआतही गांधीजींचा पुतळा आहे," डॅनी म्हणाला. "सोनेरी पुतळा."

"पण हा तरुण गांधींचा पुतळा होता. व्यवस्थित कपडे घातलेला. तू पाहिलास त्यांचा असा पुतळा?"

"नाही," डॅनीनं तो किंवा तसा पुतळा पाहिलेला नव्हता.

"तिथून आम्ही विमानानं गुजराथला गेलो. तुला माहीत आहे, गांधी गुजराथी होते. तू गेला आहेस कधी तिथं? भारतात गेला आहेस तू कधी?"

बारमधून एकदम ओरडा ऐकू आला, "पकडा, पकडा त्या लुच्च्यांना!" तो आवाज ऐकून प्रकाशनं आपलं बोलणं थांबवलं. डॅनी आणि प्रकाश त्या व्हाइट लोकांकडे पाहण्यासाठी एकदमच मागे वळले.

टी.व्ही. पाहणाऱ्यांपैकी एक ऑसी ओरडत होता, "पकडा त्यांना. पकडा त्या चोरांना."

चोर? डॅनीनं त्या ओरडणाऱ्या माणसाला ओळखलं : सडपातळ, चिखलात लोळून आल्यासारखा दिसणारा माणूस. त्याच्या मानेवर अजून समुद्रकिनाऱ्यावरील रेतीचा थर होता. त्या माणसाला पाहून वाटत होतं की, दिवसभर काम करतानाही त्याच्या मनात आपल्या बॉसला मारून टाकायची इच्छा घोळत असणार. श्रीलंकेतही अशी माणसं दिसतात. तमिळ लोकांबद्दल मोठ्यानं काहीबाही बोलणारी.

"पकडा, पकडा साल्यांना!" ती व्हाइट माणसं ओरडली. "पकडा साल्यांना!"

चला, पळ काढायला तयार व्हा, डॅनी मनातल्या मनात म्हणाला.

पण डॅनीला अशा कोणत्याही गोष्टीची तयारी करण्याची गरज नव्हती, कारण त्याच क्षणी प्रकाश उठून उभा राहिला आणि त्यानं चालत जाऊन चक्क तो टी.व्ही. बंद केला. ते पाहून ते तिघंही व्हाइट लोक, अगदी गळ्यावर रेतीचा थर असलेला तो शिरजोर ऑसीही, थक्क झाले. सुन्न, स्तब्ध झाले. आ वासून पाहत राहिले.

"म्हटलं नव्हतं मी तुला," प्रकाशनं आपलं बोलणं परत शांतपणे सुरू केलं, "मला या देशाचा आता फार कंटाळा आला आहे. हेच म्हटलं होतं ना मी तुला?"

डॅनीला एकदम बट्टिकालोआच्या बाहेर हिरव्यागार शेतात पाहिलेला मस्तवाल हत्ती आठवला. सभोवतालचं गवत उपटून, त्याचा आपल्या सोंडेनं गोल गोळा करून तो आपल्या सुळ्यांमागच्या जबड्यात ढकलत होता. डॅनीची नजर त्या हत्तीवरून हलता हलत नव्हती. एकांडा, उद्धट, बेछूट प्राणी. त्याला पाहता पाहता डॅनीनं त्याला एक मस्त टोपणनावही देऊन टाकलं – प्रभाकरन किंवा कधीही कोणाचीही क्षमा न मागणारा.

"साले वंशद्वेषी! असा गचाळ झालाय आता ऑस्ट्रेलिया! पाहिलंस मी का

डॉक्टर झालो नाही ते?''

नंतर उडत्या यू.एफ.ओ. जुगार मशीनजवळ बसून त्यात एकेक डॉलरची नाणी घालत प्रकाश जुगार खेळत राहिला. त्याला त्यात जवळजवळ जॅकपॉट मिळालाच होता. डॅनी त्याच्यासाठी 'तूहे'च्या ताज्या बिअरचे भरलेले ग्लास आणत राहिला.

''हे बघ, माझी एक थिअरी आहे. ती म्हणजे आज प्रत्येक माणसाच्या मनात दोन आवाज असतात. पहिल्या आवाजानुसार तो प्रत्येकाला आणि सगळ्यांना सॉरी म्हणू इच्छितो. मी सॉरी आहे. मी सॉरी आहे याबद्दल मी सॉरी आहे; पण त्याच्या मनात आणखीही एक आवाज असतो.''

बिअरचे घुटके घेत, जुगाराच्या मशीनपासून जरा दूर होत प्रकाशनं आपल्या काळ्या-पांढऱ्या केसातून बोटं फिरवली आणि एक उसासा घेतला.

''तुझ्या आजोबांचं जंगलाच्या अगदी कडेला शेत होतं. हो ना? तर दुसरा आवाज माणसाला म्हणतो : जंगलात जे जे काही येईल, म्हणजे हरीण, वाघ, रानडुक्कर, मुली आणि मुलींना शोधत येणाऱ्या त्यांच्या आयासुद्धा... सगळं सगळं तुझं आहे.''

प्रकाश किती गंभीरपणाने बोलतोय याचा डॅनीला अंदाज यावा म्हणून त्यानं आपली बोटं त्याच्यासमोर नाचवली.

प्रकाशची पुढची खेळी पाहतापाहता डॅनीला वाटलं, तिनं उगीच नाही याला आपल्या घरी फुकट राहायला दिलं.

तो एक ठार वेडा माणूस होता. ऑस्ट्रेलियावर रागावलेला, भारतावर रागावलेला, व्हाइट लोकांवर रागावलेला आणि बाकी सगळ्यांवर रागावलेला.

उडत्या यू.एफ.ओ.च्या मशीनवर दोन तास खेळल्यावर प्रकाश विव्हळला, ''क्लीनर, पार धुतला गेलो रे मी. पार कंगाल झालो आज! मला वाटतं, या मशीनमध्ये काहीतरी घालून ठेवलंय. नक्कीच याच्यात काहीतरी घातलंय!'' आणि मग आपल्याच खांद्यावर चेहरा झाकून घेऊनस तो गालातल्या गालात किळसवाणा हसला.

...दार बंद झाल्याचा आवाज आला. डॅनी आरशापासून चार पावलं दूर झाला. कोणीतरी एडिंबरो कॅसल क्लबच्या जिन्यावरून खाली धावत पुरुषांच्या टॉयलेटकडे येत होतं.

तो माणूस आत आला, तेव्हा आपल्याला कोणी ओळखू नये म्हणून डॅनीनं डोकं खाली घालून दरवाजा ढकलला. बाहेर येऊन एकदम दोन-दोन पायऱ्या उतरत तो पबमध्ये आला आणि ओकारीला पटकन बाहेर टाकावं तसं तो पटकन

पबच्या बाहेर आला. उघड्या सूर्यप्रकाशात.

दुपारची १२ वाजून ४३ मिनिटं

जॉर्ज स्ट्रीटच्या एका बाजूनं दुसऱ्या बाजूला फडफडत जाणारी कबुतरं इतक्या खालून उडत होती की, त्यांनी एका माणसाच्या डोक्याला जवळजवळ धडकच दिली. डॅनीलाही स्वतःला वाचवण्यासाठी डोकं झुकवावं लागलं.

हवेत परत ब्लू माउंटनमधल्या वणव्याच्या धुराचा वास होता. डॅनीच्या मोकळ्या हातामध्ये दोन छानसे ब्रोशर्स होते. एकात 'एशियन स्ट्रीट फूड टू एंड ऑल एशियन स्ट्रीट फूड' मधील आशियन खाद्यपदार्थांची ऑफर होती तर दुसऱ्यात 'केवळ १० डॉलर्समध्ये हेअरकट; फक्त विद्यार्थ्यांकरिताच नव्हे' असा मजकूर होता. ते ब्रोशर्स त्याच्या हातात संधीसाधू टीनेजर्सनी खोचलेले होते. दुसऱ्या हातानं त्यानं प्लॅस्टिकमध्ये गुंडाळलेलं कॅक्टस छातीशी पकडून ठेवलं होतं.

मेंथॉल, मेंथॉल पाहिजे... डॅनीच्या घशातील बेडका, त्यानं इकडे-तिकडे मान वळवली की, मोठा होत होता. मला मेंथॉल पाहिजे – डॅनीच्या मनात घोष चालला होता. आता तो परत सिडनीच्या मोठ्या रोडवर आलेला होता. जॉर्ज स्ट्रीटवर केलेली प्रखर रोषणाई त्याच्या डोळ्यांत बोचत होती.

रोडच्या त्या बाजूला टाउन हॉल होता. त्याचं नूतनीकरण चालू असल्यानं तो काही काळासाठी बंद होता. टाउन हॉलसमोर त्याचंच वॉटरकलर्सनं काढलेलं अगदी खरं वाटणारं छानसं चित्र होतं. त्या चित्रानं टाउन हॉल पूर्णपणे झाकलेला होता.

कॅक्टसला घातलेल्या सेलोफेनच्या कव्हरला आतल्या आत घाम फुटलेला होता. डॅनीला वाटलं, आपल्याला स्वप्नात फुटतो तसाच घाम आहे तो.

आता त्याच्याभोवती पार आकाशात घुसलेले फिकट राखाडी टॉवर्स होते. हा आहे सिडनीचा मध्यवर्ती बाजार – सेंट्रल बिझिनेस डिस्ट्रिक्ट. आत्ता कुठं त्याच्या लक्षात आलं की, आपण कुठंही न थांबता अर्धा तास चालत राहिलोय. कॅक्टसनं आपला टी-शर्ट (आणि त्याच्या आतील बनियन) घासून घेत डॅनीनं काळ्या खिडक्या जडवलेल्या गगनचुंबी पांढऱ्या इमारतीकडे पाहिलं.

त्यानं मदतीसाठी कितीही टाहो फोडला असता, तरी त्या उंच खिडक्यांमागचे लोक तो ऐकणार होते थोडेच? त्या खिडक्यांमागे चिनी आणि भारतीय लोक

भरलेले होते. ऑसींना बाग-बगीचे असणारी घरंच तेवढी आवडतात. अशा उंच इमारती ते आशियन लोकांसाठी सोडून देतात.

डॅनीला कधीकधी जॉर्ज स्ट्रीटवर भारतीय विद्यार्थ्यांचा घोळका दिसे. मग तो त्यांच्या मागेमागे फिरे. समुद्राच्या दृश्यानं सुखावणाऱ्या तेराव्या-चौदाव्या मजल्यावरच्या फ्लॅटमध्ये तेच राहात; पण आमटीच्या वासानं आणि देशांतरितांच्या चर्चांनी गजबजलेल्या एकेका फ्लॅटमध्ये सात-सात, आठ-आठजण भरलेले असतात. त्या विद्यार्थ्यांच्या मागे-मागे फिरताना तो असं दाखवी की, त्यांच्या चिंता त्यालाही सतावत आहेत. कधीकधी मॅकडोनल्डमध्ये किंवा सबर्ब ट्रेनमध्ये तोही अध्येमध्ये बोलून त्यांना मोफत आणि बरोबर सल्ला देई : सॉरी! मला तुम्हाला काहीतरी सांगायचं आहे. तुम्ही म्हणताहात ते बरोबर नाही. तुमच्या कामाचा अनुभव भारतातला किंवा दुसऱ्या एखाद्या देशातला असेल, तर इथल्या कायद्यानुसार तुम्हाला त्या तीन वर्षांच्या अनुभवाचे पाच पॉइंटस मिळतील; पण जर तुम्हाला ऑस्ट्रेलियात काम करायचा अनुभव असेल, तर एका वर्षाचे पाच पॉइंटस मिळतात. इथला कायमचा रहिवासी होण्यासाठी आपण साठ पॉइंटसचं ध्येय ठेवलं पाहिजे. तसे ऑसीज समजूतदार आहेत. तुम्हाला वाटत असेल की, व्हिसाच्या अटी तुमच्याकडून मोडल्या गेल्या आहेत आणि तुम्ही आता बेकायदेशीरपणे इथं राहात आहात, तर त्याबद्दल ऑसी अधिकाऱ्यांशी बोला. आणखी एक गोष्ट. ऑसींकडे कधीही टक लावून बघू नका. त्यांना ते फार उद्धटपणाचं वाटतं.

स्थलांतराच्या गोष्टींवरून ब्राउन लोकांमधील बोलणं तिथल्या दुसऱ्या मोठ्या प्रश्नावर येई : ऑस्ट्रेलियात सगळ्या गोष्टी इतक्या महाग कशा आहेत?

त्यावर अनुभवी स्थलांतरित डॅनीचं उत्तर असे, "इथले लोक फार श्रीमंत आहेत. ऑसीज गडगंज श्रीमंत आहेत."

पण हे उत्तर त्याहून मोठ्या रहस्यमय गोष्टीकडे बोट दाखवे : पण हे लोक इतके श्रीमंत कसे काय आहेत?

यावर डॅनीचं खोडसाळ उत्तर असे, "हे लोक खूप हुशार आहेत."

ते ऐकून त्या सगळ्या स्थलांतरितांची नेहमीची प्रतिक्रिया असे, "तुम्ही नक्कीच थट्टा करताहात."

"हो हो. तुमचं म्हणणं बरोबर आहे. ऑस्ट्रेलियन लोक खूप बुद्धिमान नाहीत. ते खूप मेहनतीही नाहीत. दारूही खूप पितात. मग तुम्हीच सांगा, ते इतके श्रीमंत कसे आहेत?" डॅनीचा प्रश्न.

"शंभर-दीडशे वर्षांपूर्वी मोठ-मोठ्या लाकडी जहाजांमध्ये बसून त्यांनी आमची सर्व संपत्ती लुटून नेली."

"ते तर ब्रिटिश लोक होते. हे लोक नाहीत. कोणाकडून बळजबरीनं काही

लुटून नेतील असे हे दिसतात तरी का?''

''त्यांच्या वाळवंटांमध्ये त्यांना सोनं मिळालंय. त्यांच्याकडे भरपूर मेंढ्याही आहेत.''

''बाकीच्या देशांमध्येही मेंढ्या आहेत. बाकीच्या देशांमध्येही सोनं आहे; पण तरीही ते खूप गरीब आहेत. नाही. ऑस्ट्रेलियन लोकांच्या श्रीमंतीचं कारण सोनं किंवा मेंढ्या हे नाही. त्याचं खरं कारण आहे इथं असलेलं कायद्याचं राज्य. इथं कायद्याचं कसोशीनं पालन केलं जातं. आपल्याकडे ते तसं होत नाही.''

''ही आश्चर्यकारक, भ्रष्ट न होणारी गोष्टच या देशातील सर्वांत गोरापान, उजळ प्राणी आहे : कायद्यानुसार चालणारा राज्यकारभार हेच इथल्या भरभराटीचं कारण आहे.''

डॅनी भारतीय गटास समजावून सांगे, ''तुम्ही भारतीय, गणितात खूप चांगले असता. मग मला सांगा, वर्तुळ ३६० डिग्रीपेक्षा कमी किंवा जास्त असतं का?''

डॅनीलाही या सत्याचा साक्षात्कार एका पबमध्ये झाला होता. एका छानशा संध्याकाळी एक भारतीय की पाकिस्तानी तरुण बार काउंटरवर वाकून, मशीनकडे बोट दाखवून दारू पुरवणाऱ्या वेट्रेसला विनवत होता, ''जरा बघ ना. हॅपी आवरची सवलत सुरू करून टाक ना. तीन छप्पन तर झालेच आहेत.''

यावर त्या ऑसी टेंडरचं स्पष्टीकरण होतं, ''हॅपी आवर ना? ही बघा, टॅप-टॅप-टॅप-टॅप कॅश मशीनमध्ये ती सवलत एका चिपनुसार चार वाजता सुरू होते. ती चारच्या एक सेकंदही आधी सुरू होत नाही. तुम्हीच सांगा. आपण मशीनचं मन बदलू शकतो का?''

नंतर स्टोअर रूमच्या सोफ्यावर झोपून पांडा अस्वलांकडे पाहात असताना त्याच्या डोक्यात आणखी एक जास्त चांगला विचार आला. वर्तुळात ३६० डिग्री असतात. इथला कायदा म्हणजे जादूचं वर्तुळ आहे. कायदा नावाच्या गोलाच्या संरक्षक परीघामध्ये ऑस्ट्रेलियाचे लोक सर्फिंग करतात, आरामात पोहतात. लहान मुलाच्या निश्चिंतपणानं झोपतात. डॅनीनं इतर देशही पाहिले होते. तिथं वर्तुळ ३६० डिग्रीचं असेलच असं नव्हतं. दुबईमधील कायदा तुमच्या मालकाला पगाराबाबत तुमची फसवणूक करू देतो. श्रीलंकेतील कायदा तुमच्या हाताला दिलेला सिगारेटचा चटका आहे. ऑस्ट्रेलियातील कायदा खूप उंच, खूप कठोर आहे. पिरमाँट पर्वताच्या उंच सुळक्यांसारखा. खूपच चांगला. खूपच न्याय्य. ग्लीब लायब्ररीच्या लीगल सेक्शनमध्ये कायद्याशी संबंधित माहिती आणि सल्ला देणाऱ्या पुस्तक विभागातील पाठ्यपुस्तके, त्यांच्या माहितीपत्रकांच्या गराड्यात बसून डॅनीनं वाचली होती. ती वाचताना, त्यांचा अभ्यास करताना डॅनीला ऑस्ट्रेलियन कायद्यांची खूप समज आली होती. त्यांच्याबद्दल खूप आदर निर्माण झाला होता. तो ऑस्ट्रेलियन

कायद्यांचा प्रशंसक बनला होता. ऑस्ट्रेलियाचा कायदा चांगला आहे का? हो. तो चांगला आहेसा वाटत होतं. ऑस्ट्रेलियाच्या कॉमनवेल्थच्या सर्व कायदेशीर बाबी तर्कसंगत, मुद्देसूद होत्या. त्याच्या लक्षात आलं की, देशांतरितांना इथं खास सवलतीही दिल्या जात होत्या; पण त्या फक्त या देशात नवीन असणाऱ्यांना किंवा जे लोक कोर्टामध्ये इंग्रजी बोलू शकत नव्हते त्यांनाच दिल्या जात. व्हिएटनामी, अरबी, बंगाली आणि तमिळ भाषांतरकार त्या त्या भाषेच्या लोकांना जजनी विचारलेल्या प्रश्नांची उत्तरे द्यायला मदत करायचे. ऑस्ट्रेलियातील मूळ रहिवाशांना किंवा ज्यांना वकिलाची फी परवडत नाही, त्यांना आपल्या बचावासाठी मोफत वकील मिळायचे. चांगली? कदाचित चांगल्याहून चांगली आहे इथली कायदेव्यवस्था.

देशांतरितांना इथले कायदेशीर नागरिक बनण्याची सवलत देण्याबाबतचे कायद्याचे पुस्तक चाळताना डॅनीच्या मनात आलं की, ही एखादी परीकथा नसेल तर पूर्ण जगात इथली कायदेव्यवस्था सर्वांत चांगली आहे; पण ज्या क्षणी ते मस्त वास असलेलं पाठ्यपुस्तक शेल्फवर ठेवून तो ग्लीब लायब्ररीतून बाहेर पडत असे, त्याच क्षणी तो कायदा हात धुवून त्याच्या मागे लागे – कारण तो त्याचा स्वभाव होता. तो कायदा चांगला; पण आंधळा होता.

मी चूक केली आणि त्यामुळे कायदा माझ्या मागे लागला. तो नेहमीच माझा पाठलाग करीत राहील.

डॅनीला एवढं तर माहीत होतंच की : डॉक्टर प्रकाशबद्दल मला जे काही माहीत आहे ते मी कायद्याला सांगितलं तर मला कायद्याला माझ्याबद्दल सर्व काही सांगावं लागेल.

दुपारची १२ वाजून ४७ मिनिटं

जॉर्ज स्ट्रीटवर लोक माना वर करून आकाशाकडे पाहात होते. एक विमान पांढऱ्या फेसानं तिथं जगातील सर्वांत जुना संदेश लिहीत होतं. कोणीतरी कोणाला तरी लग्नासाठी घातलेली मागणी. सुरुवातीची अक्षरं आधीच पुसट झाली होती. तिकडे पाहात लोक जिला मागणी घातली गेली होती, त्या भाग्यशाली मुलीच्या नावाचा अंदाज बांधत होते.

तू माझ्याशी लग्न करशील... इट...

“एट्टा?” एक माणूस ओरडला.

"एट्टी?" आणखी एक माणूस ओरडला, "लवकर लिही रे!"

डॅनीच्या मनाचीही तीच अवस्था होती. आधी लिहिलेला संदेश पुसट होण्याआधी त्या मुलीचं नाव कळावं यासाठी सगळ्यांची तडफड सुरू होती. त्या क्षणी डॅनीला वाटलं की, त्या मुलीचं नाव कळणं ही जगातील सर्वांत महत्त्वाची गोष्ट आहे. आकाशात तिच्या नावाचं एकेक अक्षर लिहिलं जाणं आणि अखेर ते नाव कळणं... ही गोष्ट फार फार महत्त्वाची होती.

त्या क्षणी डॅनी राधाच्या खुनाबाबतचे सर्व विचार विसरून गेला होता.

तुंगब्बीमध्ये मिळालेलं तिचं मृत शरीर वगैरे वगैरे त्याच्या डोक्यातून दूर उडून गेलं होतं.

पण त्यानं आपले डोळे खाली वळवले आणि त्याला दिसलं की, कोणीतरी त्याच्याकडे टक लावून पाहात आहे. दिव्याच्या काळ्या खांबावर बसलं होतं ते कोणीतरी. त्याचा कठोर चेहरा डॅनीकडून काय बोललं जातंय हे ऐकण्यासाठी उत्सुक होता. राखाडी पिसं वाऱ्यावर उडत होती.

सिडनीच्या निळ्या आकाशातून खाली उतरलेला तो पक्षी एक समुद्रपक्षी होता. एका माणसानं मदतीसाठी मारलेल्या हाकेला मिळालेलं उत्तर होतं ते.

"बाळ, तुला काय माहीत रे की, ती तीच खाडी होती?" त्या समुद्रपक्ष्यानं डॅनीला जणू प्रश्न केला. *"तुंगब्बीमधली तीच खाडी? तिथं खूपसे छोटेछोटे ओहोळ आहेत."*

डॅनीनं खांदे उडवले, ऑफिसर, ती तीच खाडी आहे हे मला तसं नक्की माहीत नाही...!

त्या समुद्रपक्ष्यानं हसत असल्याप्रमाणे चोच उघडली आणि म्हणाला, *"मग घरी जा तू. पोलिसांच्या हॉटलाइनला फोन लावू नकोस. काहीतरी वेड्यासारखं बोलू नकोस. असा कोणाला तरी दोष देऊ नकोस."*

पण ही गोष्ट तातडीची आहे.

हा ऽऽ! समुद्रपक्षी सिडनीच्या आकाशात बरेच वेळा उडाला होता. प्रत्येकाला प्रत्येक दिवशी अनेक संकटांना तोंड द्यावं लागतं हे त्याला माहीत होतं.

"मला चिप्स दे खायला. काहीतरी तळलेलं खायला दे." पक्ष्यानं कर्कश आवाज केला. *"माझी ही गोष्ट सिडनीतली सगळ्यात तातडीची, महत्त्वाची गोष्ट आहे."*

आणि मग तो समुद्रपक्षी आपले बळकट आणि कोणताही विधिनिषेध नसणारे पंख फडफडवून उंच, निळ्या आकाशात उडाला. डॅनीनं त्याला शहराकडे, पिरमॉंट आणि कॅसिनोच्या बाजूला तरंगत जाताना पाहिलं होतं. जणू काही तो आता पूर्ण दिवस जुगारच खेळणार होता.

डॅनी परत जॉर्ज स्ट्रीटच्या खालच्या बाजूला चालत राहिला; 'पण मला हे तर नक्की माहीत आहे की, गेल्या वर्षी अगदी याच दिवशी, गुरुपौर्णिमेच्या दिवशी, आम्ही तिघं एका खाडीवर गेलो होतो. तुंगब्बीमध्ये.'

फार वाईट दिवस होता तो. आपल्याला कितीही नियम माहीत असले तरी आपण अशा दिवसासाठी तयार असू शकत नाही.

''देवा रे देवा,'' खाण्याच्या वस्तूंनी जड झालेल्या शॉपिंग बॅग्ज घेऊन पॉटस पॉइंट अपार्टमेंटजवळ आल्यावर राधानं मोठाले उसासे टाकले. तिनं पाहिलं की, दाराबाहेर क्लीनर तिची वाट बघत उभा आहे. त्याच्या चेहऱ्याकडे बघताच, काहीतरी वाईट घडलं असावं हा अंदाज तिला आला.

''साफसफाई केल्यानंतर मी साहेबांना फक्त साठ डॉलर्स मागितले.''

''बरं बरं. आलं माझ्या लक्षात. मला नको तक्रार सांगूस.''

बिल्डिंगचं दार उघडून ती पुढे चालू लागली आणि डॅनी आरामात तिच्या मागं मागं जाऊ लागला.

अपार्टमेंटचं दार उघडलं गेलं, तेव्हा त्यांनी प्रकाशला बिअर कॅन्सनी आणि पिझ्झाच्या उघड्या बॉक्सनी घेरलेल्या स्थितीत पाहिलं.

त्याचा काळा चश्मा पेपरच्या रेसिंगच्या पानावर होता.

''तू परत जमिनीवर बिअर सांडलीस? एक काम कर. तूच तिथली जमीन साफ कर. पूर्ण दिवस पिण्यात घालवण्यापेक्षा तू एखादी नोकरी का करत नाहीस? डॅनी, प्लीज जमिनीवरला तो डाग साफ करतोस? तुला थोडे जास्त पैसे देऊ आम्ही.''

प्रकाश काहीच बोलला नाही. त्यानं फक्त आपल्या काळ्या-पांढऱ्या केसांमधून हात फिरवला.

डॅनी गुपचूप जमीन साफ करू लागला. अचानक त्याच्या लक्षात आलं की, प्रकाश नेम धरून त्याच्याकडे काहीतरी फेकत आहे.

नेम चुकवण्यासाठी डॅनी अचूक वेळी खाली वाकला; बिअरच्या कॅनचा नेम चुकला आणि तो भिंतीवर जाऊन आदळला. ते पाहून राधा जोरात किंचाळली. तिला वाटलं की, प्रकाश गंमत करतो आहे; पण दुसरा कॅन थेट तिच्या डोक्याकडे येऊ लागला तशी ती गर्रकन वळली आणि डॅनीबरोबर बाहेर पळाली. बाहेर आल्याआल्या त्यांनी दार धाडकन बंद करून टाकलं. आतून बिअरचे कॅन दारावर आपटत असल्याचे आवाज येत होते.

''आज गुरुपौर्णिमा आहे. पॅरामेटामधले भारतीय लोक हा दिवस फार मोठ्या प्रमाणावर साजरा करतात; पण या वेळी त्यांनी याला त्यासाठी बोलावलेलं नाही. आर्थिक स्थिती खालावलेल्या माणसांबरोबर तिथले लोक कोणत्याही प्रकारचा

संबंध ठेवू इच्छित नाहीत. त्यांना फक्त मोठमोठ्या मोटारगाड्या आणि दिमाख पाहिजे असतो. मला माहीत आहे. श्रीलंकेतले लोकही असेच असतात. हो ना? मला माहीत आहे की, पाकिस्तानी लोकही असेच असतात.''

राधानं दार उघडलं, तेव्हा भिंतीच्या दिशेनं आणखी एक बिअर कॅन जोरात येत होता.

राधा बाहेरूनच ओरडली, ''प्रकाश शांत हो. शांत हो रे. जेवण झाल्यावर आपण खाडीवर जाऊ या. ती जागा तुला शांत करते. हो ना?''

डॅनी अजूनही दाराजवळच उभा होता. मग त्याच्या लक्षात आलं की, त्याला आपला पगार मिळवायचा असेल तर त्यांच्याबरोबर तिथं जावं लागेल. काय हरकत आहे? जेवण फुकटात पदरात पडेल. तो त्या दोघांना चांगलं ओळखत होता. त्याला माहीत होतं की, अपराधीपणाच्या भावनेनं ही बाई त्याला साठ डॉलर्सहून खूप जास्त पैसे देईल. दरवाजाच्या त्या बाजूनं डॉक्टरचा दुःखी आवाज आला, ''आज मी दोनशे सत्तर डॉलर्स हरलो. त्या मशीनमध्ये काहीतरी गडबड आहे. काहीतरी घालून ठेवलंय. प्रत्येक मशीनमध्ये काहीतरी गडबड आहे.''

''ओ ले, ले, ले! बिच्चारं गं माझं बाळ.'' बाहेरून लाकडी दाराला आपला चेहरा लावत ती परत चुकचुकली, ''बिच्चारा!''

''नशीब, आपल्या शेजाऱ्यांनी पोलिसांना फोन केला नाही.''

थोडा वेळ प्रकाश शांतपणे मोटार चालवत राहिला.

डॅनीनं त्याच्या डोक्याची मागची बाजू पाहिली. तो अडचणीत असताना त्याचं कुटुंब त्याच्या मदतीला का धावून येत नाही? त्याच्या कुटुंबीयांनी त्याला खाणकामगार का होऊ दिलं? प्रायव्हेट स्कूलमध्ये शिकलेल्या माणसाला टाय काढून टाकून लोखंड मिळवण्यासाठी चिखल का उपसावा लागला? पण ही ऑस्ट्रेलिया आहे. इथं कोणी उच्च नाही, कोणी नीच नाही. इथं श्रीमंत-गरीब असा वर्गभेद नाही. ऑस्ट्रेलियात पुरुष टॉयलेट आणि महिला टॉयलेट अशा पाट्या असतात. त्याबद्दल डॅनीला आश्चर्य आणि खेद वाटे. टॉयलेट म्हणजे कोंबडा-कोंबडी असा कोणी जिवंत प्राणी आहे का? पुरुषांचं आणि महिलांचं टॉयलेट म्हणे! ऑस्ट्रेलियन लोकांना त्यांची स्वतःचीच भाषा नीट माहीत नाही. अंगभर गोंदवून घेतलं की, असंच होणार. इथं 'यांना ओलांडू नका' असं सांगणाऱ्या काळ्या रेषा नाहीत. विधिनिषेध नसलेला, वर्गभेद नसलेला देश.

माहीत नाही का; पण त्या वेळी पहिल्यांदा त्याला वाटलं की, आपण या दोघांना एकटं सोडलं पाहिजे. मी इथं यांच्याबरोबर राहिलो तर काहीतरी वाईट घडेल.

राधानं आपल्या सीटवरून वळून डॅनीकडे पाहिलं. ती म्हणाली, "अरे, काहीतरी बोल. आम्हाला हसव. तुला माहिती आहे त्यासाठीच तर आम्ही तुला आमच्याबरोबर आणतो. तुला खाणं-पिणं देतो."

खाली उतरल्यावर हातात हात घालून ती दोघं खाडीच्या वाहत्या पाण्याकडे जाऊ लागली. डॅनी त्यांच्या पाठोपाठ जात राहिला.

"डॅनी," मागे वळून पाहात राधा हसत म्हणाली, "तुला माहीत आहे, मी आणि प्रकाश दर रविवारी या खाडीवर येतो."

दोघंही आता एकमेकांच्या प्रेमात रंगलेली होती.

मध्येच नाइलच्या राजानं ओठांवर बोट ठेवलं आणि तो म्हणाला, "आपल्या जवळपास कुठेतरी कांगारू आहे. मला त्याचा आवाज येतो आहे."

"कांगारूबद्दल तुला इतकं कसं माहीत आहे रे? का हीदेखील तुझी तू जुळवलेली गोष्ट आहे?" राधा.

"ए, गप्प बस. या देशात मी जे जे पाहिलं आहे, ते तू पाहिलेलं नाहीस. किंबर्लेत खाणीत काम करायचो, तेव्हा पाहिलं आहे मी हे. हे मी पाहिलं आणि अनुभवलं. तिथं रात्री आम्ही उघड्यावर कारवानमध्ये किंवा तंबूमध्ये असायचो. रात्री एकदमच काहीतरी कुरतडल्याचा आवाज ऐकू यायचा. कांगारू पूर्ण रात्रभर हाडं चघळत असतात."

"का?"

"त्यातल्या मिठासाठी. हाडात असलेल्या धातुमय पदार्थांसाठी ते हाडं चघळत राहतात. तो आवाज इतका असह्य होतो ना! काही वेळानं साल्यांना बंदुकीनं उडवून टाकावंस वाटतं."

"डॅनी, कळलं तुला; मला हा माणूस का आवडतो ते?" आवाजाची पट्टी वाढवत राधा म्हणाली. "तो सगळीकडे हिंडलाय. खरंतर तो कोणीतरी विशेष महत्त्वाची व्यक्ती होऊ शकत होता."

"हा कांगारू कुठं लपलाय?" प्रकाश म्हणाला, "क्लीनर, मला क्षमा मागणारे आवडत नाहीत. त्यांचा तिरस्कार करतो मी. तुला माहीत आहे ना?"

"हो." डॅनी उत्तरला. त्याच्या लक्षात आलं की, एक प्रकारे हे क्षमा मागणंच आहे.

"कारमध्ये बिअर आहे. तुला पाहिजे का?"

"प्रकाश, पुरे झालं तुझं पिणं आणि या पोराला नको बिघडवूस."

खाडीतील लाटांचा मागून येणारा मंद आवाज ऐकत डॅनीनं आकाशाकडे नजर टाकली. ऑस्ट्रेलियाच्या आकाशात दिसणारा तो आणखी एक प्रचंड मोठा ढग होता. तो लगूनच्या आकाराएवढा मोठा ढग चमचमत होता.

डॅनीनं अचानक विचारलं, ''तुमच्यापैकी कोणी रँडविकला गेलं आहे का?''

ऑसी असलेले ते दोघे जोरजोरात हसू लागले.

''रँडविक? आता आम्ही रँडविकला कशाला जाऊ?''

''ते मिशन इम्पॉसिबल २ मध्ये आहे ना!''

''मिशन काय? ओह! प्रकाश, माझ्या प्रियकरा,'' राधा पुन्हा जोरजोरात हसत म्हणाली, ''आपण या क्लीनर बाळाला खरंच दत्तक घ्यायला पाहिजे. नाही का?''

''तो माझं बाळ नाही.''

''त्याला घेऊन आपण हाँगकाँगला पळून जाऊ या किंवा भारतात जाऊ या. काय म्हणतोस?''

''तो माझं बाळ नाही.'' म्हणत अवाढव्य शरीर असलेला तो भारतीय गवतात गडाबडा लोळू लागला.

''हो. तो आहे तुझं बाळ. उच्च बुद्ध्यांक असलेला हा क्लीनर. तो आपलं छोटं थर्ड वर्ल्ड बाळ, बेबी आहे. ही आपली ब्राउन नोहची छोटी कमान आहे. ही सिडनीत इकडे-तिकडे हलत असते. प्रकाश, तुला माहीत आहे, आपल्या या डॅनीला खूप छळवाद सहन करावा लागलेला आहे. तो नेल्सन मंडेलासारखा आहे. तू माझं बोलणं ऐकत नाहीस. हो ना? अरे डॅनी, तू इतका गप्प गप्प का आहेस? आमचं मनोरंजन कर. काहीतरी बोल.''

''मोरालासुद्धा आपला कान अधूनमधून खाजवावा लागलो.'' त्यांना हसवण्याचा प्रयत्न करत डॅनी म्हणाला.

''म्हणजे काय रे?''

''म्हणजे बुद्धिमान माणसालाही अधूनमधून गप्प बसावं लागतं.''

''खरंच खूप चांगला आहे हा विचार. मोरालासुद्धा... काय आहे रे ती म्हण? अरे हो, बऱ्याच दिवसांपासून तुला विचारावं म्हणत होते. डॅनी, तुला एखादी जवळची मैत्रीण आहे का रे? हो? ओह! फारच धक्कादायक आहे रे ही माहिती. प्रकाश! ऐकलंस का तू? आपला बिच्चारा नेल्सन मंडेला. आपण त्याचं जुळवून दिलं पाहिजे रे. डॅनी, मी सांगेन, तुला कायकाय करायचं ते. या बाबतीत काय करायला पाहिजे ते मला माहीत आहे. वेगी डेट म्हणून एक साइट आहे. तू तिथं कॉन्टॅक्ट कर. सिडनीतल्या दिसायला चांगल्या असणाऱ्या सगळ्या बायका, मुली वेगन - संपूर्ण शाकाहारी आहेत.''

''पण मी नाही.'' डॅनीनं आपला विरोध नोंदवला.

''ते कोण पाहतंय? ऑसींना वाटतं की, आपण सगळे भारतीय शाकाहारी आहोत. एकदा मी आणि मार्क मॅनलीमध्ये एका बीच पार्टीला गेलो होतो. तिथं हे

दिसायला देखणे आणि शाकाहारी लोक आले होते. तिथं मी लिंडी हॉप डान्स केला. ते देखणे तरुण माझ्याकडे पाहून म्हणाले, 'अरे, तू तर मस्त रॉक डान्सर आहेस की!'

"प्रकाश, आपल्याला या क्लीनरचं एखाद्या शाकाहारी मुलीशी जुळवून द्यायला पाहिजे."

"मला जीवनात यापेक्षा महत्त्वाच्या अशा बऱ्याच गोष्टी करायच्या आहेत."

"जशा?" राधानं प्रश्न विचारला आणि ती उत्तराची वाट पाहू लागली. मग म्हणाली, "सर्जरी?"

यावर डॅनी चुकून हसला. प्रकाश पटकन मागे वळला आणि कुरकुर करू लागला.

पण आता राधा चेकाळली होती. तिची वचवच चालूच होती. तिला प्रकाशला चिडवण्यात मजा येत होती.

"क्लीनर, मी तुला नेहमी सांगत असते की, हा माणूस कोणीतरी महत्त्वाचा माणूस झाला असता; आम्हा मेडिकेअर लोकांना काही गोष्टी माहीत असतात. वेस्टमीड हॉस्पिटलचीच गोष्ट घे ना. तिथं काही डॉक्टर असे आहेत ना! त्यांना शस्त्रक्रिया, सर्जरी करायची परवानगीच मिळायला नको होती. खुनी कुठले! प्रत्येक केसमध्ये काहीतरी गुंतागुंत, बिघाड! मला खात्री आहे की, एका मुलीचं पोटाच्या कॅन्सरसाठी ऑपरेशन व्हायचं होतं; पण नंतर काय झालं माहीत आहे? सर्जरी करताना तिला न्यूमोनिया झाला आणि ती त्यातच मेली. तो व्हाइट सर्जन अजून त्याच हॉस्पिटलमध्ये आहे. एखाद्या भारतीय माणसाच्या हातून असं झालं असतं तर? सर्व वृत्तपत्रांमध्ये ती बातमी आली असती. म्हणूनच तू डॉक्टर होऊ शकला नाहीस प्रकाश. हे सगळं वरच्या लेव्हलवरच ठरून गेलेलं असतं."

ती बोलताबोलता थांबली आणि हसली.

"हे एक आणि खरंतर तू कधी युनिव्हर्सिटीत शिकायला गेलाच नाहीस. तुझ्या डॉक्टर न होण्याचं तेही एक कारण आहेच. नाहीतर टाय लावणारी आणि मिडलिंग्टनला जाणारी सगळी भारतीय मुलं युनिव्हर्सिटीत शिकतात."

प्रकाश आता नक्कीच काहीतरी करणार या विचारानं डॅनीच्या मनावर ताण आला होता; पण काहीही न करता प्रकाश फक्कन हसला.

"कमीतकमी मी गुन्हेगार तर नाही. पैसे चोरून नेताना मी पकडलो तर गेलो नाही. हा ऽऽऽ हा ऽऽऽ हा!" रात्रीच्या शांत वातावरणात प्रकाशचा आवाज चिरकला.

आता राधाचाही आवाज बदलला, "किती दुष्ट आहेस रे तू! हलकट कुठला!" डॅनीला वाटलं की, हे बोलताना ती हुंदके देते आहे.

"सगळे माझ्याशी असेच वाईट वागतात. सगळे पुरुष असेच दुष्ट, वाईट असतात. माझे खांदे असे रुंद आहेत म्हणून. हो की नाही? पुरुषांना बलिष्ठ खांदे असलेल्या बायका आवडत नाहीत. खूप राग येतो मला माझ्या या खांद्यांचा."

"खांदे? अरे माझ्या रोग्या, ही तर कसरत करायची झुलती काठी आहे." राधाला क्षणभर जवळ घेत प्रकाश म्हणाला.

राधाचं मुसमुसणं चालूच होतं.

"चंद्र कुठे आहे आज?" थोड्या वेळानं प्रकाश उद्‌गारला.

"उद्या गुरुपौर्णिमा आहे. आकाशात मोठा चंद्र असेल. पंटर्ससाठी, जुगारात बोली लावणाऱ्यांसाठी पर्वणी! तुला सांगतो, उद्या मी सगळ्या घोड्यांवर जिंकणार आहे."

डॅनीच्या दंडांवरून काळ्या स्फटिकाच्या तुकड्यांसारखी छोटीछोटी झुरळं धावत होती; पण तो शांतपणे वाळूवर पहुडलेला होता. ताऱ्यांकडे बघत. त्याला वाटलं, मी जवळजवळ पोहोचलोय इथं. ऑस्ट्रेलियात. इथं आल्यापासून जवळजवळ तेच तर करतोय मी. जवळजवळ इथलाच असणं. तसं दाखवणं.

"मी घरी नसेन हे मार्कला कळवायला पाहिजे मला. नाही का? मी त्याला कळवते की, मी मैत्रिणींबरोबर पबमध्ये आहे." असं म्हणत राधा उठली.

डॅनी ताऱ्यांकडे बघत असताना राधा कशानं तरी खाली गवतात ओढली गेली. तिच्या गालांवर काहीतरी येऊन आदळलं; पण फार जोरात नाही. ती एक हलकीशी थप्पड होती. ती थप्पड आहे हे जाणवण्याइतपतच जोर लावला गेला होता. त्यानंतर लगेच प्रकाशचा आवाज ऐकू आला, "नाव नको घेऊस त्याचं! तुला कितीदा सांगितलं आहे मी."

"मला वाटलं तर मी घेणार त्याचं नाव. इतका जेलस नको होऊस."

"त्याचं नाव घेऊ नकोस."

"तो माझा नवरा आहे आणि मी त्याचं नाव घेणारच. मला..."

बोलताबोलता राधा मध्येच गप्प झाली. हे दोन समान माणसांमधील बोलणं नव्हतं. तिला मिळालेल्या थपडीनं हे सिद्ध केलं होतं.

डॅनीच्या मनावरही ताण आला. त्याच्या पाठीला एका बोटाचा स्पर्श झाला. आता हा मला मारणार की काय?

एक कुजबुज त्याच्या कानांवर आली, "मित्रा, ती रॉक स्टार नाही. मला काय म्हणायचं आहे हे तुला कळतंय. हो की नाही? आपण चाळीस वर्षांचे आहोत. आपणही रॉक स्टार नाही. आता इकडे बघ क्लीनर."

पूर्ण वेळ आपल्या शर्टाच्या बाहीत लपवून ठेवलेलं काहीतरी त्यानं डॅनीला दाखवलं. मांसाच्या चरबीनं आणि रश्शानं काळपट पडलेला; पण करवतीच्या

धारदार दातांसारखी धार असणारा एक सुरा चांदण्यात त्याच्या हातात चमकत होता. "हा रॉकस्टार आहे. हो की नाही?"

"बाजूला ठेव तो." डॅनी रडवेल्या स्वरात ओरडला; पण प्रकाशनं ते करण्याआधीच राधा किंचाळली, "तू तो सुरा इथं घेऊन आलास? मी तुला सांगितलं होतं, सुरा सगळीकडे घेऊन जाऊ नकोस म्हणून. किती धोक्याचं आहे हे! डॅनी त्याच्या हातातला सुरा ताबडतोब काढून घे. तुला पैसे कशाचे देतो रे आम्ही?"

डॅनी उत्तर देण्याआधीच त्यांच्या लक्षात आलं की, त्या खाडीवर फक्त ते तिघंच नव्हते. पाण्यात काहीतरी डुचमळत होतं. ते काय आहे हे पाहायला तिघं एकदमच उठले.

पाण्यात एक काळा कुत्रा होता. थंडीनं त्याला कापरं भरलं होतं. त्याला कळत नव्हतं की, पाणी संपून जमीन कुठं सुरू होते आहे. खाडीच्या पाण्यात कंबरेपर्यंत उघडी असलेली दोन व्हाइट मुलंही डुंबत होती. कुत्रं केकाटलं की, प्रत्येक वेळी ती मुलं हसत होती आणि वर आकाशाकडे तोंड करून त्याची नक्कल करत होती. लांब गळा काढून केकाटत होती. खडकांमधून हेलपाटत जाणारा तो काळा कुत्रा त्यांच्या आवाजानं गोंधळून जात होता किंवा रागावून भुंकत होता; पण त्याचा प्रतिकार खूप दुबळा पडत होता.

तर हे सगळं बरोबर एका वर्षापूर्वी घडलं होतं. मागील गुरुपौर्णिमेच्या रात्री.

बरं, तुम्ही तुंगब्बीतील एका खाडीवर गेला होता. त्या रात्री त्याच्याजवळ एक सुरा होता; पण काल रात्री राधा थॉमसचं दगडांनी जडशीळ झालेलं जॅकेट घातलेलं मृत शरीर ज्या खाडीजवळ मिळालं, ती तीच खाडी आहे, हे तू कशावरून सांगू शकतोस?

प्रकाशला भेटायला तू क्लिनिककडे चालला आहेस... आणि तरीही तू हे खात्रीशीरपणे कसं सांगतोस?

दुपारची १२ वाजून ५७ मिनिटं

विटांनी बांधलेल्या एका जुन्यापुराण्या गोदामाच्या भिंती सूर्यप्रकाशानं उजळून निघाल्या होत्या. एका भिंतीवर स्टेन्सिलनं मोठ्या पांढऱ्या अक्षरांत लिहिलं होतं **रेक्स सिंपसन - फाइन क्लोद्झ फॉर मेन (पुरुषांसाठी उत्तम कपडे).** सिडनीत सभ्य जीवन सुरू होऊन जितकी वर्षे लोटली असतील, तितकीच

जुनीपुराणी वाटत होती ती अक्षरं. त्या अक्षरांच्या शेजारी हॅट घातलेल्या एका माणसाची भुतासारखी पुसट आकृती होती. डॅनीला वाटलं, आपल्याजवळ अशी हॅट असती तर किती बरं झालं असतं. तिच्याखाली आपण मूर्खासारखे रंगवून घेतलेले हे सोनेरी केस लपवता आले असते. एकाच तासापूर्वी या केसांचा त्याला किती अभिमान वाटत होता.

त्यानं खाली फोनकडे पाहिलं.

मला आता भूक लागली आहे क्लीनर. एखाद्याला साखळीनं बांधून आपल्याकडे खेचत न्यावं त्याप्रमाणे फोनवर डॉ. प्रकाशचे मेसेजेस येत राहिले : मी आज विमानानं साउथ आफ्रिकेला जायला निघण्याआधी इथं येऊन कोणाला तरी माझं घर साफ करायचं आहे!

ते बघा. आपल्या चांदीसारख्या केसांवरचा चश्मा काढून तो त्यानं आपल्या करवंदी डोळ्यांवर लावला. आता त्याची नजर वर्तमानपत्राच्या रेसिंग सेक्शनवर स्थिरावली असेल. भूतपूर्व खाणकामगार, भूतपूर्व सैनिक, नाइलचा राजा आणि करवंदी डोळे असणाऱ्या डॉ. प्रकाशचा त्या खुनाशी काहीतरी संबंध असू शकेल का? तो एक सुसंस्कृत, प्रायव्हेट स्कूलमध्ये शिकलेला माणूस आहे.

पण त्याची दुसरीही एक बाजू आहे. तो कधीकधी आपल्याजवळ धारदार सुराही बाळगायचा.

डॅनीनं मदतीसाठी सिडनी शहराकडे पाहिलं आणि त्याला एका इमारतीवर पुसट होत चाललेली अक्षरं दिसली : **चहा प्यायला सुरुवात करा.**

दुपारची १२ वाजून ५८ मिनिटं

डॅनी ऑस्ट्रेलियात आला, तेव्हापासून एक डिस्काउंट स्टोअर बंद होण्याच्या मार्गावर होतं. तिथं दुकान बंद करण्याआधीचा सर्व वस्तू स्वस्तात विकून टाकण्याचा सेल चालला होता. गॉगल्स, टुरिस्टसाठी विकले जाणारे टी-शर्टस, प्लॅस्टिक बॉक्सेसमध्ये ठेवलेल्या मुलांच्या आवडीच्या गोष्टी, मुलांच्या आणि पुरुषांच्या अंडरवेअर, कॅडबरी, फ्रूटस अॅन्ड नटबार्स वगैरे गोष्टींचा रेकॉर्ड करून ठेवलेला, एक संथ, खालच्या आवाजातील संदेश प्रसारित होत होता :

'हा अगदी शेवटचा, पुन्हा सांगतो मी, अगदी शेवटचा सेल आहे; त्यामुळे सर्व वस्तू, अगदी सगळ्या वस्तू खरेदी करा. आत या आणि सर्व वस्तू पाहून घ्या. या वेळी खरंच हा शेवटचा सेल आहे.'

दुकानाला टाळं लागण्यापूर्वीचा हा सेल आहे आणि तो चालूच आहे. चालूच आहे. सिडनीच्या अगदी मध्यवर्ती भागात.

"काय पाहिजे तुला?" एका लेबानीज बाईनं डॅनीला विचारलं.

"नाही. आमच्याकडे मेंथॉलच्या कोणत्याही प्रकारच्या वड्या नाहीत. त्याबद्दल आम्हाला काही माहीतही नाही. हो, आमच्याकडे स्वयंपाकघरामध्ये वापरायचे चाकू, सुऱ्या आहेत."

केनमन किचन किंग
कधीही पॉलिश करावे लागत नाहीत.
लाइफटाइम गॅरंटी

एका टोपलीतून एक सुरी घेऊन, डॅनीनं प्लॅस्टिक कव्हरच्या आत हात घालून आपण तिच्या टोकाला स्पर्श करत आहोत अशी कल्पना केली.

त्याला पुन्हा नजरेसमोर नाइलचा राजा दिसला. तो काळा, जळत्या दगडी कोळशासारखा चमकणारा चेहरा. तो काळ्या फ्रेमचा वाचायचा चश्मा. प्रकाश तो चश्मा नेहमी आपल्या कुरळ्या, चांदीसारख्या चमकणाऱ्या पांढऱ्या-काळ्या केसांवर ठेवायचा.

डॅनीचा ताप एकदम दूर पळून गेला. त्याच्या नाकपुड्याही फुरफुरल्या. मेंथॉल स्प्रे घेतल्यावर शंकरकाकांच्या नाकपुड्या जशा उत्साहानं फुरफुरायच्या तशा. त्याला खूप हलकं-हलकं, तब्येत एकदम छान झाल्यासारखं वाटलं. त्यानं हातातला चाकू खाली टाकला. तो सहा डॉलर्सच्या चाकूच्या ढिगावर पडला.

"शॉपर्स, हा खरंच फायनल सेल असल्यामुळे इथल्या सर्व वस्तू विकून टाकल्या जातील. सर्व वस्तू विकल्या गेल्याच पाहिजेत."

स्टोअरबाहेरच्या फुटपाथवर विचित्र फॅशनची हेअरस्टाइल केलेल्या घोळक्यात मायदेशाहून नुकतेच तिथं आलेले तरुण बसलेले होते. ते सेलफोनवर काहीतरी पाहात होते. तिथंच कचऱ्याच्या डब्याच्या दुसऱ्या बाजूला पाश्चिमात्य राहणीमानाचा संस्कार झाल्यानं वेगवेगळ्या प्रक्रिया करून नुकत्याच पांढऱ्या झालेल्या साखरेप्रमाणे दिसणारे नवसुधारित, थोडे अधिक स्थूल, सुखवस्तू, सुटाबुटातले भारतीय बसलेले होते. आपल्या सबर्बन डामडौलात मग्न असे दुसऱ्या प्रकारचे भारतीयही होते. ते आपापल्या मोबाइल स्क्रीनवर डोळे लावून बसलेले होते. हे सुटातले लोक इथं स्थायिक झालेले, आइसबॉक्ससारखे थंड भारतीय होते. ते या नव्यानं देशांतरित झालेल्या भारतीयांकडे दुर्लक्ष करत होते; पण डॅनीच्या लक्षात आलं की, हे दोन्ही

गट तीच बॉलिवुडची गाणी पाहात होते.

पार्क रोडवरून हळूहळू चालत डॅनी सिडनीच्या आतल्या भागातील हाइड पार्क जंक्शनला आला.

तो जिथं उभा होता, तिथून त्याला सिडनीच्या हृदयाचे तीन कप्पे दिसत होते : समुद्र, पार्क आणि टेकडी. तो उजव्या बाजूला चालत गेला असता, तर ऑपेरा हाउस आणि मॅनली बीचकडे घेऊन जाणाऱ्या बोटींच्या धक्क्याला पोहोचला असता. समोरच्या बाजूला त्याला हाइड पार्कच्या हिरव्या तुकड्याभोवती शिस्तबद्ध पद्धतीनं उभ्या असलेल्या बँकांच्या आणि इन्शुरन्स कंपन्यांच्या बिल्डिंग्ज दिसत होत्या; पण त्याची नजर समुद्राकडे आणि त्या बिल्डिंग्जच्या पलिकडे असलेल्या टेकडीकडे होती. शहरातून एकदमच उंच होत गेलेला विल्यम स्ट्रीट नावाचा रोड जुन्या पद्धतीच्या कोका-कोलाच्या नियॉन लाइटच्या जाहिरातीकडे चढत गेला होता. ती जाहिरात संध्याकाळपासून पहाटेपर्यंत चमचमत असायची. ती एक खूणदेखील होती. हा खंड तसा बऱ्यापैकी रिकामा आहे; पण इथून या खंडाचा खूप जास्त, घनदाट लोकसंख्या असलेला भाग सुरू होत होता. किंग्ज क्रॉसच्या रेड लाइट डिस्ट्रिक्टचा, वेश्यावस्तीचा भाग.

तो जाहिरातीचा बोर्ड डॅनीच्या चांगल्या ओळखीचा होता. त्या कोका-कोलाच्या मोठ्या जाहिरातीखाली तो कित्येकदा उभा राहिला होता. त्या वेळी फ्लॅटमध्ये डॉक्टर व राधाच्या प्रणयक्रीडा चाललेल्या असायच्या आणि डॅनीला इकडे-तिकडे हिंडत राहण्याशिवाय दुसरं कोणतंच काम नसायचं. शेवटी तो इथंच यायचा. ही जागा म्हणजे जणू शहराचं कपाळ होतं. तो इथून खाली दिसणाऱ्या ताडाच्या सळसळत्या झाडांकडे पाहात राही. ताडवृक्षांच्या त्या रांगा बोगद्यातून जाणाऱ्या आणि येणाऱ्या रहदारीला वेगळं ठेवीत. तिथं उभं राहून तो विचार करी : मला एक अशी गोष्ट माहीत आहे, जी तुम्हाला कोणालाच माहीत नाही. ते एक गुपित आहे. घ नं. ५ आणि घर नं. ६चं प्रेम प्रकरण चाललंय. गुपचूप. आणि या दूरवर पसरलेल्या विशाल सिडनी शहरात ही गोष्ट फक्त मलाच माहीत आहे.

आता खाली असलेला डॅनी त्या वरच्या डॅनीला शिव्या घालत होता - येडचाप! तू जगातला सर्वांत वेडा माणूस आहेस.

एकदा राधा आणि प्रकाशनं बारमध्ये त्याच्या खाण्या-पिण्यावर केलेल्या खर्चाचा हिशेब केला होता. त्याचं जेवण, थंड पेय वगैरे मिळून त्यांनी त्याच्यावर अंदाजे पाचशेच्या वर डॉलर्स खर्च केले होते. आता त्याला वाटत होतं की, ते आता माझ्यावर खर्च केलेला प्रत्येक डॉलर वसूल करून घेत आहेत.

त्या वर चढत जाणाऱ्या रस्त्यावर चित्रलिपीतील भरपूर संकेत होते. पांढऱ्या हिरोग्लिफ्स, संख्या होत्या. नागमोडी रस्ते, ठिपके, स्पष्टीकरण चिन्हेही होती.

शिवाय वर किंग्ज क्रॉसकडे जाणाऱ्या मोटारींसाठी रंगीबेरंगी माहितीही होती. कोका-कोलाच्या त्या अवाढव्य जाहिरातीच्या पलीकडे, किंग्ज क्रॉसच्या दाट वस्तीत क्लिनिक सुरक्षितपणे लपलेलं होतं. प्रकाशचं क्लिनिक. राधा त्या जागेला क्लिनिक म्हणे, कारण प्रकाश तिथं कित्तीतरी वेळ घालवत असे. त्याचे खेळ खेळत आणि दारू पीत.

डॅनीला आपल्या तळहातावर लिहिलेला 1-800-330-000 नंबर दिसला. त्यानं स्वतःच तर तो लिहिला होता.

सेलच्या दुकानामध्ये ईल, सिल्व्हर फिश, अवोकॅडो आणि ट्यूना त्याचं लक्ष वेधून घेत होते. त्याच्या उजव्या बाजूला फुलांच्या मागे त्याला विक्रीसाठी ठेवलेली वर्तमानपत्रे आणि पाण्याच्या बाटल्या दिसल्या. एका उघड्या दाराच्या अंधारातून त्याला इकडून-तिकडे फिरणारी सुशी ट्रेनही दिसली. हे सगळं प्रत्येकी तीन डॉलर्सला होतं. फक्त तीन डॉलर्सला.

पण इथं सामोसे नव्हते. एकही सामोसा नव्हता.

डॅनीनं पुन्हा एकदा वर दिसणाऱ्या कोका-कोलाच्या त्या अवाढव्य जाहिरातीकडे पाहिलं.

त्याच्यासमोर चंदेरी बटण असलेला एक खांब होता. त्यातून भराभरा शब्द येत होते – आता रोड ओलांडून जा. आता रोड ओलांडून जा.

दुपारची १ वाजून १२ मिनिटं

चालतचालत डॅनी कारंजाजवळ आला होता. कारंजाच्या मधोमध एका ग्रीक हिरोची आणि बैलाचा चेहरा असलेल्या राक्षसाची मूर्ती होती. बराच मार खाल्ल्यानं तो राक्षस बधिर झाला होता. त्याचे डोळे बंद होते. शांत, नग्न, लहान जननेंद्रिय असलेला तो ग्रीक हिरो राक्षसाची शिंगं पिरगाळत असताना राक्षसाच्या शरीरावरील कातडं सुरकुतल्यासारखं दिसत होतं. एक मैना कारंजाच्या पाण्यात डुंबून त्या खाली निपचित पडलेल्या बैलावर जाऊन बसली आणि त्याला हलवून जागं करण्याच्या प्रयत्नात तिनं आपले ओले पंख हलवले. त्या पाण्याचे शिंतोडे अंगावर पडल्यावर डॅनीला मागं सरकावंच लागलं. कारंजाभोवती टुरिस्टचं एक कोंडाळं जमलेलं होतं. ते पाण्यात पडलेल्या त्या प्रचंड मूर्तीची प्रशंसा करत होतं. ते कोंडाळं सोडून डॅनी दुसरीकडे वळला.

तो असफल झाला होता : ही नवीन निषेधाज्ञा मोडण्यात तो असफल झाला

होता. त्याऐवजी तो आलेल्याच वाटेनं परत गेला. हाइड पार्ककडे. तो चालतचालत इकडे आला होता. कारंजाचा आवाज ऐकू आल्यावर तो तिथं थांबला होता. त्या ओल्या अवाढव्य मूर्तींच्या, झाडांच्या आणि टुरिस्टच्या पलीकडे त्याला सेंट मेरीच्या कॅथेड्रलचे लालसर टॉवर्स दिसले. सुखाच्या मागे धावणाऱ्या, चंचल वृत्तीच्या या शहरात हे कॅथेड्रल पुस्तकात ठेवलेल्या खुणेच्या कागदाप्रमाणे शांत, स्थिर दिसायचं. तिथपर्यंत येऊन डॅनी परत वळला. परत पार्ककडे गेला. त्या वेळी त्याच्या डोक्यात गांधी होते.

दूर कोणीतरी तंतुवाद्याची तार छेडली. हवेत जळक्या लाकडाच्या धुराचा वास भरलेलाच होता.

गांधी! हो : डॉक्टरला या माणसाबद्दल बोलायला फार आवडायचं. साउथ आफ्रिकेत ना, गांधींचा तरुणपणीचा पुतळा आहे. त्यांच्या अंगावर वकिली पोषाख आहे. गांधींचा हा पुतळा जोहान्सबर्ग नावाच्या फार मोठ्या शहराच्या मध्यवर्ती भागात आहे. त्या पुतळ्यासमोर प्रकाश उभा राहिला होता आणि त्यानं त्याचा फोटोही काढला होता. *गांधी! कपडे!* याला म्हणतात सभ्यता-संस्कृती!

आणि तुम्हाला लक्षात आहे ना की, याच माणसानं पॉटस पॉइंटमधल्या आपल्या खिडकीत लाल ट्युलिप्स लावले होते? हे त्यानं आपण राधावर प्रेम करतो, हे तिला पटावं म्हणून केलं होतं. मागे वळ डॅनी. किरण राव सांगताहेत तुला. मित्रा, मागे वळ.

कारंजाभोवतीच्या अदृश्य वर्तुळाला रेखाटत एक जबिरू चालला होता. काळी मान आणि काळे पंख असणारा हा करकोचा खाली मान घालून आपल्या खवले असलेल्या पायांनी लांब ढांगा टाकत आरामात चालला होता. त्याला पाहून वाटत होतं की, तो जणू मोठ्या गंभीरपणे आपले फोटो घेणाऱ्या माणसांचा उपहास करीत आहे.

जबिरूच्या दोन्ही बाजूंना त्याचा मोजणी क्रमांक लिहिलेला होता. वाऱ्याच्या झुळकीनं जळणाऱ्या जंगलांचा वास डॅनीच्या नाकपुड्यांमध्ये भिनत होता.

हवेतील धुरानं डॅनीच्या पोटात डचमळायला लागलं. त्याच्या पोटात गुड गुड व्हायला लागलं. वाटलं की, त्याला आता खरंच संडासला होईल.

डॅनीवर कोणीतरी नजर ठेवून होतं : उंच चबुतऱ्यावरून टेलिस्कोपवाला एक हिरवट, ब्रिटिश म्हातारा, कदाचित तो कॅप्टन कुकही असू शकेल. त्याच्याकडे आणि त्याच्या कॅक्टसकडे पाहात होता; पण वाऱ्याचा वेग वाढला तशी जबिरूनं आपले पंख उडण्याच्या तयारीत फडफडवले आणि बघताबघता तो ब्रिटिश माणसाचा पुतळा, गांधींच्या तरुण, पूर्ण पोषाख केलेल्या पुतळ्यात बदलला.

बाळाला छातीशी बांधून विल्यम स्ट्रीटच्या चढावरून चाललेली एक तरुण

आई गात होती - *'मेरिली, मेरिली, लाइफ इज बट अ ड्रीम, मेरिली, मेरिली. (आनंदात, आनंदात जग. जीवन आहे फक्त एक स्वप्न.)* सेलोफेनमध्ये गुंडाळलेलं कॅक्टस टी-शर्टपाशी धरून डॅनी तिच्या मागोमाग चालत होता. तो आता टेकडीच्या अर्ध्यावर पोहोचला होता. क्लिनिकच्याही निम्म्या रस्त्यावर पोहोचला होता तो.

रस्त्यावरून चालत जाताना बँकांच्या आणि विल्यम स्ट्रीटवरच्या बिल्डिंग्जच्या सावलीत आल्यावर डॅनीनं आपला चालण्याचा वेग थोडा कमी केला. आता रस्ते सूर्याच्या प्रखर उन्हात तळपत होते. तो ते झपाझप ओलांडत होता. डावीकडे हार्बर ब्रिजची कमान दिसत होती; त्यामुळे लाल दिव्यांचा भगभगीत प्रकाश थोडा तरी सुसह्य वाटत होता. समोर चाललेलं गाणं पूर्ण वेळ चालूच होतं.

'लाइफ इज बट अ... (जीवन आहे फक्त एक...)

बाळाला थोपटत थोपटत ती तरुण आई गातच होती *'मेरिली, मेरिली. लाइफ इज बट अ, लाइफ इज बट अ'* तिच्या गाण्यानं आणि सावलीनं सुखावलेल्या त्या बाळानं डॅनीकडे पाहिलं : त्या बाळानं डॅनीकडे ज्या डोळ्यानं पाहिलं, तो श्रीलंकेच्या रस्त्यावरील फरशांप्रमाणेच कठोर, ढगाळ आणि निळा होता.

डॅनीला वाटलं, त्या बाळानं दुसरीकडे कुठंतरी पाहिलं तर किती बरं होईल. त्यांनी तीनदा जंक्शनजवळचे लाल दिवे बरोबरीनं पार केले. चौथ्या जंक्शनला मात्र ती आई आणि तिचं बाळ डॅनीच्या पुढे गेलं.

डॅनी एका पबजवळ थांबला होता. त्या पबमधली टेबलं रस्त्यावर होती.

एका टेबलावर एका कोस्टरखाली रुमालवजा चटईखाली एक वर्तमानपत्र ठेवलेलं होतं. त्याची पानं वाऱ्यानं फडफडत होती. डॅनीला आता सगळ्या गोष्टी जिवंत वाटत होत्या. त्याच्या मनात आलं, त्या फडफडत्या पानांमधील कुठल्या तरी पानावर मेलेल्या राधाचा फोटो असणार.

पबबाहेरील टेबल ओलसर होतं; पण डॅनीला तिथं कुठंही स्वच्छ पाणी दिसलं नाही. नाही म्हणायला बिअरच्या फेसाळ ग्लासमध्ये थोडाफार ओलावा होता. त्यानं आपलं बोट ओलं केलं आणि वर्तमानपत्रात लिहिलं...

कोणीतरी दुसरा,

याचा अर्थ होता, *कोणीतरी दुसरा सांगेल पोलिसांना.*

त्यानं त्यावर आपल्या नखांनी खरडून तमिळ शब्द लिहिले.

पण दुसरा कोण

त्यानं पुन्हा ते शब्द खरडले आणि लिहिलं -

त्या दोघांबद्दल आणखी कुणाला माहीत होतं?

प्रकाश आणि राधा नेहमी वेगवेगळ्या बारमध्ये जात; त्यामुळे ते कोण आहेत हे कुणालाच माहीत नव्हतं. त्यासाठीच तर ते नेहमी वेगवेगळ्या बारमध्ये जात; त्यामुळे त्यांचं प्रेमप्रकरण कधीच उघडकीला आलं नसतं. नाही का?

जणू काही त्याला काही सांगू इच्छित असल्याप्रमाणे त्याच्या फोनची रिंग वाजली. डॉक्टर प्रकाशला त्याला काही सांगायचं होतं.

घर नं. ६

मला आज फ्लाइट पकडायचं आहे. तू लवकर येऊन फ्लॅट स्वच्छ केलास तर बरं होईल.

डॉक्टर प्रकाश, मला त्रास देणं बंद का करत नाहीस तू?

विशेषतः टॉयलेटस साफ करायलाच पाहिजेत. मला आठवतं, तू टॉयलेटस खूप छान साफ करायचास.

डॅनी बारबाहेरच्या एका खुर्चीवर बसला.

बसल्या जागेवरून त्याला बारच्या आतला टी.व्ही. दिसत होता. टी.व्ही.वर खून झालेल्या बाईचे फोटो दाखवत होते. डॅनी बाहेर असला आणि रहदारीमुळे अधूनमधून खंड पडत असला, तरी डॅनीला टी.व्ही.वरचा आवाज तसा नीट ऐकू येत होता.

पोलिसांच्या बातमीनुसार मृतदेह काल रात्री तुंगब्बीमधील एका खाडीजवळ मिळाला होता. तो एका लेदर जॅकेटमध्ये गुंडाळलेला होता. जॅकेटमध्ये दगड भरलेले होते. पोलिसांच्या वर्णनानुसार जॅकेट इटालियन स्टाइलचं होतं आणि त्याचा रंग... आहे. ज्यांना कुणाला त्या जॅकेटबद्दल किंवा त्या जॅकेटच्या मालकाबद्दल माहिती असेल त्यांनी पुढे येऊन ती माहिती पोलिसांना सांगावी असंही बातमीत म्हटलं होतं.

त्यांनी जॅकेट काळ्या रंगाचं आहे म्हणून सांगितलं ना? डॅनी काचेच्या दरवाजाच्या आणखी जवळ गेला; पण चढावर असलेल्या ट्रकच्या घर्ऽघर्र आवाजामुळे टी.व्ही.चा आवाज ऐकू येईनासा झाला.

जॅकेट काळं आहे असं रिपोर्टर म्हणाला. हो ना? डॅनीच्या प्रश्नाला जणू उत्तर दिल्यासारखं समोरच्या बिल्डिंगच्या काचेवर राखाडी रंगाच्या टॉवरचं वेडं-वाकडं आणि लुळं-पुळं अंतहीन प्रतिबिंब दिसलं. तो कवितेतील जॅक चढून गेलेला टॉवरच असावा. ते प्रतिबिंब पाहून डॅनीला वाटलं की, तो स्वतःचं हृदयच बघत आहे.

विल्यम स्ट्रीटच्या उतारावर बसलेल्या डॅनीला ऑपेरा हाउस खूप दूर असल्यासारखं दिसत होतं. समुद्राची झलकही तशीच खूप दुरून दिसत होती. *“तू इतक्या सहजासहजी आपल्या देशाला जाणार आहेस?”* त्या निळ्या पाण्यानं

डॅनीला विचारलं. *''इथं तू असलास काय किंवा इथली व्हाइट माणसं, मला सगळं सारखंच आहे.''* ते पाणी त्याला म्हणालं, *''मी असंच चमचमत राहणार.''*

'इथली टेबलं फक्त कस्टमर्ससाठी आहेत,' असं म्हणत एका ऑस्ट्रेलियन तरुणीनं काचेचं दार उघडलं; पण तोवर बाहेरच्या टेबलवर कोणीच नव्हतं. तिथं फक्त एक वर्तमानपत्र होतं आणि व्हिक्टोरिया बिटर कोस्टरखालच्या त्या वर्तमानपत्रावर होते ओल्या बोटांचे डाग. कोणीही ऑसी बार टेंडर डॅनीला पकडू शकणार नव्हता.

तो उभा होता पुढच्या ट्रॅफिक जंक्शनजवळ. सिडनीच्या विल्यम स्ट्रीटइतक्या लांब असणाऱ्या दुसऱ्या कुठल्याही रस्त्यावर असतील त्यापेक्षा कितीतरी जास्त लाल दिवे विल्यम स्ट्रीटवर आहेत, या गोष्टीची डॅनीनं मनोमन नोंद केली आणि मग तो हसला.

उद्या तुला तुझ्या मायदेशी पाठवण्यात येणार असेल तर या अशा माहितीचा तुला काय उपयोग आहे डॅनी? त्याच्या मनानं त्याला विचारलं.

त्याला वाटलं की, तो मोठ्या आनंदानं आपले हे सोनेरी केस कापून आपला पोकळ दिमाख देवाला अर्पण करील : इथं आणखी एक दिवस राहायला मिळण्याची ती किंमत असेल, तर ती किंमत मोजायला तो आनंदानं तयार होता.

कोका-कोलाची ती प्रचंड भव्य जाहिरात त्याला आपल्याकडे खेचून घेऊ लागली. त्याच वेळी त्याला येणाऱ्या मेसेजेसचा वेगही भयंकर वाढला.

''आज सहा वाजता मला एअरपोर्टला जायचं आहे. मी साउथ आफ्रिकेला निघून जाणार आहे. तू लवकर येशील का?''

स्वतःच्या सुरक्षेसाठी डॅनीनं या मेसेजला उत्तर दिलं. *'मी वाटेतच आहे. आता किंग्ज एक्स आहे.*

डॅनीचं विचारचक्र चालूच होतं. यानं खरंच ते कृष्णकृत्य केलं असेल? तिला ठार केलं असेल? आणि आता हा आरामात पबमध्ये बसून मला मेसेजेस पाठवतो आहे? दोन्हीचा अर्थाअर्थी काही संबंध लागत नाही.

'मेरिली, मेरिली, मेरिली,' बाळासाठी गाणं म्हणणारी आणि आईच्या चालीनं चालणारी ती तरुण ऑसी स्त्री पुन्हा एकदा डॅनीजवळून गेली.

तिचं बाळ वर आकाशाकडे बघून हसत होतं.

त्या हसऱ्या बाळाला पाहून डॅनीच्या मनात आलं, आपण सोंजाला भेटायला जावं.

सफाई करताना वापरायचा बनियन डॅनीच्या छातीला चिकटला होता.

टेकडीच्या वर असलेली कोका-कोलाची जाहिरात किंग्ज क्रॉस, लाल दिव्यांचा

प्रदेश आणि सेंट विन्सेंट हॉस्पिटल यांच्यातील शर्यतीची रेफ्री निर्णायक असल्यासारखी उभी होती. सोंजा आज सेंट विन्सेंट हॉस्पिटलमध्ये काम करत होती. क्लिनिकला जाण्याऐवजी तो उजव्या हाताला वळला असता आणि यलो पब आणि थाय रेस्टॉरंट्सच्या पुढे गेला असता, तर डार्लिंगहर्स्टच्या सेंट विन्सेंट हॉस्पिटलला पोहोचला असता.

त्यानं मोबाइलमधली फोनची लिस्ट पाहिली. सोळा नंबरचा फोन सोंजाचा होता.

तो नंबर पाहूनच त्याच्या अंगात तरतरी आली.

'तू तिला मेसेज करू शकतोस.' तो स्वतःला म्हणाला.

'तू फक्त पाच मिनिटांसाठी मला भेटशील?' त्यानं सोंजाला मेसेज केला. हॉस्पिटलसमोर एक पाण्याचं कारंजं होतं; खून झालेल्या चिनी डॉक्टरच्या स्मारकाजवळ. ताजं, थंड पाणी. अजून पाच मिनिटं आहेत. थंड पाणी प्यावं आणि आपण तिला कोणकोणत्या खोट्या गोष्टी सांगितल्या आणि का याबद्दल खुलासा द्यावा, त्यानं ठरवलं.

दुपारची १ वाजून ४० मिनिटं

निर्णय!

मोठ्ठा आ वासून रस्त्यानं निकरानं सांगितलं : *आणि तुझा निर्णय आत्ता तू घेतला पाहिजेस.*

त्याचं कारण हे होतं की, तो आता अशा जागी उभा होता, जिथे विल्यम स्ट्रीटला बरेच वळणदार फाटे फुटत होते. ते सगळे फाटे पुढे टेकडीच्या माथ्यावर एकत्र येत होते. विल्यम स्ट्रीट तिथे एका काँक्रीटच्या भुयारातही घुसत होता. त्या भुयारी रस्त्याच्या सुरुवातीला नारिंगी रंगाचे दिवे होते. त्यांचा प्रकाश संपल्यावर भुयारातील अंधार सुरू होई. अशा रीतीने तिथं एकाच वेळी दिवस आणि रात्रीचं दृश्य दिसत होतं. डोईवरच्या कोका-कोलाच्या जाहिरातीचं दिवस आणि रात्र दोन्हीवर राज्य होतं.

डॅनीनं थुंकी गिळून घसा ओला केला.

सोंजा आणि डॅनीच्या दुसऱ्याच भेटीत सोंजाला श्रीलंकेतील परिस्थिती आणि तमिळ निर्वासितांच्या प्रश्नाची इत्थंभूत माहिती मिळाली. तिनं या संदर्भात आपल्या प्रदेशाच्या एम.पी.ला पत्रही पाठवलं. त्या पत्रात तिनं त्या सुंदर आणि संकटात

सापडलेल्या बेटातून ऑस्ट्रेलियात आलेल्या शरणार्थींबद्दल सरकारनं काहीतरी नवीन पॉलिसी ठरवावी अशी विनंती केली होती. ती जेव्हा आपल्या पत्रामध्ये 'आपणास माहीतच आहे की, अल्पसंख्याक लोकांना कशी वागणूक दिली जाते...' असं वाक्य लिहून ती श्रीलंकेतील विशिष्ट आणि गुंतागुंतीच्या परिस्थितीबद्दल लिहीत होती, तेव्हा डॅनी गप्प बसून राहिला. शेवटी तिनं त्याला बोलायची संधी दिली तेव्हा तो म्हणाला, "हे बघ, मला माहीत आहे की, ऑस्ट्रेलियात बाहेरून आणखी लोक येऊ नयेत, असं इथल्या लोकांना वाटतं."

तो हसतहसत बोलत होता; पण आपण न पचणाऱ्या, वाईट गोष्टी बोलत आहोत याची त्याला पूर्ण जाणीव होती. गोंधळलेल्या चेहऱ्याच्या सोंजाला तो जीवनाची सत्य परिस्थिती समजावून सांगत होता.

"तुला चांगलं माहीत आहे की, ऑस्ट्रेलियात पिण्याचं ताजं पाणी नाही. खरंतर बिल्डर लोकांना बाहेरच्या देशांतल्या लोकांनी मोठ्या संख्येनं इथं यावं असं वाटतं. ते ब्राउन आणि ब्लॅक लोकांना इथं घेऊन येतात. त्यांना एअरपोर्ट आणि रेल्वे स्टेशनजवळच्या बकाल वस्तीत ठेवतात. का तर त्यांनी व्हाइट लोकांचे गुलाम व्हावं म्हणून."

"अरे देवा!" सोंजा आ वासत म्हणाली, "तू तर कॉन्सर्व्हेटिव्ह आहेस की!"

मग ती एवढंच म्हणाली की, "डॅनी, या देशांतरितांच्या प्रश्नांवर लोकांनी थोडा समंजसपणा दाखवावा असं तुला वाटतंय." याउपर ती पुढे काहीच म्हणाली नाही. तिला वाटलं असेल की, डॅनीचं लोकांबद्दल असा विचार करणं, त्यांच्या प्रश्नांविषयी सहानुभूती प्रकट करणं हा त्याचा स्वभावच आहे. त्याचं नाकातील वाकडं हाड, त्याचा सायनसचा त्रास, त्याचा आडमुठेपणा त्याचं सगळंच काही तिला आवडलं. कदाचित या सगळ्या वेगळ्या गोष्टींमुळेच तो तिला आवडला असेल.

आपल्या डाव्या हातावरच्या वळाबद्दल डॅनीनं सोंजाला काहीच सांगितलं नव्हतं. तिला एका गोष्टीमुळे दुसरी गोष्ट कळली असती. दुसरीमुळे तिसरी आणि सरतेशेवटी तिला हेही कळलं असतं की, तिनं स्वतःसाठी निवडलेला माणूस ऑस्ट्रेलियात बेकायदेशीरपणे राहतोय. मग सगळं किती लाजिरवाणं झालं असतं?

ठळकपणे दिसणाऱ्या कोका-कोलाच्या जाहिरातीवरून डोळे हटवून त्यानं आपली नजर उजवीकडे नेली.

त्याला लगेच सोंजा जवळ असल्याची जाणीव झाली. त्याच्या केसातून फिरणारी, त्याच्या उठावदार सोनेरी केसांना कुरवाळणारी तिची बोटं, केसांना त्याच्या मानेकडे नेणारी तिची बोटं. ती शक्तिशाली बोटं आता त्याच्या केसांना

तसेच त्याला सेंट विन्सेंट हॉस्पिटलच्या दिशेला ओढत होती. जणू असं म्हणत की, "ये, ये, दोघं एकत्र कॉफी पिऊ या!" विन्सेंट हॉस्पिटल या मोठ्या जाहिरातीच्या उजव्या बाजूला हाकेच्या अंतरावर होतं.

सोंजालासुद्धा कॉफी आवडते ना? एका कपाला साडेतीन डॉलर्स पडतात. आणि ती दिवसाला तीनदा कॉफी पिते. (ऑस्ट्रेलियन लोक असेच पैसे उडवतात.)

पण सोंजाला कामाच्या वेळी असा काही व्यत्यय आलेला मुळीच आवडायचा नाही. खरंच आवडायचा नाही. त्यांची भांडणं साधारणपणे तिच्या कामासंबंधीच्या गोष्टीनंच सुरू व्हायची, ही वस्तुस्थिती होती. "शॉवर देताना एक पेशंट माझ्या अंगावर मुतला." गेल्या आठवड्यात तिनं कुरकुर केली होती. ते ऐकून डॅनी म्हणाला होता, "ते नर्सचं कामच आहे ना?" हे ऐकून ती जाम चिडली होती. म्हणाली होती, "म्हणजे तुला म्हणायचं आहे तरी काय? आणि तुला जर वाटत असेल ना की, असं बोलून तू आपला स्मार्टनेस दाखवतो आहेस तर मग तू का होत नाहीस पुरुष नर्स? निदान घर स्वच्छ करण्याऐवजी दुसरं काहीतरी करून दाखव ना."

पण डॅनी कोका-कोला जाहिरातीनंतर डावीकडे वळला असता आणि दारुड्यांजवळून, टुरिस्टस आणि दलालांजवळून थोडं पुढे गेला असता, तर तो क्लिनिकला पोहोचला असता आणि क्लिनिकमध्ये...

'जीवन आहे एक स्वप्न'

डॅनीसारख्या माणसासाठी काहीच साधं-सरळ नसतं. अगदी असहाय होणंसुद्धा साधं-सरळ नसतं. जीवन एक लढाई आहे. या लढाईत दोन्ही बाजू तुल्यबळ नसल्या तरीही प्रत्येकाकडे कोणतं ना कोणतं शस्त्र असतंच.

त्याच्याकडेही एक गोष्ट होती, एक शक्ती होती. एका हातानं कॅक्टस वर उचलत डॅनीनं दुसऱ्या हाताची मूठ वळली.

जीवन आहे फक्त एक स्वप्न.

एका बाईचं निरोगी शरीर त्याच्याजवळून धावत गेलं. तिच्या पाठीच्या स्नायूंनी डॅनीला खूण केली. लैंगिक उत्तेजन दिलं. म्हटलं, *नाही नाही ते स्वप्न नाही. वास्तविकता आहे. आजचा दिवस नीट जग. पार पाड. म्हणजे तुला उद्याचा दिवस तुझ्या प्रेयसीबरोबर राहता येईल.*

मागे वळ. डॅनी मागे वळ. तू बुद्धिमान क्लीनर आहेस. म्हणजे असा क्लीनर, जो बुद्धिमान आहे. हो ना?

याच वेळी पिवळसर छातीचे सहा-सात काकाकुवा पक्षी शहराच्या दिशेकडून उडत तिथं आले. त्यांनी कोका-कोलाच्या जाहिरातीवर घिरट्या घातल्या आणि डावीकडे वळण्याआधी एकदमच जोराचा कलकलाट केला.

त्या पांढऱ्या पक्ष्यांच्या मागोमाग डॅनी किंग्ज क्रॉसकडे चालत गेला.

किंग्ज क्रॉस – स्वर्गसुखात, रतिसुखात लोळण्याचा सिडनीचा मध्यवर्ती प्रदेश.

बेकायदेशीरपणे राहण्याचं तिसरं वर्ष

ऑस्ट्रेलियातील इंडोनेशिया : म्हणजेच बेकायदेशीरपणे ऑस्ट्रेलियात राहण्याऱ्या माणूस नावाच्या बेटांचा समूह. यातील प्रत्येक बेट दुसऱ्या बेटापासून वेगळं राहात होतं. वेगळं ठेवलं जात होतं. या वेगळेपणामुळे ते दुबळे, भयभीत असायचे; पण नंतर लक्षात येई की, काही छोटीछोटी बेटं मोठ्या बेटांमध्ये मिसळून जात आणि त्यांना तिथं कमी भीती वाटत असे. तिथं थोडी आशाही आहे असं त्यांना वाटे.

एकदा टॉमनं डॅनीला पॅरामेटामध्ये एक सफाईचं काम दिलं होतं. ते काम संपवून डॅनी परत येत होता. त्याच्या पाठीला त्याची नेहमीची अॅस्ट्रॉनॉटवाली चंदेरी पेटी होती. त्या वेळी त्यानं एका बाईला पाहिलं. रेल्वे स्टेशनमध्ये उभी राहून ती ओरडत होती, ''सीरियाकडे दुर्लक्ष करू नका! तिथं हजारो लोकांना मारलं जातंय. बलात्कार, खून होताहेत. त्यांना वाचवण्यासाठी लेखी विनंती करा. आत्ता लगेच! त्यांची हत्या केली जाते, बलात्कार... आणि...''

ती बाई चांगली कणखर वाटत होती. बेकायदेशीर रहिवाशांचा प्रश्न, पोलीस वगैरे गोष्टी ती नीट हाताळील असं वाटत होतं.

''मग का बोलला नाहीस तू तिच्याशी? तिला मदत का नाही मागितलीस?''

त्या दिवशी संध्याकाळी ग्लीब लायब्ररी बंद होती. लायब्ररीबाहेरच्या बाकांवर सिडनीतील बेकायदेशीर रहिवासी एकत्र जमले होते. तिथं डॅनी इतरांना त्या बाईविषयी सांगत होता. त्यांच्यातील एकानं विचारलेल्या या प्रश्नाचं उत्तर देताना तो म्हणाला,

''मला तिचे बूट नाही आवडले.''

''तिचे बूट?'' तिथल्या एका पाकिस्तानी निर्वासितानं – इब्राहिमनं आश्चर्यानं विचारलं.

कसं कोण जाणे; पण डॅनीला जाणवलं होतं की, लांब, काळे बूट घातलेल्या त्या बाईला सीरियाचा किंवा सीरियन लोकांचा खरा कळवळा नाही. ती जणू तिच्यासारख्या ऑसींना ओरडून सांगत होती – माझ्याकडे लक्ष द्या. बेकायदेशीर

रहिवाशांवर दया करा; पण माझ्याकडे लक्ष द्या.

कधीकधी सामाजिक कार्यकर्त्यांकरवी सबर्ब्समध्ये धाडी पडतात अशी वदंता होती. म्हणायला ते म्हणत की, "बेकायदेशीर रहिवाशांचं शोषण थांबवा." असा एखादा बेकायदेशीर रहिवासी पोलिसांच्या जाळ्यात येऊन पकडला गेला की, हे कार्यकर्ते कळकळीनं त्याची चौकशी करत. विचारत, "ठीक आहेस ना रे बाबा तू?" त्याच्या हातात बेड्या पडताना त्याला हे कार्यकर्ते चॉकलेट बारही देत. पण शेवटी काही झालं तरी त्याची ऑस्ट्रेलियातून हकालपट्टी होतेच. त्याला हद्दपार केलं जातंच. मग या दयाळू, कनवाळू बाईत आणि बंदूक घेऊन तुमच्या मागे लागलेल्या निळ्या युनिफॉर्ममधल्या पोलिसात काय मोठा फरक आहे? समांतर वाहणाऱ्या गचाळ, घाण पाण्याच्या दोन प्रवाहांप्रमाणे सिडनीत आदर्शवाद आणि भ्रष्टाचार यांचे दोन प्रवाह समांतरपणे वाहात आहेत. आपल्याला हद्दपार करणाऱ्या वाहनात बसवलं जाईपर्यंत व्हाइट लोक आपल्याला प्रवचन देत राहतात.

"ते बूट नाही आवडले मला." डॅनीनं ठासून सांगितलं.

लिन नावाचा चिनी - मलेशियन एका मेक्सिकन रेस्टॉरंटमध्ये टॅकोज बनवत असे. टॅकोज म्हणजे मसालेदार मांस किंवा बीन्स घातलेला पराठेवजा पदार्थ. स्वतःच्या हातानं बनवलेल्या सिगारेटस ओढत तो म्हणाला, "मलेशियात सिगारेटचं एवढं जाड पाकिट आठ रिंगिटला, फक्त आठ रिंगिटला मिळतं." हे सांगताना त्यानं हातानं त्या पाकिटाचा आकार दाखवला; तरीही लिन परत कधीही मलेशियाला जाणार नव्हता.

लिन मेक्सिकन रेस्टॉरंटमध्ये दर दिवशी दोन शिफ्टमध्ये काम करायचा. काम करत नसला की, तो खूपदा डोळे मिचकवायचा. जणू त्याच्यात अशा काही मोकळ्या जागा होत्या, ज्यांच्यात खरे तर राग असायला पाहिजे होता.

पण एकदा का त्यानं सिगारेट पिणं सुरू केलं की, त्याला राग यायला लागायचा, "कुआलालंपूर" डॅनीपासून थोड्या अंतरावर धूर सोडत तो म्हणाला, "कुआलालंपूर बेकायदेशीर रहिवाशांनी खच्चून भरलेलं आहे. तिथं सिडनीहून दसपटीनं जास्त बेकायदेशीर रहिवासी आहेत. ते सगळे मुसलमान आहेत. बांगलादेशी, पाकिस्तानी आणि अरबस्तानचे मुसलमान. सरकार त्यांना देशात आणतं. त्यांना ते मलेशियन असल्याचं खोटं ओळखपत्र मिळतं. तिथल्या चिनी लोकांना देशाबाहेर जावं लागतं आणि मुसलमान लोक देशाच्या आत येतात. तिथं चिनी लोकांची संख्या जास्त असूनही ते दुबळे, असमर्थ आहेत." डॅनी पहिल्यांदा ऐकत होता की, जगाच्या पाठीवर अशाही काही जागा आहेत; पण त्याला त्यामागचा अर्थ आता कळत होता. काही देशांतरित मलेशियन, श्रीलंकन किंवा पाकिस्तानी लोकांना सिडनीच्या पश्चिमेकडील सबर्ब्समध्ये मोठमोठ्या कार चालवणाऱ्या ड्रायव्हरचं

काम करावं लागे आणि काहींना ग्लीब लायब्ररीच्या बाहेर किंवा अशाच एखाद्या ठिकाणी एकमेकांशी असं कुजबुजत बोलावं लागे. यामागे काही कारण आहे हे त्याच्या लक्षात यायला लागलं होतं.

एके दिवशी सरे हिल्स भागात त्याला ऑस्ट्रेलियात बेकायदेशीरपणे राहणारे दोन नेपाळी क्लीनर्स भेटले. नेपाळी लोक जसे दिसत असतील असं त्याला वाटत होतं, तसे ते दोघे नव्हतेच. ते त्यांच्यापेक्षा बरेच काळे आणि बुटके होते. कदाचित ते नेपाळमधील सगळ्यात गरीब लोक असावेत.

असं होत असेल का? की, आपण आधी आपल्या स्वतःच्या देशातच नकोसे होतो. मग आपल्या देशात बाहेरच्या देशांतून लोक येतात आणि बेकायदेशीरपणे आपल्या देशात राहायला लागतात. आपल्याला आपल्या देशात जे काही मिळण्यासारखं असतं, तेही हे बाहेरचे लोक बळकावून बसतात आणि मग ते आपल्याला ऑस्ट्रेलियाला जायला भाग पाडतात. मग इथं आल्यावर आपल्याला बेकायदेशीरपणे राहावं लागतं.

डॅनीनं लिनला विचारलं, "म्हणजे बांगलादेश किंवा पाकिस्तानमधून मलेशियात आलेले आणि आता मलेशियात राहणारे लोकच तुला इथं असं राहावं लागतंय यासाठी कारणीभूत आहेत?"

लिननं होकारार्थी मान हलवली. त्याच्या मनातील विचार डॅनीला लगेच कळला. बांगलादेश आणि पाकिस्तानमध्येही असेच बेकायदेशीरपणे राहणारे लोक असतील. त्यांनाही त्यांच्यामुळेच असं दुसऱ्या देशात जावं लागलं होतं.

बाप रे! म्हणजे हे सर्व संपतं तरी कुठे आणि आमचं असं झालं याला कोण जबाबदार आहे?

डॅनीच्या मनात आलं, लिन माझ्या देशातील लोकांसारखाच सिगारेट ओढत आहे. त्याच्या खालच्या ओलसर ओठांवर विसावलेल्या सिगारेटचे तीन समान भाग आहेत. ओठांवरचं टोक, त्याच्यापुढे तेवढ्याच लांबीचं फिल्टर आणि तेवढ्याच लांबीची सिगारेटची राख आणि लिन दोन्ही खिशांत हात घालून बेंचवर बसलेला आहे. खरंतर मीसुद्धा त्याच्याच लेव्हलला आलोय.

आपण आपल्या देशात एशियन गेम्स किंवा ऑलिम्पिक गेम्स पाहात असतो, तेव्हा तिथं जिंकून आपल्या देशाचं नाव उज्ज्वल करणाऱ्या लोकांबद्दल आपल्याला अभिमान वाटतो. आपण त्यांच्या विरुद्ध असं काम करतोय. ऑस्ट्रेलियाचा कायदा मोडून आपण आपल्या देशाच्या नावाला काळिमा फासतोय. लायब्ररीबाहेर उभे असलेले सगळे लोक आपापल्या देशाच्या नावाला काळिमा फासताहेत.

"तू आपल्या घरच्या लोकांना काय सांगतोस?"

डॅनीच्या लक्षात आलं की, सगळेचजण घरातील लोकांना काहीतरी खोटंनाटं

सांगत होते. पाकिस्तानी लोक दुकानात काम करायचे; पण घरी सांगायचे की, ते त्या दुकानाचे मालक आहेत. लिनच्या बाबतीतही हेच होतं. ते आपण ऑस्ट्रेलियात करोडपती आहोत असं काही सांगत नव्हते. फक्त आपला मान राखला जाईल इतपतच ते खोटं बोलत होते.

"तुझं काय रे? इथं काय करतोस असं तू घरच्या लोकांना सांगतोस?" लिननं डॅनीला विचारलं.

"मी त्यांना काहीच सांगत नाही. मी त्यांना पत्रच लिहीत नाही."

त्याच्या लक्षात आलं की, आतापर्यंत त्याच्याबरोबर असलेले लोक त्याच्यापासून दूर जायच्या प्रयत्नात आहेत.

इतर बेकायदेशीर रहिवाशांकडे पाहताना डॅनीच्या मनात आलं, त्यांच्यात आणि माझ्यात फरक आहे म्हणूनच असं होतंय. लाज ही त्यांच्यासाठी त्यांच्यावर बाहेरून दबाव आणणारी बाब होती; पण त्याच्या मनात ती मनातल्या मनात खदखदत होती. मला या देशाचं नागरिकत्व मिळालं असतं तरीही मला स्वतःची लाज वाटत राहिली असती. डॅनी स्वतःशीच म्हणाला.

सूर्य सिडनीच्या उच्च-नीच वस्त्यांमध्ये एकसारखेच प्रकाशकिरण पाठवून बुडाला आणि मग ग्लीब लायब्ररीसमोरचा तो दुःखाचा, निराशेचा मोठ्ठा काळ ढग पांगला.

कारण लिन आता खाण्याच्या, मेजवानीच्या गप्पा मारायला लागला होता. हातानं तयार केलेली आणखी एक सिगारेट ओढत त्यानं रस्त्यांवर लागणाऱ्या खाद्यपदार्थांच्या बाजाराचं वर्णन सुरू केलं होतं. तो म्हणाला, "असा बाजार फक्त आशियातील शहरांमध्येच असतो आणि तो चालूच राहतो रात्रभर. नेहमीच." लिनची खाद्यपदार्थांची यादी ऐकून तिथं बसलेल्या दोन पाकिस्तान्यांनाही जोर चढला. त्यात त्यांनी आणखी काही खाद्यपदार्थांची भर घातली. जसं तापलेल्या सळीवर भाजलेलं करडू! रात्रीच, तीदेखील उघड्यावर खाल्ल्यास छान लागणारी आइस्क्रीम्स वगैरे. लिन म्हणाला, हे सगळं एका मोठ्या स्वच्छ लाकडी टेबलावर ठेवलं जाणार आहे.

मग त्यांनी कल्पनेतल्याच बदकावर, कोंबडीवर, पॉम्फ्रेटवर आणि गरमागरम बासमती भातावर ताव मारला.

या यादीत डॅनीला आणखी एक नाव जोडायचं होतं. ते होतं आशा. तो म्हणाला, आपण आत्ता जे लाजिरवाणं जिणं जगतो आहोत, त्यातून बाहेर पडायचा एक मार्ग आहे. क्षणात चिकन आणि बदक हवेत विरलं आणि त्या बेकायदेशीर रहिवाशांनी डॅनीभोवती कोंडाळं केलं. कसं काय शक्य आहे हे, सगळ्यांचा प्रश्न. आणखी जवळ या, डॅनी म्हणाला. ऑस्ट्रेलियाचा कडक कायदा मोडला जाऊ

शकतो; पण कसा? आणखी जवळ या. लायब्ररीत डॅनीचं यासंबंधीचं वाचन चालू होतं.

मागे एकोणीसशे सत्तरच्या दशकात माल्कम फ्रेझर नावाचे ऑस्ट्रेलियाचे पंतप्रधान होते. एकदा त्यांनी कॅनबेरात पार्लमेंटमध्ये जाहीर केलं, "ऑस्ट्रेलियाच्या बेकायदेशीर रहिवाशांनो, उद्या तुमचा माफीदिन असेल." तुम्हाला माहीत आहे ना? ख्रिसमसच्या दिवशी तुम्ही आपल्या निळ्या कार्डवर पंच करून घेतलंय की नाही, हे कंडक्टर तपासत नाही; तसंच काहीसं आहे हे. तुम्ही फक्त इमिग्रेशन ऑफिसमध्ये जाऊन सांगायचं की, मी इथला बेकायदेशीर रहिवासी आहे. मग ते म्हणतील, 'काही हरकत नाही. तुमचं स्वागत आहे.'

सरकारी माफीची दारं उघडतील. गटाराच्या तोंडावरील झाकणं उडतील. लपून-छपून गुप्तपणे राहणारं शहर निर्भयपणे लख्ख प्रकाशात येईल.

"बकवास!" पाकिस्तानचा इब्राहिम चिडून म्हणाला. त्याचं हसणं एव्हाना बंद झालं होतं.

"तसं नाही. असंच होईल. हा एकच मार्ग आहे. त्या दिवशी नाही का सेव्हन हिल्समधल्या एका कंपाउंडच्या मागून एकदमच एका ट्रकचा पुढचा भाग दिसायला लागला. ट्रकचा तो पुढचा भाग **'बिस्मिल्ला'** शब्दानं सजवलेला होता. तो ट्रक जणू नव्या सिडनीवर तळपण्यासाठी आलेला नवा सूर्य होता. एक नवा कायदा."

इब्राहिमनं तो जोरजोरात आवाज करणारा मुसलमान मालकाचा मोठा ट्रक, ते अवजड धूड, ते प्रचंड मशीन पाहिलं होतं, तेव्हाच त्याला ऑस्ट्रेलियाचं भविष्य काय आहे हे कळलं होतं.

रात्र झाली तसा डॅनीनं विचार केला, असं का बरं होऊ शकत नाही? अंधारातील गर्दीतून सनबर्स्ट ग्रोसरी स्टोअरकडे चालत असताना त्याच्या डोक्यात तोच विचार होता. का नाही होऊ शकणार मी सांगतोय तसं? या पूर्ण देशाचं धर्मांतरण करा. सगळ्यांना मुसलमान करून टाका. त्यानं तरी ते मर्द होतील.

जगप्रसिद्ध लव्ह मशीन
फक्त प्रौढांसाठी खूपच जास्त निर्वस्त्र!
इरॉटिका बुक शॉप.
आत या आणि पाहा.
पोर्कीचा नाइट स्पॉट!

दुपारची १ वाजून ५२ मिनिटं

तिथं लिहिलेली नावं लाल, हिरव्या, पिवळ्या रंगाच्या इलेक्ट्रिक प्रकाशात झगमगत होती. **'जेन्टलमन'स क्लब', 'बडा बिंग', 'रिस्क्यू ॲडल्ट बाटिक', 'वेलकम टु किंग्ज क्रॉस' - किंग्ज क्रॉसमध्ये आपलं स्वागत आहे.**

फिशनेटचे लांब मोजे घातलेल्या, भडक नारिंगी लिपस्टिक लावलेल्या काही बायका, त्या लाइट्सच्या खाली लवकरच जमायला लागल्या होत्या. खप्पड गाल, गॉगल, सिडनीतल्या सर्वांत फिकट त्वचेच्या बायका. त्यांचे पाय असे दिसत होते जणू त्यातील सर्व सूर्यप्रकाश खूप आधीच शोषून घेतला होता.

श्रीलंकेत वेश्या त्यांच्या छातीचे उभार दाखवतात. इथं त्या कंबरेपासून खाली आपले पाय उघडे ठेवतात. बैलाच्या मानेसारखी मान असलेल्या, डोकं सफाचट केलेल्या आणि काळे कपडे घातलेल्या एका पिंपनं, वेश्यांच्या दलालानं, डॅनीच्या हातात काहीतरी देण्याचा प्रयत्न केला. 'मायकेल जॅक्सन' तो डॅनीला पाहून ओरडला. काळे कपडे हा त्यांच्या धंद्याचा पोषाख होता. त्याच वेळी आणखी दोन दलाल त्याच्यामागं आले. त्यांचं डोकही सफाचट होतं आणि पोषाख काळा.

''मायकेल जॅक्सन, तुला अगदी आत्ता एखादी बाई हवी का?''

डॅनीला वाटलं की, त्याच्या केसातील सोनेरी झाकेमुळे ते त्याला त्या नावानं हाका मारताहेत.

''गांधी!'' त्यांच्यातील एक दलाल ओरडला, ''इथं आमच्याकडे हिंदुस्थानी बायका आहेत हं!'' त्या दलालाबरोबरचे इतर दोघं दात दाखवून हसत होते.

''नाही. थँक्यू. मला नकोत.'' म्हणत डॅनी पुढे सरकला.

त्याला माहीत होतं, इथं कबाब विकणारं एक दुकान आहे (फाइव्ह स्टार सीरिया). त्या कबाबच्या दुकानाच्या मालकाचं नाव हारून होतं. काही महिन्यांपूर्वी म्हणजे डॅनी घर नं. ६ची सफाई करायला यायचा, तेव्हा हारूनची काउंटरमागची बडबड ऐकायला तो नेहमी तिथं थांबायचा. त्याची ऑस्ट्रेलियाबद्दलची तक्रार ऐकायला थांबायचा. दिवसाला १२-१२ तास काम करताकरता हारून आता म्हातारा व्हायला लागला होता. ऑस्ट्रेलियाला येऊन हारून गरीब व्हायला लागला होता. अरे, सिगारेटच्या एका पाकिटाला चक्क पंचवीस डॉलर्स द्यावे लागतात इथं. डॅनीला आठवलं की, हारूनचं बोलणं कसं त्याचं काळीज चिरत जायचं. ऑस्ट्रेलियाचा कायदेशीर रहिवासी झाल्यावर ज्या देशानं त्याचं स्वागत केलं, त्याला शिव्या देणं हारूनला स्वतःचा विशेष हक्क वाटत होता.

पण आता हारून तिथून गेला होता आणि त्याच्या जागी त्याच्याहून बराच तरुण अरब आला होता. मांसाच्या ढिगातील मांस बाजूला काढून तो हातातल्या सुऱ्यानं खोलवर कापत होता. डॅनी पाहात होता. बाहेर काढून ठेवलेलं मांस काळपट पडत होतं. गुरुपौर्णिमेचा दिवस.

"आहेस तरी कुठं तू क्लीनर?" डॅनीच्या फोननं परत बीप बीप केलं. टेक्स्ट मेसेजेस कुठून येताहेत हे त्याला कळत होतं.

"यायच्या वाटेवर आहे डॉक्टर. येतोच आहे."

डॅनी चालत राहिला. लवकर मिळू शकणाऱ्या एखाद्या गिऱ्हाइकाच्या शोधात उभ्या असलेल्या वेश्येच्या जवळून, झाडांजवळच्या कुत्र्याच्या घाणीच्या जवळून, रस्ता विभागणाऱ्या धातूच्या जाळीवर उमटलेल्या मुताच्या आणि थुंकीच्या रेघांजवळून डॅनी चालत राहिला. शेवटी तो एका घराच्या फरसबंदी अंगणात येऊन थांबला. तिथं गोरे, फिकट दिसणारे लोक विडी-सिगारेट ओढत बसलेले होते. सभोवारच्या जगाकडे हताश नजर टाकत होते आणि त्यांच्यामागची काळी दारं त्या दारामागची जागा फार खासगी आहे असं सुचवत होती.

डॅनी 'वेगास' शब्दाभोवती प्रकाशणाऱ्या पांढऱ्या दिव्यांकडे बघत राहिला.

हे किंग्ज क्रॉसमधील वेगास हॉटेल होतं. यालाच राधा क्लिनिक म्हणायची.

वरून धोक्याची सूचना देणारे आवाज येत होते.

वर आकाशात बिल्डिंग्जमधून वाहणाऱ्या वाऱ्याच्या झोताच्या आधारे एक समुद्रपक्षी तरंगत चालला होता. अंगावरील एक पीसही न हलवता तो समुद्रपक्षी वैषयिक मौजमजेची व्यवस्था करणाऱ्या त्या क्रॉसवरून उडत होता. उडताना तो फक्त आपली चोच उघडत, मिटत होता आणि एकामागोमाग एक कर्कश आवाज काढत होता. त्याला पाहून डॅनीला गप्पाटप्पा करणाऱ्या खेड्यातल्या एका कार्टूनची आठवण आली. ते कार्टूनही दिवसभर एका चहाच्या दुकानात बसायचं. एक तोंडाचा तोफखाना सोडला तर त्याला शरीरातील एकही स्नायू हलवायचा भयंकर कंटाळा होता.

त्या समुद्रपक्ष्याच्या गप्पांचा विषय आपण असू शकतो, हा विचार मनात येताच डॅनी एकदम दचकला. तो पक्षी स्वतंत्र आहे; पण स्वतंत्र आहे फक्त हवेत गप्पाटप्पा करण्यासाठी.

खाली पृथ्वीवर धनंजय ऊर्फ डॅनीनं आतापर्यंत वेगास हॉटेलच्या काचेच्या दाराला हात लावलेला होता. त्याला वाटलं की, आपला हात त्या दाराला जणू घट्ट चिकटला आहे. कोणी कितीही जोर लावला तरी तो आता तिथून मोकळा होणार नाही. त्या काचेच्या दारामागे बरेच लोक उभे होते. डॅनीला वाटलं, तिथं जवळपास शंभर श्रोते उभे आहेत. उदास श्रोते. त्यांची संख्या वाढतच होती.

सिडनी फेस्टिव्हलमध्ये मस्तपैकी सूट घातलेले किरण राव जसे भाषण देतात, तसा डॅनी त्या कल्पित श्रोत्यांपुढे भाषण देऊ लागला : या जगात कोणत्याही प्रकारचा हक्क नसलेला माणूसही आपल्या जबाबदाऱ्यांपासून, कर्तव्यांपासून वाचू शकत नाही. त्याचं वाक्य ऐकून श्रोत्यांनी टाळ्या वाजवल्या. अचानक त्याच्या केसांपासून पायातल्या बुटांपर्यंतचं सर्व काही महत्त्वाचं झालं. त्याचं काळसर प्रतिबिंबही एकदम उजळून निघालं. अर्ध गांधी, अर्ध डुक्कर अशा त्या प्रतिबिंबाला कसं वाटत असेल ते आपण पाहू या.

डॅनी दार ढकलून क्लिनिकमध्ये गेला.

त्याचा उन्हातून सावलीत आणि एअर कंडिशनिंगमध्ये आल्याचा आनंद, थंड हवेच्या झुळकीबरोबर येणाऱ्या घाण वासानं उणावला. डॅनीनं श्वास आत घेत अंदाज बांधला, कदाचित गालिचा ओला झाला असेल किंवा बिअर नासली असेल.

डॅनीच्या डावीकडे लाल नियॉन अक्षरात लिहिलं होतं - व्ही.आय.पी. रूम - आणि त्या अक्षरांच्या खाली एकदम उलट्या अर्थाचं वाक्य होतं - सगळ्यांना प्रवेश आहे.

डॅनी जुगाराच्या मशीन्सभोवती फिरू लागला. तिथल्या वेगवेगळ्या मशीन्सवर वेगवेगळी नावं होती – ॲझटेक्स, ताजमहल, बंगाल टायगर्स, लाइटनिंग बोल्टस, मेक्सिकन सोंब्रेरोज. तिथं वेगवेगळ्या राशींची चिन्हंही होती. या मशीन्सवर दहा-बारा स्त्री-पुरुष खेळत होते. काहींनी आपापल्या जुगार मशीनवर आपले बिअरचे ग्लास ठेवलेले होते. एके ठिकाणी एक आशियन बाई रोबोटप्रमाणे आपली मान एका बाजूनं दुसऱ्या बाजूला हलवत होती. कदाचित मानेचा ताण कमी करण्यासाठी ती तसं करत असेल. मशीन्सचा बिंग-बिंग असा यांत्रिक आनंद त्या खोलीत वारंवार ऐकू येत होता. मध्येच कधीतरी तिथल्या माणसांना खूप आनंद झाल्यासारखा मोठा जल्लोष होई आणि परत त्याची जागा मशीनचा बिंग बिंग आवाज घेई.

ती खोली शंकराच्या मंदिरातील नागाच्या देवळासारखी होती. ती त्या पबमधील जुगार खेळण्याची खोली होती. प्रत्येक बारमध्ये अशी एखादी शांत खोली असे. तिथं लोक टी.व्ही. स्क्रीनवर झळकणारे नंबर पाहात राहात किंवा हातात पेन घेऊन वृत्तपत्रांत आलेल्या संख्येचा अभ्यास करत. जुगाराचा धंदा. एक विचित्र धंदा आहे; पण हा धंदा फार तंत्रशुद्ध आहे. वेगवेगळ्या संख्यांनी भरलेला, पेन्सिली, कॅलक्युलेटरची मदत घेणारा आहे. हा धंदा हट्टेकट्टे, पिळदार स्नायू असलेले लोक करत. एरवी त्यांच्याकडे पाहिलं तर ती माणसं गंभीर विचार करणारी किंवा आकडेमोड करणारी असतील असं वाटतही नसे आणि आकड्यांमुळेच ती माणसं कर्जबाजारी होत. त्या शांत खोलीत चमकणाऱ्या त्या संख्यांमुळे,

आकड्यांमुळे लोकांना आपलं घरदार, मोटारगाड्या, आपले मित्र गमवावे लागत. आधी व्हाइट लोक जुगारामुळे चेकाळत. काही विचार न करता त्या खेळात पैसे लावत आणि हरत. नंतर देशांतरित लोकही त्याच्या नादी लागले. ते तर जुगारामुळे आणखी बिघडले. स्टार सिटीतल्या कॅसिनोत तीन चतुर्थांश लोक चिनी असत. आता ब्राउन लोकांनाही हा रोग लागला होता.

आणि डॅनीला तर ऑस्ट्रेलियातील नवोदित, प्रतिष्ठित भारतीय जुगाऱ्यांचे आघाडीचे खंदे वीर - राजा आणि राणी माहीतच होते, नाही का?

ड्रॅगन्स मिथ, इंडियन ड्रीमिंग, रॉयल डायमंडस, ड्रॅगन मास्टर, मेगा मूलह, हंड्रेड पाउंडस - ही सगळी नावं आहेत वेगवेगळ्या जुगारांच्या अड्ड्यांची.

यलो डायमंडसमध्ये मळकट लाल गालिचे होते. तिथला कॅशियर कडेकोट बंदोबस्तात काळ्या बार्सच्या मागे एका उंच डेस्कच्या मागे बसायचा. त्याच्या खुर्चीखाली एखादी शॉटगन आहे की काय असं वाटायचं. तिथं एक छापील नोटिस लावलेली होती : खोट्या पन्नास डॉलर्सच्या नोटेपासून सावध राहा. *सर्वांत खऱ्या वाटणाऱ्या खोट्या नोटा अर्थात चीनकडून येतात. खाली दिलेले तीन फोटो नीट पाहा.*

डॅनी मध्य अमेरिकन चेहऱ्यांभोवती, कॅक्टस, गरुड, नाग आणि गुलाबी मार्टिन रमणीय देखाव्यांभोवती फिरत राहिला. त्या यंत्रांच्या आवाजांमध्ये एका माणसाचा आवाज ऐकू येईपर्यंत तो तिथंच फिरत राहिला.

त्याला ऐकू आलं... "मी १९९१मध्ये तिथं होतो. तेव्हा चार वर्षे मी सैन्यात काम करत होतो. तेथील सैनिकांना क्वीन्स लॅण्डमध्ये ट्रेनिंग मिळतं. पहारा देण्यासाठी आपल्याला एकेरी रांगेत चालावं लागतं, खूप सावधही राहावं लागतं आणि मित्रा, अचानक एखादं झाड धाडकन कोसळतं. असं झालं की, त्या पहाऱ्याच्या तुकडीतले आम्ही सर्व त्या विषुववृत्तीय दाट जंगलात त्या झाडाच्या जागी एक मोठ्ठा खड्डा पडलेला पाहायचो. मग आम्ही पहारा देत देत पुढे जायचो. एका तासानं आम्ही परत ते झाड कोसळलेल्या जागी यायचो. आमचा आपल्या डोळ्यांवर विश्वासच बसायचा नाही. अवघ्या एका तासात त्या झाडाच्या जागी झालेला खड्डा लहान-लहान होत गेलेला असायचा. त्याच्याभोवतीच्या झाडांची पानं एकमेकांचे हात पकडत तो खड्डा बुजवण्याच्या कामाला लागलेली असत. निसर्ग स्वतःच्या जखमा स्वतःच बऱ्या करतो. मला क्वीन्स लॅण्ड खूप आवडायचं. तुम्हाला सांगतो, एके काळी तिथंच स्थायिक व्हायचा माझा विचार होता. सिडनी तसं बेकार आहे हो. इथं फक्त श्रीमंत चिनी आहेत आणि त्यांनी कितीही अगदी कितीही पैसा मिळवला तरी त्यांना तो कमीच वाटतो. तुम्हाला नाही वाटत असं?"

तो आवाज सुपर १०० अॅझटेक जुगाराच्या मशीनमागून येतो आहे असं डॅनीला वाटलं. खात्री करून घेण्यासाठी तो त्या मशीनभोवती फिरला.

त्यानं पाहिलं, एका टेबलावर पांढऱ्या टी-शर्टमधील एक भारतीय माणूस बसलेला होता. त्याचे काळे-रुपेरी केस वाचायच्या चश्म्याखाली घट्ट बसलेले होते. तो तिथं एका व्हाइट दांपत्याबरोबर आणि त्यांच्या सोनेरी केसांच्या लहान मुलीबरोबर बोलत बसलेला होता.

ते तिघं त्याचं बोलणं इतक्या एकाग्रतेनं व आवडीनं ऐकत होते की, जणू ते संपूच नसे असं त्यांना वाटत होतं; पण अचानक त्या भारतीय माणसाचं स्मितहास्य, शान आणि खानदानी रुबाब गळून पडला.

डॅनीची नजर आपल्याकडे आहे हे प्रकाशनं पाहिलं होतं.

त्या भारतीय माणसाच्या रुपेरी केसांखाली जाड पिसासारख्या त्याच्या काळ्या भुवया होत्या. त्या भुवया आता डॅनी विसरला होता. डॉ. प्रकाशच्या डोळ्यांचा करवंदांसारखा काळा-लाल रंग बारच्या अंधूक प्रकाशातही उठून दिसत होता.

जेव्हा जेव्हा भारत, पाकिस्तान, श्रीलंका किंवा बांगलादेशामध्ये जन्मलेल्या स्त्री-पुरुषांचे डोळे सिडनीत आपल्या भागातील लोकांच्या डोळ्यांना भिडतात, तेव्हा त्यांच्यात आपसूकच एक प्रकारची ओळखीची देवघेव होते. ती काहीशी मधमाश्यांच्या गुणगुणण्यासारखी किंवा आदिवासी जमातीतील आदिम प्रेरणांसारखी अथवा दडपशाही समाजातील समलिंगी आकर्षण असलेल्या लोकांच्या नेत्रपल्लवीप्रमाणे असते. सिडनी शहर आणि तिथली संस्कृती व्हाइट नसलेल्या स्त्री-पुरुषांना हीन समजून त्यांना आपल्या समाजातून वगळणे, त्यांना विशेष महत्त्व न देणे या तत्त्वावरच आधारित आहे. या मूळ तत्त्वाचा त्याग करून विभिन्न देशांतून आलेल्या लोकांचा आपल्या समाजात अंतर्भाव करायचा, ही विचारसरणी फक्त गेल्या पिढीपासूनच सुरू झाली आहे; त्यामुळे आजूबाजूच्या इतर ब्राउन लोकांपासून अलिप्त राहण्याचा कितीही प्रयत्न केला, तरी त्यांची मनोमन दखल घेण्याच्या मूळ प्रवृत्तीपुढे आपलं काहीही चालत नाही. आपल्याला त्या ब्राउन माणसाकडे किंवा बाईकडे पाहावंच वाटतं. तिच्या किंवा त्याच्या बाबतीतही हेच घडतं. हा असतो डोळ्यांनी डोळ्यांना दिलेला शॉक! डॅनीला तो चांगला माहीत होता; पण याआधी डॉ. प्रकाशच्या बाबतीत हा अनुभव त्याला कधीच आलेला नव्हता. तो ब्राउन असला तरी, भारतात जन्मलेला असला तरी इथं इतकी वर्षे राहिला होता की, तसा तो ऑसीच झालेला होता.

पण आज ते काळे, करवंदी डोळे देशांतरित माणसाचे डोळे झालेले होते. ही गोष्ट दोघांनाही लगेच जाणवली होती.

मग डॉ. प्रकाशचे डोळे नेहमीप्रमाणे शांत, स्थिर झाले. ऑसीच्या डोळ्यांप्रमाणे

ते मित्रतेच्या भावनेने आश्वस्त झाले. त्याच्या नाकाच्या दोन्ही बाजूंस खळ्या पडल्या.

"छान वाटलं तुमच्याशी बोलून मॅडम," म्हणत प्रकाशनं त्या लहानगीचा हात उचलून आपल्या ओठांपाशी नेला आणि त्याचं चुंबन घेतलं. त्यानं आणखी एकदा तसंच केलं. ती लहानगी चकित होऊन त्याच्याकडे पाहातच राहिली.

त्या लहानगीच्या आई-वडिलांनाही या प्रकाराची गंमत वाटली. एवढंच काय, काउंटरमागच्या कॅशियरला आणि तिथं जमलेल्या इतर लोकांनाही या गोष्टीची गंमत वाटली. ती छोटी मुलगी तर प्रकाशकडे आ वासून बघत राहिली. जणू काही ती एखाद्या देवाच्या सान्निध्यात उभी होती.

प्रकाश उठून उभा राहिला तशी डॅनी त्याच्याकडे चालत गेला. त्याला खालपासून वरपर्यंत न्याहाळत प्रकाश म्हणाला, "क्लीनर, अरे अर्धा फूट उंच झालेला दिसतोस तू आज, हं! तुझ्या त्या सोनेरी केसांमुळे."

पण जीवन असंच आश्चर्यांनी भरलेलं आहे ना! अशा अर्थानं खांदे उडवून डॅनीही हसला.

डॅनीनं प्रकाशच्या घराची शेवटची सफाई केली होती. त्यानंतर घर नं. ६ म्हणजेच प्रकाश चांगलाच लठ्ठ झालेला दिसत होता. त्याच्या केसातली रुपेरी झाकही तेव्हापेक्षा बरीच जास्त वाढली होती. तो आता डॅनी ज्यांना मायदेशी 'काका' म्हणून हाक मारतात, तसा दिसत होता. डॅनी, तो हा नाही, डॅनी स्वतःशीच म्हणाला.

"तू घर साफ करायला आलास ना?"

"हो सर," डॅनी उत्तरला, "हो, त्यासाठीच आलो आहे."

"हा नेल्सन मंडेला आहे. आमच्या घरची सफाई करतो. आमचा क्लीनर आहे." हे म्हणताना त्याचा आवाज बदलल्यासारखा वाटला. प्रकाशच्या जवळ गेल्यानंतर त्याचा चेहरा जास्त चांगला दिसत होता.

जीवनाच्या या टप्प्यावर आल्यावर, दारूनं बरीच शारीरिक शक्ती शोषून घेतल्यामुळे प्रकाशच्या चेहऱ्यावरची चाळिशी पार केल्याची चिन्हं गडद झाली होती. हाच आहे का तो घर नं. ६मध्ये राहणारा महान, विनोदी, बुद्धिमान आणि डॉक्टरीकडे कल असलेला माणूस? डॅनी प्रकाशकडे बघत राहिला.

नाही! हे फक्त त्याच्यात राहणारं जनावर आहे. त्याच्यातील उपजत, सहज प्रवृत्ती. हा त्याच्यातील माणूस नाही आणि आपल्यातही तीच उपजत प्रवृत्ती आहे. डॅनीनं विचार केला. त्याला आठवलं की, कसून तपासणी करणाऱ्या श्रीलंकेच्या त्या ऑफिसरची जळती सिगारेट त्याच्या हातात घुसली होती, त्याचं अंग लुळं पडत चाललं होतं, तेव्हा हॉटेलला आग लागल्यावर हॉटेलमधल्या एखाद्या

सावध गिऱ्हाइकाप्रमाणं त्याच्या मनातल्या या जनावरानं, त्याच्या उपजत प्रवृत्तीनं त्याला सांगितलं होतं की, डॅनी किंचाळणं थांबव आणि ती आग सगळीकडे पसरू नये म्हणून खाली वाकून ती जळलेली जागा परतपरत चाट. तोपर्यंत चाटत राहा जोपर्यंत तो चौकशी करणारा ऑफिसर तुझ्यावर थोडी दया येऊन त्या जागी स्वतःच पेलाभर पाणी ओतत नाही. प्रकाशमध्ये आज फक्त ती एकच गोष्ट शिल्लक राहिलेली आहे. संकटातून पार पडून जिवंत राहण्याची इच्छा. सुकून गेलेल्या तलावाच्या मधोमध असलेला काळा पाषाण. असा पाषण ज्याच्यावर 'मी म्हणजे तुझी स्वतःबद्दलची किळस, तिटकारा आहे.' अशी अक्षरं कोरलेली आहेत.

त्याच्या या जुन्या मालकाचे दंड मात्र आधीसारखेच होते : आणि डॅनीनं त्याच्या बुशशर्टची बाही संपत होती तिथवर आपली नजर नेऊन पाहिलं. रक्तवाहिन्यांनी रक्ताचा नीट पुरवठा केल्याने त्याच्या उघड्या दंडाचे स्नायू तसेच बलिष्ठ, ताठ होते. त्याचा गव्हाळ रंग तिथं थोडा उजळ दिसत होता.

"आधी थोडं खेळून घेऊ या का?" टेबल सोडून बाहेर आल्यावर प्रकाशनं डॅनीला त्याच्या मागोमाग येण्याची खूण केली. आता ते झगमगत्या मशीन्सजवळून चालले होते.

... इंडियन ड्रीमिंग, ५ ड्रॅगन्स, सँड्स ऑफ टाइम, स्कॅटर्ड पिरॅमिडस...

"मी घरी सूटकेसेस भरत होतो. तुला क्लिनिकमध्ये भेटण्यासाठी सगळं तसंच सोडून आलोय."

"इथं क्लिनिकला?"

"तुला लगेच पॉटस पॉइंटच्या घरी जायचं आहे? टॉयलेटस साफ करायला? माझी फ्लाइट संध्याकाळी पावणेसातला आहे."

...याला अजून माहीत नाहीस दिसतंय. कदाचित यानं अजून पेपर वाचला नसेल. डॅनीनं विचार केला.

पण डॉक्टरच्या गळ्याच्या हाडाजवळ एक नुकतीच झालेली लाल जखम होती.

"नाही," प्रकाश पुटपुटला, "तू माझ्याबरोबर तिथं यायला फारसा तयार नाहीस असं दिसतंय. हरकत नाही. तुला माझ्याशी काही गोष्टींबद्दल, माझ्याबरोबरच्या तुझ्या अटींबद्दल बोलायचं आहे, मला कळतं आहे; पण ठीक आहे नेल्सन मंडेला. आपण थोडा वेळ खेळू या. तुला कोणतं मशीन पाहिजे, ते तू निवड. कोणतंही मशीन असू दे. पैसे मी देईन."

या माणसाच्या जवळपासचं तापमान नेहमी कमी आहे असं वाटतं, डॅनीच्या मनात आलं. हा भारतीय माणूस आपल्या शांत चेहऱ्यानं आणि ऑस्ट्रेलियातील

कोणत्याही बीचची उष्णता शोषून घेणाऱ्या आपल्या डोळ्यांनी आपल्याकडे पाहतो, तेव्हा असंच वाटतं. डॅनीला आधीच्या सर्व गोष्टी आठवल्या. शेवटी संस्कृती, संस्कृती म्हणजे तरी काय असतं?

"आज गुरुपौर्णिमा आहे. म्हणजे काय हे माहीत आहे तुला?"

"आज आकाशात पूर्ण गोल चंद्र असतो."

प्रकाशनं पसंतीदर्शक स्मितहास्य केलं.

"आजचा दिवस फार भाग्याचा असतो. मित्रा, सिडनीतले सगळे भारतीय आज जुगार खेळताहेत. आपणसुद्धा थोडा जुगार खेळू या." त्यानं जुगाराच्या खोलीकडे बोट दाखवलं. "ही खोली मला नेहमीच आवडते नेल्सन : मला इथं आल्यावर खाणींची आठवण येते. तुला माहीत आहे की, मी खाणींमध्ये काम करायचो. या दोन जागांमध्ये फक्त एक फरक आहे."

"भोवतालचा प्रकाश."

प्रकाशनं आपला खालचा ओठ दाबला. डोळे बंद केले आणि मान हलवली.

"हो. तुला तर सगळं लक्षात आहे. हो की नाही? आता बस आणि त्या मशीनवर खेळ. चांगलं आहे ते. या शहरातल्या सगळ्या मशीनमध्ये सगळ्यात चांगलं!"

"मी नाही कधी जुगार खेळत. नको."

"बस म्हणतो ना?"

डॅनीनं त्या मशीनवर एका पौर्वात्य देवीचा चेहरा पाहिला. त्या रांगेत पिरॅमिडस्, ससाणे, सोनेरी अंख (इजिप्तचं क्रॉससारखं जीवनचिन्ह) आणि इजिप्तची इतर प्रतीकं पाहिली. डॅनीसमोरचं मशीन होतं – नाइलची राणी. डॅनीला नाइलच्या राजानं खेळायचा हुकूम दिला होता. प्रकाशनं डॅनीला दाखवून मशीनमध्ये एक डॉलरचं नाणं टाकलं.

"चल, खेळ आता." तो म्हणाला. "मी लक्ष देऊन पाहणार आहे. थांब, थांब, थांब. मी येतोय..."

डॅनीचा विचार चालूच होता. ठीक आहे. त्यानं कदाचित राधाच्या मृत्यूबद्दल वाचलं नसेल. त्या दोघांचं काहीतरी बिनसलं असेल. तिनं त्याला सोडलं असेल. कधीकधी होतं असंही.

डॅनी एक चमचमतं हिरवं बटण दाबत होता. मशीन खरे पत्ते खेळत असल्यासारखं डॉब, डॉब, डॉब आवाज करीत होतं. त्याच वेळी मादक नेफर्टिटी राणीच्या डोळ्यांच्या पहाऱ्याखाली मशीनच्या इलेक्ट्रॉनिक पडद्यावर इजिप्तची प्रतीकचिन्हं झळकत राहिली आणि दोन-दोन सेंट्सच्या वाढत्या क्रमानं आत घातलेलं डॉलरचं पूर्ण नाणं त्या मशीननं गिळून टाकलं.

जुगार खेळण्यात काही अडचण आहे का? सहायक दूरवाणी 1-800-858-858ला फोन करा.

प्रकाश डोकं खाली करून एकदम स्थिर बसलेला होता; त्यामुळे डॅनीला त्याचे अर्धे-अधिक रुपेरी झालेले केस नीट दिसत होते. प्रकाशचं स्क्रीनकडे पूर्ण लक्ष होतं. डॅनीला वाटलं, परीक्षेचा निरीक्षकच वाटतो हा. त्याच्यात कोणत्याही प्रकारची घाईगडबड किंवा वेडसरपणा नव्हता. तो नाइलचा राजा होता ना!

पबचा दरवाजा उघडला गेला आणि बबल रॅप केलेलं एक पार्सल घेऊन एक भारतीय माणूस आत आला. त्यानं सगळीकडे नजर टाकली. डॅनी आणि डॉक्टरना न्याहाळलं. मग तो डोळे बारीक करून पार्सलवरील पत्ता पाहू लागला.

दररोज भारतीय लोकांचा शॉर्ट्स घातलेला एक ग्रूप पत्रं, पॅक केलेली पार्सल्स, ताजी फुलं आणि फर्निचर घेऊन सिडनीच्या या टोकापासून त्या टोकापर्यंत जाई; पण त्यानं हे सुरू करण्यापूर्वी स्टार्चचे शर्ट आणि काळ्या पॅंट घातलेला भारतीयांचा आणखी एक ग्रूप त्यांना अडवी. या लोकांच्या हातात वॉकी-टॉकी असे. त्याच्या वायर्स त्यांच्या कानात असत. त्यांचा शहरातील एकूण एक दरवाजांवर पहारा असे.

डॅनी, तुला शहरभर फिरणारे भारतीय पाहिजेत की पहारा ठेवणारे? मित्र पाहिजेत की सावधपणे सर्वांचं निरीक्षण करणारे – कोणते भारतीय पाहिजेत तुला?

तिकडे तुंगब्बी खाडीवर कोण्या व्हाइट माणसानं राधाची सुरा भोसकून हत्या केली आणि इथं तू तुला माहीत असलेल्या एकुलत्या एका भारतीय माणसापुढे बसून त्याच्यावर तिच्या खुनाचा आळ आणतोस.

''फारच गडबडीचा आहे आजचा दिवस. मला कामं करायची आहेत अजून.''

''अरे, पट्टीचं काम करणाऱ्या माणसा, आत्ता आत्ता तर तू आलास. आपण जेवायला जाऊ. मग तू माझं घर स्वच्छ कर. त्यासाठीच तर तू आलास ना इथं?'' प्रकाश स्मितहास्य करत म्हणाला आणि मग त्याच्या हातात आणखी एक सोन्याचा डॉलर देत म्हणाला, ''आणखी एकदा खेळ रे!''

मग डॅनीला आणखी एकदा ते सर्व करावं लागलं. त्याला क्वीन ऑफ द नाइल मशीनसमोर बसून, झगमगत्या पिरॅमिडसच्या ओळींसमोर पवित्र ससाण्यासमोर बसून आणखी एक डॉलर गमवावा लागला : शेवटी मनाचं समाधान झाल्यासारखं प्रकाश म्हणाला, ''तुझं नशीब खरंच बरं नाही आज. चल, आपण दुसरं काहीतरी करू या.''

तेव्हा कुठं ते मशीन्स सोडून डॉक्टरनं निवडलेल्या टेबलावर येऊन बसले. तिथं केचअपच्या बाटल्या होत्या, मीठ-मिरीच्या पावडरी शिंपडणाऱ्या छोट्या

बाटल्या होत्या. प्लेटस्, कटोऱ्या ठेवण्यासाठी जॉनी वॉकर कोस्टर्स होते आणि या सगळ्यांच्या मध्ये लाल रंगात छापलेले रेसिंगचे फॉर्म्स होते. त्या फॉर्म्सवर काळ्या शाईतील एक सही होती आणि त्या सहीच्या मालकानं घोषित केलं होतं –

आत्ता २ डॉलर्स दिलेत तर तुम्ही पन्नास लाख जिंकू शकाल.
दर तीन मिनिटांनी ही रेस लावली जाईल.

त्या लाल अक्षरी फॉर्म्सवर एक निळी पेन्सिल ठेवलेली आहे.

या टेबलाजवळ दोन टी.व्ही. स्क्रीन्स होते. त्यांच्यावर फुटबॉलची रगबी मॅच दाखवली जात होती. या दोन टी.व्ही. स्क्रीन्सच्या मागे एका अंधाऱ्या कोपऱ्यात आणखी काही टी.व्ही. स्क्रीन्स होते. तिथं बसलेले लोक अट्टल सट्टेबाज होते : तिथं पेन आणि कागद हातात घेतलेले बरेच लोक आकडेमोड करत होते. पांढऱ्या कागदावर बरीच खाडाखोड चालली होती. स्वतःचा नाश करून घेणारे सट्टेबाज जुगारी हे सर्व अतिशय काटेकोरपणानं आणि गंभीरपणे तो त्यांचा महत्त्वाचा व्यवसाय असल्याप्रमाणे करत होते. सर्वांत मागे रस्त्याकडे जाणारं एक काळं टेबल होतं.

आता मी पळून गेलो तर...

हा 'तो' माणूस नाही, डॅनीनं स्वतःला तिसऱ्यांदा की चौथ्यांदा सांगितलं. हा तर पबमधला एक अंकल आहे.

डॅनीनं पबच्या दाराकडे पाहिलं.

प्रकाशनं अंगठ्यानं आपला डावा जबडा खाजवला.

"ग्लास पाहिजे? रेड वाइन?"

"मी पीत नाही!"

"हो. तू कधी दारू पीत नाहीस. तू फक्त इतरांना दारू पिताना पाहायचास. नाही का? हो, मला आठवतं नेल्सन." प्रकाश स्मितहास्य करत म्हणाला. "गंमतीशीर होतास तू. म्हणूनच आम्ही तुला आमच्या जवळपास ठेवायचो. तू मोराबद्दल ती मजेशीर गोष्ट सांगितली होतीस. काय होतं रे मोराबद्दल?"

त्याला आठवतं आहे. एक ऑस्ट्रेलियन असूनही खूपच चांगली स्मरणशक्ती आहे याची. यानं कदाचित टी.व्ही. पाहिला नसेल. नंतर पाहील तो. चला, निघू या आता. ऊठ, ऊठ, डॅनी स्वतःलाच म्हणाला.

पण तो दाराकडे वळला, तेव्हा बाहेरच्या रस्त्यावरून एक बस जोरात गेली आणि सूर्यप्रकाशामुळे परावर्तित झालेल्या बसच्या पांढऱ्या कडा डॅनीच्या डोळ्यांत

भसकन शिरल्या. तो प्रकाश असह्य झाल्यानं डॅनीनं पटकन डोळे मिटून घेतले. त्यानंतर आणखी एक कार रस्त्यावरून गेली. तिच्या झगमगाटानंही डॅनीचे डोळे दिपले.

''बुद्धिमान क्लीनर, ठीक आहेस ना तू?''

आपलं शरीर दारापासून एका विशिष्ट कोनात ठेवत, डोळ्यांवर ऊन येऊ नये म्हणून डॅनीनं तळहातांनी डोळे झाकले.

''फार प्रखर प्रकाश आहे.'' तो म्हणाला.

दाराच्या बाहेर, उन्हात जळत असल्यासारख्या मोटरकार्स जात होत्या. जात राहिल्या. तळहातांनी आपल्या डोळ्यांचं रक्षण करताकरता, डॅनी प्रकाशच्या चेहऱ्यावर खरं काय आहे हे शोधत होता.

''क्लीनर,'' त्याच्या दुखऱ्या डोळ्यांसाठी सहानुभूती दाखवत असल्याप्रमाणे प्रकाशनं खालच्या आवाजात विचारलं.

छान! त्याच्यात काही मानवी भावना असल्याचा तो एक पुरावा होता. हा एक सर्वसाधारण माणूस आहे की नाही, हेच जाणून घ्यायला तू आला होतास ना? आता पळ काढ इथून, डॅनी स्वतःला म्हणाला.

''आम्ही तुम्हाला गुड बाय म्हणायला आलो आहोत.'' तो ऑस्ट्रेलियन माणूस मुलीबरोबर येऊन प्रकाशला म्हणाला. ही तीच मुलगी होती, जिच्या हाताला प्रकाशनं किस केलं होतं.

''आमची ही छोटी चांगलीच प्रभावित झाली आहे तुमच्यामुळे!''

''मी पुन्हा एकदा तुझ्या हातांना किस केलं तर आवडेल तुला?'' प्रकाशनं त्या मुलीला विचारलं. याचं उत्तर म्हणून तिनं आपला हात पुढे केला. त्यानं परत एकदा तो हात आपल्या ओठांजवळ नेला आणि ती छोटी पुन्हा एकदा त्यामुळे भारावून गेली.

''मी पैजेवर सांगतो, आत्तापर्यंत तिच्याबरोबर असं कोणीही केलेलं नाही.'' तिची थट्टा करत त्या मुलीचा बाप म्हणाला.

डोळ्यांवरील चश्मा थोडा खाली आणत प्रकाश हसतहसत म्हणाला, ''मी थोड्याच दिवसांत तुम्हाला भेटायला क्वीन्स लॅण्डला येईन. कदाचित तिथं कायमचं वास्तव्य करण्यासाठीही येईन.''

मग ते वडील आणि ती मुलगी पब सोडून गेलेले डॅनीनं पाहिलं.

''मी काय म्हणत होतो क्लीनर,'' बोटांच्या इशाऱ्यानं डॅनीला जवळ बोलावत प्रकाश म्हणाला, ''तू गेल्यानंतर आम्ही दुसरा क्लीनर ठेवलाच नाही. मीच सगळं करत होतो. फ्लॅटची साफसफाई, टॉयलेटस् साफ करणं सगळं.'' पुन्हा एकदा हसत तो म्हणाला, ''म्हणजे काही लोक मला ते साफ करायला लावत.

एवढंच नाही तर मी सफाई करताना चक्क पाहात राहात. तू आमचं काम सोडायला नको होतंस. खरंच... पण त्याबद्दल मी तुला दोष देत नाही नेल्सन, तू कोण आहेस हे मला माहीत आहे. तुझं गुपित मला माहीत आहे.'' आणि त्यानं डोळे मिचकावले.

प्रकाशनं डॅनीच्या हातात वर्तमानपत्राचं रेसिंगचा मजकूर असलेलं पान दिलं आणि इशारा केला - वाच. वाच हे; पण डॅनीनं नकारार्थी मान हलवली.

''...बेटिंग कसं करायचं हे अजिबात माहीत नाही.''

''ठीक आहे; पण मला माहीत आहे ते.'' डॉक्टर हसत म्हणाला, ''त्या कुत्र्यांकडे नीट बघ.''

एरवी रेसिंग पेजवर खुणा करायला डॉक्टरकडे चांदीचं पेन असायचं. आज रेसमध्ये धावणाऱ्या कुत्र्यांच्या नावाभोवती त्यानं बोटानेच गोल केला.

वर्तमानपत्र डॅनीकडे वळवत तो म्हणाला, ''यातल्या एका कुत्र्यावर बेट लाव.''

डॅनीनं यादीतल्या पहिल्या नावाकडे बोट केलं. त्यावर चुकचुकत प्रकाश म्हणाला, ''पहिल्यावर एकोणीस, नाही. तो बरोबर नाहीच. अजिबातच बरोबर नाही. मी कसा खेळतो, माहीत आहे? सिस्टिममध्ये थोडी चुकीची किंमत लावली गेली आहे असं समजून फक्त...'' अंगठा आणि त्याच्या शेजारच्या बोटांमधील अंतर दाखवत तो म्हणाला, ''मी योग्य तेवढीच चुकीची किंमत गृहीत धरतो. एकाला एकोणीस धरलं तर मध्ये झालेली गडबड झेपणार नाही मला. दुसरा एखादा कुत्रा निवड. मग आपण घरी जाऊ. तू तिथली साफसफाई कर. टॉयलेटस खरंच खराब झाली आहेत. ती साफ करायलाच पाहिजेत.''

हे अगदी तर्काला धरून बोलणं होतं. डॅनीला धीर देणारं. आता इथून लगेच सटक, हा तर पबमधला एक अंकल वाटतो.

(डॅनीला जमिनीखालचं इंटरनेट कॅफे आठवलं. जॉर्ज स्ट्रीटवरील सिनेमा हॉलच्या खालीच होतं ते. पांढरे हेडफोन्स लावलेली भारतीय मुलं तिथं कम्प्युटर गेम्स खेळायची. सलग सात तास. त्याला त्यांच्यासारखं त्या कम्प्युटरच्या गुहेत थांबता आलं असतं तर किती छान झालं असतं. दहा-अकरा डॉलर्स देऊन त्याला तळपत्या उन्हापासून स्वतःचा बचाव करता आला असता. कोरियन्स ताकदवान असतात. ते एकमेकांना धरूनही असतात. त्यांनी आज त्याचं रक्षण केलं असतं.)

''नको?'' डॉ. प्रकाशनं हसतहसत विचारलं, ''आज बेट लावायची नाही? तुझी मर्जी. मी हा पेपर बाजूला ठेवतो.''

(पण डॅनीला नुकतंच विल्यम स्ट्रीटवरून वर येताना दिसलेलं सिडनी बंदर आठवलं. चमचमत्या चांदीसारखं दिसत होतं ते : त्याला पाहून डॅनीला बट्टिकालोआचं

लगून आठवायचं. कॅथॉलिक स्कूलच्या छपरावरून पाहिलेलं बट्टिकालोआ लगून. हा तोच महासागर होता. बट्टिकालोआपासून पार इथपर्यंत, ऑस्ट्रेलियापर्यंत आला होता तो; पण डॅनीला दोन्ही ठिकाणी राहायला जागा मिळाली नव्हती.)

प्रकाशनं तोंडात बोट घालून दातांमध्ये काहीतरी चोळलं आणि मग ते बोट गळ्यातल्या हाडापर्यंत आणलं. नंतर एकदमच त्याच्या भुवया आक्रसल्या.

"अरे, तुझा व्हॅक्यूम क्लीनर कुठं आहे? तू नेहमी आपला स्वतःचा व्हॅक्यूम क्लीनर घेऊन यायचास. हो ना? आपल्या कामाबद्दल फार दक्ष होतास तू क्लीनर!"

"मला ऑस्ट्रेलिया आवडतो." डॅनी एकदमच म्हणाला. "मला ऑस्ट्रेलिया खूप खूप आवडतो." डॅनीला वाटलं, आता आपलं बोलणं वेगळं वळण घेईल. विषयांतर होईल आणि मग आपण बारमधून बाहेर निसटून जाऊ शकू. तुम्हाला काय वाटतं?

बारच्या अगदी वरच्या बाजूस एक टी.व्ही. स्क्रीन होता. त्याच्यावर एक घोषणा होत होती.

पुढील खेळ ० : ४३ मिनिटांनी.

पण इथं बोलण्याचा विषय बदलण्याची शक्ती फक्त एका माणसात होती. स्मितहास्य करत प्रकाशनं एकदम विचारलं, "मित्रा, मेडिकेअरचं काय करतोस तू? म्हणजे मेडिकेअरऐवजी दुसरी काय व्यवस्था आहे तुझी?"

आता त्यानं वर पाहात डॅनीला सरळच विचारलं, "म्हणजे आजारी पडल्यावर बेकायदेशीरपणे इथं राहणारे लोक काय करतात?"

डॅनी चटका बसल्यासारखा एकदम उठून उभा राहिला.

"बस. खाली बस." डॉक्टर.

"बस रे खाली."

आता डॅनीच्या मनावरचा मोठा ताण कमी झाला होता. डॉक्टर प्रकाश आता नाटकीपणानं वागत नव्हता.

डॅनीनं पबच्या दाराकडे नजर टाकली आणि तो खाली बसला.

पुढील खेळ ०.५८ मिनिटांत.

"त्या दाराकडे बघू नकोस." प्रकाश म्हणाला, "त्या माणसाकडे बघ क्लीनर." आणि त्यानं त्या माणसाकडे बोट दाखवलं.

एक मजबूत बांध्याचा, काळ्या टी-शर्टमधला माणूस डोकं मागे करून टी.व्ही. स्क्रीनवर झळकणाऱ्या आकड्यांकडे, घोड्यांकडे बघत होता.

"त्याच्या मानेकडे बघ क्लीनर. त्याच्या मेंदूचं मूळ कसं चमचमतंय ते पाहा : त्याची सायीसारखी मऊ चरबी कानाच्या पाळ्यांच्या मागच्या बाजूला कशी जमा

झाली आहे ते पाहा. तेच त्याच्या चलाखपणाचं मूळ आहे की काय? याला म्हणतात, सरपटणाऱ्या जिवांच्या मेंदूसारखा मेंदू. दलदलीप्रमाणे कशालाही आपल्याकडे खेचून घेणारा मेंदू. तो जुगाऱ्याचा मेंदू आहे.''

तो टकला जुगारी टी.व्ही. स्क्रीनच्या आणखी जवळ गेला... त्याच्या मानेच्या तळाशी असलेली चरबी परत उडत होती.

''हेच तुझ्या कधी लक्षात आलं नाही रे नेल्सन मंडेला. बेट कशी लावायची हे तुला कधी कळलंच नाही.''

प्रकाशनं दातांचा करकर आवाज केला. तो त्या टकल्या जुगाऱ्याकडे असं पाहात होता, जणू काही त्याला त्याच्यावर हल्ला करायचा असावा; पण त्याच्या बोटांचा दाब डॅनीला आपल्या मनगटावर जाणवत होता. बोटांचा तो दाब त्याला सांगत होता की, तुला तुझ्या अंतःप्रेरणेनं जे सांगितलं, ते अगदी खरं आहे. मीच आहे 'तो'. मनगटावर पडणाऱ्या बोटांच्या त्या दाबानं डॅनीला मागे त्याच्या सीटवर बसवलं. मग प्रकाशनं आपला हात मागे घेतला आणि दातांची करकर थांबवली.

तसं सर्व काही नॉर्मल, सर्वसामान्य वाटत होतं : फक्त डॉक्टरचा घट्ट झालेला जबडा, त्याच्या पांढऱ्या-काळ्या केसांची मंद थरथर आणि डॅनीच्या मनगटावर जाणवलेला प्रकाशच्या बोटांचा दाब डॅनीला सुचवत होते की, हा माणूस आता आपल्यापासून वस्तुतः सुरक्षित अंतरावर नाही. आता आपण अजिबात सुरक्षित नाही आहोत.

डॅनीकडे वळून प्रकाशनं स्मितहास्य केलं. ''मला सांग की, हे तू कसं केलंस? डॅनी, तुझं गुपित...''

''असं काय केलं मी?''

''हेच की तू उघडपणे सगळीकडे हिंडतोस आणि अजून तुला कुणी पकडलेलं नाही. बेटा, तू काय आहेस हे मला चांगलं माहीत आहे. बेकायदेशीर नेल्सन मंडेला. मला सांग की, पोलीस तुला का पकडत नाहीत?'' डॉक्टरनं डॅनीला विचारलं.

त्यानं डॅनीच्या मनगटावरील आपली पकड पुन्हा एकदा आणखी घट्ट केली.

आता कळलं तुला. हो की नाही डॅनी? डॅनीचं स्वगत चालू होतं... असं तुझ्याही बाबतीत घडतं. कधीकधी सकाळी उठल्यावर तू जे काही केलंस, ते सर्व विसरून जातोस तू. त्याच्याही बाबतीत हेच घडलंय. आज सकाळी उठल्यावर त्याला आपण बोंडाय बीचवर जागे झालो असं वाटलं असेल. मग त्यानं विचार केला असेल, त्या खुनाचा संबंध माझ्याशी कोणी लावणार नाही. त्याला वाटलं असणार की, तिचं मृत शरीर बुडून पाण्याच्या पार तळाशी गेलं असेल, कारण

त्यानं त्या इटालियन जॅकेटच्या खिशात दगड भरून ठेवले होते. आणि समजा, ते मृत शरीर कोणाला सापडलं असलं, तरी त्याचा माझ्याशी संबंध कोण आणि का जोडेल? पूर्ण वेळ तो असा विचार करतो आहे की, खून करून तो मोकळाच राहणार आहे; पण नंतर त्याच्या बुद्धिमान, हुशार क्लीनरनं त्याला फोन केला. एवढे दिवस केला नाही, नेमका आजच केला; त्यामुळे त्याची अवस्था काय झाली असेल याची आपण कल्पना करू शकतो. त्या फोननं त्याचं ते भयानक स्वप्न परत चालू झालं. रँडविक शर्यतीच्या मैदानावर घोड्याचं काळीज जसं थडथड उडतं, तसंच त्याचं हृदय धडधडू लागलं असेल. आता त्याची सुटका नाही. आता त्याला तुला सरळ करायचं आहे. काहीही करून ते तो करणारच. ज्या माणसानं काल रात्री एक खून केला, तो आजही आणखी एक खून करील.

तू आपल्या दोन्ही बाजूंना पांडा अस्वलांना घेऊन, स्टोअर रूममध्ये गुपचूप पडून का राहिला नाहीस?

डॅनीचं मनगट हातात तसंच घट्ट पकडून ठेवून, दुसऱ्या हातानं त्यानं डॅनीनं प्लॅस्टिक कागदात गुंडाळून ठेवलेली ती वस्तू बाहेर काढली.

"कॅक्टस?" त्यानं सेलोफोनच्या कव्हरमधून ती वस्तू हळूच बाहेर काढली. त्याच्या खालच्या भागाचा वास घेतला आणि म्हणाला, "कॅक्टस?"

डोक्यावर ठेवलेला चश्मा खाली घेऊन प्रकाशनं तो आपल्या नाकावर ठेवला आणि त्यातून तो डॅनीला निरखत राहिला.

डॅनीनं काही म्हणायच्या आत तोच उत्तरला, "मला तूच फोन केला होतास."

प्रकाशच्या हाताच्या धक्क्यानं टेबल हललं आणि त्याचबरोबर टेबलावरील काचेचे पेले आणि काचेची इतर भांडीही हलली.

त्यामुळे तिथं उभं राहून बिअरचे मग पुसणारी बारटेंडर त्यांच्याकडे पाहू लागली.

ते पाहून प्रकाश आपली एक चाल वाया गेल्याप्रमाणे मागे टेकून बसला आणि म्हणाला, "तू म्हणतोस ते बरोबर आहे नेल्सन. मी माझ्याकडे लोकांचं लक्ष वेधून घ्यायला नको."

डोळ्यांवरचा चश्मा काढून त्यानं तो जवळजवळ सहज टाकल्यासारखा टेबलावर टाकला. मग त्याचा हात वॉलेटकडे गेला. डॅनीला आपल्या टाचा आपोआप जमिनीच्या वर उठल्यासारखं वाटलं.

पाकिटात हात घालून, थोडं थांबून प्रकाशनं डॅनीला विचारलं, "क्लीनर, तू दक्षिण आफ्रिकेला गेला नाहीस कधी. हो ना?"

"नाही गेलो डॉक्टर," डॅनीचं उत्तर.

"मग तू संस्कृती काय असते हे पाहिलंच नाहीस. तिथं त्यांचे अगदी

प्रामाणिक कॅसिनोज, जुगाराचे अड्डे आहेत. प्रामाणिक मशीन्स आहेत. फ्लेक्सी ट्रिफेक्टा स्पर्धा मी परत जिंकेन.''

''हो डॉक्टर. मला क्षमा करा. मला क्षमा करा.''

''ए, त्या नावानं मला हाक मारू नकोस रे.'' प्रकाश म्हणाला, ''त्या नावानं मला परत कधीच बोलावू नकोस. मी डॉक्टर नाही. माझा असा अपमान करू नकोस.''

''चूक झाली माझी. आय ॲम सॉरी.'' डॅनी म्हणाला.

प्रकाशनं एक उसासा सोडला आणि मग एक स्मितहास्य केलं, ''तू माझ्याकडे क्षमेची भीक मागू शकतोस नेल्सन, हो की नाही?''

त्यानं बोटानं डॅनीकडच्या टेबलावर एक कागदाचा तुकडा सरकवला.

''आज दक्षिण आफ्रिकेला चाललोय मी. हे बघ विमानाचं तिकीट. तिकिटावरची वेळ बघ क्लीनर. ती वेळ बघ.''

एसवायडी (सिडनी) वरून उड्डाण, जेएनबी (जोहान्सबर्ग)ला आगमन - १८.४५ (संध्याकाळी सहा वाजून पंचेचाळीस मिनिटे)

फ्लाइटच्या वेळेच्या अर्धा तास आधी विमानतळावरील गेटस् बंद होतील.

प्रिमियम इकॉनॉमी

३४ एफ

नॉनस्मोकिंग (सिगारेट ओढण्यास मनाई)

ते तिकीट पाहून डॅनीची काय प्रतिक्रिया होते आहे पाहायला प्रकाशनं परत आपला काळ्या रिमचा वाचायचा चश्मा घातला.

''तिकिटावरील वेळ पाहा.''

''आज संध्याकाळी ६.४५.'' डॅनीनं डोळ्यांसमोरचा कागद वाचत सांगितलं.

''हे अगदी कन्फर्म्ड, पक्कं तिकीट आहे ना?'' डॅनीनं डॉक्टरला विचारलं.

''कन्फर्म्ड तिकीट?'' प्रकाश हसत म्हणाला. ''तू बऱ्याच काळापासून विमानातून प्रवास केलेला नाहीस. हो ना?''

''हो. चार वर्षांपासून.'' डॅनी उत्तरला.

बाहेर डार्लिंगहर्स्ट रोडवरील पांढऱ्या सूर्यप्रकाशातून एक पांढरी बस गेली. तिच्यावरून आलेले किरण बिअर्सच्या ग्लासेसवरून परावर्तित झाले; त्यामुळे सगळ्यांच्या हातांवर पाण्याची चमचम चमकली. डॅनीनं आपले डोळे मिटून घेतले.

'राधा त्याला डॉक्टर या नावानं संबोधायची. त्याला या नावाचा तितकाच तिटकारा असणार, जितका मला नेल्सन या नावाचा आहे.' डॅनी स्वतःशीच बोलला.

"इथं फारच उजेड आहे ना? चल, आपण दुसरीकडे जाऊ या." कोणीतरी म्हटलेलं डॅनीनं ऐकलं.

त्याला माहीत होतं की, एका मजबूत हातानं त्याचं मनगट पकडलेलं आहे आणि तोच हात त्याला कुठं जायचं याचं मार्गदर्शन करतो आहे. त्याला जाणवलं की, बारच्या शेवटी अट्टल जुगाऱ्यांसाठी असलेल्या एका लहान, अंधाऱ्या खोलीत त्याला नेलं जात आहे.

खुनी, क्लीनर आणि कॅक्टस एका नव्या टेबलाजवळ बसले.

डॅनीनं विचार केला की, कदाचित प्रकाशला ते दुष्कृत्य कोणी केलं हे फक्त माहीत असेल, त्यानं स्वतः ते केलंही नसेल. कदाचित प्रकाशचा उजवा पायही आता थरथरत असेल.

"तू कोणत्याही गोष्टीची काळजी करू नकोस क्लीनर." आपण परत नॉर्मल झालो आहोत असं दाखवत प्रकाश म्हणाला. "आपण जेवू या आणि मग परत आपल्या जुन्या जागी, पॉटस पॉइंटला जाऊ या. तू ती टॉयलेटस साफ करणार आहेस. ठीक आहे?"

पण त्यानं डॅनीच्या उजव्या हातावरची पकड आणखी घट्ट केली होती. ती पकड म्हणत होती की : *तू आणि मी एकमेकांशी घट्ट जोडले गेलो आहोत. तुला माझं गुपित माहीत आणि मला तुझं.*

"बरं, सर बरं!"

आता तुला तू नेहमी करतोस तेच करावं लागेल, डॅनीनं स्वतःला बजावलं.

पुढील गेम - ०.१८ मिनिटांत.

आता तुला एखादी गोष्ट सांगावी लागेल.

त्या अंधाऱ्या खोलीत एकमेकांशी जोडलेले चार टेलिव्हिजन स्क्रीन्स होते. ते सगळे वेगवेगळ्या आवाजांनी, दृश्यांनी उतू जात होते : एका स्क्रीनवर होते गडद तपकिरी घोडे, एकावर होती शिकारी कुत्री, तिसऱ्या स्क्रीनवर होत्या रुंद, हिरव्या हॅट्स घातलेल्या व्हाइट बायका आणि चौथ्यावर झगमगणारे आकडे. हे चारही स्क्रीन एका प्रचंड मोठ्या स्क्रीनभोवती ठेवलेले होते. या प्रचंड मोठ्या स्क्रीनचे चार भाग केलेले होते. त्यांच्यावर एकामागोमाग एक रंगीत माहिती आणि आकडे येत होते. भविष्य सांगणाऱ्या यंत्रांच्या ठळक कप्प्यांमध्ये येतात तसे.

डॅनीला आपल्या शाळेच्या प्रवेशद्वारावरील जेसुइट ब्रीदवाक्य आठवलं - *लुसेट एट आर्डेट.*

डॅनी प्रकाशला म्हणाला, "तुम्हाला माहीत आहे, माझ्या गावातले मासे गातात. लगूनमधले मासे."

"कशाबद्दल बोलतोस तू बावळटासारखं?" प्रकाशनं वैतागून विचारलं. "चल, आपण जेवणाची ऑर्डर देऊ या. इथं स्टीक, मांसाचे तुकडे मिळतात. तुला पाहिजेत?"

त्या अंधाऱ्या खोलीत पेन आणि पेपर घेऊन तीन व्हाइट ऑस्ट्रेलियन बसलेले होते. डॅनीच्या मनात आलं, आत्ता प्रकाशनं इथं बेकायदेशीरपणे राहणाऱ्या स्थलांतरितांबद्दल ओरडा केला, तर ते काय करतील?

टी.व्ही. स्क्रीननं शिकारी कुत्र्यांच्या रेसची दृश्यं दाखवायला सुरुवात केली होती. ती कुत्री शिकार करण्यासाठी तयार होऊन उभी होती. इशारा मिळण्याची अधीरतेनं वाट पाहात होती.

आता डॉक्टरच्या एका हातात कॅक्टस होतं. दुसऱ्या हातानं त्यानं डॅनीचं मनगट अजून पकडून ठेवलं होतं.

डॅनीचं मनगट पकडून ठेवून प्रकाश फक्त हसला. आपल्या हसण्यातून तो जणू काही असं सुचवत होता की, आपल्या दोघांसाठी दीर्घकाळ चालणारी कोणती तरी त्रासदायक गोष्ट नुकतीच सुरू झाली आहे; त्यामुळे आपण धीरानं घेतलं पाहिजे. जेवण केलं पाहिजे. एखादा संमिश्र इलेक्ट्रॉनिक डोळा असल्याप्रमाणे तिथले टी.व्ही. स्क्रीन्स आता डॅनीवर नजर ठेवून होते. त्याचा वेध घेत होते. त्यांच्यावरचे आकडे लुकलुकत होते. बदलत होते. त्यांच्या मधोमध असलेल्या मोठ्या स्क्रीनवर आता गडद तपकिरी घोड्याचे खूर तपासत असलेल्या माणसाचा क्लोज-अप दाखवत होते.

...त्याच्याजवळ अजूनही तो चाकू असला तर? आणि त्यानं तो टेबलाखाली ठेवलाय की त्याच्या पँटमध्ये? डॅनीच्या छातीत धडधड होत होती.

"स्टीक नको. मला शाकाहारी जेवण हवं." त्याच्या या वाक्यानं प्रकाशचं लक्ष वेधून घेतलं. त्यानं डॅनीकडे टक लावून पाहिलं, तशी डॅनी पटकन म्हणाला, "डॉक्टर, बेकायदेशीर म्हणजे काय हो?"

"काय?"

"नाही. बेकायदेशीर म्हणजे दोनदा कायदेशीर. हो की नाही?... जोक मारला हो! मला वाटलं, तुम्हाला आवडेल हा जोक."

शाकाहारी, बेकायदेशीर किंवा जोक या अनपेक्षित शब्दांवर प्रकाशनं आपली काही प्रतिक्रिया देण्याआधी डॅनीनं आपल्या डाव्या हातावरच्या वळाकडे बोट दाखवत विचारलं, "हे दिसतंय तुम्हाला? हे हे...?"

प्रकाशनं होकारार्थी मान हलवली. कॅक्टस खाली टेबलावर ठेवलं. मग आपला जाड फ्रेमवाला काळा चश्मा डोळ्यांवरून काढून कॅक्टसजवळ ठेवला.

"ते काय आहे?" डॅनीच्या हातावरील वळाकडे पाहात त्यानं विचारलं.

"याबद्दल राधानं तुम्हाला काही सांगितलं आहे का?"

डॅनीच्या या प्रश्नानं तो खुनी दचकला. आपल्या मनगटावरील डॉक्टरची पकड आणखी घट्ट झाली आहे हे डॅनीला जाणवलं.

प्रकाशनं डोळे बारीक करून डॅनीच्या हातावरचा तो डाग पाहिला.

"आहे तरी काय हे?" त्यानं विचारलं.

"सांगतो ना डॉक्टर, श्रीलंकेत भंडारनायके म्हणून एक एअरपोर्ट आहे. आंतरराष्ट्रीय एअरपोर्ट. दुबईत मी एक वर्ष कामाला होतो. डेरा बिझिनेस मोटेलच्या एका हॉटेलमध्ये. तुम्हाला माहीत आहे हे?"

"म्हणजे जग पाहिलंस तर तू डॅनी. होय ना?" प्रकाशनं विचारलं.

डॅनी उपरोधानं हसला. नक्कीच. जग पाहिलंय.

दुबई! हो. मी तुला दुबईबद्दल सांगीन डॉक्टर.

आपल्या लगूनलगतच्या लहानशा शहरातून डॅनी जगाची भेट घ्यायला गेला होता आणि तेव्हा त्याला एका मोठ्या मुस्लीम शहराचा शोध लागला. त्यानं एका हॉटेलमध्ये नोकरी केली. हिरवा सूट आणि हिरवा टाय घालून तो दुबईच्या डेरा गावी एका बिझिनेस मोटेलच्या डेस्कच्या मागे उभा राहायचा. तेच काम होतं त्याचं. अशा प्रकारची नोकरी मिळावी म्हणून लाखो लोक वाट्टेल ते करायला तयार असत. लोक म्हणजे ब्राउन लोक.

कम्प्युटर रेकॉर्ड अपडेट करणं, हॉटेलमधील प्रत्येक रूमच्या बाहेर वर्तमानपत्रं ठेवणं वगैरे वगैरे त्याची कामं होती. ही कामं नसली की, तो हॉटेलमध्ये राहायला आलेल्या लोकांशी बोलायचा. एक हात टायवर ठेवून, दुबईत भेट देण्याजोगी किंवा मनोरंजनासाठी कोणकोणती स्थळं आहेत यांसारख्या त्यांच्या प्रश्नांची उत्तरं द्यायचा. ऐकणारे मूडमध्ये असले तर त्याची उत्तरं कधीकधी शेक्सपिअरच्या व्यक्तिमत्त्वापर्यंत आणि अमेरिकेच्या मध्यपूर्वेबद्दलच्या महत्त्वाकांक्षेपर्यंत विस्तारत. त्या हॉटेलमध्ये एक लहानसा पांढरा बार होता. तिथं जवळजवळ प्रत्येक संध्याकाळी कफ्तान घातलेला एक अरब यायचा. तो एक मुस्कटदाबी झालेला राज्यकर्ता होता. त्याच्या अंगातून वाळवंटाचा कडवट वास येत असायचा. तिथं बसून तो एकच शब्द पुन्हापुन्हा म्हणायचा - "व्हिस्की." दिवस संपला की, डॅनी कपडे बदलायचा आणि आपली हॉटेलमधून जाण्याची वेळ पंच करून घ्यायचा. त्याच्या हॉटेलच्या अगदी बाहेरच रंगेल वेश्या टाळ्या वाजवून आपल्याकडे गिऱ्हाइकाचं लक्ष वेधून घेत बसलेल्या असायच्या. दुबईतील काचेच्या एका उंच मनोऱ्यासमोर उभा राहून डॅनी विचारात बुडून जायचा. त्याच्या मनात आपण घरी परत गेल्यावर आपल्यासाठी एक छोटासा समारंभ केला जाईल यासारखे विचार असत. त्याला वाटायचं, लोक त्याचा उल्लेख दुबई डॅनी, सत्कार करण्यासारखा

डॅनी असा करतील. तेवढ्यात 'आता रोड ओलांडून जा'चा लाइट लागे आणि डॅनी भानावर येई. त्याचं लक्ष वाळवंटातील करड्या पालींकडे जाई. श्रीलंकेतल्या पालींहून त्या दुप्पट जाड असत. ट्रॅफिक सिग्नलच्या प्रत्येक खांबावर त्या चढून बसत. सिग्नलचं इलेक्ट्रॉनिक बिप बिप सुरू झालं की, त्या पालींची पोटं थडाथडा उडायला लागत. जणू त्या म्हणत की, डॅनी, रोड ओलांडून जा. लगेच... मग हॉटेलमधील तो छोटासा बार साफ करण्यासाठी डॅनी हॉटेलला परतायचा. त्यानंतर हॉटेलच्या इतर चार कर्मचाऱ्यांसोबत रिसेप्शनमागच्या खोलीत जाऊन झोपायचा. त्याचे वडील दर महिन्याला त्याच्याकडे वॉरंटी असणाऱ्या इलेक्ट्रॉनिक वस्तूंची यादी पाठवायचे. प्रत्येक वेळी त्या यादीत आणखी काही वस्तूंची भर पडलेली असायची. वर्षाच्या शेवटी तो त्या वस्तू घेऊन घरी परतेल अशी घरच्यांची अपेक्षा असायची.

ख्रिसमसच्या सुमारास हॉटेलमध्ये काम करणारे लोक खूप चिंताग्रस्त झाले; कारण त्यांच्या कॉन्ट्रॅक्टप्रमाणे वर्षअखेरीस त्यांना पगाराव्यतिरिक्त बोनस म्हणून वीस परसेंट जास्त पैसे मिळणार होते; पण डिसेंबरच्या सुरुवातीला तो बोनस रद्द केला गेला. कर्मचाऱ्यांच्या हातात काहीच नव्हतं. नोकरीवर रुजू होण्याआधी त्यांना आपले पासपोर्ट मालकाच्या ताब्यात द्यावे लागले होते. दुबईचा कायदाच होता तो. त्यांचे पासपोर्ट मालकाच्या ताब्यात असल्याने हॉटेलमध्ये काम करणाऱ्या लोकांना मालकाचं म्हणणं मान्य करण्याशिवाय गत्यंतरच नव्हतं.

चौकशीअंती डॅनीच्या लक्षात आलं की, अशा प्रकारच्या घटना दुबईमध्ये नेहमीच घडत. हॉटेलमालकानं डॅनीला त्याच्या पगाराबरोबर त्याचा पासपोर्ट परत दिला, तेव्हा त्याही परिस्थितीत त्याच्यात डॅनीला, "मुला, तुला आणखी एक वर्ष इथं काम करायला आवडेल का?" असं विचारायचं धारिष्ट्यही होतं. "हॉटेलच्या गिऱ्हाइकांना, विशेषतः स्त्री गिऱ्हाइकांना तुझी बोलण्याची पद्धत फार आवडते." तो म्हणाला होता.

डॉक्टरना ही सगळी हकिगत सांगून झाल्यावर डॅनी म्हणाला होता, "मी त्याला सांगितलं - 'तुमच्या दुबईत मला आणखी एक वर्ष काम नाही करायचं.' कदाचित मी परत अमेरिकेस जाण्याचा प्रयत्न करीन." मी विचार केला.

एक रविवारची सकाळ सोडली तर दुबईच्या त्या मोटेलमध्ये मी पूर्ण वर्षभर अव्याहत काम केलं होतं. आता माझ्याकडे वडिलांसाठी शॉपिंग करायला पूर्ण दोन दिवस होते."

प्रकाशची आपल्या हातावरील पकड सैलावते आहे असं डॅनीला वाटलं.

"स्वतःसाठी नव्हतं करायचं तुला शॉपिंग?"

"नाही, माझ्यासाठी नव्हतं करायचं मला शॉपिंग."

“स्साला! पण ना!”

“वडिलांसाठी करायची ती खरेदी मी केली आणि मग विमानानं मायदेशी परत आलो. श्रीलंकेला पोहोचल्यावर मला आमच्या कटुनायके विमानतळावर अडवलं गेलं. मला अडवणारा माणूस कस्टम्स ऑफिसर होता. मी खरेदी केलेल्या सामानाबद्दल त्याला काही शंका आली असावी असं वाटून, मी त्याला सांगितलं की, मी ड्यूटी-फ्री असं काहीही खरेदी केलेलं नाही; पण खरी गोष्ट ही नव्हतीच. लक्षात येतंय तुमच्या?”

समोर बसलेल्या खुन्याचा चेहरा न्याहाळत डॅनीनं आपल्या आवाजाची पट्टी आणखी उंचावली आणि मग आपला सूर खाली केला. त्याला माहीत होतं की, तो ज्या पद्धतीनं गोष्टी सांगायचा; त्यामुळे त्यांना खऱ्या गोष्टीही खोट्या वाटायच्या. त्याला माहीत होतं की, त्याला त्यांना खूश करायला आवडायचं; त्यामुळे त्यांना तसं वाटायचं.

“ड्यूटी फ्री वस्तूंबद्दल काही अडचण नव्हती मग मला त्यांनी का बरं अडवलं होतं?”

एव्हाना टी.व्ही. स्क्रीनवर धावायला घोडे सज्ज झाले होते. त्या अंधाऱ्या खोलीत आणखी दोनजण आले. त्यांनी आपली नजर टी.व्ही.कडे वळवली.

“त्या कस्टम्स ऑफिसरनं मला एका खोलीत बोलावलं. तिथं गेल्यावर त्यानं मला काही प्रश्न विचारले. खोलीत आणखी एक ऑफिसर आला. तो काही कस्टम्स ऑफिसर नव्हता; पण त्यानंही माझा पासपोर्ट चाळत मला काही प्रश्न विचारले. काही वेळाने आणखी काही लोक आले बरं का. ते मला गाडीत घालून एअरपोर्टबाहेर घेऊन गेले. मला म्हणाले, आम्हाला काही गोष्टींचा खुलासा करून घ्यायचा आहे. हे सर्व चालू असताना, ही काय भानगड आहे याबद्दल मी पूर्ण अंधारात होतो, बरं का!”

डॅनी असंच काहीबाही बोलत राहिला. “त्या खोलीत पुढचे काही तास माझी शुद्ध जणू हरपून गेली. दुरून आकाशात झेपावणाऱ्या आणि आकाशातून खाली उतरणाऱ्या विमानांचा आवाज येत होता. त्या खोलीत लोक येत होते, जात होते. मला नाही नाही ते विचित्र प्रश्न विचारत होते.”

“आता माझ्या लक्षात येऊ लागलं की, ते कोणत्या तरी एल.टी.टी.इ. माणसाच्या शोधात होते, तो दुबईहून माझ्याच विमानानं श्रीलंकेला येणार होता. म्हणजे तो माणूस मी होतो? एल.टी.टी.इ. म्हणजे काय ते माहीत आहे ना तुम्हाला? तमिळ टायगर्स... तमिळ वाघ. बंडखोर तमिळ. ते मला विचारत होते, ‘तू दहशतवादी आहेस का? तू दुबईत बॉम्ब बनवण्यासाठी पैसे जमवत होतास का?’ मी त्यांना सारखं सांगत होतो. नाही. मी फक्त दुबईच्या एका

बिझिनेस हॉटेलमध्ये असिस्टंट मॅनेजर होतो... मग कधीतरी मला झोप आली. ...रात्री कधीतरी रूममध्ये परत लाइट्स लागले. कोणता तरी वेगळाच युनिफॉर्म घातलेले तीनजण खोलीत आले. त्यांनीही मला तसलेच प्रश्न विचारायला सुरुवात केली. दहशतवादी? पैसे?... मला फार भूक लागली होती; पण तरीही मी त्यांच्या प्रश्नांची उत्तरं देत होतो.''

''एक्सक्यूज मी, मित्रांनो...'' एका ऑस्ट्रेलियन माणसानं त्यांना रेसिंगचं पेज मागितलं.

''त्याऐवजी तुम्हाला कॅक्टस चालेल?'' प्रकाशनं हसतहसत विचारलं आणि त्याला ते वर्तमानपत्र दिलं.

''ऐक रे. इन्टेलिजन्ट क्लीनर,'' तो व्हाइट माणूस जाताच पुढे वाकत प्रकाश म्हणाला, ''ही तू रचून सांगितलेली गोष्ट आहे की खरी गोष्ट?''

''ही अगदी खरी गोष्ट आहे. माझ्या बाबतीत घडलेली आणि त्या कॅक्टसबद्दल खबरदारी बाळगा. कोणाला तरी देऊन टाकण्याचा जोक करू नका.'' डॅनी म्हणाला.

राधा थॉमसच्या खुन्यानं ते पॅक केलेलं कॅक्टस दोन्ही हातांत घेतलं. मजेत पुढेमागे हलवलं आणि मग तो हसला.

कॅक्टसकडे पाहात डॅनीनं आपलं बोलणं सुरू ठेवलं – ''तासागणिक मला प्रश्न विचारणारे ऑफिसर्स बदलत होते. प्रत्येकजण मला विश्वासपूर्वक सांगत होता की, तू एक तमिळ टायगर आहेस आणि असा - तसा नाही, तर डॅनी या त्याच्यासाठी दिलेल्या कल्पित नावानं वावरणारा. एक विशिष्ट आणि खरा टायगर. हा टायगर आपण दुबईत हॉटेल मॅनेजर आहे असं सांगतो आणि दर शुक्रवारी कोलंबोला येतो. तो आपले वडील बट्टिकालोआत आहेत आणि आपण त्यांच्यासाठी भेट म्हणून इलेक्ट्रॉनिक वस्तू आणतो असं सांगतो; पण नंतर त्या वस्तूंचं तो टाइमर बॉम्बमध्ये रूपांतरण करतो. मी कितीही जीव तोडून सांगितलं की, तो मी नाही, तरी प्रश्न विचारणाऱ्यांच्या मनावर काहीच परिणाम होत नव्हता; त्यामुळे त्यांच्या प्रश्नांच्या भडिमारातून थोडा वेळ सुटका झाली की, मी 'त्या' दहशतवादी डॅनीचा पोषाख कसा असेल, त्याचं घर बट्टिकालोआच्या कोणत्या रस्त्यावर असेल किंवा असल्याचं तो सांगत असेल, तो खरा कोण असेल, काय काय करत असेल याबाबत अंदाज बांधत होतो. दुसरं काहीच माझ्या हातात नव्हतं. नवीन ऑफिसर आले की, प्रश्नांचा भडिमार परत सुरू होई. माझ्या नावानं ते 'त्या डॅनी'बद्दल आणखी विशिष्ट तपशील सांगत - विचारत. (जसं, कुआलालंपूरच्या ट्यून हॉटेलमध्ये गेल्या तेवीस तारखेला किती वेळ राहिलास?)''

डॅनी प्रकाशला पुढे म्हणाला, ''ते सगळं ऐकून मला आपण एका रहस्यमय

तमिळ सिनेमाचा नायक आहोत असं वाटत होतं. त्या सिनेमातही एका रात्री नायक आपल्या फ्लॅटमध्ये झोपलेला होता आणि दुसऱ्या दिवशी सकाळी निळं जॅकेट घालून बँकॉकमधल्या एका राजेशाही पलंगावर जागा झाला होता. अन् तेव्हा त्याला कळलं होतं की, तो थायलंडमधल्या एका गुन्हेगारी टोळीचा प्रमुख आहे. तो आपला नवा चेहरा चाचपून बघतो, आपल्या जॅकेटशी खेळतो, आपल्या बंदुका आणि बगलबच्चांना मोजतो; पण एका क्षणात आपलं आयुष्य इतकं कसं बदललं, आपण थायलंडला कसे आलो, लोक आपल्याला माफियाचा, गुन्हेगारी टोळीचा बॉस का समजताहेत हे त्याला काही केल्या कळत नव्हतं; पण काहीच वेळात आपले फोटोग्राफ पाहून त्या नायकाची खात्री पटते की, खरंतर तो नेहमीच बँकॉकमधला डॉन, गुन्हेगारी टोळीचा म्होरक्या होता आणि आहे आणि त्याचं आधीचं तुतिकोरिन किंवा सालेममधलं एक खेळकर तरुण म्हणून जे रूप होतं, तोच खरंतर त्याचा भास होता.''

''मग मला प्रश्न विचारणारा आणखी एक माणूस त्या रूममध्ये आला. या माणसाला लक्षात ठेवणं फारच सोपं होतं, कारण तो बोलायला लागला की, त्याच्या ओठांची उजवी बाजू वर उचलली जाई आणि उजवा डोळा लहान होई. असं वाटत होतं की, याला शब्द उच्चारणं खूप जड जातंय.''

मग डॅनीनं त्या माणसाची नक्कलही करून दाखवली. प्रकाशनं मान हलवली. त्यालाही त्या प्रकारची माणसं माहीत होती.

''तर हा ओठ आखडून बोलणारा माणूस बोटांच्या बेचक्यात सिगारेट ठेवून माझ्याकडे बघत होता.''

''नाव काय आहे रे तुझं?'' त्यानं मला विचारलं. त्यानं तो प्रश्न पुन्हापुन्हा विचारला. शेवटी विचारलं, ''काय रे, तुला डॅनी नावाचा दहशतवादी माहीत आहे? तुझ्या वडिलांचं नाव काय आहे?'' आणि मग चेहऱ्यावरची रेषही न हलवता तो म्हणाला, ''या कागदावर तुझं नाव लिही.''

''मी आपलं नाव लिहिलं. यावर तो म्हणाला, तमिळमध्ये नाही. मग मी माझं नाव इंग्रजीत लिहिलं.''

''इंग्रजीत नाही. आपल्या राष्ट्रभाषेत - सिंहलीत लिही. मी पेन उचलून लिहायला लागलो. लिहिताना माझ्या हाताला कंप सुटला. 'आपल्या राष्ट्रभाषेत असं नाही लिहीत. मी दाखवतो तुला डॅनी आपल्या राष्ट्रभाषेत कसं लिहायचं ते.' आणि त्यानं माझ्या हातावर जळती सिगारेट चुरडली. मी किंचाळू लागलो. तशी त्यानं सिगारेटचं जळतं टोक खालच्या बाजूस केलं. मला त्याचे तेच ते प्रश्न ऐकू येत होते. तुझ्या...''

''काय भंकस आहे!'' प्रकाश पुटपुटला.

टी.व्ही. स्क्रीनवरचे घोडे आता आपापल्या ट्रॅकमधून धावायला लागले होते. प्रकाशनं डॅनीचा दंड घट्ट पकडून ठेवला होता. आपल्या दंडावरच्या त्या ताणामुळे डॅनीला धावत्या घोड्यांचे खूर आपल्याच दंडावर रुतत आहेत असं वाटत होतं. नंतर प्रकाशची पकड सैल झाली आहे हे त्याला जाणवलं.

त्या अंधारात डॅनीला वाटलं : आपण चांगल्या प्रकारे सांगितली गोष्ट.

आपलं डोकं मागे करत प्रकाश उद्‌गारला, "माझा नाही विश्वास बसत तुझ्या गोष्टींवर. तुला सिगारेटचा चटका बसला असेल वगैरेवर. माझा अजिबात विश्वास बसत नाही. मी तुला सिगारेट ओढताना पाहिलं आहे. तुला कसली सिगारेटची भीती?"

"हो. मी सिगारेट ओढायचो डॉक्टर. तुम्ही म्हणता ते खरं आहे. मी सिगारेट प्यायचो." म्हणत डॅनीनं प्रकाशला आपले दात दाखवले. "त्यांनी मला सिगारेटचे चटके दिले आणि त्यानंतरच मी सिगारेट ओढायला लागलो."

त्याचे हे उद्‌गार डॉक्टर नावाच्या त्या प्राण्याच्या काळजात घुसले. माणसं अशीच वागतात नाही का, त्यानं स्वतःलाच प्रश्न विचारला, मग मात्र प्रकाशनं त्याचा हात सोडून दिला.

"हातावरची जखम दाखवायला मी बट्टीतल्या डॉक्टरकडे गेलो, तेव्हा तो म्हणाला, तुला ब्लडप्रेशरचाही त्रास आहे. एकशे एकूण पन्नास आणि एकशे तीन."

"हो का?" असं म्हणून डॅनीच्या हातावरील वळ पाहण्यासाठी प्रकाश आपलं बोट त्या बाजूला नेऊ लागला.

पण ते तिथं पोहोचलंच नाही. डॅनीनं आपल्या मोकळ्या हातानं कॅक्टस लावलेली ती कुंडी जोरात त्या खुन्याच्या तोंडावर मारली. त्या अचानक झालेल्या हल्ल्यामुळं डॉक्टर खुर्चीवरून धाडकन खाली जमिनीवर आदळला.

प्रकाश उठून उभा राहीपर्यंत खूप उशीर झाला होता. पबचं दार उघडलेलं होतं; ते हलत होतं आणि डॅनी तिथून निसटून गेला होता.

निळ्या लुंगीतला तो मुलगा आठवतो? तो मुसलमान मुलगा हो! डोक्यावर गोल टोपी घालायचा. निळी लुंगी नेसायचा. आर्मी ऑफिसरसमोर चटके बसणाऱ्या वाळूत गुडघ्यावर बसला होता तो! एक महिना आधी श्रीलंकेला त्सुनामीनं धडक दिली होती : ते २००८ साल होतं. एका दिवसात हजारो लोक मृत्युमुखी पडले होते. या बेटाला मिळालेला हा नवीन शाप होता. त्याआधी इथं यादवी युद्धानं थैमान मांडलं होतं. या नव्या आसमानी संकटाचा सामना मात्र इथल्या लोकांनी

शूर-वीर नायकासारखा केला होता. इथले जे लोक तमिळ लोकांना जीवे मारण्यासाठी आपल्या मुलांना पाठवत होते, तेच आता तमिळ लोकांचा जीव वाचवण्यासाठी पैसे पाठवत होते.

त्या वेळी डॅनीलाही संकटग्रस्तांचं भलं करण्याच्या रोगाची लागण झाली. तोही त्यांना साहाय्य करण्याच्या मोहिमेत आपणहून सामील झाला होता. किनारपट्टीवर हिंडून तो घरदार गमावलेल्या लोकांना अन्नपाणी, औषधं मिळवून देण्यासाठी मदत करत होता. एका विशिष्ट गावातील कोळ्यांनी – ते सर्व तमिळ होते – आपलं सर्व काही गमावलं होतं. ते सगळे चर्चमध्ये राहात होते. त्यांच्याजवळ फक्त काही ब्लँकेटस, उकळलेलं पाणी आणि प्लॅस्टिक पॅकेटसमध्ये पाठवलं गेलेलं अन्न होतं. निळ्या लुंगीतला, दात पुढे असलेला एक मुसलमान त्यांच्यासाठी अन्नपाणी आणत होता. डॅनी त्या मुसलमानाबरोबर त्सुनामीग्रस्तांना मदत करू लागला होता. त्या वेळेस पूर्व किनाऱ्यावरील तमिळ आणि मुसलमान यांच्यात कसे संबंध होते, हे सगळ्यांना माहीतच आहे. दोन्हीकडे सूडबुद्धीनं थैमान घातलं होतं. सूड व प्रतिसूडाचं हे चक्र अव्याहत चालू होतं; पण पुढे दात असलेला हा मुलगा तमिळ लोकांचा उद्धारक, संरक्षक झाला होता. सायकलवर खूप अन्नपदार्थ रचल्यामुळे त्याची सायकल डगमग करायची. तो शरणार्थींसाठी केळी, उकडा तांदूळ, लिंबाचं लोणचं आणि लहान मुलांसाठी ताजं दूध घेऊन यायचा. सगळ्यांना त्या मुसलमान मुलाबद्दल खूप प्रेम होतं. नंतरनंतर त्यांच्या लक्षात आलं की, तो फार हुशार मुलगा होता. तो श्रीलंकेचं सैन्य आणि बंडखोर दोघांकडूनही अन्न-पाणी गोळा करायचा. दोन्ही बाजूंची कडक अट होती की, तो ते अन्न-पाणी विरुद्ध बाजूकडून मदत घेणाऱ्यांना अजिबात देणार नाही. त्सुनामी संकटाचा तो भयंकर दिवस सोडता, त्यानंतरच्याच दिवसापासून सैन्य आणि तमिळ बंडखोरांमधील लढाई परत सुरू झाली होती. स्थानिक सैन्य अधिकाऱ्याला समजलं की, गावातील शरणार्थी त्यांच्याकडूनही अन्न-पाण्याची मदत घेत आहेत आणि बंडखोरांकडूनही. मग काय?

एका संध्याकाळी शरणार्थींच्या डोळ्यांसमोर ते चर्च जाळण्यात आलं. आर्मी कमांडरनं त्या मुसलमानाला आपल्यासमोर बोलावून सांगितलं, "या तमिळ लोकांना चोवीस-चोवीस तास मदत करत बसू नकोस. ते एकाच वेळी आम्ही दिलेला तांदूळही खात आहेत आणि त्या बंडखोरांनी दिलेलाही तांदूळ खात आहेत. त्यासाठी त्यांना मिळालेली ही शिक्षा आहे. समजलं?"

"हो साहेब. समजलं, समजलं." तो आपल्या विचित्र पद्धतीनं म्हणाला.

"माझा हा कायदा मोडलास तर काय होईल हे तुला माहीत आहे!" कमांडरनं कडक आवाजात बजावलं.

दुसऱ्या दिवशी सैन्यातले लोक, त्या जळालेल्या चर्चकडे आले. पाहतात तो काय, तो मुसलमान मुलगा तेव्हाही शरणार्थींमध्ये अन्नाची पाकिटं वाटत होता. पाकिटं वाटता वाटता तो त्यांच्यासमोर येऊन थांबला. त्यांच्यातल्या एकानं हुकूम सोडला, "चल, आत ये."

हे सगळं चाललं होतं, तेव्हा डॅनीही तिथंच होता. त्या मुसलमान मुलाला तोही मदत करत होता; पण सैन्यातले लोक येताच तो शिताफीनं निसटला. आणि लपून पाहात होता. त्यानं तिथून पाहिलं की, ते लोक त्या मुसलमान मुलाला त्याच भागातील समुद्राजवळच्या आर्मी कॅम्पमध्ये घेऊन गेले. तिथं त्यांनी त्याला एका प्लॅस्टिक खुर्चीत बसलेल्या ऑफिसरसमोर गुडघे टेकून बसायला लावलं. डॅनी सुरक्षित अंतरावरून त्यांना पाहात होता. लुंगी घातलेल्या त्या मुसलमान मुलाला रणरणत्या उन्हात तापलेल्या वाळूवर श्रीलंकेच्या आर्मी ऑफिसरसमोर लोटांगण घालायला लावल्यावर त्याची किती वाईट परिस्थिती झाली होती, हे दृश्य डॅनीच्या मनावर कायमचं कोरलं गेलं. त्या मुलाच्या पाठीमागे होता निळा इंडियन ओशन आणि पुढे असीम अपमान आणि कष्ट. ते दृश्य असं मनात कायमचं राहायलाच पाहिजे. दुसऱ्याचं भलं करणाऱ्याची आपल्या जगात कशी होरपळ होते याचं उदाहरण होतं ते.

त्या क्षणी डॅनीच्या मनात विचार आला, लोभापायी आपण जितके दुष्ट, राक्षस होऊ त्यापेक्षा जास्त दुष्ट, भयंकर आपण या दुसऱ्यांना मदत करण्याच्या कामामुळे होऊ.

मग आपले हक्क? अरे आता आपल्याकडे एकच हक्क आहे आणि तो म्हणजे इथून पळ काढण्याचा हक्क.

पळून जाणं हीच तुझी जबाबदारी आहे!

आणि त्यानं तेच केलं.

दुपारची १ वाजून ५० मिनिटं

पाऊल मागं टाक; पुढे धोका आहे.

प्रकाशकडे कॅक्टसची कुंडी फेकल्याक्षणी डॅनीनं तिथून धूम ठोकली होती. तो जिवाच्या आकांतानं धावत विल्यम स्ट्रीटवरून खाली आला होता. आपला पाठलाग करणाऱ्याला चकवण्यासाठी तो एकदा उजव्या बाजूच्या रस्त्याकडे वळला. एकदा डाव्या बाजूच्या. तो धावतच राहिला. चकचकीत नारिंगी रंगाचं

बनियन घातलेल्या आणि हातात लाल गोल खूण घेऊन रस्त्याच्या मधोमध उभ्या असलेल्या माणसाला पाहीपर्यंत तो धावतच राहिला.

हा तर मोठाच धोका आहे.

'थांबा'ची खूण घेऊन उभ्या असलेल्या त्या माणसाच्या मागे हिरव्या मजबूत दोरांनी एक माणूस एका धातूच्या खाली जाणाऱ्या शिडीला बांधलेला होता. त्या माणसाला एका मोठ्या गटाराच्या तोंडातून खाली उतरवलं जात होतं. नारिंगी रंगाचे कपडे घातलेले त्याचे तीन सहकारी एका बोर्डामागून त्याच्याकडे पाहात होते. त्या बोर्डावर लोकांसाठी धोक्याची सूचना लिहिलेली होती, **'मागे व्हा; पुढे धोका आहे. कायद्यानुसार तुम्ही या बोर्डाच्या ३ मीटरपेक्षा जास्त जवळ जाऊ शकत नाही.'** खाली उतरवला जाणारा तो कामगार पाहून डॅनीनं सॉरी म्हटलं आणि तो त्या खुणेपासून दूर चालत गेला.

तो आता आणखी अरुंद रस्त्यावर आला होता. त्यानं वर नजर टाकली. वर, धातूच्या चकाकत्या छतांवरच्या आकाशातून चोंच खाली केलेले दोन टकले जीव खाली, त्याच्याकडे पाहात होते. हाइड पार्कमध्ये त्याचा पाठलाग करणारा जबिरू आता आपल्या आणखी एका मित्राबरोबर त्याचा पाठलाग करीत होता. ते तर या शहराचे सफाई कामगार होते ना : सिडनीतील प्रत्येक मेलेल्या जिवावर आणि टाकून दिलेल्या गोष्टीवर त्यांचा पहिला हक्क होता.

मला नाही पकडू शकणार तू आज, म्हणत डॅनी पुन्हा पळू लागला.

आधी छोटीशी लंगडउडी मार, मग आणखी उंच उडी मार आणि मग लांब उडी मार; त्यानं स्वतःला सांगितलं आणि तो पळत राहिला. एका आडरस्त्यावर खूप दूर पोहोचल्यावर शेवटी तो एकदाचा धपापत थांबला.

आता त्याच्या मागे कोणी येत नव्हतं. तो सुरक्षित होता, दारूच्या अमलाखाली असलेल्या चाळिशीतल्या प्रकाशपासून. त्याची थडथड उडणारी छाती, कोरडा पडलेला घसा. मानेखालच्या पोकळीत लवलवणारे पाठीचे मणके. प्रकाशचं काय झालं असेल, कल्पनाच करवत नाही. लख्ख सूर्यप्रकाशातला गोंधळ.

एका चपळ, तिहेरी उडी मारणाऱ्याचा पाठलाग करण्याच्या स्थितीत तो नक्कीच असणार नाही. तू सुरक्षित आहेस. डॅनी स्वतःलाच म्हणाला - तू सुरक्षित आहेस.

पण त्याचा फोन वाजत होता. चमकत होता.

डॅनी, त्याला स्पर्श करू नकोस. तो कोणाचा आहे हे तुला माहीत आहे.

पण प्रकाश त्याला अभयदान देणाऱ्या पोलिसाच्या त्या नंबरवर फोन करील. माझी खरी माहिती त्या पोलिसाला देईल.

घर नं. ६

"क्लीनर" – पुन्हा एकदा फोन आला, तेव्हा डॅनीनं त्याला उत्तर दिलं. प्रकाश धपापत बोलत होता, "क्लीनर, तू मला मारलंस! माझ्या चेहऱ्यावर नेम धरून."

"सॉरी!" आपल्या स्वतःच्या उत्तराला जवळजवळ हसत डॅनी म्हणाला.

"कुठं आहेस तू?"

यावर डॅनी गप्पच राहिला.

"बेकायदेशीरपणे इथं राहणाऱ्या क्लीनर, बेट्या, बेकायदेशीर म्हणजे दोन कायदेशीर ना?" तिकडून डॉक्टरच्या हसण्याचा आवाज आला.

डॉक्टरचा आवाज तीक्ष्ण आणि टिपेचा होता. जणू त्यानं तो नेहमीच्या आवाजाच्या तीनपट उंच आणि तीव्र करायचा प्रयत्न केला होता. तो तिथं संतापानं पेटलेला असणार. मला वाटतं, त्याला नाकावर जबरदस्त लागलं असणार.

तो खुनी गालातल्या गालात हसला असणार, कारण त्याचं पुढचं वाक्य होतं, "तू मला कधी नाही तो नेमका आज फोन करतोस. फोन करून म्हणतोस की, तुला मला भेटायचं आहे! मग तू मला भेटायला येतोस आणि मला असं मारतोस!"

"सॉरी सर. खरंच व्हेरी व्हेरी सॉरी. चूक झाली माझ्याकडून." डॅनी म्हणाला.

"बरं, बरं. मग आता परत ये. ये आणि माझी क्षमा माग. मग आपण माझ्या फ्लॅटवर जाऊ. तू तो साफ करून दे. मी त्यासाठी तुला साठ डॉलर्स देईन. तुला आणखी पाहिजेत? आणखी पाहिजेत?"

"नको." डॅनी.

"डॅनी : आता मी क्रॉसकडे चाललोय. मी पबच्या बाहेर आहे आता. तू जवळपास कुठं असशील तर हात वर कर म्हणजे मला दिसशील. नाही. तू जवळपास नाहीस. तू धूम ठोकली होतीस. नक्कीच खूप जोरात पळाला होतास तू."

डॉक्टरला धाप लागली होती. तो जोरजोरात चालत होता. डॅनीला शोधत.

"सॉरी डॉक्टर. मी पळून गेलो. सॉरी!" डॅनी म्हणाला.

तुझ्या दिशेने येणारा ठोसा पाहू न शकण्याइतका तू मूर्ख असशील, तर मीही सॉरी आहे रे.

"तुला काय वाटलं, मी खुनी आहे?"

"हो," डॅनी म्हणाला. त्या प्रश्नाचा रोख इतका सरळ होता की, त्यात अडकून डॅनीनंही त्याचं खरं उत्तर दिलं; पण आपण काय केलं आहे हे त्याच्या

लगेचच लक्षात आलं. मग पटकन सावरून घेत तो म्हणाला, ''नाही हो, तुम्ही खुनी नाही आहात. मला नाही वाटत की तुम्ही...''

मग एकाएकी डॅनीचा फोन बंद झाला.

तो परत वाजला; पण डॅनीला तिकडून काहीच ऐकू आलं नाही.

''मी सॉरी आहे. खरंच सॉरी आहे. व्हेरी व्हेरी सॉरी!''

त्याची छाती धडधडत होती. त्याच्या मनात आलं, ऑस्ट्रेलियन ब्युरो ऑफ स्टॅटिस्टिक्सप्रमाणे एका कामगाराचा घरी घेऊन जायचा सरासरी पगार आहे – आठवड्याला अकराशे डॉलर्स. या हिशेबानं मला त्याच्या साठ टक्केही पगार मिळालेला नाही. मला डॉक्टरला आणखी हजारदा सॉरी म्हणावं लागलं तरी मी ते म्हणेन. किरण रावनीही असंच केलं असणार. आपल्या पुस्तकात त्यांनी याचा उल्लेख केला नसला तरी हेच सत्य असणार.

''मी कुठं आहे, हे तुला माहीत आहे नेल्सन?''

''क्लिनिकमध्ये.''

आता प्रकाशचा आवाज नरम पडला. ''मग मी पोलिसाला बोलावू?''

''नको. नको.''

''मिस्टर पोलीस, मिस्टर ऑस्ट्रेलियन पोलीस, ज्यानं मला पबमध्ये मारलं, त्याचं नाव डॅनी आहे. तो असा दिसतो. हा आहे त्याचा फोन नंबर. त्याच्याबद्दल मी तुम्हाला माहिती देणार होतो म्हणून तो माझ्याबद्दल भयंकर गोष्ट सांगतोय. तो अगदी वाईट माणूस आहे. हा डॅनी, सांगू? सांगू मी ते त्यांना?'' डॅनी गप्पच राहिला.

त्याच्या गप्प बसण्याचा फायदा घेत प्रकाश म्हणाला, ''मित्रा, पोलिसांना स्थलांतरितांबद्दल माहिती सांगण्यासाठी एक डॉब - इन नंबर आहे, हे तुला माहीतच असेल. हो ना? थांब. मला एक प्रश्न विचाराचा आहे तुला क्लीनर. ती मस्त गोष्ट... सिगारेटबद्दलची. मित्रा, ती खरी घडली होती की तू रचून सांगितलीस? नाही. म्हणजे मला वाटतं, तू सांगितलंस ते सर्व खरंच घडलं असणार. तू सांगितलेली गोष्ट खरंच झाली असेल असं मला वाटतं आहे. क्लीनर, तू इथं परत ये आणि मी हे कॅक्टस तुझ्या तोंडावर फेकतो. करू या का हा करार?''

''हे बघ, तू फोन करून पोलिसांना कळवलंस ना की, कालचा खुनी आत्ता किंग्ज क्रॉसमधल्या वेगास पबमध्ये आहे, तरी ऑसी पोलीस तुझ्यावर विश्वास ठेवणार नाहीत. कधीच ठेवणार नाहीत. काय तर म्हणे एका माणसानं काल रात्री एका बाईचा खून केला, तिचं मृत शरीर खाडीत टाकून दिलं आणि आज सकाळी तो पबमध्ये बसला आहे. हसतहसत जुगाराच्या मशीनसमोर उभं राहून जुगार खेळत. हे ऐकून ते म्हणतील, तुझ्या सांगण्यावर विश्वास बसणं फार

कठीण आहे.''

डॅनीनं आपल्या हातावरचा वळ चाचपला. अर्थात कोणाही निळ्या पोषाखावर बरीच पदकं धारण करणाऱ्या, बंदूकधारी, बलिष्ठ ऑस्ट्रेलियन पोलिसाच्या हातावर असा वळ नसेल. त्याचं जगाबद्दलचं ज्ञान काही तासांच्या अत्याचारांमुळे त्याच्यासारखं वाढलेलं नव्हतं.

''तुझ्या मस्त कॅक्टसच्या गोष्टीच्या बदल्यात मी तुला माझी ही गोष्ट देतो. माझ्या या गोष्टीचं नाव आहे... आणि क्लीनरला हद्दपार केलं जातं. तू ट्विटरवरचा एक मिनिटाचा शूर-वीर हिरो होशील. आणि मग तुला उर्वरित आयुष्यासाठी खरंच हद्दपार केलं जाईल तेव्हा इथले सगळे लोक फुटबॉल पाहात असतील. मी सांगतो ती स्टोरी तुला फार महत्त्वाची; पण खोटी स्टोरी वाटते का? म्हणजे तुला ही स्टोरी ऐकून असं वाटतं का की, कोणालाही आपण 'त्या शूर क्लीनरला पुन्हा श्रीलंकेत पाठवा' असं म्हणणारं व्हावं असं वाटणार नाही आणि कस्टम्स आणि इमिग्रेशनमधले काही असंही म्हणतील की, 'त्याच्याबरोबर न्याय व्हायला हवा होता ना?' शेकडो लोक तुला न्याय मिळावा अशी कार्डं हातात घेऊन रस्त्यावर उभेही राहतील. काहीजण कितीही भूक लागली तरी तुझ्यासाठी उपाशीही राहतील. कोणी क्वॉन्टस फ्लाइटमध्ये एखादा छोटासा बॉम्ब घेऊन जातील किंवा तुझ्या मदतीसाठी मेलबोर्नमध्ये एखादा पेंटिंग शो लागेल; पण सरतेशेवटी ते त्यांच्या घरी जातील. आणि तुला ऑस्ट्रेलियातून हद्दपार केलं जाईल. मी बोलतोय ते खोटं आहे का? क्लीनर सर, मी तुमचा अपमान तर करत नाही?''

''नाही.'' डॅनी उत्तरला.

प्रकाश म्हणत होता ते खरं होतं. त्याचं बोलणं अगदी खरं होतं. सत्कार नाही. गळ्यात माळा पडणार नाहीत की गोल्ड मेडल्स नाहीत. चांगली गोष्ट करणं म्हणजे आपल्या आयुष्यातले दिवे आपण स्वतःच मालवून टाकणं.

''तुला पुन्हा आत्मविश्वास येईल क्लीनर?''

डॅनीचा डावा पाय थरथरला. जवळच्या एका ऑस्ट्रेलियन स्वयंपाकघरातून त्याला ब्रोकोली उकळल्याचा वास आला.

''विलावुड! हो. मजा येईल ना तिथं? आणि तिथून तुला कुठं पाठवलं जाईल माहिती आहे? ख्रिसमस आयलंड. कधी ऐकलं आहेस तू हे नाव?''

डॅनीनं मान हलवली. ख्रिसमस आयलंड. त्यानं ऐकलं होतं हे नाव.

''इतकी घाणरेडी आहे ना ती जागा! तिथून बाहेर पडण्यासाठी लोक नखं खातात. नाही नाही त्या गोष्टी पितात. आपलं मनगटही कापून घेतात. तू तिथं मजेत राहाशील. हो ना?''

त्या 'हो ना'मध्ये डॉक्टरनं आपल्या ऑस्ट्रेलियनपणाची पूर्ण राक्षसी शक्ती

ओतली होती. डॅनीनं आवाज खाली घेत उत्तर दिलं : ''डॉक्टर, प्लीज! मला ऑस्ट्रेलियाला पाठवण्यासाठी माझ्या वडिलांनी आपली आयुष्यभराची पुंजी खर्च केली आहे. मला त्याची परतफेड करायला हवी. मला रोडनी अकाउन्टन्टच्या घरी जाऊन ते घर साफ करायलाच पाहिजे. प्लीज, प्लीज! त्याच्या फ्रीजवर 'युरेनियम माइनिंग करू नका'चं स्टिकर चिकटवलं आहे. तो चांगला माणूस आहे. प्लीज!''

''डॅनी, तुला माहीत आहे का? की, खोटं बोलताना तुझा आवाज कापतो. कुठं आहेस तू? लगेच परत ये. क्लिनिकला.''

''नाही.'' म्हणून डॅनीनं फोन स्विच ऑफ केला.

आणि त्याच्या 'नाही'चा प्रतिध्वनी त्याला ऐकू आला. जणू कोका-कोलाच्या जाहिरात बोर्डावरून; पण खरंतर तो त्या बोर्डाच्या मागून आला होता. ही एक अशी जागा होती, जिथं पृथ्वीतलावर इतर कुठंही रडत नसतील अशी माणसं रडायची. दारूनं किंवा हेरॉइननं सैलावल्यामुळे मनाचा कणखरपणा गमावून फुटपाथवर पडलेल्या शरीरातून बाहेर पडणारे उद्गार! एकदम शरीरात शक्ती येऊन, सरळ बसून जोरात ओरडेपर्यंत ते नशेबाज रडत असायचे. मग एकदमच ओरडायचे. ''हे कधीच संपणार नाही डॅनी. तुझी ही लढाई, सिव्हिल वॉर कधीच संपणार नाही.'' डॅनी स्वतःशीच पुटपुटला.

आणि मग परत धावत सुटला. रेल्वेचे रूळ घुसलेला बोगदा येईपर्यंत तो धावत राहिला. त्या बोगद्यावर होता सँडस्टोनचा सुळका आणि सुळक्यावर होत्या काचेच्या बाल्कनीच्या रांगाच रांगा; आता तो कोका-कोलाच्या जाहिरातीजवळून किंवा किंग्ज क्रॉसमधून कोणाला दिसणारच नव्हता.

डॅनीचा फोन सारखा वाजत होता. सँडस्टोनच्या भिंतीवर डोकं टेकवत आता त्यानं फोन घेतला.

पण फोनची लाइन डेड झाली होती. त्याला तिकडून काही ऐकू आलं नाही.

...राधा, तू या माणसाला सगळं काही का सांगून टाकलंस? मी पैजेवर सांगतो की, तूच याला पोलिसांना गुप्तपणे माहिती द्यायला असलेल्या फोनचा नंबरही सांगितलास; पण का केलंस तू हे राधा?

...स्वतःला शांत करण्यासाठी डॅनी त्या सुळक्यावरील वेलींची पानं तोडत इकडून तिकडे हिंडू लागला.

प्रकाशनं तो सुरा कसा ठेवला असेल स्वतःजवळ? त्या खुन्याच्या गुद्द्यांची नक्कल करत डॅनीनं त्या सुळक्यावर वारंवार प्रहार केले. आपल्या शरीरात सुरा कसा घुसतो, मला माहीत नाही; पण आपल्या शरीराच्या मांसात सिगारेट कशी घुसते हे मला माहीत आहे.

मेरिली... मेरिली... मेरिली... मागून आवाज आला म्हणून डॅनी गर्रकन मागे वळला.

पण तो होता वाऱ्याचा आवाज... आपल्याबरोबर पालापाचोळा वाहून आणणाऱ्या वाऱ्याचा आवाज.

'जीवन हे केवळ एक स्वप्न आहे.'

पुन्हा फोन वाजला, तेव्हा डॅनीनं हातातली वेल दूर केली. निळ्या आकाशाकडे पाहात तो जोरात ओरडला. इतक्या जोरात की, त्याचा आवाज कोका-कोलाच्या बोर्डापर्यंत ऐकू गेला असता.

"डॉक्टर, मला नाही वाटत, तुम्ही तिला मारलं असेल. माझ्या तोंडून अनवधानानं बाहेर पडलं; पण माझं बोलणं चुकीचं होतं."

"ओके ऽ."

डॅनीनं डोळे बंद करून फोनवरील शांतता समजून घेण्याचा प्रयत्न केला.

"हुशार क्लीनर," म्हणून तो खुनी क्षणभर थांबला आणि मग हसत म्हणाला, "तू नेहमीच एक हुशार, बुद्धिमान क्लीनर होतास."

मग फोन एकदम बंद झाला.

डॅनीही किंचित हसला. वेडपट माणूस. त्याला अजूनही वाटतंय की, सुटकेचा काहीतरी मार्ग मिळेल. नाइलचा राजा अजूनही पळवाट शोधतोय.

त्या सुळक्यावर इकडे-तिकडे रानटी फुलांच्या रोपांचे आणि हिरवळीचे तुकडे विखुरलेले होते. डॅनीनं थोडी पानं तोडून त्यांचा खोलवर वास घेतला. तो पायाखाली पसरलेल्या जमिनीचा वास होता. क्षणभर त्याला तो मेंथॉलसारखा सुखद वाटला. त्याच्या बंद नाकपुड्या मोकळ्या झाल्या.

टॉप... टॉप... बडा... डब... डब... बम... बम...! डॅनीचे ओठ तरतरीत झाले. तो सुळक्यावर उगवलेल्या रानटी फुलझाडांबरोबर खेळू लागला.

पण परत पहिल्यासारखा फोन वाजू लागला.

घर नं. ६

फोनकडे बघून त्यानं तो झटकन बंद केला. जा रे, मला एकटं राहू दे.

जणू डॅनीच्या त्या चिडीचा परिणाम म्हणून की काय तो सुळका किंचित थरथरू लागला.

डॅनीनं पाहिलं, किंग्ज क्रॉस स्टेशनला जाणारी ट्रेन खालच्या रुळांवरून जात होती. डॅनी पटकन त्या सुळक्याच्या टोकावरून मागे सरकला. त्याच वेळी त्याचा फोन वाजू लागला. त्याला वाटलं की, कोणाचे तरी बळकट हात त्याला बदडताहेत. जणू त्या सुळक्याप्रमाणे, सुळक्याखालून जोरात आवाज करत जाणाऱ्या ट्रेनप्रमाणे, तो फोन त्याला जोरजोरात विचारत होता, "तू *का सांगितलंस राधाला*

की, तू इथं बेकायदेशीरपणे राहतोस? एका ऑस्ट्रेलियनवर तू एवढा विश्वास का ठेवलास?''

...कारण तिनं मला मदत करण्याचं आश्वासन दिलं होतं.

त्याला आठवलं, त्या दिवशी डॅनीच्या जोरात आवाज करणाऱ्या व्हॅक्यूम क्लीनरच्या आवाजाच्या वर आवाज चढवून राधा ओरडली होती, ''क्लीनर, आज रात्री आपण बाहेर जाणार नाही आहोत. त्याबद्दल सॉरी. त्याचं काय आहे की, मी आणि प्रकाश आज सेन्टीनरी पार्कमधल्या एका जलशाला जाणार आहोत. ती कॉन्सर्ट इथं आश्रय मागणाऱ्या शरणार्थींसाठी आयोजित केलेली आहे. तुलाही आमच्याबरोबर ये म्हटलं असतं; पण आम्ही आधीच दोन तिकिटं विकत घेऊन ठेवली आहेत.''

''ठीक आहे. काही हरकत नाही.'' डॅनीनंही ओरडून सांगितलं होतं.

''आश्रय...'' हाच शब्द म्हणाली होती राधा. तो ऐकताच डॅनीला आपलं डोकं आपोआप दिशा बदलतं आहे असं वाटलं. जबडाही घट्ट झाल्यासारखा, आवळल्यासारखा वाटला. त्या दिवशी त्यानं पुसायच्या सगळ्या वस्तू दोन-दोनदा साफ केल्या.

सर्व काम आटोपल्यावर त्यानं राधाला हातात बिअरचा पेला घेऊन फोन करताना पाहिलं, ''हो. मला एक माहिती हवी आहे. मी फोनवरूनच बेट लावू शकते का? आज मी एका कॉन्सर्टला जाणार आहे. तिथं गेल्यावर मी फोन करू की मला तुमच्या इथं प्रत्यक्ष यावं लागेल? वा! छान!''

तिनं फोन खाली ठेवला तशी डॅनी सर्व बळ एकवटून तिला म्हणाला, ''मला आश्रयस्थान पाहिजे! मला आश्रय पाहिजे आहे, कारण मला मेडिकेअरची सोय नाही.''

त्या ऑसी बाईच्या भुवया आश्चर्यानं एकत्र आल्या. डोळ्यांभोवतीची कातडी सुरकुतली, ''काय? ऑस्ट्रेलियात सगळ्यांना मेडिकेअरची सुविधा मिळते. कायद्यानुसार तुलाही ती मिळायलाच पाहिजे.''

''मला निवृत्ती वेतन मिळणार नाही. माझ्याकडे टॅक्स फाइल केल्याचा नंबर नाही. पासपोर्ट नाही. ड्रायव्हिंग लाइसेन्स नाही.''

राधाच्या कपाळावर परत आठ्यांचं जाळं पसरलं. तिचं मन आता डॅनीला वेगळ्याच कोनातून तपासून पाहात होतं. एखादं विचित्र फळ तोंडात धरून पोपट उलटा चालत वर गेला तर आपण पाहू, तशी ती डॅनीकडे पाहात होती.

''का नाही तुझ्याकडे हे सगळं?'' तिनं विचारलं. मग स्वतःच विचार करत ती म्हणाली, ''ओह! माझ्या डोक्यातच नाही आलं. तू बोटीतून इथं आलास ना?''

पण तो तसा आपली सुटका करून घेण्यासाठी बोटीतून आलेला नव्हता. तो ऑस्ट्रेलियात मलेशियन एअरलाइनच्या एका विमानातून इकॉनॉमी क्लासच्या तिकिटावर आला होता आणि तीच तर त्याची अडचण होती.

डॅनी दुबईहून परत आल्यावर त्याचे वडील पहिले तीन दिवस त्याच्याकडे एका नव्याच सहानुभूतीनं पाहात होते. जणू काही आपल्या मुलाची भयानक हकिगत ऐकून त्यांना त्याच्याबद्दल खूप कणव आली होती; पण एक आठवडा पूर्ण होण्याआधीच ते समोरच्या पहिल्या मजल्यावरील निर्लज्ज शेजारीणबाईकडे गेले होते. तिच्या बाल्कनीत उभं राहून ते म्हणत होते : *श्रीलंकेतील तमिळ कॅनडा, नॉर्वे आणि जर्मनीला जातात. तिथं जाऊन नशीब काढतात. कितीतरी लोक मोटरबाइक्स, मोटरकार खरेदी करतात; पण आमचा हा मुलगा दुबईला जातो आणि परत कसा येतो? तर हात हलवत. रिकाम्या हातांनी. त्याच्या हातावर काळा वण असतो. मी पाठवलेल्या यादीतली एकही गोष्ट आणली नाही पठ्ठ्यानं. टू-इन-वन, डी.व्ही.डी. प्लेअरसुद्धा नाही आणला. तो म्हणतो की, त्याला पोलिसांनी खूप छळलं; पण मी म्हणतो, तुमच्याजवळ काहीतरी लपवण्यासारखं असल्याखेरीज पोलीस तुम्हाला कशाला पकडतील. उगीच का तुमची तपासणी होते?* यावर डॅनीनं त्यांच्याकडे अशा नजरेनं पाहिलं की, त्यांना गप्प बसावंच लागलं.

"एक मिनिट आत येता का?" म्हणत तो वडिलांचा हात धरून त्यांना घरी घेऊन आला. मग दरवाजा बंद करून त्यानं डायनिंग टेबलाची लाकडी खुर्ची उचलली आणि एका कपाटावर जोरात आपटली; त्यामुळे स्वस्त प्लायवुडच्या त्या कपाटाला एक मोठ्ठं काळं भोक पडलं. मग त्यानं ती खुर्ची परत उचलली आणि जमिनीवर फेकून मोडून टाकली.

डॅनी तो पूर्ण दिवस झोपून राहिला. संध्याकाळी थंड हवा पडल्यावर तो बट्टिकालोआमध्ये इकडेतिकडे हिंडला. कल्लडी पुलावर उभं राहून लगूनकडे पाहात राहिला. कधीकधी त्याचा चुलतभाऊ कन्ननही त्याच्याबरोबर पुलावर उभा राहायचा. त्यांच्याजवळून जोरजोरात आवाज करत मोटारी आणि सायकली जात असताना तो डॅनीशी हळू आवाजात बोलायचा. "सगळे लोक इथून बाहेर पडून दूर कुठंतरी जायचा प्रयत्न करताहेत. मी तुझी इथं परतायची वाट पाहात होतो. आता दोघं मिळून कुठंतरी निघून जाऊ या."

कन्ननं त्याला माहिती पुरवली. तो म्हणाला – दोन ऑप्शन्स आहेत. एक तर आपण कॅनडाला जाऊ शकतो किंवा ऑस्ट्रेलियाला. या दोनच देशांत अजूनही श्रीलंकेच्या तमिळ लोकांना घेताहेत. युरोप, अमेरिका त्यांना अजिबात येऊ देत नाहीत.

भारतात रामेश्वरहून कॅनडाला दर आठवड्याला एक बोट जाते. तिथं जाण्यासाठी चोरून मालाची ने-आण करणाऱ्यांना बरीच मोठी रक्कम द्यावी लागेल. तसं जाण्यात खूप धोकाही आहे.

ऑस्ट्रेलिया? तिथंसुद्धा एक बोट जाते; पण तिथं जायचा आणखी एक राजरोस मार्ग आहे, कन्नन म्हणाला होता.

कायदेशीर मार्ग

मग ते दोघे अगदी पहाटेची बस घेऊन कोलंबोला गेले. समुद्राकाठच्या एका हॉटेलमध्ये ऑस्ट्रेलियन एज्युकेशन फेअर असायची. तिथं ऑस्ट्रेलियातील शिक्षणाची, शिक्षण संस्थांची माहिती दिली जाई. त्या फेअरमध्ये भाग घेण्यासाठीच कन्नन आणि डॅनी कोलंबोला गेले होते.

जगातल्या प्रत्येक माणसाच्या डोक्यात ऑस्ट्रेलियाबद्दलच्या जाहिरातींमधून प्रसारित होणाऱ्या काही ठोक गोष्टी असतात. (तांबडी वाळू, पांढरे शुभ्र समुद्रकिनारे, लैंगिक भूक चाळवणाऱ्या आणि भागवणाऱ्या असंख्य गोष्टी) याशिवाय डॅनीला ऑस्ट्रेलियाबद्दल आणखी एक गोष्ट माहीत होती - ती म्हणजे : कित्येक दशकांपूर्वी एक तमिळ डॉक्टर तिथं स्थलांतरित झाला होता. त्यानं तिथलं नागरिकत्व घेतलं होतं. आता मेलबोर्नमध्ये त्याचा स्वतःच्या मालकीचा एक राजेशाही बंगला होता आणि तो ऑस्ट्रेलिया पाहायला आलेल्या तमिळ लोकांना त्याच्याबरोबर आणि त्याच्या ऑस्ट्रेलियन बायकोबरोबर आपल्या स्वतःच्या खासगी ओपन एअर टेनिस कोर्टमध्ये टेनिस खेळायला आणि आपल्या खासगी स्विमिंग पूलमध्ये पोहायला येण्याचं निमंत्रण देत असे.

पण ऑस्ट्रेलियात वर्णभेदाचं प्रतिकूल वातावरण नाही का? त्याची बायको तिथून निघून गेल्यावर लोक त्याला विचारत - त्यांच्याकडे व्हाइट ऑस्ट्रेलिया लॉ – ऑस्ट्रेलिया फक्त व्हाइट लोकांसाठी हा कायदा नाही का? उत्तरादाखल ते त्यांचा सेफ डिपॉझिट बॉक्स उघडायचे आणि लोकांना त्यातील चोवीस कॅरट सोन्याची – अर्ध्या/अर्ध्या पाउंडची नाणी पाहायला बोलवायचे. त्या नाण्यांवर ब्रिटिश सम्राटांचे चेहरे कोरलेले होते. त्याच्याकडे दक्षिण आफ्रिकेची अस्सल सोन्याची क्रुगेरंड नाणीही होती.

तो उन्हाळ्याचा एक जीवघेणा दिवस होता. हॉटेलचा कॉन्फरन्स हॉल – **श्रीलंकन तरुणांनो, ऑस्ट्रेलियात शिक्षण घ्या.** या खूप मोठ्या पोस्टरनं व्यापलेला होता. पांढऱ्या दिव्यांच्या भडक उजेडात ते पोस्टर चमकत होतं. हॉलमधली एअर कंडिशन्ड हवा पाहिजे तशी आणि पाहिजे तेवढीच थंड होती. कन्नन आणि डॅनी थंडीनं अंगावर येणारे शहारे त्यांवर हात फिरवून घालवण्याचा प्रयत्न करत होते. वुलन सूट घातलेल्या व्हाइट लोकांनी त्यांच्या कॉलेजचे फोटो

आणलेले होते. त्यांच्यातील एक माणूस हॉलच्या कॉर्नरला टी.व्ही. स्क्रीनजवळ उभा होता. टी.व्ही. स्क्रीनवर सिडनी शहरात चित्रीकरण केलेली 'मिशन इम्पॉसिबल २' फिल्म चालली होती. त्या फिल्ममध्ये एकमेवाद्वितीय अशा टॉम क्रूझनं काम केलं होतं. मॅकेंझी टेक्निकल कॉलेजचा चौकोनी जबड्याचा आणि गाजरासारखे केस असलेला प्रतिनिधी म्हणाला, ''म्हणजे आम्ही गॅरंटी देऊ शकत नाही; पण कोर्सच्या शेवटी तुम्हाला तिथली नोकरी आणि आमचा व्हिसा मिळाला नाही तर मला आश्चर्यच वाटेल.'' मग डॅनी आणि कन्ननकडे पाहात तो म्हणाला, ''खरंतर, आम्ही गंमत करत होतो तुमची.''

...हा खरं सांगतोय ना? डॅनीनं क्षण-दोन क्षण विचार केला आणि मग तो स्वतःशीच बोलला – त्यानं काही फरक पडत नाही म्हणा. आता यापुढे मी श्रीलंका सोडेन; पण परत येण्यासाठी नाही.

गाजरासारखे केस असलेला तो माणूस म्हणाला, ''या कोर्ससाठी तुम्हाला आमच्या संस्थेला १७,४०० डॉलर्स द्यावे लागतील; पण सिडनीतल्या दुसऱ्या कोणत्याही संस्थेपेक्षा हा खर्च खूप कमी आहे. (पण शानदार रात्रीच्या जीवनासाठी प्रसिद्ध असलेलं वॉलगाँग तिथून फक्त दोन-तीन तासांच्या अंतरावर आहे.) तुम्हाला आणखी एका सेमिस्टरची फी डिपॉझिट करावी लागेल आणि सहा महिन्यांसाठी ओएसएचसी म्हणजे ओव्हरसीज स्टुडंटस हेल्थ कव्हरसाठी दर महिन्याचे ३२० डॉलर्स अशी रक्कम एकदम भरावी लागेल.''

''माझी तब्येत छान आहे. मग मी का...'' डॅनीनं विरोध केला, कारण पहिल्यांदाच कोणीतरी त्याला अशा प्रकारची गोष्ट सांगितली होती; पण तो ऑस्ट्रेलियाचा कायदा होता. त्याला ओएसएचसी विकत घ्यावंच लागणार होतं. ते घेतलं नाही तर त्याला व्हिसा मिळणार नव्हता. तो तिथला कायदाच होता. त्याला मानावाच लागणार होता.

''माझ्याकडे नाही इतका पैसा.'' बसने परत येताना कन्नन म्हणाला. ''चोरट्या मार्गानं दुसऱ्या देशाला घेऊन जाणारे स्मगलर्स इतका पैसा मागत नाहीत.''

''याबाबत काय करायचं हे ठरवण्यासाठी माझ्याकडे चार दिवस आहेत.'' कन्नन म्हणाला. त्याची बोट गुरुवारी संध्याकाळी होती. डॅनीनंही या बाबतीत विचार केला. खूप खूप विचार केला.

कन्ननं ऑस्ट्रेलियाला जाण्याबद्दल विचारच केला नाही. तो एकटाच रामेश्वरमला गेला आणि त्यानं कॅनडाला जाणाऱ्या बोटीचं तिकीट विकत घेतलं.

शार्कस, स्मगलर्स... ते सर्व अगदीच बेकायदेशीर आणि धोक्याचं होतं. प्रामाणिक डॅनी ते करू शकत नव्हता. शिवाय त्याच्याकडे सिडनीला जायला कसेबसे पुरतील एवढे पैसे होते.

डॅनीकडे दुबईत नोकरी करून वाचवलेले पैसे होते. त्याच्या वडिलांनी त्यात आणखी जवळजवळ आठ हजार ऑस्ट्रेलियन डॉलर्सची भर घातली. श्रीलंकेतील यादवी युद्ध संपल्यामुळे तिथल्या जमिनीच्या किमती वाढू लागल्या होत्या. त्याच्या वडिलांनी इतकी वर्षे ठेवलेला एक फ्लॅट नुकताच विकला होता. तो अशा अडचणीच्या वेळी उपयोगी पडावा म्हणूनच त्यांनी ठेवला होता. त्यातून आपण आपल्या मुलासह कायमचं दूरदेशी जाऊन स्थायिक व्हावं असा त्यांचा बेत होता. एखाद्या सटरफटर कॉलेजमध्ये जाण्यासाठी इतका पैसा खर्च करणं त्यांना पटत नव्हतं; पण डॅनीच्या मते त्याला तेवढ्या पैशांची गरज पडणार नव्हती, कारण ऑस्ट्रेलियाला जाण्यामागे त्याची एक योजना होती. खूप डोकेबाज योजना. ती त्यानं आपल्या वडिलांना समजावून सांगितली. ऑस्ट्रेलियाला पोहोचताच डॅनी आपल्याला शरणार्थीचा दर्जा मिळावा म्हणून अर्ज करणार होता. डॅनीनं खुर्ची फेकून कपाटाला भोक पाडल्यापासून त्याचे वडील त्याला टाळत होते. त्यांनी त्याच्या ऑस्ट्रेलियाला जायच्या बेताबद्दल थोडा संशय व्यक्त केला. माझ्या नजरेला नजर द्यायला कसा घाबरतो हा माणूस, डॅनी मनातल्या मनात म्हणाला. या लहानखुऱ्या माणसानं पोलिसांना आणि देशाच्या सरकारला घाबरत आपलं पूर्ण आयुष्य वाया घालवलं. आता त्याला माझीही भीती वाटते. डॅनी जोर देऊन म्हणाला, "मी काय करतो आहे हे मला चांगलं माहीत आहे."

"नाही. म्हणजे ही योजना चांगली आहे असंच म्हणायचं होतं मला; पण आधी तू जा डॅनी. मग मी येतो. मग आपले चुलत, मामेभाऊही येतील. एक एक करून तू आम्हा सगळ्यांना तिथं घेऊन जाशील." त्याचे वडील म्हणाले.

डॅनी दुबईला असताना तिथल्या हॉटेलमध्ये छप्पन वर्षांचा एक पाकिस्तानी वेटर होता. एकदा त्याच्या सहकाऱ्यांनी त्याला तो कराचीत भर जवानीत असतानाच्या गोष्टी सांगायचा आग्रह केला, तेव्हा तो चिडून ओरडला होता, "अरे, मी कधी तरुण होतो तरी का? मला सांगा, मी कधीतरी...?"

तेव्हा डॅनीनं स्वतःलाच वचन दिलं होतं. मी ऑस्ट्रेलियात जाऊन तरुण होईन. तरुण राहीन.

तर अशा प्रकारे त्यानं विमानानं सिडनीकडे कूच केलं. वारंवार चाळवल्या गेलेल्या झोपेनंतर लालसर पहाट झाली. गर्द निळ्या पाण्यात, इथं-तिथं जमिनीचे हिरवेहिरवे बेचके घुसलेले होते. वरून ते बेडकाने पसरलेल्या पंजासारखे दिसत होते. मग विमानानं एक मोठी गिरकी घेतली. खालच्या जमिनीवरील इमारती मिनिटामिनिटाला अधिकाअधिक उंच आणि पांढऱ्या होत गेल्या. डॅनीला वाटलं की, तो स्वतः जणू मागे होत जाणारा यांत्रिक जॅक आहे आणि आता नवीन

राक्षसांच्या शहरात उतरत आहे.

...एक गचका घेऊन विमान जमिनीवर उतरलं.

'मी सिडनीला संध्याकाळी साडेचार वाजता पोहोचलो. वॉलगाँग नावाचं शहर सिडनी सेंट्रल स्टेशनपासून ९५ ते १०० मिनिटांच्या अंतरावर आहे. मी सिडनीहून एक ट्रेन पकडली. गुरुवारी संध्याकाळी मॅकेंझी कॉलेजला पोहोचलो.

तीन दिवसांनी डॅनीनं आपल्या कुटुंबानं आपल्यावर ११,३०० डॉलर्स खर्च केल्याच्या बदल्यात आपण ऑस्ट्रेलियाला आल्यापासून कायकाय घडलं हे कळवण्यासाठी एक रिपोर्ट तयार केला आणि इ-मेलद्वारे आपल्या वडिलांना पाठवला.

रजिस्टरमध्ये सही करून मी सकाळी आठ वाजता माझ्या रूममध्ये पोहोचलो. (वॉलगाँगपासून मॅकेंझी कॉलेज चाळीस मिनिटांच्या अंतरावर आहे. ते विटांनी बांधलेल्या बिल्डिंगमध्ये पहिल्या मजल्यावर आहे - एखाद्या गोदामासारखं; तळमजल्याच्या काही भागांत पडझड झालेली आहे; त्यामुळे तो रिकामा आहे. उरलेल्या भागात रेफ्रिजरेटर्स, वॉशिंग मशिन्स ठेवलेली आहेत. तळमजल्याच्या एका बाजूला जिना आहे. जिन्यावरून वर गेल्यावर कॉलेजचे क्लासेस आहेत.) त्या दिवशी रात्री १० वाजता लायब्ररी बंद होण्याच्या थोडं आधीच मी ऑस्ट्रेलियन इमिग्रेशन ऑफिसच्या वेब साइटवर - शरणार्थी स्टेटस मिळवण्यासाठी अर्ज केला.'

ऑस्ट्रेलियाच्या कॉमनवेल्थनं चोवीस तासांच्या आतच डॅनीला उत्तर दिलं होतं.

रेफ : सब क्लास ५०० वरून सब क्लास ८६६ स्टेटस मिळवण्यासाठी केलेला अर्ज.

प्रिय राजरत्नम,

आम्हाला आपलं आपणास विद्यार्थी व्हिसा स्टेटस (५००) बदलून संरक्षित व्हिसा (उपवर्ग ८६६) मिळावा यासाठी पाठवलेलं विनंतीवजा पत्र मिळालं. कृपया आपण हे ध्यानात घ्यावं की, मनस्ताप देण्यासाठी किंवा फसवणूक करण्यासाठी संरक्षित व्हिसा मिळावा यासाठी केलेला कोणताही प्रयत्न खपवून घेतला जाणार नाही.

आपल्या लेखी विनंतीवर विचार करण्यात आला आहे. आपण छळवणुकीचा बळी असल्याचा दावा केला असला आणि त्याचा पुरावा म्हणून आपण आपल्या डाव्या हाताचा फोटो पाठवला असला, तरी आपल्या गोष्टीत काही कच्चे दुवे

आहेत असे आम्हाला वाटते. श्रीलंका एक वैविध्यपूर्ण आणि बहुसांस्कृतिक देश आहे; त्यामुळे कोणाही तमिळ भाषक माणसाला तिथं राहण्याची भीती वाटत असेल यावर आमचा विश्वास बसत नाही. तुम्ही छळवणुकीचे बळी असता, तर तुमचं बोटीनं इथं येणं तर्कसंगत ठरलं असतं. अशा प्रकारे तुमच्या देशातील काहीजण इथं आलेही आहेत. पूर्ण फी भरून येणारे विद्यार्थी म्हणून तुम्ही विमानाने इथे आले आहात. यावरून तुमची आर्थिक स्थिती भक्कम आहे हे स्पष्ट होते. कायद्यानुसार तुम्ही खासगी स्वास्थ्य सेवा खरेदी केली आहे असे दिसते; त्यामुळे ऑस्ट्रेलियात आल्यानंतरच आपण आपल्या देशातील राजकीय छळवणुकीचे बळी आहोत असे ठरवलेले दिसते. आता ऑस्ट्रेलियात आल्यावर आपण संरक्षित व्हिसा (उपवर्ग ८६६)साठी अर्ज केल्यास या बाबतीतल्या आमच्या असहिष्णू पॉलिसीनुसार आपणास काही काळ तुरुंगात कैदी म्हणून राहावे लागेल; त्यानंतरही आपला अर्ज फेटाळून लावण्यात येण्याची शक्यता आहे.

क्लासेस सुरू झाल्याच्या पहिल्याच दिवशी क्लासरूमच्या बाहेरून दाराला जोरजोरात धडका दिल्याचे, खूप जोरात ओरडल्याचे आवाज आले. मध्यपूर्वेच्या विद्यार्थ्यांकडून आशियन विद्यार्थ्यांपेक्षा दुप्पट फी घेतली गेली होती. हा आरडाओरडा आणि आदळआपट त्याच्या विरोधात होती.

ऑस्ट्रेलियातील सर्वसामान्य जीवनाशी ओळख व्हावी यासाठी कॉलेजनं परदेशातून आलेल्या प्रत्येक विद्यार्थ्याला काही ना काही काम दिलेलं होतं. डॅनीला एका पबच्या पहिल्या मजल्यावर असलेल्या इडली सांबार, डोसा बनवणाऱ्या एका रेस्टॉरंटमध्ये काम दिलं गेलं होतं. हे रेस्टॉरंट वेंकट नावाच्या एका तमिळ माणसाचं होतं. हा भारतातील म्हणजेच वेगळ्या प्रकारचा तमिळ माणूस होता.

भारतातील तमिळ खूपच उंच स्वरात बोलतात, ते सतत बोलत असतात. आपलं बोलणं थांबवतच नाहीत. हाच भारतातील आणि श्रीलंकेतील तमिळ लोकांमधील फरक आहे.

"डॅनी, अरे माझ्या श्रीलंकन भावा, कोणाशी तरी तमिळमध्ये बोलायला मिळतं आहे, हे किती छान आहे," वेंकी म्हणाला होता. खराब झालेल्या डिशेसनं शिगोशिग भरलेल्या प्लॅस्टिक बादल्यांना टाळून काळपट पडलेल्या पुठ्ठ्याच्या तुकड्यांवरून स्वयंपाकघराकडे जाताना तो पुढे म्हणाला, "माझ्याजवळ मलेशियाच्या खूप डी.व्ही.डी.च आहेत. अगदी छान कंडिशनमधल्या." वेंकीच्या मागोमाग जाताजाता डॅनी वेंकीचं बोलणं ऐकत होता, "आधी हा चार आठवड्यांचा ट्रेनिंग कोर्स आहे. अर्थात हे चार आठवड्यांचं काम बिनपगारी असेल."

पुठ्ठ्याच्या त्या थरथरत्या तुकड्यांवरून चालताना डॅनीनं पाहिलं की, त्यांतून थेंब थेंब घाणेरडं पाणी बाहेर पडत होतं. वेंकीकडे हसत पाहताना डॅनीच्या मनात आलं, मला वाटलं होतं की, दुबईत हे संपलं असेल. म्हणजे फसवणूक होणं.

"आणखी एक गोष्ट. कायद्यानुसार परदेशी विद्यार्थ्यांना इथं आठवड्यात फक्त वीस तास (किंवा दोन आठवड्यांत चाळीस तास) काम करता येतं; पण ताशी दहा डॉलर्स या हिशेबानं आपण त्याबद्दलची ॲडजस्टमेंट करू शकतो; पण हा रेट कायद्यानं किमान पगार द्यायला पाहिजे त्यापेक्षा थोडा कमी आहे हं!"

स्वयंपाकघरात डिशेस विसळता-विसळता डॅनी विचार करत होता की, वेंकीचा बदला घेण्याच्या छोट्याछोट्या युक्त्या आपल्याला माहीत आहेतच. दुबईत नोकरी करताना त्याला या सर्व युक्त्या कळलेल्या होत्या. त्यानं प्लॅस्टिकचे सुरे, कात्र्या वगैरे गोष्टी, टिशू पेपर, मसाले, खायच्या सटरफटर वस्तू चोरायला सुरुवात केली आणि का करू नये त्यानं ते? कॉलेजमधील प्रत्येक परदेशी विद्यार्थी तेच करत होता. एक प्रकारे हा हिशेब चुकता करणं होतं. काहींनी गुगलमधून काही निबंध डाउनलोड करून एकमेकांना दिले. काही विद्यार्थ्यांनी तर क्लासेसही बंक केले. ते फळबागांमध्ये सफरचंद वेचण्याचं काम मिळतं का याच्या शोधात होते.

मॅकेंझी कॉलेजचं शिक्षण हा एक बोगस प्रकार होता. ते भूलथापा मारून परदेशी विद्यार्थ्यांना वॉलगाँगला बोलावीत. त्यांच्याकडून दोन वर्षांची फी वसूल करीत आणि दोन वर्षांच्या अखेरीस त्यांच्या हातात एम.बी.ए. आणि एम.टेक्.ची पोस्ट-ग्रॅज्युएट योग्यता प्राप्त केल्याची खोटीच सर्टिफिकेट्स देत.

मग ते ग्रॅज्युएट्स ऑस्ट्रेलियाभर पसरलेल्या डांबरी रस्त्यांवर अगदी छोटे छोटे ढाबे किंवा चायनीज नुडल्सचे स्टॉल उघडायला मोकळे होत. व्हाइट लोक परदेशी लोकांना फसवत होते आणि परदेशी लोक व्हाइट लोकांना फसवत होते. कॉलेजमध्ये एक चिनी मुलगी सोडली तर कोणीही खूश दिसायचं नाही. ती मुलगी बॅकपॅक छातीशी कवटाळून, चेहऱ्यावर मोकळं, मोठ्ठं हसू घेऊन कॉलेजमध्ये हिंडायची. ती छातीशी कोकरू कवटाळलेल्या येशू ख्रिस्तासारखी दिसायची.

मॅकेंझीतील तिसरा महिना सुरू होताना डॅनीनं एका आशियन विद्यार्थ्याला ढांगा टाकत कॉलेज बिल्डिंगमधून बाहेर जाताना पाहिलं. त्याच्या हातात पुठ्ठ्याचं जाड कव्हर असलेली मेरियम वेबस्टर्स कॉलेजिएट डिक्शनरी होती. डॅनी त्या डिक्शनरीवाल्या मुलाचा पाठलाग करू लागला. "हे ऽऽ," डॅनी ओरडला; तशी तो आशियन मुलगा थांबला. तो एक जपानी - ब्राझिलियन मुलगा होता. लांब काळे केस आणि हनुवटीवर टोकदार दाढी. त्याचं नाव होतं अबेला रो निशिद; पण आपण त्याला एब म्हणू या. सेट-मेटबरोबर याचं यमक जुळू शकतं. एबनं

सांगितलं की, तो रिओवरून आला आहे; त्यामुळे जपानी फारसं नाही, अगदी थोडंसं बोलतो. जाताजाता त्यानं डॅनीला सिगारेट ऑफर केली. फुकट मिळालेली सिगारेट शिलगावात डॅनीनं त्याचे आभार मानले. "तुझ्याकडे ऑस्ट्रेलियन सिगारेट खरेदी करण्याएवढे पैसे कुठून आले?" डॅनीनं त्याला विचारलं.

एबनं कपाळावर तर्जनी नाचवून दाखवलं.

त्या मोठ्या डिक्शनरीवर ताल धरत एब पुढे चालला होता आणि डॅनी त्याच्या मागोमाग जात होता. त्याला वाटत होतं की, या जपानी माणसाला ब्लडप्रेशर म्हणजे काय हे माहीतच नसावं.

या भेटीनंतर तीन दिवसांनी त्या जपानी मुलानं कॉलेजच्या क्लासला येणंच बंद केलं.

एका शनिवारी डॅनी सिडनीच्या एका बसमध्ये बसला आणि कॅसलेर स्ट्रीटच्या नकाशाबरहुकूम सिडनीच्या मध्यवर्ती बाजारातून जात राहिला. अचानक त्याला काचेच्या गगनचुंबी इमारतीच्या वरच्या बाजूला हसतमुख एब (सेकसारखा उच्चार) दिसला. तिथं तो पट्टीच्या सफाई कामगाराच्या रूपात होता. नाहीतरी कोणीतरी शहर स्वच्छ ठेवायचं काम करायलाच पाहिजे होतं; त्यामुळे दिवसाच्या लख्ख सूर्यप्रकाशात आपलं निळं हेल्मेट घालून आणि कंबरेभोवती हुक्स, दोरांची वेटोळी आणि साखळ्या लावून एब कॅसलेर आणि पिट स्ट्रीटवरील काचेच्या खिडक्यांची सफाई करत, कंबरेला बांधलेल्या चेन्सच्या साहाय्याने खाली खाली घसरत होता. खाली असलेल्या ऑसींना आपलं शंभर टक्के बेकायदेशीर ढुंगण दाखवत होता. डॅनीच्या मनात आलं, हे तर अगदी मिशन इम्पॉसिबल २ सारखं आहे.

ते लोक त्याला (एबला) रोख पैसे देत.

एबनं हिरवी खाच असलेल्या मशीनमध्ये निळं बसकार्ड घातलं. मग डॅनीकडे वळून त्यानं त्याला मी तुझं बसभाडं देत आहे असा इशारा केला. मग ती फास्ट बस त्यांना टेलर चौकातून एबच्या बोंडायच्या एक खोली असलेल्या स्टुडिओ फ्लॅटकडे घेऊन गेली.

एबचा फ्लॅट ॲश-ट्रेजनी, समुद्रावरून येणाऱ्या वाऱ्यानं आणि कोणत्याही अडथळ्याशिवाय दूरपर्यंत दिसणाऱ्या समुद्रानं व्यापलेला होता. एब म्हणाला की, तो रोज सकाळी त्या समुद्रात खूप दूर, सगळ्या त्रासदायक आशियन प्रवाशांपासून खूप दूर पोहायला जातो.

एबनं सिगारेट पेटवली. त्यानं ऑस्ट्रेलियाबद्दलच्या आपल्या निरीक्षणांची एक खूप लांबलचक यादी केली होती. त्यातील प्रत्येक गोष्ट सांगताना तो

कपाळाला एक थापटी द्यायचा. उदाहरणार्थ, "तू पाहिलंस का? की, दोन डॉलर्सचं नाणं, एक डॉलरच्या नाण्याहून लहान आहे आणि पन्नास सेंटच्या नाण्याचा आकार, या दोन्ही नाण्यांच्या एकत्रित आकाराहूनही मोठा आहे?"

डॅनीनं या दृष्टीनं कधी विचारच केला नव्हता.

"हा देश किती मोठा आहे, हे माहीत आहे तुला?" एबनं विचारलं. आणि मग "हे पाहा." असं म्हणून त्यानं डिक्शनरी उघडली आणि ते ज्या खंडात राहात होते, त्याचा नकाशा दाखवला.

डॅनी खिडकीतून बोंडाय बीचकडे उसळत येणाऱ्या लाटा पाहू शकत होता. त्याच्या डोळ्यांभोवतीच्या सुरकुत्या ताणल्या गेल्या. त्याला एकाच वेळी आपण जास्त शहाणे आणि अधिक तरुण झालो आहोत असं वाटत होतं. एबनं डॅनीला सिगारेट देऊन त्याच्याबद्दल, त्याच्या जीवनाबद्दल माहिती विचारली.

आपली थोडक्यात माहिती सांगून डॅनी म्हणाला, "मी कधीही घरी परत जाणार नाही."

एबनं डोळ्यांच्या कोपऱ्यातून त्याच्याकडे पाहिलं आणि मान हलवत म्हटलं, "ओके ऽ!"

"मग चल माझ्याबरोबर!" तो जोरात म्हणाला. मग एक बस, एक ट्रेन आणि आणखी एक बस करून तो डॅनीला ग्लीबमधील सनबर्स्ट प्रोव्हिजन स्टोअरमध्ये घेऊन आला.

भिंतीवरील विचित्र रूपाच्या कृष्णाच्या स्प्रे पेंटिंगसमोर एक व्हाइट म्हातारा उभा होता. फोन आल्यामुळे म्हणा किंवा बेकायदेशीर रहिवाशांच्या वासामुळे म्हणा; पण जणू त्यांची वाट बघत उभा होता : चकचकीत चेहऱ्याच्या आणि दाट केसांच्या टोमो सावडारिसला पाहताच पाहणाऱ्याला जाणवत होतं की, त्याला समृद्ध आयुष्य मिळालं होतं आणि त्यानंही मिळालेलं जीवन चांगल्या प्रकारे उपभोगलं होतं. तो त्यांना हसतहसत सनबर्स्ट स्टोअरमध्ये घेऊन गेला. आत गेल्यावर प्लॅस्टिक रॅपरमध्ये गुंडाळलेल्या, काचेसारख्या दिसणाऱ्या गोळ्यांच्या काचेच्या मोठ्या बरणीचं झाकण काढताना मात्र त्याच्या बेडकासारख्या पांढऱ्या हातांना बरीच खटपट करावी लागली. आपल्या सद्भावनेचं प्रतीक म्हणून त्यानं बरणीतली एकेक गोळी एब आणि डॅनीकडे फेकली.

ते गोळी चघळत असताना भाडेकरूंना घर दाखवणाऱ्या एखाद्या एजंटप्रमाणे टोमो म्हणाला, "ग्लीब खूप चांगली जागा आहे. सेंट्रलमधून तुम्हाला कुठेही जायला बसेस मिळतात, अर्थात तुम्ही पैसे खर्च करून तिकीट घेतलंत तर बरं. कुठून आलास रे बाबा तू? अं...? क्रिकेट तर पाहात असशीलच. नक्की ना? नाही? नाही?"

टोमो सावडारिसला आरथ्राइटिसचा थोडा त्रास होता असं दिसलं. थोडाच; पण त्यामुळे आपल्याला दुकानातली सगळी कामं करता येत नाहीत असं तो म्हणाला. डॅनीला लोखंडी जिन्यावरून नेल्यावर स्टोअर रूम दाखवताना टोमोनं त्याला ही माहिती दिली. त्यानं हेही सांगितलं की, सनबर्स्टमध्ये काम करणाऱ्याला ती जागा आठवड्याला फक्त १२० डॉलर्सना राहायला दिली जाते.

"फक्त एक गोष्ट लक्षात ठेवायची." तो म्हातारा दुकानदार म्हणाला, "सर्वांत शेवटी माझ्याकडे एक भारतीय राहात होता." हातानं तीन बोटं दाखवत तो पुढे म्हणाला, "काही महिने त्यानं इथं काम केलं. एके दिवशी दुकानात कसला तरी वास येऊ लागला. दुकानात आल्याबरोबर मी त्याला विचारलं, विक्रम, विक्रम, कसला वास आहे रे हा?"

त्यावर तो म्हणाला, "मी कॉफी करतो आहे." मी म्हटलं, "ठीक आहे. तू कॉफी कर; पण तिचा इतका घाणेरडा वास कसा?" आणि पाहतो तर काय, तो किटलीमध्ये दूध गरम करत होता. इतिहासात तरी कधी कोणी केलं आहे का असं? "डॅनी, तू नको कधी करू असं!" म्हातारा हसून म्हणाला, "दूध उकळून माझ्या दुकानात तो घाणरेडा वास पसरवायचा नाही हं. तू तसं केलंस तर बघ! खूनच करीन तुझा!"

सगळी प्रामाणिक माणसं प्रामाणिक असतात : त्याचप्रमाणे पृथ्वीवरील प्रत्येक कुजकी वस्तूही आपला घाण, कुजका वास पसरवत असते. हा पांढऱ्या केसांचा ग्रीक दुकानदार वेंकीसारखा नाही; पण याची दुसऱ्याचं शोषण करण्याची महत्त्वाकांक्षा तशीच तीव्र दिसते, डॅनीच्या मनात आलं.

आपल्या मनातली शंका, आपली दोलायमान मनःस्थिती डॅनीनं एबला बोलून दाखवली, तशी एब म्हणाला, "हे बघ, तू नीट विचार कर आणि मगच काय ते ठरव." एव्हाना ते बोंडायला परत आले होते आणि बीचवर फिरत होते. डॅनी मेरियम वेबस्टरच्या डिक्शनरीत दिलेल्या ऑस्ट्रेलियाच्या नकाशाबद्दल विचार करत होता. हा देश तर रोमन साम्राज्याएवढा विशाल आहे. अलास्का काढून टाकल्यावर उरलेल्या अमेरिकेएवढा आणि त्यातला बराच मोठा भाग लाल रंगाचा, मोकळा, वस्ती नसलेला आहे; त्यामुळे हा देश आहे त्यापेक्षा तिप्पट मोठा वाटतो.

डॅनीनं बेकायदेशीरपणे राहणाऱ्यांचे काय हाल होतात ते दुबईत पाहिलेलं होतं. त्यानं ते इथल्या विमानतळावरही पाहिलं होतं. दोन फिलिपाइन माणसांच्या हातात बेड्या घातलेल्या होत्या आणि त्यांना त्या बेड्यांनी एकत्र बांधलेलं होतं. त्यांना हद्दपार केलं जाणार होतं. त्यांच्यावर युनिफॉर्म घातलेला एक दक्षिण आशियन

पहारेकरी पाळत ठेवून होता. नळाच्या तोटीतून पाणी पिण्यासाठीसुद्धा त्यांना त्या पहारेकऱ्याची परवानगी लागे. त्यातील एकानं खाली वाकून पाणी पिण्याचा प्रयत्न केला, तेव्हा दुसऱ्या माणसाचा हात त्याच्या बेडीमध्ये अडकलेला असल्यानं त्यालाही आपलं शरीर वेडवाकडं करून, त्या पहिल्याच्या स्थितीत यावं लागलं. एका साखळीनं बांधलेल्या दोन माकडांसारखी दिसत होती ती दोघं.

डॅनीच्या मनानं त्याला सल्ला दिला - डॅनी पुन्हा कॉलेजला जा. परत जाऊन कॉलेजला आणखी एक संधी दे.

बोंडाय बीचच्या वाळूत उभं राहून एब सूर्यस्नान करणाऱ्या बायकांना न्याहाळत होता आणि डॅनीजवळ त्यांच्याबद्दलची कॉमेन्टरी करत होता – या बाईनं बिकिनी घातली आहे. दुसरीच्या अंगावर टॉवेल आहे. आता तिसरीच्या अंगावर काय असेल याचा अंदाज बांध बरं. अरे, काहीही नाही. त्याच वेळी डॅनी आणखी एक कॉमेन्टरी ऐकत होता. बीचच्या टोकाशी मोरपंखी तुरा असलेला काकाकुवा एका ख्रिसमस पाइनवर बसलेला होता. तो वाऱ्याची दिशा सांगणाऱ्या कोंबड्याप्रमाणे आपली मान लांबवत आणि आकुंचित करत, उन्हात नहात असलेल्या त्या शरीरांना सारखं ओरडून सांगत होता : "थुंकतो मी तुमच्यावर : या बीचवर, समुद्रावर आणि विशाल अंतराळात तरंगणाऱ्या विमानावर." डॅनीला सर्वप्रथम जाणीव झाली त्या नवीन खंडाच्या शक्तीची. कच्चा, लाल आणि मूर्तिपूजक खंड आहे हा. तो खंड काकाकुवाच्या आवाजात त्याच्यावर ओरडत होता. "तुझ्यावरही थुंकतो मी. तू भित्रा आहेस म्हणून."

"तुला या प्रकारची जर भयंकर भीती वाटत असेल, तर तू सरळ कॉलेजला परत जा." त्या जपानी ब्राझिलियननं डॅनीला सल्ला दिला. कॉलेजचं दुष्टचक्र कसं चालतं, ते विद्यार्थ्यांना आपल्या जाळ्यात कसं ओढतात हे एबनं त्याला समजावून सांगितलं.

"प्रत्येक सेमिस्टर संपल्यावर तुम्ही एक विषय सोडून दुसरा विषय अभ्यासाला घेता. अशा रीतीनं आपला दोन वर्षांचा कोर्स पुरा व्हायला तुम्हाला चार वर्षे लागतात. पाचही लागू शकतात. शिकता-शिकता तुम्ही फारफार तर फळं गोळा करण्याचं काम करून थोडेफार पैसे मिळवू शकता; पण पाच वर्षांनंतर काय होईल कुणास ठाऊक!"

डॅनी पूर्ण वेळ ख्रिसमस ट्रीवरील काकाकुवा पाहात होता.

त्या रात्री तो कॉलेजला परत गेला नाही; पण त्यानं कॉलेज सोडलं नाही. एक प्रयोग म्हणून तो तीन दिवस, तीन रात्री टोमो सावडारिसच्या सनबर्स्ट प्रोव्हिजन

स्टोअरमध्ये काम करत, त्याच्या दुकानावरील स्टोअर रूममध्ये राहिला. त्यानं प्रोव्हिजन स्टोअरमध्ये टॉयलेट पेपर आणि कन्डेन्स्ड दुधाचे डबे त्यांच्या ठरावीक जागेवर नेऊन ठेवण्याचं काम केलं. त्या वेळी त्याच्या मनात एकच विचार घोळत होता. तो असा की, आता मला या फसवणुकीचा फार वीट आला आहे. मी मला फसवणाऱ्या या कॉलेजच्या फीचे पैसे उगीच भरत राहणार नाही. दुसऱ्या दिवशी संध्याकाळी त्यानं बाहेरच्या फुटपाथवर कोणीतरी फेकून दिलेली दोन पांडा अस्वलं उचलली आणि आपल्या दंडाखाली लपवून तो त्यांना आपल्या कुशीत घेऊनच झोपला; पण सकाळी त्यानं स्टोअरच्या अगदी बाहेर ऑस्ट्रेलियन पोलिसांना पाहिलं. त्यांना पाहताच त्याच्या डाव्या पायाला कापरं भरलं आणि त्याचा घसा कोरडा पडून तो ओरडला, नाही. नको.

ग्लीब आणि ब्रॉडवेहून जॉर्ज स्ट्रीटपर्यंत जाताना त्याच्या मनात एकच विचार येत होता. तो म्हणजे इथं कायद्याला चुकवून, त्याच्या कचाट्यातून तुम्ही सुटू शकत नाही.

जॉर्ज स्ट्रीट एक मायावी रस्ता होता. तिथं मलाया, इंडोनेशिया, अरबस्तान आणि पाकिस्तान यांसारख्या अनेक देशांतील निरोगी तरुणांचा प्रवाह वाहत असायचा. त्यांना ढकलत पुढे आल्यावर डॅनी, मार्टिन प्लाझा या शहरातील मोकळ्या चौकात आला. हे ऑस्ट्रेलियाचं आर्थिक केंद्र आहे. ऑस्ट्रेलियाचं आर्थिक केंद्र असलेली ती इमारत सँडस्टोननं बांधलेली आहे. त्या तरुण खंडाच्या संपत्तीचं प्रदर्शन करणाऱ्या त्या बँकेच्या दरवाजावर खूप मोठाले सिंह, युनिकॉर्नस म्हणजे शिंग असलेले काल्पनिक घोडे व ईम्यू - ऑस्ट्रेलियातील शहामृगासारखे पक्षी - कोरलेले आहेत; पण डॅनीनं तिथं एक फाटका व्हाइट माणूस पाहिला आणि त्याला पाहताच डॅनीचं तोंड आश्चर्यानं वासलं. त्या माणसाचा त्या बँकेशी सुतराम संबंध नव्हता असं दिसलं. कागदाच्या एका उघड्या पिशवीतून काहीतरी खात, तो तिथल्या मोकळ्या जागेत खालून वर आणि वरून खाली निरुद्देशपणे गोलगोल फिरत होता. एखाद्या खेळाडूच्या पायातून येणाऱ्या घामाच्या वासासारखं त्या माणसाच्या अंगांगातून एक प्रकारचं अल्लड स्वातंत्र्य ओसंडत होतं. डॅनीला जाणवलं की, तो परत त्याच्या पूर्ण जीवनाला वेढून बसलेल्या लगूनमधल्या त्या जादुई बीचवर, मुगथ्वारममध्ये आहे. तिथला रुपेरी समुद्र अगदी हाकेच्या अंतरावर आहे. दुरून एक घंटाघर त्याच्याकडे बघत आहे. त्याच्या दोन्ही हातांना कंप सुटला. 'डॅनी, मायदेशाच्या माणसांनी तुझा तुरुंगात छळ केला, त्याहून जास्त छळ थोडाच होणार आहे तुझा इथं.' डॅनीच्या लक्षात आलं की, त्याच्या जीवनात आता त्याहून जास्त भीतिदायक असं काहीच उरलेलं नाही. या वेळी तिहेरी उडी मारायची संधी नाही का? डॅनीनं विचार केला... अखेर दोन्ही हात घट्ट पकडून

त्यानं समुद्रात उडी घेतली - अनिश्चित भविष्याचा समुद्र. त्यानं मॅकेंझी कॉलेजला फी भरू शकत नसल्यानं आपण कॉलेज सोडत आहोत असं पत्र लिहिलं; पण आपण हा देश सोडून परत मायदेशी जाणार नाही, हे त्याला मनोमन माहीत होतं. ते पत्र पाठवल्यानंतर अठ्ठावीस दिवसांनी तो सिडनीत कायमचा स्वतंत्र झाला. म्हणजेच ते पत्र पाठवल्यानंतर अठ्ठावीस दिवसांनी तो सिडनीमध्ये कायमचा अडकून बसला.

"आणि आता या माणसाला तू तुझ्याकडच्या निम्म्या गोष्टी देतोस? की मी तुला देते, त्यातले निम्मे पैसे देतोस?" डोकं हलवीत राधा म्हणाली. "ओऽकेऽ! म्हणजे आठवडाभर मेहनत केल्यानंतर तुझ्याकडे किती पैसे उरतात?"

"हो. मला माहीत आहे; पण हे इतकं काही जास्त नाही, कारण मी आता स्वतंत्र आहे. मी सिडनीत स्वातंत्र्य उपभोगतो आहे."

"पण तू एका प्रोव्हिजन स्टोअरमध्ये, किराणा मालाच्या दुकानात राहतोस."

खांदे उडवत डॅनी म्हणाला, "नाही. मी दुकानाच्या वर राहतो."

"ओऽकेऽ! आहे तरी कुठं ही जागा?"

डॅनीनं स्मितहास्य केलं. त्याला वाटलं की, मी हिला हे सांगायला नको होतं; पण आता खूप उशीर झाला होता. आता थांबायचं तरी कशासाठी? स्वतःवर बंधनं का लादून घ्यायची!

"ग्लीबमध्ये. मी सनबर्स्ट ग्रोसरी स्टोअरच्या थोडं पुढे राहतो."

"मला माहीत आहे ते स्टोअर. गेले आहे मी तिथं. त्याच्या बाजूला कृष्णाचं विचित्र भित्तिचित्र आहे."

हो. भिंतीवरचं तेच चित्र. पहिला मुद्दा हा आहे की, सिडनीच्या भिंतीवरच्या या चित्रांमध्ये ज्या रूपात हिंदू देवी-देवता दाखवतात, ते त्याला अजिबात आवडत नसे; पण या बाबतीत आपण काय करू शकतो? सगळीकडचे सगळे लोक हिंदूंची थट्टा करतात; पण हे भित्तीचित्र कलात्मक होतं. दर्जेदार होतं. चित्रातील कृष्णाची कल्पना जमैकन धर्माच्या पार्श्वभूमीवर एका वेगळ्याच प्रकारे केली होती. आफ्रिकन लोकांप्रमाणे काळे कुरळे केस असलेला तो कृष्ण, पायाखाली एका फळीचा आधार घेऊन समुद्राच्या उंच लाटांवर आरूढ झालेला होता. कृष्णाबद्दलची ही नवीन कल्पनाही निःसंशय विलोभनीय होती.

"हो, ते एक स्टोअर आहे. सनबर्स्ट स्टोअर ग्लीबमध्ये तीस वर्षांपासून आहे."

"हो मी गेले आहे तिथे; पण तुला कधी पाहिलं नाही मी तिथं."

तो किंचित हसला. मनातल्या मनात म्हणाला, कारण मी तर एक ब्राउन माणूस आहे. स्टोअरच्या मागे काम करणारा.

पण राधाला ती ज्या शहरात जन्मली होती, जिथं तिनं पूर्ण आयुष्य काढलं होतं; त्या शहराबाबतचा एक महत्त्वाचा शोध लागत होता.

"मला वाटतं, तू एकटाच नाहीस इथं असा. मी एकदा कार्लिंगफोर्डमध्ये होते. मी पाहिलं की, रेस्टॉरंटच्या वरच्या बाजूनं बनियन घातलेले सहा चिनी खाली बघत होते. ते मला अर्धा सेकंदच दिसले. मग ते मागे झाले. माकडांसारखे दिसत होते ते!"

तुम्ही बेकायदेशीरपणे कुठं राहात असाल तर तुम्ही तेच तर असता.

मी आता इथंच राहणार आहे असं सांगितल्यानंतर दोनच तासांनी दुकानासमोरच्या फुटपाथवर पडलेली कुत्र्याची ओली शी दाखवून टोमो सावडारिस डॅनीला म्हणाला, "जा. ती जागा स्वच्छ करून टाक. हो. माझ्या दुकानात येणाऱ्या गिऱ्हाइकांचा पाय त्या घाणीत लडबडता कामा नये." डॅनीनं गुडघ्यावर बसून पांढऱ्या टिशू पेपरनं ती चिकट घाण उचलली आणि श्वास रोखून ठेवून त्यानं तो पेपर घाणीसह केराच्या टोपलीत टाकला. मग टोमॅटो सूपचे डबे ओळीत लावण्यासाठी तो दुकानातील शेल्फकडे परत आला. अर्ध्या तासात टोमोनं त्याला परत बोलावलं. दिवसात चारदा कुत्री सनबर्स्ट स्टोअरबाहेर घाण करून ठेवायला लागली होती. कदाचित इथं एक बेकायदेशीर माणूस राहतो हे त्यांच्याही कानावर गेलं असावं.

त्या दुकानाच्या मालकानं संध्याकाळी त्याला आणखी एक कडक नियम सांगितला. त्या नियमानुसार त्याला गिऱ्हाइकांशी बोलायची परवानगी नव्हती. त्या रस्त्याच्या पलीकडच्या बाजूला एका पर्शियन बाईचं हेअर सलून होतं. तिच्या दुकानात काम करणाऱ्या चिनी मुलींबाबतही हाच नियम होता. त्या मुलीही इथं बेकायदेशीरपणेच राहात होत्या.

कर्त्या पुरुषाच्या अधिकारानं सावडारिसनं रात्री नऊ वाजता स्टोअर रूमचे दिवे खटकन बंद केले. मग दरवाजापाशी येऊन तो कुजबुजला, "डॅनी गुपचूप पडून राहा इथं. थोडाही आवाज करू नकोस. नाहीतर मी इमिग्रेशन ऑफिसला फोन करीन हं!" त्यापाठोपाठ हास्याचा एक गडगडाट ऐकू आला.

वीस मिनिटांनंतर हातात टूथब्रश आणि कोलगेट टूथपेस्ट घेऊन डॅनी लोखंडी जिन्यावरून खाली उतरू लागला.

"नाही म्हणून सांगितलं ना मी?"

"पण टॉयलेट," डॅनीनं विरोध करायचा प्रयत्न केला.

पण बाहेरून ऐकू आलं 'इमिग्रेशन!'

तो शब्द ऐकताच डॅनी उलट्या पावली परतला. स्टोअर रूममध्ये येऊन त्यानं त्या दोन पांडा अस्वलांना कुशीत घेऊन डोळे मिटून घेतले. त्याच्या मनात आलं की, त्यानं जर कधी स्वतःची गोष्ट लिहिली तर या क्षणाचं वर्णन तो 'बेकायदेशीर रहिवासी असणं म्हणजे काय असतं हे समजण्याचा पहिला तास' असं करील. डोळे घट्ट मिटून त्यानं त्या पांडा अस्वलांना कवटाळून धरलं.

त्याला वाटलं की, आपलं ब्लडप्रेशर वाढतंय. त्याला मध्येच लोखंडी जिन्याची कुई कुई ऐकू आली. तो त्याच्या पिंजऱ्यात नीट बंद आहे की नाही हे पाहायला कदाचित तो ग्रोसरीवाला आला असेल. डॅनीला त्या माणसाचा बरोबर सुगावा लागला.

आपलं ब्लडप्रेशर १५०/११० तर झालंच असावं असं त्याला वाटलं. कदाचित त्यापेक्षाही जास्त झालं असावं. मूत्रपिंड फुटून जातंय असं वाटायला लागलं की काय करायचं याबाबत त्याच्याकडे काही युक्त्या होत्या, कारण एकदा का घरातले दिवे बंद झाले की, त्याचे वडील त्याला शू करायला कधीही जाऊ देत नसत.

आपण अंधारात झोपलो असलो आणि आपलं मूत्रपिंड पूर्ण भरून गेलं असलं तसेच आता लघवी येणारच असं वाटलं की, पुढील गोष्टी करायला पाहिजेत. पहिली गोष्ट ही की, डोळे बंद करून खोल श्वास घ्यायचा. आपण घशातून खाली एक स्ट्रॉ सोडतोय अशी कल्पना करायची. तो स्ट्रॉ मूत्रपिंडाच्या भिंतीला भेदून आत गेलाय असं वाटलं तर स्ट्रॉमधून हवा जोरात आत ओढून घ्यायची; त्यामुळे आपलं तोंड घाणरेड्या लघवीनं पूर्ण भरून जाईल पण मूत्रपिंड एकदम हलकं होऊन जातं, दुसरी गोष्ट ही की, गादीच्या अगदी कडेला जायचं मग वाळूचा एखादा स्फटिकासारखा स्वच्छ मोठा कण मिळेपर्यंत जमीन चाटत राहायची. तो कण जिभेवर फिरवत हे गाणं गुणगुणत राहायचं : हा खांडसरीच्या साखरेचा कण आहे. माझ्या तोंडात हळूहळू विरघळत आहे... हा कण आहे साखरेचा... साखरेच्या कल्पनेनं आपलं अंगांग सैलावतं... मन शांत होतं जातं. तिसरी गोष्ट ही की, पोटावर झोपून मांड्या जोरजोरात हलवायच्या. मनात हे विचार चालू असताना आपली बोटं हातावरील वळ चाचपताहेत हे डॅनीला जाणवलं. मग त्याच्या बोटांनी त्याला प्रश्न विचारला – डॅनी, त्यांनी आधी तुझा छळ केला, त्यापेक्षा करून करून आणखी किती छळ करतील ते?

बेकायदेशीरपणे राहण्याचा त्याचा तो दुसरा तास होता.

मग कधीतरी तो उठला. खोलीचं दार उघडून तो स्टोअर रूममधून बाहेर पडला. जिना उतरून खाली दुकानात शिरला. टॉयलेट शॅम्पू, कंडिशनर, नारळाच्या चोथ्यापासून केलेले साबण या सगळ्यांच्या रॅकच्या मागे टॉयलेट होतं. तो टॉयलेटमध्ये गेला आणि आपलं काम करून बाहेर आला. कायदेशीरपणे ऑस्ट्रेलियात राहणारा टोमो अवाक होऊन डोळे विस्फारून त्याच्याकडे पाहातच राहिला.

असेच काही आठवडे गेले. सनबर्स्टचे काही नियम तो पाळत होता. काही तोडत होता. तीन आठवड्यांनंतर त्याला अबेलार्डो निशिदचा फोन आला. त्याला स्वतंत्रपणे काम करायची संधी चालून आली होती.

त्या दिवशी संध्याकाळी टोमॅटो केचअपचे सीलबंद डबे त्याच्या खणात नीट रचून ठेवल्यावर डॅनी सावडारिसच्या समोर जाऊन उभा राहिला. त्याला म्हणाला, "मला मंगळवारी बाहेर जायचं आहे. अर्सकिनव्हिलच्या वकिलाच्या घरी. त्याचा स्वतःचा व्हॅक्यूम क्लीनर आहे; पण बाकी सर्व गोष्टी मला स्वतःच्या न्याव्या लागतील. माझी साफसफाई आवडली तर तो मला पन्नास डॉलर्स देईल."

म्हाताऱ्या टोमोनं त्याच्याकडे फक्त एकदा बघितलं. त्याची ती नजर जणू डॅनीला विचारत होती, तुला वेड तर नाही लागलं ना माकडा?

मनातल्या मनात डॅनी म्हणाला, नाही. डॅनी एकदा लायब्ररीत गेला होता. त्याबद्दल आठवून तो टोमोला म्हणाला, "मी ग्लीब लायब्ररीत कायद्याची पुस्तकं वाचत होतो. त्यात काय लिहिलंय माहिती आहे? सर्व काही माहीत असूनही कोणी एखाद्या बेकायदेशीर रहिवाशाला कामावर ठेवत असेल, तर त्याला कैद होऊ शकते. मला तुरुंगात घातलंस तर तूही तुरुंगामध्ये जाशील."

"तुला मी नाव, पत्ता न सांगता इमिग्रेशन ऑफिसला फोन करायला नको असेल, तर तूही माझ्या बाबतीत ते करू नकोस."

मग दोघांमध्ये एक अलिखित करार झाला. डॅनीनं अशी कामं केल्यावर जेवढे पैसे मिळतील, त्यातले निम्मे टोमोला द्यायचे. दुकानातलं काम तो कामावरून परतल्यावर रात्री करणार होता.

अशा प्रकारे सिडनीच्या मध्यवर्ती भागातील एक निष्णात सफाई कामगार डॅनीच्या करिअरची सुरुवात झाली. "माझ्यामुळे, केवळ माझ्यामुळे ग्लीबमध्ये राहणारा प्रत्येक बेकायदेशीर रहिवासी आपल्या बॉसकडे आपल्या कामाचे जास्त पैसे मागतो, अगदी प्रत्येकजण!"

डॅनीची ही गोष्ट ऐकल्यावर त्या ऑस्ट्रेलियन बाईनं टाळ्या वाजवल्या. डॅनीला वाटलं की, ऑस्ट्रेलियातील त्याचा हा पहिलावहिला सत्कार आहे.

"अरे, तू तर क्रांतिकारक आहेस. गांधींप्रमाणे."

"नाही हो!"

"हो. तू नेल्सन मंडेलाप्रमाणे क्रांतिकारक आहेस. या देशाला तुझ्यासारख्या लोकांची गरज आहे."

डॅनी मुक्त झाला आहे या कल्पनेनं राधाला स्फुरण चढलं. तिला तो भूमिगत कार्यकर्ता आहे असंही वाटलं.

डॅनीला जाणवलं की, आपली गोष्ट ऐकून राधाला खूप आनंद झाला आहे. तिला आपल्याबद्दल सहानुभूती वाटते. तिच्या नजरेत तो एक वाघ होता. पराक्रमी पुरुष होता; पण त्याला माहीत होतं की, तिची आपल्याबद्दलची कल्पना खोटी आहे. त्याला वाटलं की, तिला स्पष्ट सांगावं की, तिला वाटतंय ते खरं नाही. खोटं आहे, कारण त्याला माहीत होतं की, एबनं शिकवलेला खेळ खेळत असतानाही, निळ्या युनिफॉर्ममधील पोलिसांवर मात करत असतानाही प्रत्येक वेळी तो हरतोय, कारण तो खेळ बरोबर खेळतच नव्हता.

त्याच्या नकळत त्यानं ऑलिम्पिकसारख्या एका आंतरराष्ट्रीय खेळात भाग घेतला होता. तो वर्ल्ड कपसाठी तो खेळ खेळत होता. त्या खेळात होरपळत असणाऱ्या देशांकडून अजून होरपळत नसलेल्या देशांकडे लोक धाव घेतात. जिवाच्या आकांतानं त्या दुसऱ्या देशांकडे जाणाऱ्या बोटी पकडतात. काटेरी कुंपणांच्या तारा तोडतात.

बोटींच्या तळाशी ठेवलेल्या सामानाच्या डब्यांच्या आत ते पाय दुमडून बसून, झोपून वेळ काढतात आणि त्याच वेळी लोकांचा दुसरा गट त्यांना रोखण्याचा, अडवण्याचा, पकडून मागे पिटाळण्याचा निकराचा प्रयत्न करतो.

वरवर पाहता डॅनीला हे सगळं गडबड गोंधळाचं वाटलं होतं; पण नंतर नंतर त्याच्या लक्षात आलं की, या खेळाचेही काही नियम असतात. एक तर तुम्ही धैर्यानं सर्व अडचणींचा सामना कराल, बोटींमध्ये चढाल, समुद्रकिनाऱ्यांची राखण करणाऱ्या पोलिसांकरवी कोस्ट गार्डसकडून पकडले जाल आणि तुमची रवानगी एका खास तुरुंगात होईल. तसं झालं तर तुमच्या मदतीसाठी वकील, सामाजिक कार्यकर्ते तसेच ग्लीब लायब्ररीतील लायब्ररीयन, उभ्या राहून डाव्या मताचा प्रचार करणाऱ्या बायका धावून येतील. (अशा प्रकारे ते पोलिसांच्या तावडीत सापडलेल्या माणसांना मदत करून नंतर आपल्या औदार्याचे फोटो फेसबुकवर टाकतात.) किंवा तुम्ही कायदेशीरपणे विमानानं त्या देशांमध्ये जाता. व्हिसा छापलेला पासपोर्ट दाखवून तुम्ही कुठल्या तरी सटरफटर कॉलेजमध्ये प्रवेश घेता. तिथले लोक तुमच्यावर ओरडले तर सॉरी, सॉरी, माफ करा म्हणता आणि मग त्या देशातील लोकांचे संडास-मोऱ्या साफ करता. पाच-सहा वर्षे हे काम केल्यानंतर तुम्हाला त्या देशांचं नागरिकत्व मिळू शकतं. तेही सातव्या वर्षी. मग तुम्ही तिथल्या व्हाइट माणसांची फारशी पर्वा केली नाही तरी चालते.

या दोन्ही प्रकारांच्या मध्ये मात्र अडकता कामा नये. डॅनीच्या आता लक्षात येत होतं की, तो या दोन्ही प्रकारांत बसत नव्हता. तो ऑस्ट्रेलियात आला होता दुसऱ्या प्रकारानं म्हणजे कायदेशीरपणे; पण नंतर सरकला होता पहिल्या प्रकाराकडे, म्हणजे बेकायदेशीरपणे येण्याकडे; त्यामुळे त्याची परिस्थिती आता बिकट झाली होती. तो बेकायदेशीरांमधील जास्त बेकायदेशीर ठरला होता. त्याच्या हक्कांसाठी कोणी घसा फोडून ओरडणार नव्हतं ना कोणी त्याचं कोर्टात प्रतिनिधित्व करणार होतं. त्यानं टोमोच्या स्टोअर रूममध्ये आपल्या मर्जीनं वैश्विक तुरुंगातील आपली कोठडी तयार केली होती. जळत्या कोळशांचा, तो एक धगधगता वैयक्तिक चर होता आणि त्या चरात तो जळत उभा होता.

पण राधाला त्याच्या गोष्टीची ही बाजू ऐकायची नव्हती. म्हणूनच त्याच्या त्या ऑस्ट्रेलियन मालकिणीनं आवाज चढवत विचारलं, ''नेल्सल मंडेला, मला हे सांग की, तुझा कोण कोण पाठलाग करताहेत? आणि पाठलाग करतात म्हणजे ते करतात तरी काय? सगळं सगळं सांग मला.''

''माझ्यामागे कोण आहेत? अहो, ते सगळे आहेत.''

''सगळे म्हणजे नक्की कोण?''

''कस्टम्स, पोलीस, इमिग्रेशन डिपार्टमेंट, विविध सांस्कृतिक गोष्टी हाताळणारं डिपार्टमेंट. या शेवटच्या दोन डिपार्टमेंटचं नवीन नाव झालं होतं, इमिग्रेशन आणि सिटिझनशिप म्हणजेच स्थलांतर आणि नागरिकत्व. नंतर ते झालं कस्टम्स आणि बॉर्डर प्रोटेक्शन. आता ते आहे इमिग्रेशन अँड बॉर्डर प्रोटेक्शन; शिवाय एबीएफ.''

''काय?''

''ऑस्ट्रेलियन बॉर्डर फोर्स. शिवाय खास बेकायदेशीर रहिवाशांसाठी त्यांच्याकडे आता टास्कफोर्स पेगॅसिस आणि टास्कफोर्स क्लाउडबर्स्ट आहे.''

''काय सांगतोस? मी तर कधी ऐकलं नाही याबद्दल?'' राधा आश्चर्यचकित होत म्हणाली.

''पहिला नियम - त्यांच्याकडे तुमचा टॅक्स फाइल नंबर असतो; त्यामुळे तुम्हाला आपला बँक अकाउंट बंद करावा लागतो.

दुसरा नियम - तुम्ही सिटी कन्व्हिनियन्स किंवा ७ इलेव्हनसारख्या चोवीस तास उघड्या असणाऱ्या दुकानांमध्ये काम करूच शकत नाही. अशा दुकानांवर इमिग्रेशन डिपार्टमेंटचे लोक नेहमी छापा घालतात.''

''अरे, बाप रे!''

''खरंच. तिथं आमच्यासारखे लोक काम करूच शकत नाहीत. दुसरी धोक्याची जागा आहे, या शहरातील हिंदूंचं देऊळ. गेल्या वर्षी इमिग्रेशननं तिथंही छापा

घातला. तिथला पुजारी आणि पवित्र मोरासह सगळ्यांना पकडून त्यांनी तुरुंगात टाकलं.''

''फारच गंमतशीर आहे हे सगळं. तू तर एक रोमांचक दंतकथा आहेस रे! पुढच्या वेळी आपण बाहेर जाऊ, तेव्हा तू मला आत्ता सांगितलंस ते सगळं प्रकाशला सांगावं लागेल तुला. अगदी अविश्वसनीय, आश्चर्यकारक आहे रे हे सगळं.''

राधाच्या तोंडचं शेवटचं वाक्य ऐकताच डॅनी भानावर आला. फुशारकी मारायचं सोडून तिची विनवणी करू लागला :

''प्लीज! डॉक्टर सरांना माझं हे गुपित सांगू नका... मी इथला बेकायदेशीर रहिवासी आहे हे.'' त्यानं काकुळतीनं केलेल्या या विनंतीनं तिनं आपल्यापुरती त्याची जी प्रतिमा निर्माण केली होती, ती भंग पावली. कारण ती थकलेल्या आवाजात म्हणाली : ''नक्कीच, हे गुपित मी गुपितच ठेवीन आणि आम्ही तुला मदत करू हं नेल्सन. बस बरं खाली.'' एका जागेकडे बोट दाखवत ती म्हणाली.

''सगळ्यांना वाटतं की, राधानं त्यांची मदत करावी. हो की नाही? पण माझ्यासाठी मात्र कोणी काही करत नाही नेल्सन; पण ठीक आहे. मी कोणाच्याही नावाचा उल्लेख करणार नाही; पण कायद्याच्या दृष्टीने मदत करू शकणाऱ्या माझ्या एका मित्राला तुझ्याबाबत विचारीन, अर्थात काल्पनिक प्रसंगांच्या आधारानं. नाव नाही, पत्ता नाही. वचन देते तुला.'' दोन्ही हात जोडून, कंबरेत वाकून त्याच्याकडे हसतहसत पाहात ती म्हणाली.

''पण तू माझ्या घरी कामाला आलास, त्या क्षणापासून तर तू मला बेकायदेशीर गोष्टीत अडकवलं आहेस. लक्षात येतंय का तुझ्या?''

डॅनीनं होकारार्थी मान हलवली.

जोडलेले हात तसेच ठेवून त्याच्या बाजूला झुकत ती म्हणाली, ''इतर माणसांना त्रासदायक परिस्थितीत अडकवण्याला काय म्हणतोस तू नेल्सन?''

''मी तुमची मनापासून क्षमा मागतो,'' डॅनी उत्तरला. मग त्यानं पुस्ती जोडली, ''थँक यू व्हेरी मच.'' नंतर तिच्या पुढील हालचालींची डॅनी वाट पाहात राहिला; पण पुढील आठवड्यात राधानं त्या गोष्टीबद्दल चकार शब्द काढला नाही. मग त्याला वाटलं की, त्याच्या परिस्थितीबद्दल ती कोणालाही, काहीही सांगणार नाही. अर्थात याला अपवाद असणार होता फक्त प्रकाशचा. तिनं त्या वेड्या डॉक्टरला त्याच्याबद्दलची माहिती वारंवार सांगितली असणार. त्याच्याबाबत सर्व काही; त्याला अडचणीत आणू शकणाऱ्या गोष्टींबद्दल तपशीलवार सांगितलं असणार. ती त्याला म्हणाली असणार - आपण त्याला मदत करायला हवी. हो की नाही? आपण त्याला वाचवायला पाहिजे. हो की नाही? ...ते आपण उद्या

करू. आज मजा करू.

म्हणूनच प्रकाशला त्याची बिकट परिस्थिती पूर्णपणे माहीत होती.

दुपारची २ वाजून ३१ मिनिटं

बेटा, तुझं नाव तुझ्या राष्ट्रभाषेत लिही.

ऐकून डॅनीचं हृदय जवळजवळ बंदच पडलं.

साधारणपणे श्रीलंकेतील संशयास्पद लोकांना प्रश्न विचारणारा तो ब्राउन माणूस आज लिंबासारख्या पिवळ्या रंगाच्या बंडीत होता. हातातील दोन बोटांत जळती सिगारेट ठेवून, तिथं पार्क केलेल्या गाड्यांमध्ये तो कशाचा तरी शोध घेत, खेकसत होता.

पण त्या माणसानं वळून डॅनीकडे पाहिलं आणि परत तो एक अनोळखी माणूस निघाला. त्याच्या भडक हिरव्या बनियनवर - **'शहरात गस्त घालणारे'** असं लिहिलेलं होतं. तो सेल फोननं रस्त्याच्या डाव्या बाजूला उभ्या असलेल्या मोटरकारचे फोटो घेत होता.

''अहो.'' एका ब्राउन माणसानं दुसऱ्या ब्राउन माणसाकडे पाहून हसावं तसं हसत डॅनीनं विचारलं, ''किती वाजले हो?''

काळपट ओठांवर सिगारेट ठेवून त्या सिटी रेंजरनं सेल फोनवर काहीतरी माहिती विचारली. मग त्यानं बोटांनीच वेळ दाखवली.

''थॅंक्स!''

आणि मग अचानक डॅनीवर लहानसहान हिरव्या गोष्टी आदळू लागल्या. काट्याकुट्यांनी भरलेल्या त्या सुळक्यावरून खाली सरकताना त्याचं शरीर तिथं जाळलेलं गवत विस्कटून टाकत होतं. झाडाचा कोरडा पडत चाललेला प्रत्येक बुंधा जणू स्फोट होत असलेला हिरवा बॉम्ब बनू लागला. कधीकधी ते चार-पाच बॉम्ब एकत्रच फुटू लागले. मग उन्हाळी झोपेमधून चाळवला गेलेला प्रत्येक नाकतोडा एकामागोमाग एक चार-चार, पाच-पाच हिरवे बॉम्ब फोडू लागला; पण त्याआधी चार-पाचच्या तुकड्या करून ते डॅनीवर तुटून पडू लागले. त्यांच्या एकत्रितपणे झालेल्या हल्ल्यापासून वाचण्यासाठी डॅनी स्वतःलाच ठोसे मारून घेऊ लागला.

फोनवरचा पहिलाच नंबर घणघणू लागला.

सनबर्स्ट,

“डॅनी,” टोमोचा थकलेला म्हातारा आवाज. “मी तुला आधीच सांगितलं होतं की, तुझ्या मित्रांना इथं कधीही घेऊन येऊ नकोस.”

“माझे कोणी मित्रच नाहीत,” डॅनी उत्तरला, “कशाबद्दल बोलतोस तू?”

“डॅनी, तुझा एक मित्र आला आहे इथं. तो म्हणतो की, त्याचं नाव प्रकाश आहे. त्यालाच देतो मी फोन.”

तिकडून फोन देण्याचा, खोकल्याचा आणि क्षमा मागितल्याचा आवाज आला. मग फोनवर दुसरा आवाज आला.

“नेल्सन, तू पळून गेलास म्हणून तुला भेटायला मी इथं आलो आहे.”

डॅनीच्या लक्षात आलं की, आपला डावा पाय थरथरायला लागला आहे. इतक्या झटकन कसा तो ग्लीबला पोहोचला! अरे डॅनी, तो एक साधारण ऑस्ट्रेलियन आहे. त्याच्याजवळ कार आहे. तो कारनं शहरात आणि ग्लीबला गेला. डॅनीनं स्वतःला समजावलं.

“पण तू कसा काय?...” डॅनीनं प्रश्न विचारला. त्याचं उत्तर त्याला माहीतच होतं.

“त्या चित्राशेजारी, ग्लीबमध्ये आहे मी. ग्लीबमधलं हे प्रसिद्ध चित्र सगळ्यांना माहीत आहे. गणपतीचं नाही. कृष्णाचं. हो ना? जमैकन कृष्ण. नेल्सन, शनिवारच्या बाजारला यायचो, तेव्हा पाहायचो मी हे चित्र. माझ्याजवळ तुझं कॅक्टस आहे. कोणतं ते तुला माहीतच आहे. मला फेकून मारलं होतंस ते; त्यामुळेच तर मी तुला इथं नोकरी देणाऱ्या मालकाला... सावडारिस... बरोबर बोललो ना मी? तू असाच उच्चार करतोस ना? टोमो. ठीक आहे; त्यामुळेच टोमोच्या लक्षात आलं की, मी गंमत करत नाही. आणि मी खरंच तुझा मित्र आहे.”

त्यानं आपली गाडी सनबर्स्टच्या बाहेर उभी केली आहे. आपण पूर्व सिडनीत लपत होतो, तेव्हा दारूनं तारवटलेला, भकास चेहऱ्याचा तो माणूस ‘क्लिनिक’ला गेला होता.

उसळलेलं, सांडलेलं रक्त माणसाला चपळ, चलाख बनवतं. डॅनीनं कॅक्टस फेकून मारल्यावर प्रकाश घाबरला नाही. अजिबातच घाबरला नाही.

त्या आश्चर्याच्या धक्क्यानंतर, जमिनीवरून धडपडत उठल्यावर स्वतःला सावरत तो पबमध्ये आजूबाजूच्या लोकांना सांगत होता, “मी ठीक आहे. माझ्याबद्दल काही काळजी करू नका.”

डॅनीनं कॅक्टस फेकून मारल्यानं आश्चर्यचकित झालेला डॉक्टर लगेच त्याच्या मागे धावला नाही. त्यानं रेसिंग पेजवर आपल्या बोटानं गोल केला. धंदेवाईक सट्टेबाजाप्रमाणं त्यानं डॅनीची, धनंजय राजरत्नमची लायकी अजमावली. रेसच्या कुत्र्यांवर लावावी तशी त्यानं त्याच्यावर बेट लावली. प्रकाशच्या चेहऱ्यावर

पौर्णिमेचा चंद्र झळकत होता. बेट लावून तो डॅनीला काबूत आणू शकत होता.

डॅनीनं आपल्या केसांतून बोटं फिरवली. त्याच्या मनात विचारचक्र सुरू झालं. नाही, त्याच्या मनात माझ्याबद्दलचे असे विचार मी त्याला कॅक्टसनं मारलं तेव्हा नाही सुरू झाले. त्याचं प्लॅनिंग तेव्हा नाही, त्याआधीच सुरू झालं असणार. प्रकाशच्या शांत, तपकिरी डोळ्यांनी त्याला त्याआधीच हेरलं असणार. नेल्सन मंडेला आमचा जुना सफाई कामगार. तो टी.व्ही.वरील बातमी पाहील. मग... त्याच्या बाबतीत मला काय करता येईल...

...मी फोन केला नसता तरी घर नं. ६ ने. मला फोन केलाच असता.

डॅनीला किंग्ज क्रॉसवरून एक काळं जाळं खाली येतं आहे. पसरत जातं आहे; मोठं मोठं होत आपल्याकडे येतं आहे असं वाटलं. बट्टिकालोआचे कोळी तिथल्या लगूनवर आपलं जाळं असंच फेकायचे. त्यांचं जाळं हवेतून जोरात खाली येऊन पाण्यावर असंच दूरवर पसरत जायचं. इथल्या जाळ्यात आपण पकडले जात आहोत. ते आपल्याला नारिंगी दिव्यांच्या बळावर कोका-कोलाच्या जाहिरातीखालच्या अंधारात खेचत नेतं आहे असंही डॅनीला वाटत होतं.

''नेल्सन,'' फोनवरचा आवाज म्हणाला, ''ठीक आहेस ना तू?''

डॅनीनं मोबाइल आपल्या डाव्या कानाशी नेला. ''सॉरी सर.'' म्हणताना आपला आवाज कापतो आहे हे पाहून त्याला आश्चर्य वाटलं.

''या कॅक्टसचं काय करू मी?''

''मला नको ते डॉक्टर सर. मला काहीच नको. इमिग्रेशन डीओबी, नाव - पत्ता न सांगता करू शकतो तो फोन नको. मला नको तो फोन.''

''बरं!'' प्रकाश हसत म्हणाला, ''बरं. तू तसं म्हणत राहा. मी वाट पाहतोय तुझी इथं. तुला परत भेटायला मला नक्कीच आवडेल नेल्सन. मी साउथ आफ्रिकेला विमानानं जाण्याआधी, बरं का? आता ऐक.'' आवाज खाली आणत तो पुढे म्हणाला, ''हे बघ, काचेच्या बोटीखाली राहणाऱ्या स्टिंगरे, आपल्या शेपटीनं दंश करणाऱ्या माशासारखा मी इथं राहणार नाही. हे मी तुला आधीही सांगितलं आहे. हो की नाही? काचेच्या तळाची बोट घेऊन आपण खडकाशी गेलं तर आपल्याला ते लपून राहणारे घाणेरडे स्टिंगरे दिसतात; पण मी तसा नाही. कधीच नव्हतो. मी खूप चांगल्या पद्धतीनं आयुष्य जगलो आहे. तुला कळतं आहे ना नेल्सन?''

''हो.''

''क्लिनिकमध्ये जे काही घडलं त्याबद्दल मी तुला दोष देत नाही नेल्सन. मारल्याबद्दल म्हणतोय मी. तुला अजिबातच दोष देत नाही मी. मी कोणाला दोष देतो माहीत आहे?''

“कोणाला?” डॅनीनं विचारलं.

“तुझ्या बॉसला.”

“माझा बॉस?” डॅनीनं तेच शब्द परत म्हणत विचारलं, “टोमो?”

“नाही, तो नाही रे. तुझा खरा बॉस. तू तर फक्त सफाई करणारा क्लीनर आहेस.”

“सर, तुमचं म्हणणं बरोबर आहे. मी तर फक्त क्लीनर आहे आणि तुम्ही माझ्यावर विश्वास ठेवता हे खरंतर माझं भाग्य आहे.”

हे दुबईचं हॉटेल आहे आणि तू परत डेस्कमागे उभा आहेस असं समजून बोल डॅनी, डॅनी स्वतःला म्हणाला, “सर, आपण एकमेकांना काय कबूल केलं आहे ते मी कधीच विसरणार नाही.”

प्रकाशनं फोन बंद केला.

डॅनीला एकदमच वाटलं की, आत्ता आपल्या आयुष्यात काय चाललंय हे आपण सोंजाला सांगून टाकलं पाहिजे. तेवढीच एक गोष्ट करायची राहिली आहे. तिला ताबडतोब सांगून टाकलं पाहिजे हे सगळं.-----

डॅनीनं आपल्या सोनेरी केसांतून हात फिरवला.

पण तिला नक्की काय सांगायचं? पहिली गोष्ट ही की, दोन मिनिटांत मला सांगता यायला पाहिजे की, मी इथला बेकायदेशीर रहिवासी आहे आणि तसा मी का झालो. दुसरी गोष्ट ही की, आणखी दोन-तीन मिनिटांत मला सांगता आलं पाहिजे की, मी आज एका खुनाच्या मामल्यात गुरफटलो गेलो आहे.

माझ्या खोटं बोलण्याचा इतिहास फक्त पाच मिनिटांत सांगायचा आहे तिला. ती मला कधीच माफ करणार नाही. ते कॅक्टस कुठं आहे? माझ्या छातीजवळ ते आहे या विचारानं मला किती बरं वाटलं असतं!

पण याआधीही कितीदा तरी तो तिला आपली खरी स्थिती सांगायच्या बेतात होता...

एकदा ते एक मूव्ही पाहायला गेले होते. स्वाभाविकच, तो मंगळवारचा दिवस होता. त्या दिवशी मूव्हीची तिकिटं स्वस्त असतात ना. ते पॅरामेटा वेस्टफील्ड टॉकीजमध्ये गेले होते. त्या वेळी तमिळ मूव्ही पाहायच्या तिच्या सूचनेला त्यानं पार धुडकावलं होतं. मग त्यांनी टॉम क्रूझचा कोणता तरी सिनेमा पाहिला होता. तो आपला सोंजाकडेच बघत राहिला होता. त्याच्या सारखं मनात येत होतं की, तिच्या कानामध्ये 'याच्यामुळेच मी आज ऑस्ट्रेलियात आहे' हे वाक्य कुजबुजावं.

पंधरा दिवसांपूर्वी ते बोंडाय बीचवर गेले होते, तेव्हाही तो तिला आपली खरी माहिती सांगू शकला असता. ती आशियन टुरिस्टपासून दूर बीचच्या उत्तरेकडच्या

भागात पोहत होती. डॅनी किनाऱ्यावर टॉवेलवर बसून तिला पोहताना पाहात होता. किनाऱ्यावर बसून राहण्याचं स्पष्टीकरण त्यानं, 'मला पोहायला आवडत नाही.' असं दिलं होतं.

"काय? पण तू कुठल्या तरी लगूनच्या किनाऱ्यावर मोठा झालास ना?" ती मनातल्या मनात म्हणाली असणार; पण तो तेच वाक्य परत बोलला, "मला नाही आवडत पोहायला."

त्याच्याशी कोणत्याही बाबतीत वाद घालायचा नाही, हे ती एव्हाना शिकली होती. ती एकटीच पोहत राहिली आणि डॅनी नुसता बघत बसून राहिला. कारण त्याच्या मनात हा किनारा त्याला पोहण्याच्या दृष्टीनं निषिद्ध झाला होता. या बाजूच्या समुद्रात तो आता कधीच पोहू शकणार नव्हता. याचं कारण होता, एब. एब या बोंडाय बीचवरच पोहला होता आणि त्याला आता एबची आठवणही नकोशी झाली होती. तसं म्हटलं तर डॅनीसाठी आता पूर्ण सिडनी शहरच जादूटोण्यानं भरलेलं निषिद्ध स्थान झालं होतं. इथं अशा बऱ्याच जागा होत्या, जिथं त्याला पायही ठेवायचा नव्हता. उदाहरणार्थ, रोझ बे. तिथं एका पोलिसाचा घोडा डोळ्यांवर बांधलेल्या कापडी पट्टीमागून त्याच्याकडे पाहताना जोरात खिंकाळला होता. बरवुडमधला तो शॉपिंग मॉल. तिथं डोक्यावर हिरवी छत्री घेतलेल्या एका बाईनं त्याच्यावर नजर ठेवली होती. तीन वर्षांनंतरही तो मॉल डॅनीच्या दृष्टीनं निषिद्ध होता. एका महिन्यापूर्वीची गोष्ट. तो सोंजाची वाट बघत पॅरामेटा नदीजवळील एका नव्या भागात हिंडत होता. लांबून दिसणाऱ्या एका लोखंडी बांधकामाकडे नजर जाईपर्यंत तो आरामात चालला होता; पण त्याचं लक्ष त्या दूरच्या बांधकामाकडे गेलं आणि त्याला एकदम बट्टिकालोआचा कल्लडी पूलच आठवला. शीळ घालणारा गुलाब. आपल्या गावातील माशांप्रमाणे पॅरामेटा नदीतील मासेही गायला शिकलेत की काय! 'तू आपल्या वडिलांना त्यांच्या म्हातारपणी टाकून दिलंस.' हे काय दिसलं आपल्याला? डॅनी दचकला. त्यानंतर पॅरामेटातील काही जागांना जाणं त्यानं पार सोडून दिलं. त्याच्या दृष्टीनं त्या जागा त्याच्यासाठी निषिद्ध झाल्या होत्या.

आठवणीतील चुकांचा चक्रव्यूह : की जगातील सर्वांत सुंदर शहर : सिडनी!

"काय विचित्र माणूस आहेस रे तू डॅनी," पोहून परत येऊन सोंजानं उघड्यावरील शॉवरखाली अंघोळ केली. मग केस पुसायला खाली बसत ती हे वाक्य म्हणाली. डॅनीनं तिच्या डोक्यावर एक पांढरा टॉवेल टाकला. तिचे केस खसाखसा पुसताना त्यानं तिला विचारलं, "तू तयार आहेस?"

डॅनीनं बीचशेजारील सर्व घरांकडे सहज नजर टाकली. संध्याकाळच्या प्रकाशात त्यांच्या खिडक्या सोन्यासारख्या झळाळत होत्या.

अंग कोरडं झाल्यावर सोंजानं कपडे बदलले आणि गाडी चालवत ती त्याला टेकडीवरील एका मोक्याच्या जागी घेऊन आली. कारमधून बाहेर पडायचा तिनं खूपच आग्रह केला, तेव्हा डॅनी कारमधून बाहेर पडला. सोंजाला वाटलं, त्याला पोहायचं नव्हतं, ठीक आहे; पण कारबाहेर येऊन त्यानं बाहेरचं दृश्य तरी पाहायलाच पाहिजे.

बोंडाय बीचच्या पलीकडे जमिनीचं एक टोक समुद्राच्या पाण्यात शिरलं होतं. तो जणू त्या खंडाचा सिंहाच्या पंजासारखा भाग होता आणि तो आता समुद्रात विश्रांती घेत होता. त्याच्यापुढे आणखी एक खडकाळ भाग समुद्रात घुसला होता. त्याच्यापुढे आणखी एक बीच होता. डॅनीनं जणू एका नजरेत ऑस्ट्रेलियाचं आधिकारक्षेत्र पाहिलं.

पाण्याच्या गडद हिरव्या लाटा खालच्या खडकांवर जोरात आदळत होत्या.

सोंजाला कार ड्रायव्हिंग फार आवडायचं. ती गाडी तिनं एका दिवसासाठी भाड्यानं घेतली होती. ती त्याला घेऊन आपल्या आईला भेटायला चालली होती.

डॅनीनं पहिल्यादांच ऑस्ट्रेलियाचा एवढा मोठा प्रदेश कारनं पालथा घातला होता. सोंजा मजेत ड्राइव्ह करत होती. ते एका नव्या भागात, उत्तर सिडनीमध्ये प्रवेश करण्यापूर्वी पक्ष्यांच्या थव्याची, हार्बर पुलाजवळील गडद रंगाच्या बोटींची अशा बऱ्याच गोष्टींच्या सावल्या त्यांच्या अंगावर चालून येत होत्या. आपल्या सोळाव्या मजल्यावरच्या फ्लॅटमध्ये सोंजाच्या आईनं त्यांच्याशी इंग्रजीत थोडंसं संभाषण केलं आणि बरचंस व्हिएटनामी व्हेगन शाकाहारी सूप दिलं. ते जेवत होते, तेव्हा सोंजाच्या आईची नजर पूर्ण वेळ डॅनीच्या सोनेरी केसांवरच होती. त्यानंतर दिव्याच्या प्रखर प्रकाशात आई-मुलीच्या त्या जोडीनं त्याला आपण स्वतः केलेल्या लोकरी विणकामाचे, म्हणजे स्वेटर्स, मोजे, मफलर्स वगैरेंचे बरेच नमुने दाखवले. नंतर सोंजानं आणि डॅनीनं नीट पाहावीत म्हणून तिची आई आपलं मेडिकल कार्ड, सीनियर कार्ड आणि लायब्ररी कार्ड घेऊन आली. तिनं ती कार्डं एका ओळीत मांडून ठेवली : ती कार्डं दाखवणं तिच्या शिष्टाचाराचा भाग होता आणि डॅनीकरता सुखाची, समाधानाची कल्पना होती. म्हणजे त्यांच्या दृष्टीने हे असं असावं, डॅनी स्वतःला म्हणाला.

आपल्या हातावरील वळाला पकडून डॅनीनं आपल्या सर्वांत तीक्ष्ण नखानं त्याला चाचपून पाहिलं. सोंजा गाडी चालवत असताना गवतानं शाकारलेल्या अजस्र हार्बर ब्रिजच्या त्यांच्यावर पडलेल्या सावल्या त्याला आठवल्या. त्याच्या मनात आलं की, त्या सावल्या कोणताही आधार न घेता त्याला आपल्या जाळ्यामध्ये ओढत आहेत आणि त्याच वेळी सोंजाच्या जीवनाला भक्कम आधारही देत आहेत.

"तू मुसलमान आहेस का रे?" त्या म्हाताऱ्या बाईनं विचारलं.

"ममा, परत तेच नकोस सुरू करू." म्हणत सोंजा डॅनीकडे वळली.

"त्याचं हसणं कसं आहे ते बघ. एवढी का घाबरतेस तू त्याला?"

डॅनीनं आपला हात सोडून सोंजाच्या आईला उत्तर दिलं. "मी अतिरेकी, माथेफिरू नाही." मग सोंजाकडे वळून तो म्हणला, "ए, हे समजाव ना तुझ्या आईला."

आता कुठं तिच्या आईच्या लक्षात आलं की, तिच्या हातून काहीतरी चूक घडली आहे. तिनं आपल्या मुलीला एका लांबलचक गोष्ट सांगितली. आपल्या मित्राला ती कळावी यासाठी सोंजाला तिचा अनुवाद करावा लागला. आपल्या म्हाताऱ्या आईकडून डॅनीकडे नजर वळवून ती म्हणाली, "व्हिएटनाममधली गोष्ट आहे ही. (त्या वेळी माझ्या आईचं लग्न झालेलं नव्हतं.) तिचं लक्ष आपल्याकडे जावं यासाठी माझे वडील प्रयत्न करीत होते. ते इतके लाजाळू होते की, तिच्याशी काही बोलूच शकत नव्हते. मग ते आमच्या खेड्यातल्या आठवड्याच्या बाजारात आले. तरीही ते तिला काही सांगू शकले नाहीत. मग त्यांनी काय केलं माहीत आहे? त्यांनी चक्क आपलं डोकं भादरलं. डोक्यावरचे सगळे केस कापून टाकले. तिच्यावर आपलं किती प्रेम आहे हे सिद्ध करण्यासाठी. मग माझ्या आईलाही त्यांना काय म्हणायचं आहे हे कळलं."

"म्हणजे मी तसं करावं असं वाटतं आहे का त्यांना?" डॅनीनं विचारलं, तशी त्या दोघी अशा हसल्या, जणू तो मूर्खच असावा.

जेवणानंतर सोंजाच्या आईनं एका प्लेटमध्ये छान, कुरकुरीत बिस्किटं ठेवली. त्यातील एक उचलून सोंजा म्हणाली, "पुढच्या वर्षी आम्ही दोघं ना, सुट्टीसाठी केर्न्सला जाणार आहोत. हो की नाही डॅनी?"

डॅनीनं ती बिस्किटं खाल्ली. त्याचा पासपोर्ट तीन महिन्यांपूर्वीच निरुपयोगी आणि बेकायदेशीर झाला होता. प्लेनमधून जाताना आपली ओळख पटवण्यासाठी त्याला आणखी काही पुरावा द्यावा लागला असता. नक्कीच! म्हणूनच ती जेव्हा जेव्हा केर्न्स किंवा ग्रेट बॅरियर रीफला जायची गोष्ट काढत असे, तेव्हा तो ती पुढे ढकलत असे. ग्रेट बॅरियर रीफबद्दल तर त्याला खात्री होती की, ती जागा बट्टिकालोआ लगूनची फार महागात पडणारी नक्कल असणार.

"केर्न्स श्रीलंकेसारखंच आहे. तसेच विषुववृत्तीय वातावरण. तुला आवडेल ही जागा."

"तुला कसं माहीत गं श्रीलंका कशी आहे ते?" डॅनीनं लगेच विचारलं.

"यू ट्युबमुळे."

"बरं, बरं." तो सोंजाला म्हणाला, एक दिवस श्रीलंकेबद्दल सगळं काही

सांगेन मी तिला. जगातील सगळ्यात सुंदर जागा आहे ती. मग ती बॅरियर रीफबद्दल आणि बाकीच्या जागांबद्दल बोलायची थांबेल.

आपल्या आईकडे वळून सोंजा म्हणाली, ''त्याला केर्न्सला जायचं नसेल तर ठीक आहे. मग मी म्हणते, त्यानं मला श्रीलंकेला घेऊन जावं. मी तिथं त्याचं घर पाहीन; पण त्याबद्दल हा एक अक्षरही बोलायला तयार नाही.'' हे बोलता बोलता तिला आठवलं की, तिला एका सुंदर श्रीलंकन कुटुंबानं हॅरिस पार्कमध्ये चालवलेल्या आयुर्वेदाच्या दुकानात जायचं होतं. तिला डॅनीच्या नाकातल्या प्रसिद्ध वाकड्या हाडासाठी एक औषधी स्प्रे विकत घ्यायचा होता.

''डॅनी, त्या हॅरिस पार्कमधल्या श्रीलंकन लोकांचे शब्दोच्चार किती छान आहेत नाही? तुझे तितके छान का नाहीत?''

ते ऐकून डॅनीनं पुन्हा तीच गोष्ट केली. त्यानं बोलायचा विषय बदलला; पण फार चलाखीनं त्यानं सोंजाच्या आईला तमिळ लोकांबद्दल आणि आदिवासींबद्दल माहिती द्यायला सुरुवात केली.

एके दिवशी डॅनीनं एका ब्राउन माणसाला आणि मुलीला कॅम्पसीमधल्या एका रोडवर स्वच्छंदपणे नाचताना पाहिलं. कुठल्या म्यूझिकवर नाही, तर सूर्यप्रकाशाच्या साथीनं. तो शर्ट न घालता, छाती उघडी ठेवून बिनधास्त नाचत होता आणि ती बिकिनी टॉप आणि निळ्या शॉर्टस घालून. खरंतर ती निर्वस्त्र, चमकत्या ब्राउन शरीरांनी नाचताहेत असं वाटत होतं. त्यांच्या जवळ गेल्यावर त्याला कळलं की, ती दोघं ना भारतीय होती ना श्रीलंकन. ती दोघं आदिवासी होती. ऑस्ट्रेलियाचे मूळ रहिवासी. काय पण मस्त नाचत होती ती दोघं. तेव्हापासून डॅनी ग्लीब आणि न्यू टाउन लायब्ररींमध्ये जाऊन त्यांच्याबद्दलची माहिती वाचू लागला. त्यांच्याबद्दलची सगळी माहिती त्याला कम्प्युटरमध्ये ऑनलाइन मिळाली होती.

डॅनी बोलत असताना सोंजा व्हिएटनामी भाषेत त्याचा अनुवाद करत होती.

''मम्मी, माझं बोलणं जरा ऐकून घे. खूप छान माहिती आहे. तो सांगतो आहे की, ऑस्ट्रेलियात दुसरे कोणी येण्याआधी ब्राउन लोक, विशेषतः तमिळ लोक राहात होते. कारण इथले मूळ निवासी, आदिवासी आधी एक प्रकारची तमिळ भाषा बोलत होते. मम्मी, तो म्हणतो आहे की, हे अगदी खरं आहे. शास्त्रज्ञांकडे याबद्दलचे शास्त्रीय पुरावे आहेत. त्याला तुला हे समजावून सांगायचं आहे की, अशा प्रकारचं संशोधन करणाऱ्या शास्त्रज्ञांना भाषाशास्त्रज्ञ म्हणतात. आता कळलं तुला, माझं याच्यावर का प्रेम आहे ते? तो म्हणतो की, पुढच्या वेळी तो आणि मी नॉर्थ सिडनीच्या ब्रिजवर जाऊ, तेव्हा तो अशा एका भाषाशास्त्रज्ञाला घेऊन येईल. तो भाषाशास्त्रज्ञच ऑस्ट्रेलियातील सर्वजण मूळचे तमिळच होते हे सिद्ध करून दाखवेल.''

हे सांगताना सोंजा अंग घुसळून हसू लागली. तिच्या आईलाही आता तो मुसलमान नाही हे पटलं होतं. तो खरंच एखाद्या दंतकथेप्रमाणे सुंदर आणि विश्वसनीय होता. दंतकथेहूनही बरंच काही जास्त असणारा तो त्यांची कुरकुरीत बिस्किटं खात होता आणि त्या माय-लेकी त्याच्या गोष्टींचा आस्वाद घेत होत्या.

डॅनीला वाटत होतं की, त्या वेळीही मी तिला सांगू शकलो असतो, तुला हे कळायला हवं होतं असं मला वाटलं होतं : माझी स्वतःची गोष्ट. ती तुला कळावी असं मला वाटलं होतं.

पण तिला आज सांगायचं हे सगळं? इतक्या दिवसांनंतर आज?

आपण दोन वर्षांपासून एकत्र आहोत आणि तू इथला बेकायदेशीर रहिवासी आहेस? हे तू मला कधीही सांगितलं नाहीस आणि आता तर तू कुठल्या तरी खुनाच्या मामल्यात गुंतला आहेस? आणि हे आता सांगतोस? ती त्याच्यावर जोरात ओरडली असती. त्याहूनही वाईट म्हणजे त्याच्या डोळ्यांसमोर तो तिच्या पायापाशी कोसळून तिच्यासमोर गयावया करत आहे असं चित्र येत होतं. तो तिला म्हणत होता, ''मी बेकायदेशीर रहिवासी आहे, हे कोणाला सांगू नकोस, प्लीज.'' आणि यावर तिचं उत्तर असणार होतं, ''कोणाला सांगू नकोस? कुठून तुला आईला भेटायला घेऊन गेले कोणास ठाऊक आणि तुझ्या बाबतीतला तिचा अंदाज बरोबरच होता.''

मुरुगन!

तो उजव्या बाजूला वळला. तिथं त्याला एक मोठं अंजिराचं झाड दिसलं. आपल्या अंधाऱ्या पानोऱ्यात ते कित्येक ठिकाणी चमचमत होतं. जणू स्वतःच स्वतःचं मन छान ओळखल्यासारखं.

दुपारची २ वाजून ३६ मिनिटं

पुन्हा एकदा फोनची रिंग वाजली, तेव्हा कुठं त्याच्या लक्षात आलं की, तो अजून तिथंच उभा आहे. पुढे गेलाच नाही.

''नेल्सन, मी तुझ्या घराच्या अगदी बाहेर आहे. इथं एक लायब्ररी आहे. पैजेवर सांगतो की, तू इथं येतोस. येतोस ना?''

''सर, मी खूप सॉरी आहे; पण सर, मी कुठं राहतो हे पोलिसांना अजिबात सांगू नका.''

तिकडे तो माणूस फिसकन हसला.

"गयावया कसं करायचं हे तुला चांगलं माहीत आहे क्लीनर. तू मला सोडून गेल्यावर काय घडलं ते मी तुला सांगितलंच नाही. त्यांनी मला सगळं साफ करायला लावलं, तेव्हा मी बऱ्याच गोष्टी शिकलो. एकदा मी कमोड साफ करण्यासाठी त्याच्यावरची रिंग उचलली, तूही असंच साफ करत असणार कमोड. हो. मला खालच्या बाजूस लघवीचे डाग दिसले. आता मी लघवी करतो, तेव्हा मी कसा स्वच्छ असतो. मी आर्मीचा माणूस आहे. लघवीचे थेंब असे कमोडवर सोडत नाही; पण इथं मला ते काळे, सुकलेले थेंब दिसले. माझ्या संडासच्या सीटवर दुसऱ्या कोणाची लघवी! माझ्या संडासच्या सीटवर? माझ्या कमोडच्या पॉटमध्ये लघवी करताना त्या कोणाला तरी, मी ऑपेरा हाउसकडे पाहताना जे दृश्यं दिसतं ते दिसलं असणार. नंतर तो माणूस माझ्या बिछान्यावरही झोपला असणार. तो माणूस तू नव्हतास. नाही. मी तुला कधीच दोष दिला नाही. तो माणूस तुझा बॉस होता."

डॅनीला वाटलं की, तो सावडारिसबद्दल तर बोलत नाही? तो आता त्याला मारून तर टाकणार नाही?

डॉक्टरचा आवाज आता कापरा झाला होता. "या लायब्ररीबाहेर खरंच खूप ऊन आहे. मी आतल्या एअर कंडिशन्ड खोल्यांमध्ये जायला हवं."

डॅनीला दार उघडल्याचा आवाज आला.

"सार्वजनिक पुस्तकालय. काही उपयोग नाही याचा. त्याचं काय आहे, बहुतेक लोकांचा आय.क्यू. ते दहा वर्षांचे होईपर्यंत ठरत असतो. हो ना? आणि एकदा का आय.क्यू. ठरला की, तो वाढू शकत नाही." मग थोडं थांबून प्रकाश म्हणाला, "खाणीत घडलेली ती घटना सांगितली का रे मी तुला, नेल्सन?"

"नाही सांगितली." डॅनी.

"अरे बाबा, आत्ता नाही सांगणार मी ती. आत्ता सांगीन का मी?" आणखी एक हसण्याचा आवाज. "हं! इथं थोडं ठीक आहे. एअर कंडिशन्ड आहे ना!"

डॅनीला सुटकेचा श्वास आणि एक प्रकारचा आवाज ऐकू आला. त्याला वाटलं, आता प्रकाश खाली बसला असेल. बहुतेक ग्लीब लायब्ररीत कम्प्युटरसमोर बसला असणार.

"क्लीनर, असं समज की, तू त्या घाणरेड्या मिशेल हायवेवरून चालला आहेस. आठवड्याच्या जोडून आलेल्या सुट्ट्यांसाठी आणि तू एकदम चेंदामेंदा झालेली लाल टोयोटो पाहतोस. मोटारीतल्या लोकांचे काय हाल झाले असतील, असा विचार लगेच तुझ्या मनात येईल. आता ऐक, त्या मोटारीत बसलेल्या लोकांमधलाच एक मी होतो. ऐकतो आहेस ना?"

"हीच का ती खाणीमधली घटना?"

"नाही. ही दुसरीच एक घटना आहे. मी हायवेवर गाडी चालवत होतो. हिवाळ्याचे दिवस होते. माझ्या अंगावर जॅकेट होतं. लेदर जॅकेट, आतल्या बाजूला कॅनडातल्या हंसांची पिसं असलेलं. खूप महागडं होतं ते जॅकेट. ते फाडून त्यांनी मला हॉस्पिटलच्या इमर्जन्सी बेडवर टाकलं. मी जागा झालो, तेव्हा ती बर्फासारखी पांढरी पिसं माझ्या सभोवर तरंगत होती आणि डोक्यावर होता एक पांढरा गोल. मला वाटलं, मी देवदूत झालोय आणि ही पिसं माझ्याच पंखांची आहेत. तो डोक्यावर दिसणारा चमचमणारा गोल, त्या देवदूताचा म्हणजे माझा मेंदू आहे. मी जिवंत आहे असं मला कळलं, तेव्हा खरं सांगतो, माझे डोळे अश्रूंनी चिंब भिजले. तिच्या वडिलांना – माझ्या कारमध्ये एक बाई होती. तिच्या वडिलांना अर्थातच मी देवदूत वाटत नव्हतो. त्यानं हॉस्पिटलमध्ये माझ्यावर आरोप केला ना यार... आधी ती खाण, तिथला अपघात आणि आता हे... पण आपण कधी हार मानली नाही. कधी माफी मागितली नाही. कोर्टात न्यायाधीशांनी आणि वकिलांनी मला वेगवेगळ्या चौकटीवर टिकमार्क करायला लावलं. तेव्हा कुठं माझी सुटका झाली. त्यानंतरच मी जुगार खेळायला लागलो. मग एकदा मी पकडला गेलो आणि मला पुनर्वसन केंद्रात पाठवण्यात आलं. त्यांना माझ्याकडून तेच करून घ्यायचं होतं. तुला माझ्याबद्दल वाईट वाटतं नेल्सन?"

"हो." डॅनी म्हणाला.

डॅनीला तिकडून काहीतरी सरकवल्याचा आणि पाठोपाठ प्रकाशच्या बोलण्याचा आवाज आला, "ठीक आहे. मी बाहेर जातो. बरं, बरं. जातो मी बाहेर. सॉरी-बिरी काही म्हणणार नाही मी. मी चाललो." काही क्षण शांतता आणि मग परत प्रकाशचा आवाज, "तो नालायक लायब्ररियन रे, मला इथून जायला सांगतो आहे. ठीक आहे. जातो मी या घाणरेड्या जागेतून बाहेर. नेल्सन, तुझ्या लायब्ररीत मला फार वाईट वागणूक मिळाली बरं का!"

"सॉरी सर."

"तुला कोणत्याच गोष्टीचा दोष देत नाही रे मी. तू तर एक साधा क्लीनर आहेस. माझी संध्याकाळी पावणेसातची फ्लाइट आहे. मी ग्लीबमध्ये कायम थोडाच राहणार आहे? मला परत घरी जायलाच हवं. पॅकिंग करायचं आहे. सफाईदेखील करायची आहे. नेल्सन, माझ्यासाठी तू सफाई करायला पाहिजेस असं वाटत नाही का तुला? त्यांनी मला ती करायला लावली होती. आता तू ये आणि ती शेवटची सफाई करून टाक."

"नाही." म्हणून डॅनीनं फोन बंद करून टाकला.

तीच त्याची चूक ठरली. त्यानं फोन बंद केल्यामुळे प्रकाश भयंकर रागावला. त्यानं लगेच डॅनीला टेक्स्ट केलं.

'इमिग्रेशन ऑफिसला फोन करायचा तो डॅब नंबर काय आहे रे? त्याच्यावर आपण गुप्त रीतीनं कळवू शकतो... हं. १-८००-००९-६२३. विलावुडमध्ये त्या गुंड टोळ्यांबरोबर राहणं फार भयंकर आहे हं! तिथं राहणं इतकं असह्य होतं की, कित्येकजण आत्महत्येचा मार्ग पत्करतात.'

एव्हाना जवळपासच्या झुडपांमधून आलेले नाकतोडे डॅनीच्या पायावर चढायला लागले होते.

डॅनीचा फोन पुन्हा वाजायला लागला. स्क्रीनवर माहीत नसलेला नंबर आला. त्याला आशा वाटली की, कदाचित सोंजानं हॉस्पिटलच्या लँडलाइनवरून फोन केला असेल. फोन घेण्यासाठी त्याची बोटं शिवशिवू लागली; पण तेवढ्यात त्याच्या मनात विचार आला. सोंजा अशी लँडलाइनवरून फोन करणार नाही.

फोन वाजत राहिला.

अनोळखी नंबर.

जास्तीतजास्त ते काय करू शकतील तुला, डॅनी? त्यानं आपल्या दंडाला चिमटा घेतला. आतापर्यंत केलं नाही, असं काय करतील ते?

"येस?" फोन घेताना तो जवळजवळ ओरडलाच.

दुपारची २ वाजून ४६ मिनिटं

किंचित काळच्या शांततेनंतर फोनवर आवाज आला, "मी होमिसाइड डिपार्टमेंटमधून डिटेक्टिव्ह सार्जंट मिकालोस बोलतोय. आपलं नाव काय आहे?"

जमिनीवरच्या पानगळीतून एक नीलकंठ पक्षी, डॅनीवर झडप घातल्यासारखा उडत त्याच्या जवळच्या फांदीवर आला आणि बघताबघता सूर्यप्रकाशात चमकणाऱ्या त्याच्या चोंचीचं टोक एकदम धारदार चाकूत परिवर्तित झालं.

"येस," तिथून एकदम हलत डॅनी म्हणाला, "येस, येस."

"मी कोणाशी बोलतोय कळू शकेल का? एका खुनाच्या तपासाच्या संदर्भात बोलतोय मी. प्लीज, तुम्ही आपलं नाव सांगू शकाल का?"

डॅनीनं फोनवर आपलं नाव सांगितलं. फोनवरील आवाजानं डॅनीला सांगितलं की, त्यांना राधा थॉमसच्या फोनबुकवरून त्याचा नंबर मिळाला. काल रात्री तुंगब्बीमध्ये तिचा खून झाला.

"आम्ही सध्या फोनवर तुम्हाला काही प्रश्न विचारू शकतो का? सध्या फक्त फोनवरच विचारायचे आहेत प्रश्न." तिकडून सांगितलं गेलं.

"बरं." डॅनी म्हणाला.

"आपलं नाव, व्यवसाय, पत्ता सांगा. कोणत्या सबर्बमध्ये राहता तेवढं सांगितलं तरी आता पुरेसं आहे. फोन नंबर?"

रानटी गवताचे झुबके उपटत, त्यांचे गुच्छ तयार करत, डॅनी प्रत्येक प्रश्नाचं उत्तर देत डोंगराच्या कड्याकडे जात होता.

मग प्रश्न आला : तुम्ही तिचे मित्र होता का? त्या लिस्टमधल्या सगळ्यांना आम्ही फोन करीत आहोत.

"मी तिचं घर साफ करायचो. एवढंच! पण खूप पूर्वीच मी ते काम सोडलंय," तो म्हणाला.

"किती आधी?"

"आठ-नऊ महिन्यांपूर्वी." सावधगिरी म्हणून आणखी एक महिना जोडत तो म्हणाला, "मध्ये कमीतकमी इतके महिने तर गेलेच आहेत."

"अच्छा, अच्छा," म्हणत सार्जंटनं विचारलं, "तपास करण्यासाठी आम्हाला मदत होईल असं काही तुम्ही सांगू शकता का? तुम्ही कधी काही संशयास्पद गोष्ट पाहिली का तिच्या संदर्भात?"

डॅनीनं विचार करायचा खूप प्रयत्न केला. मग तो म्हणाला, "नाही."

विचार कर डॅनी, विचार कर. हातातला गवताचा गुच्छ नाकाजवळ नेत डॅनीनं त्याचा वास घेतला. पोलिसांनी तिच्या संपर्कात असलेल्यांचे फोन नंबर मिळवण्यासाठी तिच्या फोनमध्ये शोध घेतला असेल तर त्यांना प्रकाशचा फोन नंबर नक्कीच मिळेल आणि ते त्याला पकडतील. हो की नाही? पबमध्ये एक भारतीय पट्ट्यापट्ट्याचा टाय घालून येतो, हे कोणाला तरी आठवेलच. एखाद्या तरी ऑस्ट्रेलियनला त्याच्या नाकावर ठोसा मारावा असं वाटलं असणारच. त्याला प्रकाश नक्की आठवेल आणि त्याला हेही माहीत असेल की, त्याला ठाऊक असलेली माहिती पोलिसांना देणं त्याचं कर्तव्य आहे. असं अनामिक राहून मी नाही देणार त्यांना काही माहिती. या गुंत्यात मला अजिबात अडकायचं नाही.

डॅनीनं वर पाहिलं, तेव्हा एका चिनी माणसाचे डोळे आपल्यावर रोखलेले आहेत असं त्याला दिसलं. एका ग्लास बाल्कनीमधून निळ्या पट्ट्यांचा खलाशाचा टी-शर्ट घातलेला एक चिनी माणूस खाली वाकून पाहात होता. त्यानं एक जांभई दिली. मग दंड खाजवत तो डॅनीकडे बघून हसला.

अरे मित्रा, तुला एक कॅलेंडर वाचता येत नाही?

वरचा तो आशियन माणूस डॅनीकडे पाहून हसतच होता.

डॅनीला बाल्कनीच्या उघड्या दारातून त्याच्या घरातले पडदे, इलेक्ट्रॉनिक वस्तू, मातीचा खुजा दिसला. तसेच त्याची बायको त्याच्यापेक्षा नक्कीच जास्त सुंदर असणार याचा अंदाज आला.

डॅनी, तू ऑस्ट्रेलियातच राहा. डॅनीनं स्वतःला बजावलं.

त्याला असं का वाटलं याचं कारणही जोरात ओरडून सांगावं, असं त्याला वाटलं. त्याचं असं झालं होतं की, आपल्या दुखऱ्या गळ्याच्या शेजारी आपली नाडी धकधक करत धडधडतेय असं त्याला वाटलं होतं; त्यामुळे त्याला पटकन सनबर्स्टच्या स्टोअर रूममध्ये जाऊन सोफ्यावर निपचित पडावं असं वाटलं होतं. त्याच वेळेस त्याच्या डोक्यामध्ये राधाचा गळा आणि खरा न्याय या गोष्टीही आल्या होत्या.

आपल्या सुरक्षित जागेवरून डॅनीचं बारकाईनं निरीक्षण करणारा तो चिनी माणूस काहीतरी चघळायला लागला. जबडा हलवत त्याचं डॅनीबद्दलचं निरीक्षण चालूच होतं.

"पोलिसांनी तुला फोन केला होता का?" प्रकाशनं मेसेज पाठवला होता.

"हो." डॅनीनं उत्तर पाठवलं.

"तू काय सांगितलंस त्यांना?"

"काहीच नाही." डॅनीचा मेसेज.

डॅनीचा फोन लगेचच वाजला. त्या खुन्यानं डॅनीला विचारलं, "काय सांगितलंस तू?"

"आधीच सांगितलंय तुला, काही नाही म्हणून."

"खरंच?"

"हो."

"खरंच?"

आता प्रकाशच्या प्रश्नात विनवणीचा सूर होता. अखेर प्रकाश खरा काय आहे हे डॅनीला ऐकायला मिळालं : जुगारी, नाइलचा राजा, सिडनी नाइट लाइफचा बॉस! पण आता मात्र सरसकट सरकारी माफी मिळवणं त्याच्या शक्तीबाहेरची गोष्ट होणार होती.

"खरं सांगतो आहे मी डॉक्टर. अगदी - अगदी खरं."

"मला त्या नावानं हाका मारणं थांबव. मी नाही डॉक्टर-बिक्टर. माझा असा अपमान करणं सोडून दे."

प्रकाश थोडा वेळ थांबला. मग त्यानं डॅनीला विचारलं, "तू खरंच नाही सांगितलंस काही त्याला? हे छान केलंस. मीही तुला कधीही, कोणत्याही बाबतीत दोष दिलेला नाही क्लीनर."

डॅनीला वाटलं, त्या खुन्याच्या मनात आपल्याबद्दल थोडी कृतज्ञता आहे. आता दिवसभर तो जरा बरा वागेल आपल्याशी.

पण दुसऱ्याच सेकंदाला प्रकाशचा आवाज बदललेला होता.

“नेल्सन, तू माझ्या चेहऱ्यावर नेम धरून मारलंस.”

“सॉरी. व्हेरी व्हेरी सॉरी. दहापट सॉरी. वीसपट सॉरी.’

क्षणमात्र शांतता आणि मग, “मी तुला दोष देत नाही. मला माहीत आहे, तू एक क्षुल्लक क्लीनर आहेस. अशा गोष्टी अगदी वरच्या लेव्हलवर ठरतात. आपल्याला माहीत आहे, हे कोणी ठरवलं आहे ते. हो की नाही?”

“कोणी ठरवलं हे?”

डॅनीच्या प्रश्नाचं उत्तर देण्याऐवजी तो म्हणाला, “मी आज संध्याकाळच्या विमानानं निघालो आहे. नेल्सन, मला नीट तयार व्हायला पाहिजे. मी कुठं चाललो आहे, केव्हा ते माहीत आहे तुला?”

डॅनीनं या प्रश्नाचं उत्तर दिल्यावर त्या खुन्यानं परत आधीचा प्रश्न विचारला. “हे सगळं कोणी ठरवलं हे माहीत आहे आपल्याला. हो की नाही?”

“कोणी?” डॅनीचा प्रश्न.

“सगळ्यात वरच्या माणसानं.”

डॅनीनं थोडा वेळ वाट पाहिली.

“आपल्या देशाला विकणारी माणसं. तो त्यांच्यातला सगळ्यात वरचा माणूस असतो.”

“कोण?”

“सर्वांत वरचा.” प्रकाशनं धुसफुसत फोन बंद केला.

डॅनीला प्रकाश कोणत्या व्यक्तीबद्दल बोलत होता ते कळेचना.

“कोणाबद्दल बोलतो आहे हा?” डॅनी विचारात पडला.

त्याची टेहळणी करणाऱ्या त्या चिनी माणसानंही तोच संशय आल्याप्रमाणे वर मान हलवली. मग दोन्ही हात दोन बाजूंना पसरून त्यानं डोक्यामागं घेतले आणि आपल्या काळोख्या घरात जाण्यापूर्वी त्यानं एक जांभई दिली.

आणि मग घात झाला. त्याच्या नजरेसमोर दोन डझन काळ्या मोटरगाड्यांचे चमचमते टप आले. एका उघड्या शेडमधून ते टप त्याच्याकडे पाहात होते. किंग्ज क्रॉसपासून वुलूमलूला जाणारा निर्मनुष्य रस्ता. अर्धी टेकडी उतरून आल्यावर डॅनी रस्त्याच्या मधोमध एकदम थांबला आणि कोणीतरी त्याच्यावर करणी केल्याप्रमाणे तो इटालियन कारच्या शोरूममधील काळ्या कुळकुळीत आणि तुकतुकीत मोटारींकडे

एकटक पाहात राहिला.

शोरूमच्या अगदी बाहेरच त्याला एक चेंदामेंदा झालेला जीव दिसला. तो एक उंदीर (किंवा तत्सम जीव होता) (आणि ती या देशातील अत्यंत धक्कादायक गोष्ट होती). डॅनीच्या दृष्टीनं व्हाइट लोकांबद्दलच्या सर्वांत धक्कादायक गोष्टी होत्या - त्यांचा टॉयलेट पेपर्सचा प्रचंड वापर, ब्रोकोलीचा घाणेरडा वास आणि त्यांचं रगबीचं वेड (तिला रग्बी असं कधी म्हणायचं नाही हं!). या सगळ्यांचं चेंदामेंदा झालेला तो उंदीर किंवा उंदरासारखा जीव प्रतिनिधित्व करीत होता.

आधी लंगडउडी, मग उंच उडी आणि मग उंदरावरून लांब उडी मार डॅनी. निघ इथून. डॅनीनं स्वतःला समजावलं.

शोरूमपासून दहा फुटांवरील एका उंच, मजबूत पुलाच्या वर डॅनीला एका गोथिक कॅथेड्रलचे उंच, दगडी मनोरे दिसले. त्यातील सेंटर पॉइंटच्या अगदी मधल्या मनोऱ्यावर स्टीलच्या तारांचं जाळं पसरलेलं दिसत होतं. हे सर्व डॅनी जवळजवळ रोज पाहायचा; पण आज का कोण जाणे, ते पाहाताच त्याच्या मनात धडकी भरली.

प्रकाशलाही सर्व वस्तू आता अशाच भीतीदायक भासत असतील. बेकायदेशीर रहिवाशाला दिसतं तसंच खुन्याच्या डोळ्यांनाही पूर्ण जग चमकदार आणि भयंकर दिसत असणार. ऑस्ट्रेलियाच्या कोणत्याही पोलिसाला अशा प्रकारची भीती म्हणजे काय हे कळणारच नाही कधी.

डॅनीला त्याच्याभोवती कुरतडण्याचा आवाज ऐकू आला. कांगारूंचं रात्रीचं कुरतडणं... सजीव मिठासाठी हाडं चघळणं.

डॅनी इटालियन शोरूमच्या दिशेला वळला. तिथं डोक्यावर मोरपंखी, फुललेले तुरे असणारे नीळकंठ होते. त्यांनी आपल्या करड्या पंजांनी एका काळ्या मोटरकारचा टप पकडून ठेवला होता. काळ्या कारवर बसलेले ते पक्षी म्हणजे एका नव्या आलिशान कारचं प्रतीकचिन्ह वाटत होते. डॅनी अशा विचारात बुडालेला असताना त्याचा फोन वाजला.

अनोळखी नंबर

पुन्हा?

"येस?" गाडीच्या टपावरील नीळकंठांकडे पाहतापाहता डॅनी म्हणाला.

तो पोलिसाचाच फोन होता; पण फोनवर तो आधीचा पोलीस नव्हता.

"हे बघ, मी डिटेक्टिव्ह चीफ इन्स्पेक्टर जेफ्री आहे. मीच स्क्वॉड कमांडर म्हणजे टीम लीडर आहे. या केसच्या बाबतीत खरंतर डिटेक्टिव्ह सार्जंट मिकालोसकडून नाही, तर तुम्हाला माझ्याकडून फोन यायला हवा होता. मला तुम्हाला परत काही प्रश्न विचारायचे आहेत. सर, मी तुम्हाला प्रश्न विचारू

शकतो का आत्ता?''

''होय सर,'' डॅनी म्हणाला, ब्रिजखालून जाताजाता त्यानं त्या स्क्वॉड कमांडरच्या प्रश्नांना उत्तरं दिली.

''या बाईला तुम्ही केव्हापासून ओळखता?''

''तू तिच्याकडे सफाई करायला बरेचदा जायचास का?''

''तुला काही वेगळं घडलेलं कधी जाणवलं?''

''नाही सर.'' डॅनी उत्तरला.

''तिला त्रास देऊ शकेल, इजा पोहोचवू शकेल असा कोणी माणूस माहीत आहे का तुला?''

''नाही सर,'' डॅनी म्हणाला. या वेळी त्यानं जास्त आत्मविश्वासानं उत्तर दिलं; पण त्याचा पाय अजून थरथरतच होता.

''तुझ्याकडे आम्हाला सांगण्यासारखं काहीच नाही?''

''काहीच नाही सर. आता मी जाऊ शकतो? कामावर जायचं आहे मला.''

''हो.'' किंचित काळ थांबून तो पोलीस म्हणाला, ''हो, तू जाऊ शकतोस.''

डॅनीला माहीत होतं की, काँक्रीट ब्रिजखालचे डोळे त्याच्याकडे पाहात आहेत. कदाचित घाम फुटल्यामुळे तो बेचैन झाला आहे, खोटं बोलल्यामुळे त्याच्या चेहऱ्यावर घाम फुटला आहे हे त्या डोळ्यांनी पाहिलंही असेल; पण त्याबाबत काळजी करण्याची गरज नव्हती. ते डोळे होते बेघर ऑस्ट्रेलियनांचे.

''नेल्सन, इमिग्रेशन डिपार्टमेंटनं तुला पकडलंच तर एवढंच कर की, त्या ऑफिसरच्या डोळ्याला डोळा भिडव आणि त्याला सांग, मला मोकळं सोडा. मी तुमचे नळ बसवणं, ते दुरुस्त करणं वगैरे काम करीन.'' – एकदा राधा थॉमसही त्याला हेच म्हणाली होती.

एके दिवशी डॅनी गुडघ्यावर बसून टबमधले डाग खरवडून काढत होता, त्या वेळी चेहऱ्याला कोल्ड क्रीम लावत बाथरूममध्ये येतायेता तिनं त्याला वरील शब्द ऐकवले होते. ती पुढे असंही म्हणाली होती की, ''नेल्सन, मी काय म्हटलं ते ऐकलंस ना तू? हे बघ, आम्हाला नियम, कायदे आवडतात असं फक्त दिसतं; पण खरं म्हणजे आम्हाला तुमचं हे प्लंबिंग आवडतं.''

डॅनी खाली मान घालून टब घासत राहिला. ती त्याला जे काही सांगायची, त्यातलं अर्धं, ती त्याची गंमत करायला सांगते की तिचं बोलणं दोन टोकांमधील म्हणजे गंमत आणि ऑस्ट्रेलियन लोक ज्याला आयरनी - उपरोध म्हणतात, तसं आहे हे डॅनीला कळायचंच नाही.

काही काळानंतर राधा थॉमसच्या बोलण्यातील गंमत म्हणा, टोमणा म्हणा की आणखी काही; सर्व आटून गेलं.

ती रुक्ष स्वरात सांगू लागली, "अकाउन्टन्ट सारखा विचारत असतो की, त्या फ्लॅटमधून मिळणारा पैसा कुठं जातो. या काही दिवसांत तो ही गोष्ट मार्कच्या कानावर घालणार आहे." सिडनी शहरातील कोणतीही गोष्ट भाडं चुकवू शकत नाही. मग ते वेडंपिसं प्रेम का असेना. प्रकाशला कळवायला पाहिजे का? की, हा चांदण्यातील भांगडा आता संपणार आहे. त्याच वेळी डॅनीनं मनोमन ठरवलं की, हे काम सोडायची हीच बरोबर वेळ आहे.

तरीही बरेच दिवस डॅनी तिथं काम करत राहिला. ती अगदी प्रामाणिकपणानं त्याला त्याच्या कामाचे पैसे वेळच्या वेळी देत होती. वर टीप म्हणून वेगळे पैसेही देत होती. घराबाहेर कुत्र्यानं केलेली घाण साफ कर असं तिनं कधी म्हणून सांगितलं नाही. कधीच नाही.

ते काम सोडण्याचा निर्णय त्यानं कित्येक आठवडे पुढे ढकलला. तिच्याकडचं काम आटोपल्यावर तो तिच्याकडे बघून फक्त हसायचा. साडेसहा महिन्यांआधीच्या त्या मंगळवारी मात्र बड-बंप-बरंप करीत गालिचा साफ केल्यावर त्यानं (खास काळजी घेऊन) टॉयलेटस स्वच्छ केली. फ्लॅटमध्ये व्यवस्थित सफाई केली. आपल्या कामाचा ६० डॉलर्स मोबदला घेतला. मग खोल श्वास घेऊन पाठ ताठ केली आणि घर नं. ५ला त्यानं आपण तिथलं काम सोडत असल्याचं सांगितलं. कायमचं सोडत असल्याचं सांगितलं.

त्याला चांगलं आठवत होतं. त्या दिवशी फ्लॅटच्या खिडक्या उघड्याच होत्या. ती लाल ट्युलिप्सपाशी उभी होती. त्याच्याकडे न बघता आपल्या सेल फोनला चापट्या मारत होती. तिच्याजवळ रेसिंगची माहिती पुरवणारी वर्तमानपत्राची पानं होती.

त्या उघड्या खिडक्यांपलीकडे डॅनीला डॅरियल वकिलाचा फ्लॅट नं. ४ दिसत होता. तो त्याच्या मनाला शांती आणि सुटकेचा आनंद देत होता.

केसातून उजवा हात फिरवत डॅनी हसत उभा होता. शेवटी तिचं आपल्याकडे लक्ष जावं म्हणून तो म्हणाला, "मला हे काम सोडावंच लागेल."

त्याला माहीत होतं की, त्या दिवशीचं त्याचं हसणं विद्रूप होतं, कारण त्यानं आपण हे काम सोडतोय हे तिसऱ्यांदा सांगितल्यावर तिला त्याच्या म्हणण्याचा अर्थ लागला. मग ती लगेच म्हणाली, "काय रे, तुला आम्ही चंगी-भंगी आहोत असं वाटलं की काय?"

त्यानंतर सोफ्याकडे येऊन सोफ्यावर बसत ती म्हणाली, "अरे, ढोंगी माणसा, तुला माहीत तरी आहे का? की, तुझ्यासारखी कित्येक माणसं विलावुडमध्ये

डांबून ठेवलेली आहेत आणि ती आत्महत्येबद्दल कविता लिहीत आहेत आणि तू इथं सिडनीत उजळ माथ्याने मस्त कपडे घालून, खिशात भरपूर पैसे बाळगून ऑस्ट्रेलियातलं चांगलं जीवन जगतो आहेस. ढोंगी, घाणेरडा माणूस!''

राधाचं बोलणं ऐकून डॅनीच्या चेहऱ्यावरील हसू मावळलं; पण त्याच्यात कुठूनसं बळ आलं आणि तो म्हणाला, ''मिस राधा, प्रकाश थोडा क्रॅक आहे.''

''क्रॅक?''

डॅनी बाहेर जायला वळलाच होता तितक्यात त्याला राधाचा संतप्त सूर ऐकू आला, ''ए ऽऽ असं काहीतरी बोलून तू इथून जाऊ शकत नाहीस हं! तुला नक्की म्हणायचं आहे तरी काय?''

तेव्हा डॅनीनं आपल्या बोलण्याचं स्पष्टीकरण दिलं.

''क्रॅक म्हणजे तमिळ पिक्चरमध्ये या शब्दाचा जो अर्थ असतो, तोच मला म्हणायचा आहे.'' डॅनी दुबईहून परतल्यावर त्याच्या वडिलांनी त्यांच्या शेजाऱ्यांना हेच सांगितलं होतं (माझा मुलगा थोडा क्रॅक आहे.)

क्रॅक म्हणजे क्रेझी, थोडा वेडपट, विक्षिप्त म्हणजे शाळेतल्या अर्थानं लंब्याचौड्या बाता मारणारा मुलगा.

आता राधानं आपला फोन सोफ्यासमोरच्या टी-पॉयवर ठेवला आणि ती म्हणाली, ''क्रेझी काय? आमच्याबद्दल असा विचार करतोस होय तू? तू आम्हाला आमच्या कुटुंबातला एक आहेस असं वाटायचं : प्रकाशला आणि मला. मी... तुझ्या बेकायदेशीर दर्जाबद्दल लोकांशी बोललेय. मी... लोकांना तुला मदत करायला सांगते आणि तू...''

डॅनी उत्तरला, ''थॅंक्स.''

''क्रॅक,'' राधानं हाताची घडी घालून त्याच्याकडे पाहिलं. ''ते हसणं थांबव आधी. असं हसल्यावर तू इतका कुरूप दिसतोस ना. आता नीट लक्ष देऊन ऐक. प्रकाश आणि राधा. राधा आणि तिचा प्रकाश. पश्चिम सबर्बमधले ते भारतीय प्रकाशचा द्वेष करतात. तो तिथं जाऊ शकत नाही. ते आम्हा दोघांचाही द्वेष करतात, कारण आम्ही ऑस्कर आणि लुसिंडा आहोत. आम्ही सिडनीतल्या भारतीयांसारखे राहात नाही. इथल्या भारतीयांसारखं राहणं म्हणजे फक्त मोठमोठ्या मोटारी विकत घेणं आणि दरवर्षी पॅरामेटामध्ये हिंदू सणवार जोरजोरात आवाज करीत साजरे करणं. काय सांगितलं होतं मी तुला? आधी तुझं दात दाखवणं बंद कर.''

तेवढ्यात राधाचा फोन वाजला. तिनं तो घेतला आणि पूर्ण वेळ डॅनीशी बोलत ती फोनबरोबर खेळत राहिली.

''प्रकाशचं बॅकग्राउंड इंडियन आहे. त्याच्या कुटुंबातले सगळेजण सर्जन

आहेत. त्यालाही आपण आपल्या भावांप्रमाणे डॉक्टर व्हावसं वाटत होतं. त्याऐवजी त्याला कशा परिस्थितीतून जावं लागलं, माहीत आहे? त्याला क्वीन्सलॅण्डच्या लष्करात भरती व्हावं लागलं. मग किंबर्लेमधल्या खाणीत काम करावं लागलं. तुला माहीत आहे, तो जगभर हिंडला आहे. पूर्ण जग पालथं घातलं आहे त्यानं. आहेस कुठं तू?'' मग तिनं हसून डॅनीकडे पाहिलं.

''क्लीनर, मी काय म्हणते ते ऐकतोस ना तू? जीवनानं त्याला काय काय द्यायला पाहिजे होतं. तो कदाचित गांधी किंवा फ्रेड हॉलोज झाला असता.''

''किंवा नेल्सन मंडेला,'' डॅनी गालातल्या गालात हसत म्हणाला.

''तू थट्टा करतोस का माझी?'' त्याच्याकडे पाहून राधा रागानं म्हणाली, ''गधड्या, तू माझी थट्टा करतोस? मी तुला शोधून काढलं. माझ्याकडे काम करण्यापूर्वी तू असून नसल्यासारखा होतास. तुला कोणी कुत्रं विचारत नव्हतं क्लीनर. हे बघ, मला ऑनलाइन काय मिळालंय?''

डॅनीच्या चेहऱ्यावरील हसू नाहीसं झालं. तिनं त्याला आपल्या सेल फोनचा स्क्रीन दाखवला, तेव्हा त्याला कळलं की, ती बेटिंग वगैरे काही करत नव्हती.

''बघ. वाच हे... कोणालाही अशी कोणी व्यक्ती, व्यवसाय किंवा नोकरी देणारा माहीत असेल? जो... मदत... मदत...''

डॅनीनं जरा जवळ जाऊन त्या फोनकडे पाहिलं.

''मदत करत असेल?''

''परत असं करू नकोस बघ... व्हिसाचा घोटाळा करतोय किंवा बेकायदेशीर काम करण्यात मदत करतोय तर त्यांनी ती माहिती ऑस्ट्रेलियाच्या बॉर्डर वॉचला (Border Watch@Australia.gov.au/...border//---) जरूर द्यावी.''

फोन टेबलावर ठेवत ती ''स्लॅश स्लॅश'' म्हणाली.

डॅनीनं तिच्याकडे टक लावून पाहिलं.

थोडा वेळ शांत राहून ती म्हणाली, ''मला हे करायचं नव्हतं; पण तू मला भाग पाडलंस, हे सांगायला. एक तर तुला प्रकाशबद्दल फारशी माहिती नाही. किती त्रासदायक, भयंकर परिस्थितीत त्याचं आयुष्य गेलं आहे.''

''यापुढे मला इथलं सफाईचं काम करता येणार नाही.''

''नेल्सन, मी काय म्हणते, आपण हाँगकाँगला जाऊ शकतो. मला तिथं एक नोकरी मिळते आहे. हॉस्पिटल ॲडमिनिस्ट्रेटरची; पण मी इथलं हे उजळ आयुष्य सोडून जाऊ शकत नाही. सिडनीतला तसंच इथला हा प्रकाशझोत फार प्रखर आहे. तुम्ही सहजासहजी त्याला सोडून जाऊ शकत नाही. कधीकधी मला वाटतं की, तो मला इजा करेल. स्वतःला इजा करेल आणि मार्कचंही काही बरं-वाईट करेल. त्याच्या मनात मत्सराची आग पेटली आहे.''

"मग पोलिसांकडे जाऊन त्यांना हे सांग." डॅनी म्हणाला होता.

यावर त्याच्याकडे वळून ती तिरस्कारानं हसली होती.

"पोलीस." म्हणताना तिचा हात थरथरला होता. "आपल्याला कुठंही जाता येणार नाही. या शहरात आपण लपून राहू शकू अशी एकही जागा नाही. मला इथं कोणीही नोकरी देणार नाही. माझ्याशी कोणीही नीट वागणार नाही. मला माहीत आहे, सगळीकडे लोक माझ्याबद्दल कुजबुजताहेत. त्यांच्या मते मी मेडिकेअर ऑफिसमधली वेडपट, भ्रमिष्ट बाई आहे. ही सरकारचा पैसा चोरून पळून गेली आणि हिच्या नवऱ्यानं हिला पकडून देण्यात सरकारला मदत केली. पोलिसांनीच तर मला या दलदलीत ढकललं."

तिनं फोन टेबलावर पडू दिला. "आम्ही दोघं दिवसभर जुगार खेळत असतो; पण आमच्या नावावर आम्ही एकही बेट लावू शकत नाही."

डोळ्यांत भरून आलेले अश्रू तिनं डाव्या हातानं पुसले. डॅनीनं आपली सफाईकामाच्या साधनांनी भरलेली बॅग घट्ट पकडून ठेवली. त्या बॅगमध्ये त्यानं डबा भरून पेपर नॅपकिन्स ठेवले होते.

"मी त्याला सांगत असते की, प्रकाश, तुरुंगातल्या माणसाकडेही काही पर्याय असतात : तुरुंग फोडून तुरुंगातून बाहेर पडणं किंवा तुरुंगातली आपली कोठडीच बाहेरच्या जगाएवढी मोठी करणं. मी त्याला सारखी सांगत असते."

डॅनीनं दाराकडे पाहिलं. आपल्याकडे दोन जीवनं असतात, तेव्हा आपण सुटका करून घेण्यायोग्य जागा दुप्पट करायला बघतो.

"नेल्सन, तुला रँडविक माहीत आहे का रे? नक्कीच माहीत असणार. तो मिशन : इम्पॉसिबल २ मध्ये आहे. तो सिनेमा रे. तू सारखा त्या सिनेमाबद्दलच तर बोलत असतोस. ऐक. इथं ना, एक काळ्या काकाकुवांचा थवा आहे. तो सिडनीच्या अगदी मध्यवर्ती भागात गुप्तपणे राहतो. उन्हाळ्याच्या प्रत्येक संध्याकाळी सहा-सात काकाकुवांचा हा थवा रँडविकच्या भोवती घिरट्या घालतो बघ."

"एक मोठं पब आहे बघ तिथं. आपण सूर्यास्त होताना आकाश बघत असतो, तेव्हा हे तुरेवाले पक्षी पंख पसरून आकाशात उडत असतात. त्यांना पाहून वाटतं की, समुद्रातलं स्पॅनिश आरमारच आहे हे. तू कधी त्या काळ्या काकाकुवांना बघितलंस ना, तर माझ्याबद्दल, या राधाबद्दल विचार कर. मी अशी बाई आहे, जिला मदत करावी असं तुला वाटत नाही. आता तुझी तशीच इच्छा असेल तर निघून जा. चालता हो इथून."

डॅनीच्या मनात आलं, आपण इथले बेकायदेशीर रहिवासी आहोत, हे तिनं प्रकाशला सांगू नये, यासाठी तिची विनवणी करावी; पण मग वाटलं, नकोच उगीच.

दहा मिनिटांनी ती बेडरूममध्ये गेली. जाताजाता ती म्हणाली, एके दिवशी ट्रेनमध्ये तिची आणि एका अत्यंत हुशार इमिग्रेशन ॲटर्नीची गाठ पडली होती. डॅनीला दहा मिनिटं तिथंच उभं राहा असं बजावून ती त्या बाईचं बिझिनेस कार्ड घेऊन यायला बेडरूममध्ये गेली; पण ती संधी साधून डॅनी त्या अपार्टमेंटमधून बाहेर निघून गेला.

त्यानंतरही तिनं त्याला खूप वेळा फोन केला होता. त्याच्या फोनमध्ये व्हायब्रेशन झाल्यावर त्यानं ते बघितलं होतं. घर नं. ५चाच फोन असायचा तो.

त्या अत्यंत हुशार क्लीनरबद्दलची इत्थंभूत माहिती तिनं प्रकाशला सांगितली असावी. म्हणजे तो बेकायदेशीर रहिवासी आहे वगैरे. ती त्याच्यावर रागावली होती ना. कदाचित त्यांच्यावर दारूचा अंमल चढल्यावर तिनं प्रकाशसमोर इमिग्रेशन हॉटलाइनला फोनही केला असेल आणि मागं सरून फोन बंद करण्याआधी त्या ऑफिसला डॅनीबद्दल सगळं काही सांगितलंही असेल. नंतर ती दोघं खो-खो करून खिदळली असतील.

ती डॅनीवर रागावली होती. कदाचित त्याचमुळे त्याचा बदला घेण्यासाठी तिनं त्याचा विश्वासघात केला होता.

तिनं त्याचा विश्वासघात केलाही असेल; पण आता ती मेली आहे. आपण तिचा निवाडा करायचा नाही, डॅनीनं स्वतःला बजावलं. ती क्वीन ऑफ नाइल होती.

वाळूच्या दगडाच्या त्या उंच कपारीच्या पायथ्याशी काही रोपं वाढलेली होती. त्यातील एक छोटंसं पान एका कोळ्याच्या जाळ्याच्या धाग्याला लटकलेलं होतं. त्या निर्वात पोकळ जागेत तो कोळी आता त्या पानाभोवती जाळं विणायला लागला होता आणि ते पान त्या विणीबरोबर हलत होतं. डॅनी गुडघ्यावर बसून ते सगळं बारकाईनं बघत होता.

नंतरही कितीतरी महिने राधा तिथंच डॅरियल वकिलाच्या घराच्या मागच्या बाजूस राहात होती. लाल ट्युलिप्स असलेली तिची खिडकी तिथंच मागच्या बाजूला होती. आपल्या सफाईच्या साधनांना छातीशी घट्ट धरून नेल्सन क्लीनर तिथं सहज जाऊ शकला असता. फक्त हॅलो म्हणून राधा कशी आहे हे पाहू शकला असता. या गोष्टीला पाच मिनिटंही पुरेशी होती.

पण ती अदृश्य काळी रेघ त्यानं कधीच ओलांडली नाही.

दुपारची २ वाजून ५२ मिनिटं

डॅनी अजूनही त्या रोपांजवळच बसलेला होता. कोळ्याच्या जाळ्यात अडकलेलं ते पान गोल-गोल हलत होतं.

दुपारची २ वाजून ५४ मिनिटं

तो खून नसावा : पूर्ण विचारांती असंच वाटतं. तो वेडेपणा नव्हता; पण वेड्या रागानंतर आलेला थंडगार घाम होता. म्हणूनच त्यानं तिला मारून टाकलं.

खाली गुडघ्यावर बसून ते हलणारं पान पाहतापाहता डॅनीला डॉक्टरच्या मानेवरील जखमेचा व्रण आठवला. तो खूपच स्पष्ट होता. नुकताच झालेला लाल, अर्धगोल. ती दाढी करताना झालेली जखम वाटत नव्हती. असं वाटत होतं की, तिथं एखादं नख रुतलं होतं. हळूहळू त्याची खूण जास्तच लाल होत चालली होती. उठून दिसायला लागली होती.

त्याला इतका राग येईल असं काय बोलली असेल ती?

तिनं असं तर म्हटलं नसेल, *"ठीक आहे. आपल्याला भारतात जायची गरज नाही. तू इथंच नोकरी मिळवू शकतोस. आयुष्याची नवी सुरुवात कर; पण आपण कायम असं नाही राहू शकत इथं. तू पॉटस पॉइंटला फुकट राहतोस. सिडनीमध्ये असं कोणी भाडं न देता राहू शकतं का? प्रकाश, तुला नव्यानं सर्व काही सुरू करावं लागेल."*

तिनं डॅनीला मदत करायचा प्रयत्न केला. तसाच प्रयत्न तिनं प्रकाशच्या बाबतीतही केला असेल का? आणि म्हणूनच तर त्यानं तिला मारलं नसेल?

या माणसाकडे त्याचे प्रायव्हेट स्कूलचे टाय होते. त्याला जुगाराचं भयंकर व्यसन होतं. समाजापासून त्याचं नातं पूर्णतः तुटलेलं होतं; पण आपल्या किंग्ज क्रॉसमधल्या पिंजऱ्यात जोरदार गर्जना करणारा सिंह होता तो. सिंह त्याला माणसाळवणाऱ्या ट्रेनरवर करतो तसा त्यानं एके दिवशी राधावर जोरदार हल्ला केला होता.

झुडपांना तुडवल्यामुळे त्यातून बरेच नाकतोडे उडाले आणि चवताळून ते डॅनीकडे आले; तो सगळी शक्ती एकवटून त्यांना मारत सुटला. त्यातील काही मरून खाली पडले. काही उडून दूर निघून गेले.

कदाचित... तो तिला काही सांगत असेल. तेव्हाही तो सांगत असायचा की, मी आता पिणं आणि जुगार खेळणं एकदम थांबवणार आहे.

कदाचित त्यांना दक्षिण आफ्रिकेला पळ काढावा लागेल. मग एकत्रच का नाही जायचं तिथं! तो असंच काही सांगत असताना तिनं त्याला एकदम सांगितलं असेल... सगळं संपलंय आता प्रकाश. तुला पॉटस पॉइंट फ्लॅट सोडून जावं लागेल. तो अकाउन्टन्ट खरंच खूप प्रश्न विचारायला लागला आहे...

तो म्हणाला असेल... उद्या गुरुपौर्णिमा आहे. मला गुरुपौर्णिमेच्या दिवशी हाकलून देतेस? यावर ती म्हणाली असेल : मार्कला काहीतरी संशय आला आहे आणि म्हणून तू ही जागा सोडली पाहिजेस. तू एखाद्या लॉजिंग हाउसमध्ये किंवा अशाच कोणत्या तरी जागी राहायला जायला हवंस. मी बिलाचा काही भाग देईन तुला; पण मार्कला फारच जास्त...

"हे बघ, नाव काढू नकोस त्याचं." तो म्हणाला असेल.

तीही तिच्या नेहमीच्या सवयीप्रमाणे म्हणाली असेल, "त्याचं नाव मार्क आहे. कळलं?"

"त्याच्या नावाचा उल्लेखही नको करूस."

आता प्रकाश रात्रीच्या आकाशाकडे बघत असेल. ते त्याला शांत करील या आशेनं? तो असं नेहमी करतो. चांदण्या जितक्या जास्त स्पष्ट दिसतात, तितकी त्याची बेचैनी वाढत जाते. त्यानं आपल्या जॅकेटच्या आत हात घातला असेल आणि त्याला तिथं त्यानं ठेवलेला चाकू मिळाला असेल. हो. त्यानं तो चाकू आपल्याबरोबर ठेवलाच असणार. तसा फार हुशार आहे तो. त्यानं तिला म्हटलं असणार - *राधा, खाली पाण्याजवळ ये. अगदी इथं, माझ्याजवळ ये. आपण परत लिंडी हॉप डान्स करू या?*

कदाचित त्यांनी पाण्याजवळ डान्स केला असेल - हो, नक्कीच केला असेल.

त्याच वेळी त्या वेडपट माणसाच्या मनात एक शांत, धीर गंभीर, धूर्त विचार कुजबुजला असणार. हे कर, हेच कर. त्या वेळी ती स्वतःशी म्हणत असणार – बिचारा मार्क! मी उशिरापर्यंत बाहेर असेन हे त्याला कळवायला पाहिजे. एक मिनिट. त्याला मेसेज करते. बिचारा मार्क! कदाचित तिनं मार्कचं नाव घेतल्यामुळे असेल किंवा ताऱ्यांची जागा बदलल्यामुळे असेल; पण तो जोरात ओरडला असणार – तू काही रॉक स्टार नाहीस. चाळिशी गाठलेली मध्यमवयीन बाई आहेस किंवा त्याला सिडनीच्या सबर्बमध्ये राहणाऱ्या इंडियन्सच्या दिखाऊ राहणीची चीड आली असेल, तेव्हाही तिला काही इजा करावी असा विचार त्याच्या मनात

आला असेल. कदाचित त्यानं आपल्या मजबूत बाहूंनी तिला जमिनीला खिळवून ठेवलं असेल आणि तेव्हा आपल्याकडे चाकू आहे हे त्याच्या लक्षात आलं असेल. आपण आपल्याबरोबर किती छान गोष्ट आणली आहे असा विचार करत त्यानं तो चाकू बाहेर काढला असेल आणि तिच्यावर चाकूने सपासप वार केले असतील. तिला आपलं महागडं जॅकेट घालून ती खाडीच्या पार तळाला जावी म्हणून जॅकेटच्या खिशात दगड भरतानाही त्यानं 'संस्कृती म्हणजे काय? काय असते ती संस्कृती...?' चा जप लावला असेल. तिला जॅकेट घालून खाडीत टाकल्यावर सिडनीतले त्यांच्या अवतीभोवतीचे सर्व दिवे बंद झाले असणार.

डॅनीचा फोन परत वाजला.

फोन कंपनीचा मेसेज.

पुढील काळातील सोयीसाठी आम्ही मोबाइल नेटवर्कचं काम सुरू केलं आहे; त्यामुळे आम्ही तुमचा निरोप घेत आहोत.

डॅनीनं एका झटक्यात खिशातून आपला फोन बाहेर काढला. मोबाइल पकडलेला हात वर करून, मोबाइल जोरात रोडवर फेकला. खाली पडायचा अवकाश, मोबाइलचे तुकडे तुकडे झाले. त्यातील काही तुकडे पायाखालच्या रसाळ फळांच्या झुडपात पडले.

मी मुळीच घरी जाणार नाही.

दुपारची २ वाजून ५५ मिनिटं

त्याच्या उद्‌गाराचं उत्तर म्हणून की काय, वरून साडेतीन मात्रांची पक्ष्याची साद (शॉर्ट... शॉर्ट...लूं ऽऽगं... हाफ) ऐकू आली. सिडनीच्या पक्षिराज्यातील सतत ऐकू येणाऱ्या फटाक्यासारख्या आवाजातील या पक्ष्याची साद, डॅनीला प्रशिक्षित बंदूकधाऱ्यानं धडाऽऽम करून मारलेल्या गोळीच्या आवाजासारखी वाटे. डॅनीची नजर वरच्या डेरेदार वृक्षामध्ये त्या पक्ष्याला शोधत असतानाच त्याला त्या पक्ष्याची तीन दीर्घ आणि एका छोट्या मात्रेची साद परत ऐकू आली...

डॅनी स्वतःवरच हसला. उन्हाळ्यातील दुपारी भीतीनं थरथरत असताना आणि नाकाचं मधलं हाड जाम दुखत असताना आपल्या तुटक्या फोनवर त्यानं चापट्यांवर चापट्या मारल्या.

आजच्या दिवशी हे व्हायला नको होतं डॅनी. हा दिवस तू परत मागे जाऊन सुरू करू शकणार नाहीस रे.

डॅनीनं गुडघ्यांवर बसून फोनचे तुटलेले भाग परत जोडले. फोनची बॅटरी नीट बसावी म्हणून त्यावर रबरबँड लावले आणि ते मशीन परत सुरू केलं. तेही आनंदानं परत जिवंत झालं. त्याला मारून टाकता आलं नसतं. त्याचा खून करता आला नसता. ते फारच स्वस्त पडलं असतं.

पुन्हा एकदा फोन कंपनीचा मेसेज.

भविष्यकाळातील सोयीसाठी मोबाइल नेटवर्क तयार करीत असल्यामुळे आता आम्हाला आपला निरोप घ्यावा लागतोय.

पण फोनवर वेळ दाखवली जात होती :

०.००

आणि डोळे मिचकावून फोन बंद झाला. आता संध्याकाळचे ६.४५ व्हायला किती वेळ राहिलाय? डॅनी विचार करत होता. किती वाजलेत हे कोणाला विचारावं, असा विचार करत डॅनी पुलाच्या बाजूला वळला. तिथं एक बेघर माणूस आपल्या मित्राला उत्कृष्ट सिगारेटच्या पाच तुकड्यांमधील एक-दोन तुकडे निवडण्याची संधी देत होता. ती एक मैत्रीची खूण होती. ते दृश्य पाहून डॅनीला खूप आनंद झाला. त्याला वाटलं, आपण तिथं जाऊ शकलो असतो तर किती बरं झालं असतं. तंबाखूचा वाससुद्धा माणसाला किती समंजस बनवतो!

निव्वळ वेडेपणा होता तो. ऑस्ट्रेलियातील अत्यंत गर्दी असणाऱ्या भर रस्त्याच्या मधोमध जाऊन तिथं आपला बेत बदलणं म्हणजे शुद्ध मूर्खपणा होता; पण तो झाला होता.

झालं असं की, डॅनीनं विल्यम स्ट्रीट पार केला. आता तो जुन्या काळच्या मोठमोठ्या लाल कोळ्यांची चित्रे असणाऱ्या कागदाच्या गुंडाळ्यांनी झाकलेल्या, एका सँडस्टोनच्या गव्हर्नमेंट बिल्डिंगच्या दिशेनं चालला होता; पण ती बिल्डिंग कोणती तरी म्यूझिअम आहे हे ध्यानात येताच डॅनी एकदम थांबला. तो त्या बिल्डिंगच्या फार जवळ गेला असता, तर त्याला तिथं श्रीलंका, दक्षिण भारत किंवा मलेशियाचे टुरिस्ट दिसले असते. याच भीतीमुळे तो गेली कित्येक वर्षे त्या बाजूला गेला नव्हता. आतासुद्धा ट्रॅफिक लाइटस बदलले आहेत हे माहीत असतानाही तो रस्त्याच्या मधोमध थांबला, वळला आणि अंगावर चालून येणाऱ्या वाहनांना न जुमानता विल्यम स्ट्रीटच्या अलीकडच्या बाजूला धावत आला. डॅनीच्या अंगावर येणारी वाहनं, त्यांचे जोरजोरात वाजणारे हॉर्न आणि त्यात चाललेली डॅनीची धावाधाव यामुळे क्षणभरासाठी सिडनीचा तो रोड दक्षिण आशियातील एखाद्या शहरातील रोडप्रमाणे गोंधळ, गडबड, जोरदार आवाज यांनी भरून गेला.

मनातील वेड्या साहसाच्या भरधाव वेगामुळे फुटपाथवरून लोकांना मागे टाकत डॅनी जीव खाऊन धावत होता. आता तो एका हिरव्या बँकेजवळून त्या इमारतीच्या दोन-चार पायऱ्या चढून जाऊन धावत होता. त्या पायऱ्या खडबडीत होऊन एकदम उजवीकडे वळल्या. डॅनीच्या वेगापेक्षा जास्त वेगाने आणि आपल्या स्वतःच्या इच्छेनुसार त्यांनी त्याला एका मोठ्या चर्चसमोर नेऊन उभं केलं.

डॅनीपासून दहा फुटांच्या अंतरावर सेंट मेरीज कॅथेड्रल होतं. तिथं लग्नाचा पांढरा ड्रेस घातलेली एक आशियन बाई हातात लाल गुलाबांचा गुच्छ घेऊन फोटोसाठी पोझ देत होती. सूटबूट आणि जॅकेट घातलेल्या एका माणसानं खाली वाकून त्या बाईचा फोटो घेतला. एक क्षण डॅनीला वाटलं की, तो पूर्व आशियाचं डिस्नेलँड पाहात आहे; पण लगेच दुसऱ्याच क्षणी त्याला अंगावर आसूड उगारल्यासारखी भीती वाटली.

त्याच्या पँटच्या खिशात ठेवलेला फोन वाजत होता.

घर क्र. ६

"क्लीनर, आता कुठं आहेस तू?"

डॅनी काहीच बोलला नाही.

"तुला मला सांगायचं नाही का? ठीक आहे. ओळख मी कुठं आहे ते? हे बघ, तुझ्या बॉसला माझ्यापासून सुटका व्हायला हवी होती. टोमो. हेच आहे ना त्याचं नाव? हं! तर तो म्हणाला, लायब्ररीत जा आणि तिथं डॅनीची वाट पाहा. हे तुझं आवडतं ठिकाण असावं, हो ना?"

"हो."

"इथं बसलेले इतर लोकही इथले बेकायदेशीर रहिवासी आहेत?"

"नाही." डॅनी म्हणाला.

समोर, त्या आशियन बाईचा आणखी एक फोटो घेतला गेला. या वेळी तिनं आपल्या छातीजवळ पिवळ्या गुलाबांचा गुच्छ धरलेला होता.

"तुला त्यांना अडचणीत आणायचं नाही. हो की नाही? म्हणजे तुझ्यासाठी तेच बरं होईल. आत्ता तू काम करतोस ते घर कुठं आहे?"

"न्यू टाउन," डॅनी म्हणाला आणि त्यानं व्हॅक्यूम क्लीनरचा 'ब्रूम ब्रूम' आवाज केला.

त्या खुनी माणसानं त्याच्या उत्तरावर थोडा विचार केला. मग विचारलं, "तू जिथं-जिथं सफाईकाम करतोस, तिथं तू आत कसा जातोस?"

"त्या त्या घराची किल्ली साधारणपणे पायपुसण्याखाली किंवा मेलबॉक्समध्ये असते बहुधा. मॅटच्या पहिल्या अक्षराखाली."

"आणि कामाचे पैसे कसे मिळतात तुला?"

"पैसे ते डेस्कवरच ठेवतात. नगद साठ डॉलर्स." नंतर किंचित थांबून डॅनी म्हणाला, "त्यांचा माझ्यावर विश्वास असतो."

"माझ्यावर विश्वास नसतो लोकांचा. काही लोकांनी तू निघून गेल्यावर मला सफाई करायला लावली; पण तुला माहीत आहे, आज काही मी त्या घराची सफाई करणार नाही. मला पावणेसातची फ्लाइट पकडायची आहे आणि मी सफाई केली नाही तर ते काम कोण करणार? ओळख. बिच्चारा नेल्सन..."

सेंट मेरी कॅथेड्रलमधली घंटा घणघणू लागली आणि डॅनीनं फोन बंद केला.

घंटेचे पहिले चार टोल पडताच डॅनी ढेपाळला, कारण त्याला सोंजाची आठवण आली; पण पुढे पडणाऱ्या प्रत्येक टोलाबरोबर त्याची शक्ती वाढू लागली.

त्या आशियन नववधूनं आनंदानं टाळ्या वाजवल्या आणि इकडे पुन्हा डॅनीचा फोन वाजला.

तो स्वतःला म्हणाला, "आपण कुठं चाललो आहे हे तुला कळत नसेल तर हॉस्पिटलमध्ये जाऊन तू तिची भेटही घेऊ शकतोस."

डॅनीनं डोळे वर करून पाहिलं. त्याला विल्यम स्ट्रीटवरील हॉस्पिटलपर्यंतच्या इमारती दिसत होत्या. हॉस्पिटलमध्ये आता लंच ब्रेक असेल. मोरपंखी रंगाच्या युनिफॉर्ममधील आणखी दोन नर्सेसबरोबर सोंजा सेंट विन्सेंटबाहेरच्या हिरव्या टेकाडीवरील कॅफेत जात असेल.

"म्हणजे तिच्यासमोर सोयाबिन दुधाची फेसाळ कॉफी, थोडंसं कालवण आणि चपटा पांढरा ब्रेड असेल. बरोबर."

डॅनी विचार करत होता. सोंजा, व्हेजी डेटवरील तुझ्यासारख्या संपूर्ण शाकाहारी, लग्नाळूंच्या भेटीगाठी होण्याआधी मी तसा शाकाहारी नव्हतो, तेव्हा मी सिगारेटही ओढायचो. तुझी भेट झाली आणि मी शाकाहारी झालो; पण सिगारेटची सवय सुटण्यासाठी मला खूप इच्छाशक्ती एकवटावी लागली. खूप प्रयत्न करावे लागले... पण फक्त इच्छाशक्तीच्या बळावर मी इथला कायदेशीर रहिवासी नाही ना होऊ शकत.

...काहीही आवाज न करता पांढऱ्या काकाकुवांचा एक थवा पंख पसरून सँडस्टोनच्या उंच इमारतींवरून उडून गेला. तो कदाचित त्याला या क्रॉसकडे घेऊन येणाराच थवा असेल.

एखाद्या विचारांच्या फुग्याप्रमाणे त्या थव्यानं त्या शहरावर आपला पांढऱ्या ढगासारखा आकार अगदी तसाच निश्चल ठेवला होता.

चल क्लीनर, परत कामाकडे वळ; त्याच्या मनानं त्याला बजावलं.

...१९८७ हा कोड नंबर पंच करून तो रोडनी अकाउन्टन्टच्या त्रेपन्न, ब्राउन

स्ट्रीट, न्यू टाउन बिल्डिंगमध्ये शिरायचा.

आज डॅनीच्या पाठीवर अर्थातच त्याचा स्वतःचा व्हॅक्यूम क्लीनर नव्हता. म्हणजे त्याला आता अकाउन्टन्टच्या शेल्फवरील जुना व्हॅक्यूम क्लीनर वापरावा लागणार होता. तो व्हॅक्यूम क्लीनर खूपच बेताचं काम करतो. डॅनी स्वतःलाच म्हणाला.

...चर्चमध्ये येऊन टुरिस्टना पुरेसा आनंद मिळाला नसल्यास ते आपल्या पायाखालच्या काचेतून खालच्या सार्वजनिक स्विमिंग पूलकडे नजर टाकू शकत होते. टुरिस्टना कळलं होतं की, या देशाचा खरा धर्म आहे पोहणं, जमिनीखालच्या तलावाचा मध्यभाग वरील चर्चच्या मध्यभागाला समांतर होता आणि तिथले तीर्थयात्री डोळ्यांना गॉगल लावून पाण्यातल्या त्यांच्या प्रार्थनांच्या ओळींमध्ये हातपाय मारून, धडाधड उड्या मारून वरखाली उसळत होते.

काचेच्या छतावर उभं राहून, खाली लाइनीनं पोहणाऱ्यांकडे पाहतापाहता डॅनीनं एक मेलेली बाई जिवंत झालेली पाहिली.

एके दिवशी सकाळी ती आणि प्रकाश काहीतरी वेगळं करावं म्हणून डॅनीला घेऊन कारनं सेंट्रलजवळच्या स्विमिंग पूलला गेले होते. हातात दोन डॉलर्सचं व्हिजिटरचं तिकीट घेऊन डॅनी लोकांचं पोहणं पाहात होता. ती दोघं मुलांच्या सेक्शनमधल्या दूरवर पसरलेल्या नागाखाली जलक्रीडा करण्यासाठी गेली होती. तो नागराज रंगीत मोझेइक टाइल्सनं बनवलेला होता. गॉगल्स घातलेली ती ऑसी मुलं आनंदानं पोहणाऱ्या त्या दोन भारतीयांना पाहात होती आणि मग डॅनीला पाण्याच्या बाजूला बोलावून राधा आणि प्रकाशनं त्याच्या अंगावर पाणी उडवलं. त्याला चिडवलं : रेडनेक, रेडनेक! कम बॅक! पळू नको. परत ये, परत ये.

घर नं. ५, त्यानं तुला चाकूनं मारलं, तेव्हा तू खूप झटापट केली असशील. तू चांगली ताकदवान बाई होतीस. पोहण्यातही तरबेज होतीस. दोन घरांची मालकीण होतीस.

पोलिसांना फोन करून कोणीतरी दुसरंच तुला कोणी ठार मारलं, हे सांगणार नाही का?

डॅनी टक लावून त्या काचेच्या छताखालचं खोल पाणी पाहात असताना, त्या निळ्या पाण्यानं जांभई दिली आणि तिनं क्षणात तिथं पोहणाऱ्यांना गिळून टाकलं.

एका महिन्यापूर्वी तो बसनं मॅरिकव्हिलला जात होता. मध्येच निळा शर्ट घातलेले दोनजण बसमध्ये येऊन पोलिसाच्या आविर्भावात बसमधील लोकांची तिकिटं चेक करू लागले. डॅनीनं मोठ्या अभिमानानं त्यांना आपलं तिकीट

दाखवलं. सर्व बेकायदेशीर रहिवाशांप्रमाणे डॅनीही या बाबतीत खूप दक्ष होता. त्याचं तिकीट पाहून तिकीट चेकर्सही म्हणाले, "हो, सर. तुम्ही बरोबर आहात." पण त्याच्या अगदी मागच्याच बाजूला एका ऑसीनं तिकीट काढलेलं नाही हे तिकीट चेकर्सच्या ध्यानात आलं. लगेच त्या तिकीट पोलिसानं एखाद्या कार्टून कॅरेक्टरप्रमाणे भुवया उंचावल्या आणि त्या फुकट्यावर शेलक्या शिव्यांचा मारा केला. त्याच्या त्या अवतारावरून वाटत होतं की, नियमानुसार कारवाई करण्याआधी असं विदूषकाप्रमाणे दिसणं आणि वाटणं त्याला जरुरीचं वाटत असावं; पण त्याच्या त्या वागण्यामुळेच तो ऑस्ट्रेलियन भडकला आणि त्या तिकीट चेकरला जास्तच विरोध करू लागला; पण निळा शर्ट घातलेल्या त्या पोलिसानं आणि त्याच्या सहकाऱ्यानं आत्ताच! म्हणत त्या अपराध्याला पकडलं आणि जवळजवळ बसबाहेर ढकललं. डॅनीला त्या ऑस्ट्रेलियन नागरिक असलेल्या मुलाची दया आली. त्याची दयनीय अवस्था पाहून वाटत होतं की, समुद्रकिनाऱ्यावरील गोलाकार धक्क्यालगत उभ्या असलेल्या एकोणिसाव्या शतकातल्या त्या मोठमोठ्या गव्हर्नमेंट बिल्डिंग्ज त्याच्यावर धडाधड कोसळताहेत आणि त्यांच्याखाली दबून त्याचा जीव गुदमरतो आहे. त्या वेळी डॅनीजवळ एखादं वर्तमानपत्र असतं ना तर त्यानं आपलं बोट पाण्यात बुडवून त्यावर तमिळ लिपीत आणि ऑस्ट्रेलियन इंग्रजीत लिहिलं असतं की, *"कायदेशीर रहिवासीदेखील, असा एक माणूस असतो, जो बाकी सर्व लोकांप्रमाणेच लोकांना नको असतो."*

एका लांब नखानं काचेवर ओरखडा केला आणि सेंट मेरीज कॅथेड्रलखालच्या स्विमिंग पूलमध्ये, डॅनीच्या स्पर्शामुळे तरुण ऑस्ट्रेलियन शरीरं परत दिसू लागली.

ब्लू-१० बस कार्ड सर्रकन हिरव्या टाइम मशीनमध्ये गेलं. मशीननं कुरकुर करत ते कार्ड नाकारलं आणि मग एकदमच ते स्वीकारून जोरात आवाज करत त्याच्यावर काहीतरी छापलं. नंतर पुन्हा कुरकुर करत ते कार्ड बाहेर टाकलं.

१५:३१:१२ असं त्याच्यावर लिहिलं होतं.

अरबी माणसासारख्या दिसणाऱ्या त्या ड्रायव्हरकडे हसून बघत डॅनी बसच्या मागील बाजूला गेला. त्यानं बसनं प्रवास करण्यासाठी मिळणाऱ्या त्या प्लॅस्टिक कार्डच्या मागे उठून दिसणाऱ्या काळ्या शाईकडे पाहिलं आणि तिनं वेळ दाखवली दुपारचे साडेतीन.

आता डॅनी परत सेंट्रल स्टेशनला आला होता. बसमधून खाली उतरून तो चालू लागला, तेव्हा चार तोंडं असलेला सँडस्टोनचा क्लॉक टॉवर कुठंतरी मागे गेला होता : कोका-कोलाच्या जाहिरातीचा बोर्ड आणि बाकी सगळंही केव्हाच

मागे पडलं होतं. किंग क्रॉसला जाण्यासाठी टेकडी चढून खूप चालून गेल्यालाही खूप वेळ झाला होता. डॅनीनं पूर्ण दिवस गुंडाळत सकाळी अकरा वाजता तो जिथं होता, तिथं त्याला परत आणलं होता. तो पुन्हा शहराच्या सपाट, मध्यवर्ती भागात आला होता. पुन्हा बसमध्ये चढला होता. आता तो नेहमीप्रमाणे आपलं काम करणार होता.

मधल्या रांगेतील एका दाढीवाल्या इंडियन माणसानं शुद्ध दुधाचा, दोन लीटरचा पुठ्ठ्याचा डबा ओठांशी लावला. बराच वेळ तो दूध पीत राहिला : डॅनीलाही दूध प्यावंसं वाटलं; पण त्याला वाटलं, आता प्रकाशही तेच करतो आहे. तो पीत आहे आणि प्रत्येक क्षणाला आणखी जास्त पिसाळतो आहे.

डॅनी बसच्या सीटवर बसला.

सूर्याचा प्रखर प्रकाश बसच्या खिडक्यांवर येऊन थडकला. खिडकीच्या काचेवर शाळकरी मुलाच्या हातातील किल्ल्यांमुळे किंवा फर्स्ट बिअरच्या बाटलीच्या झाकणामुळे चरे पडले होते. डॅनीच्या सभोवती ते चरे चंदेरी धाग्याच्या फासाप्रमाणे चमकत होते.

दुपारची ३ वाजून ३९ मिनिटं

आता बस बांधकामाचे कर्कश आवाज होत असलेल्या भागातून चालली होती. या अस्वस्थ शहरात जिथं जावं तिथं अजस्त्र ड्रिलिंग मशीनचे कट-कट-कड-कड असे जोरदार आवाज ऐकू येत असत. डॅनीनं खिडकीबाहेर पाहिलं, तेव्हा त्याला जमीन खणणारी फक्त दोनच यांत्रिक धुडं दिसली. त्यांची धातूची प्रचंड मुंडकी जणू जवळून जाणाऱ्या माणसांना आदर दाखवण्यासाठी खाली जमिनीकडे वाकत होती. त्यांच्या खूप वर झाडांच्या हिरव्या दाट पानांच्या वर, ज्यांच्यापर्यंत पोहोचणं अशक्य वाटे अशी सँडस्टोनची शिखरं होती. ती शिखरं होती युनिव्हर्सिटी ऑफ सिडनीची.

बसमधलं एअर-कंडिशनर नीट काम करत नव्हतं. युनिव्हर्सिटीच्या लॉन्समध्ये निळ्या फुलांनी डवरलेल्या जॅकरंडाच्या झाडाशेजारी अंगावर नॉर्थ अमेरिकेची प्रतीकचिन्हं लेवून एक खांब उभा होता. त्या खांबावर सर्वांत वर एक पिवळ्या चोचीचा हिंस्र गरुड होता. त्या गरुडाच्या चेहऱ्याच्या वर रुपेरी घनदाट केस दिसू लागले. त्याच्या लालसर तपकिरी डोळ्यांवर काळ्या फ्रेमचा चश्मा चमकला. ते पाहताच डॅनीचं शरीर घामाघूम झालं.

दुपारची ३ वाजून ४९ मिनिटं

डॅनीची बस सिडनी युनिव्हर्सिटीचे नवे टी-शर्टस घातलेल्या चिनी विद्यार्थ्यांना घेण्यासाठी थांबली. त्यांच्यातील प्रत्येकजण कव्हरवर सोनेरी तारे असलेल्या लाल पासपोर्टमध्ये बोट घालून उभा होता. जणू बस कंडक्टर त्यांना पासपोर्ट मागणारच होता. डॅनीला वाटलं, चीनमधलं त्यांचं जीवन असंच असणार; म्हणूनच त्यांच्या हातात पासपोर्ट होते.

त्याच्या दृष्टीनं त्यांचे चेहरे फारच अनुभवहीन, भयंकर होते. डॅनी डोळे मिटून कल्पनेत रममाण झाला.

घर

कधीकधी डॅनीला स्वप्नामध्ये आपली बट्टिकालोआची शेजारीण दिसायची : ती डोक्यालगत केस कापलेली, पांढऱ्या केसांची बाई होती. डॅनीनं तिला एक नाव दिलं होतं - ब्रेझन स्टेअरर. डोळे वटारून निर्लज्जपणे पाहणारी बाई. त्याला कारणही तसंच होतं. 'दुबई डॅनी' घरी परत आला, त्या दिवसापासून त्याच्या घरासमोर नव्यानं बांधलेल्या इमारतीच्या पहिल्या मजल्यावर ती सारखी उभी असायची. दोन्ही हात ढुंगणावर ठेवून, हाताचे कोपरे बाहेर काढून ती उभी असायची आणि त्याच्याकडे टक लावून पाहायची. डॅनीच्या घराचं दार तिच्या बाल्कनीच्या अगदी समोर होतं. हे खिजगणतीतच नसल्याप्रमाणे ती बाल्कनीत उभी राहून एकटक डॅनीकडे बघत असायची. डॅनी तिला पाहून दात विचकण्यासारख्या नाही नाही त्या गोष्टी करायचा; पण तिला त्याची पर्वाच नव्हती. तिच्या बाल्कनीखालच्या रस्त्यावरून लोक यायचे-जायचे. ते जणू या ढुंगणावर धरलेल्या हातांच्या खालच्या भागावरचे अपूर्णांकाचे बदलते अंक होते. डॅनी जेव्हा जेव्हा घरी यायचा किंवा घरातून बाहेर जायचा, तेव्हा तेव्हा ही बाई आपली त्याच्याकडे पाहात राहायला समोर उभीच असायची. नाही, ती त्याला आपल्या नजरेनं जणू पिऊनच टाकायची. तिनं बाकी शेजाऱ्यांकडून त्याची गोष्टही वारंवार ऐकून अशीच पिऊन टाकली असणार : दुबई? छळ? आपला डॅनी? ओह! परत सांगा, दुबई, छळ? आपला डॅनी? गावाकडच्या गप्पागोष्टी अशाच लागट, सिमेंटनं चिकटवल्यासारख्या घट्ट, चिकट असतात. गावगप्पा, रिकामपणचा दुसऱ्यांना त्रासदायक ठरणारा उद्योग. पोट भरून मारलेल्या तमिळ गप्पा. डॅनीला वाटलं, आपण विलावुडचं भयंकर आयुष्य, या देशातून केलेली उचलबांगडी, हद्दपारी, विमानानं आपल्या गावाकडे करावा लागू शकेल असा प्रवास, श्रीलंकेचं लष्कर,

तिथली हेरखात्याची माणसं या सगळ्यांच्या तावडीतून सुटून आपल्या घरी गेलो तरी ते घर असं आहे. जिथं आपल्या बाल्कनीतून आपल्याकडे डोळे वटारून, टक लावून पाहणाऱ्या बाईचं तोंडभरून हसणं सहन करावंच लागेल : ऑस्ट्रेलिया? बेकायदेशीर? अटक करून परत पाठवण्यात आलं? त्याचा कोणत्या तरी खुनाशी संबंध होता? आपला डॅनी? परत सांगा त्याची गोष्ट. पूर्ण गोष्ट.

डॅनीला मनोमन माहीत होतं की, अशा अवहेलनेपेक्षा त्यानं मरण पत्करलं असतं.

दुपारची ३ वाजून ५० मिनिटं

"डॅनी, इथं ग्लीबमध्ये खूप गरम आहे. तू माझ्या घरी का येत नाहीस?"

"मला आता काम आहे सर."

"मी म्हटलं, लगेच निघून ये इथं."

आपण खुन्याशी बोलतो आहोत हे कोणी ऐकलं तर नाही ना, याची आजूबाजूला पाहून खात्री करून घेत, डॅनीनं आवाजाची पट्टी खाली आणली.

"संध्याकाळी येईन मी तिथं. मला त्या प्रोव्हिजन स्टोअरमध्ये झोपायचं आहे." डॅनी म्हणाला.

"पण तोवर मी साउथ आफ्रिकेला पोहोचलो असेन. तुला सांगितलं ना मी, मी आज रात्री प्रीमियम इकॉनॉमीनं प्रवास करतो आहे. तिथं विमानात जरा पाय पसरायला जागा असते, नेल्सन."

"बरं!" डॅनी.

त्याला प्रकाशच्या अंगावर जोरात ओरडावं वाटत होतं. *"तू आज प्रीमियम इकॉनॉमीसारखी गोष्ट बोलूच कसा शकतोस?"*

पण कदाचित डॅनीला याचं उत्तरही माहीत होतं. डॅनी, आठव बरं, तो स्वतःलाच म्हणाला. तो सहा-सात वर्षांचा असतानाची एक सकाळ त्याला आठवली. बाजारातील गर्दीत उभा राहून तो पिवळे कल्ले असलेला ओला ट्यूना मासा पाहात होता. तो डोक्यापासून शेपटीपर्यंत चांगला साडेतीन फुटी मासा होता. बोटीतून मासे मारायला गेलेल्या एका कोळ्यानं तो मासा पकडला होता. आपला पराक्रम दाखवायला तो त्या माशाला इथं घेऊन आला होता. त्या प्रचंड राक्षसी माशाचं व्यवस्थित प्रदर्शन केल्यानंतर त्या कोळ्यानं त्याचे खवले काढले आणि त्याच्या हनुवटीखालच्या मांसल भागाचे दोन तुकडे केले. मग त्यानं

सुऱ्यानं त्याचं मांस खोलवर खरवडून काढलं. खाली टाकलेल्या खवल्यांवरच तो त्या माशाच्या मांसाचे तुकडे टाकत गेला. टाकत गेला. हा मुलगा चवड्यावर उभं राहून हे सगळं नाट्य पाहात होता. त्या खेळात आता त्या राक्षसी माशाची तोंडाला जोडून असलेल्या काळ्या ओल्या अवयवांची एक साखळी तेवढी उरली. प्रेक्षकांनी ती नीट पाहावी म्हणून कोळ्यानं माशाचा तो सांगाडा वर उचलून सगळ्यांना दाखवला होता. लोक तो विकत थोडाच घेणार होते? त्यासाठी त्यानं तो दाखवलाही नव्हता. सभोवती जमलेल्या लोकांनी टाळ्या वाजवून आपलं कौतुक करावं एवढीच त्याची माफक अपेक्षा होती. अशा रीतीनं आपली गणना जिवंत माणसात होत असल्याच्या आनंदाचा थरार पुन्हा अनुभवावा अशी त्याची अपेक्षा होती.

म्हणूनच तू आज प्रीमियम इकॉनॉमी क्लासने प्रवास करणार आहेस.

"नेल्सन, एवढ्या कसल्या गहन विचारात गढला आहेस? माझ्या प्रश्नाचं उत्तरही नाही दिलंस तू."

"सॉरी सर. काय विचारलं होतं तुम्ही?"

त्याला विचार करायला बराच वेळ दिल्याप्रमाणे डॉक्टरनं आपला प्रश्न परत विचारला, "हे सगळं सुरू कसं झालं मंडेला? तू मला आज फोन का केला होतास?"

"कारण मी विसरलो होतो सर."

"काय विसरला होतास तू?"

"हेच की, मी इथं बेकायदेशीरपणे राहतोय."

यावर खुन्यानं दीर्घ श्वास घेऊन विचारलं, "क्लीनर, आज सकाळी तू मला फोन केलास, तेव्हा तू कुठं होतास?"

"मी माझं सफाईचं काम करत होतो. लॉयरच्या घरी. तिच्याबद्दल चौकशी करायला पोलीस आले होते. लॉयरचा फ्लॅट अर्सकिनविलमध्ये आहे. तिच्या घराच्या शेजारी."

"किती जवळ आहे?"

"तिच्या घराच्या अगदी मागे, छत्तीस फ्लोरा स्ट्रीट."

"बरं आणि?"

"त्याबद्दल सांगितलं आहे मी तुम्हाला. पोलीस आले आणि त्यांनी वेगवेगळे प्रश्न विचारले; त्यामुळेच ती मेली हे मला कळलं."

"मग तिथंच का थांबला नाहीस तू? या सगळ्यात तू का पडलास नेल्सन?"

"निळ्या बॉलमुळे."

"काय?"

डॅनी उसासा सोडत म्हणाला, "काही नाही." आणि तिकडचा फोन बंद झाला.

डॅनीनं मनातल्या मनात हिशेब केला. प्रकाशची फ्लाइट संध्याकाळी पावणेसातला आहे. ती इंटरनॅशनल फ्लाइट आहे म्हणजे प्रकाशला कमीतकमी संध्याकाळी पावणेसहाला विमानतळावर हजर राहायला हवं. तो एखाद्या सूटकेसमध्ये आपले काही टाय घालेल आणि विमानतळाकडे जायला निघेल. म्हणजे त्याला विमानतळावर जायला फक्त दोन तास राहिलेत. डॅनीनं अनाहूतपणे टाळी वाजवली.

बस अचानकच आशियाई विद्यार्थ्यांनी भरून गेली होती. म्हणजे आता ती युनिव्हर्सिटीच्या जवळ आलेली होती. युनिव्हर्सिटी न्यू टाउनच्या मध्यवर्ती रस्त्यापासून - किंग स्ट्रीटपासून फार दूर नव्हती.

डॅनीनं स्वतःला समजावलं – आशा म्हणजे मनाची एक प्रकारची तीव्र ताणाची अवस्था असते. निराशा साखरेप्रमाणे असते. डॅनी, मॅकेंझी कॉलेजमध्ये केलेली चूक पुन्हा करू नकोस. त्या वेळी तुला दोरीच्या आधारानं वर-खाली जाऊन सफाई करणाऱ्या एबची भुरळ पडली होती. आज त्या प्रकारच्या निराशेत बुडून जाऊ नकोस. दोन तासांचाच तर प्रश्न आहे. प्रकाशला आफ्रिकेला निघून जाऊ दे.

डॅनीनं दुधाचं कार्टन घेतलेल्या दाढीवाल्या इंडियनकडे पुन्हा एकदा शेवटचं पाहिलं. दुधानं बळकट झालेल्या त्याच्या चेहऱ्यावर दक्षिण आशियातील खेड्याच्या शांतीचं नितळ तेज होतं.

पण पुढील दोन तासांत काही गडबड झाली तर त्याला विलावुडचं बर्फासारखं थंड दूध प्यावं लागेल. नाही? तिथून त्याची रवानगी पॅसिफिक महासागरातील एखाद्या बेटावर झाली तरी त्याला प्यायला थंडगार दूध तर मिळेलच. जीवन नेहमीप्रमाणेच चालू राहील.

डॅनीनं लाल बटण दाबून बस थांबवण्याचा इशारा केला.

त्याचं कार्ड पंचिंग मशीनमधून बाहेर पडलं. त्याच्यावर प्रिंट झालं होतं १५:५१:५६.

आणि तो किंग स्ट्रीटला बसमधून खाली उतरला. खाली जणू भट्टी पेटली होती; त्याला पुढे पाऊल टाकताना ब्रह्मांड आठवलं. वाळवंटातील उन्हाच्या गरम झळा त्याच्या चेहऱ्यावर चाल करून आल्या. बेटा, श्रीलंकेत मात्र तुला थंड दूधबिध मिळणार नाही.

दुपारची ४ वाजून २ मिनिटं

कॉफीचं नाव जर व्हाइट लॅटे किंवा डोपियो असेल, एप्रन घातलेल्या माणसांनी किंवा बायांनी ती खऱ्याखुऱ्या स्टोव्हवर ठेवून उकळली असेल आणि एका कपाला चार डॉलर्स या भावानं चिनी मातीच्या कपात तुम्हाला ती आणून दिली, तरच ऑस्ट्रेलियन लोक तिला कॉफी म्हणतात. ते शब्दांवर जोर देऊन सांगतात की, ही कॉफी फार उत्तम दर्जाची आहे; कदाचित जगातील सर्वोत्कृष्ट कॉफी आहे किंवा ती इतकी चांगली तर नक्कीच आहे की, हे सिद्ध करू शकेल की, (युनिव्हर्सल हेल्थ केअर - सगळ्यांसाठी उपलब्ध असलेली आरोग्य सेवा, बंदूक संस्कृतीवर नियंत्रण ठेवणारे कायदे आणि दुसऱ्यांचा उपहास करण्याची वृत्ती यांसह) त्यांचा देश अमेरिका नाही. तो फक्त यू.एस.पॅसिफिक फ्लीट, अमेरिकन आरमाराचं इंधन भरून घेण्याचं ठिकाण नाही.

पण देशांतर करून सिडनीत राहायला आलेल्या लोकांसाठी कॉफी म्हणजे, स्वयंचलित मशीनमधून बाहेर आलेलं पेय. ही मशीन्सही चीनमध्ये तयार झालेली आणि शहरातील सर्व सेव्हन इलेव्हन स्टोअर्सनी ती तिथून आयात केलेली असतात. या कॉफीचा भाव, एका प्लॅस्टिक कपाला एक डॉलर आहे. काळी, कडक कॉफी. आपल्याला कॉफीत दूध हवं असेल तर एक बटण दाबलं की, दूधही मिळतं. अगदी गरमागरम दूध.

त्या कॉफीसाठी कोणत्याही सेव्हन इलेव्हनमध्ये टॅक्सी ड्रायव्हर्स, परदेशी विद्यार्थी आणि पाठीवर बॅग घेऊन उभ्या असलेल्या लोकांची रांग लागलेली असते; पण किंग स्ट्रीटवरील हे विशिष्ट इलेव्हन आत्ता रिकामं होतं. आत गेल्यावर डॅनीला त्याचं कारण कळलं. तिथं एका बोर्डावर **'मशीन स्वच्छ केलं जात आहे'** असा मजकूर होता.

तसंही त्या मशीनमधून खाली ठिबकणारे काळे थेंब पाहून डॅनीनं आपला बेत बदलला होता. आपलं ब्लडप्रेशर वाढतंय हे त्याला जाणवत होतं. ते कदाचित १४५/११० झालं असावं. कॉफीमुळे ते आणखी वाढतं. त्याला वाटलं की, आपण आपल्याबरोबर ब्लॅक अॅन्ड गोल्ड चीजच्या चकत्या ठेवायला पाहिजे होत्या.

कॅश काउंटरच्या शेजारी संध्याकाळच्या ताज्या पेपरशेजारी त्याला प्लॅस्टिक पेपरच्या वेष्टनात मक्याचा वाटोळा केक दिसला. त्या इव्हनिंग पेपरच्या आतील कुठल्या तरी पानावर खून झालेल्या बाईचा फोटोसुद्धा असेल. केकच्या कव्हरवर त्याची दोन डॉलर्स ही किंमत लिहिली होती. तो मफिन पाहिल्याबरोबर तो शिळा

आहे हे डॅनीला लगेचच समजलं होतं.

अगदी अशाच प्रकारचे मफिन सनबर्स्टमध्ये विकत.

आपल्या दोन बोटांत केकचं प्लॅस्टिक कव्हर पकडून त्यानं ग्लास काउंटरमागे बसलेल्या उत्तर हिंदुस्तानी वाटणाऱ्या आशियन माणसाला विचारलं,

"ग्लूटन?"

"काय?" तोंड वाकडं करत काउंटरमागच्या माणसानं विचारलं. "कोण?"

"मला सायनस आहे आणि त्यासाठी ग्लूटन बरोबर नाही. म्हणून विचारतोय की, या केकमध्ये ग्लूटन आहे का?"

काउंटरमागच्या माणसानं फक्त खांदे उडवले. डॅनी एक मोठा श्वास घेऊन म्हणाला, "मला डिस्काउंट तरी द्या."

त्या इंडियन माणसानं ग्लूटन शब्द ऐकला नव्हता असं दिसलं. त्यानं डिस्काउंट शब्दही बहुतेक ऐकलेला नसावा.

डॅनी सेव्हन इलेव्हनच्या बाहेरच एका बेंचवर बसला. प्लॅस्टिक कव्हर फाडून त्यानं ते दोन डॉलर्सचं मफिन खाऊन टाकलं. तेवढ्यात त्याला जाणवलं की, त्याचा फोन वाजतोय. प्रकाशचाच असणार, त्याला वाटलं.

डॅनीनं बेंचवर पडलेले मक्याचे कण खाऊन टाकले. खाली पडलेला मफिनचा चुराही बोटांवर घेऊन चाटून टाकला.

आता त्याच्या पोटात ग्लूटन आणि सर्वसामान्याचं शहाणपण होतं. टिकून राहण्याच्या, जिवंत राहण्याच्या मार्गातील अडी-अडचणींनी त्याच्यात एक वेगळाच उत्साह आला होता. तो आपली बोटं चाटत राहिला. सहाच्या आत प्रकाश विमानतळावर जायला निघेल. आता मी आरामात रोडनी अकाउन्टन्टच्या घरी जाईन आणि स्वतःला कामात गुंतवून घेईन.

खाऊन झाल्यावर तो नेहमी आपल्या उजव्या हाताची बोटं मोडी. तो तसं करणार इतक्यात थोडं थांबून त्यानं आजूबाजूला पाहिलं. व्हाइट लोकांना असा बोटं मोडताना येणारा आवाज आवडत नसे. "थांबव रे ते." ते म्हणत. जणू काही तो रस्त्यावर थुंकत होता किंवा पादत होता.

"स्साले!" डॅनी जोरात म्हणाला आणि त्यानं उजव्या हाताची बोटं मोडायला सुरुवात केली.

एक काळा सूट घातलेला; पण टाय न बांधलेला व्हाइट माणूस डोळ्यांच्या कोपऱ्यातून डॅनीकडे बघत पुढे गेला. त्याच्या हातात लेदरचं बाइंडिंग असलेली एक काळी डायरी होती. त्याच्यामागून अगदी तसाच ड्रेस घातलेला आणि तशीच काळी डायरी घेतलेला आणखी एक माणूस गेला. दोघं पायऱ्या चढून एका मोठ्या बिल्डिंगमध्ये शिरले. बिल्डिंगवर बोर्ड होता – *कोर्ट हाउस* : डॅनीला ते

नाव मुलांच्या मोनोपॉली खेळातलं एक कार्डच वाटलं.

डॅनी पायऱ्या चढून ऑस्ट्रेलियन कायद्याचं पालन करायला लावणाऱ्या त्या कोर्टामध्ये शिरला.

आत एक मोठा हॉल होता. छतापासून खाली सहा पिवळसर रंगाचे दिवे लटकत होते. लाकडी बाकांनी भरलेल्या त्या हॉलमध्ये त्या दिव्यांचा संध्याकाळच्या प्रकाशासारखा प्रकाश पसरलेला होता. तिथल्या बाकांवर वेगवेगळ्या वर्णांचे आणि मानववंशाचे दहा-बारा लोक बसलेले होते.

एका उंच लाकडी मंचावर काळा गाउन घातलेला एक माणूस बसलेला होता. त्याच्या मागे असलेल्या लाकडी भिंतीवर एका सोनेरी सिंहाचं आणि युनिकॉर्नचं चित्र होतं. तो माणूस न्यायाधीश असावा असं डॅनीला वाटलं.

तो जज मायक्रोफोनवर बोलू लागला, ‘‘पंधरा वर्षांत वाहतुकीशी संबंधित सोळा गुन्हे करणं ही काही लहान-सहान बाब नाही.’’

त्या लाकडी मंचाच्या खाली घामाघूम झालेला एक लठ्ठ माणूस होता. त्याच्या खांद्यावर हात ठेवून एक तरुण वकील जजना आपलं म्हणणं पटवून देण्याचा प्रयत्न करत होता, ‘‘पण सर, यातला एकही गुन्हा २००४ नंतर झालेला नाही, हे आपण लक्षात घ्यावं.’’ तो लठ्ठ माणूस आरोपी असावा.

‘‘पण या विशिष्ट गुन्ह्याच्या संदर्भात बोलायचं झालं तर आरोपी हायवेवर वाहन चालवत होता.’’ जजनं वकिलाच्या वादावर प्रतिवाद केला. त्या जजला पाहून डॅनीला माल्कम फ्रेझर नावाच्या एका जुन्या पंतप्रधानांची आठवण झाली. तो जज बराचसा त्यांच्यासारखा दिसत होता.

‘‘त्याच्या हातून गुन्हा घडला आहे. तोही लहान-सहान नाही हे मी मान्य करतो माय लॉर्ड; पण माझी आपल्याला नम्र विनंती आहे की, आरोपीची पारिवारिक स्थिती आपण लक्षात घ्यावी. तो एक चांगला पिता आहे. मी विश्वासपूर्वक सांगतो की, त्याच्या दोन्ही मुलांचं आपल्या वडिलांवर खूप प्रेम आहे...’’

डॅनीला वाटलं की, किरण रावच्या पुस्तकातील एक दृश्यच आपल्यासमोर जिवंत होत आहे : सर्वचजण तर्काला धरून बोलत होते. सभ्य, सुसंस्कृत होते. वयस्कर न्यायाधीश आपला अधिकार दाखवू शकले असते; पण आपल्या पदाचा सारा रुबाब बाजूला ठेवून ते साध्या इंग्रजीत बोलत होते. डॅनीला याआधी ऑस्ट्रेलियन उच्चार इतके आकर्षक कधीच वाटले नव्हते. आरोपीनं ती चूक का केली असावी हे समजून घेण्याचा न्यायाधीश प्रयत्न करत होते. वकिलाचं बोलणं हातावर हनुवटी ठेवून ते लक्षपूर्वक ऐकत होते.

‘‘माफ करा मला. आम्हाला आसरा द्या.’’ डॅनीनं कित्येकदा काल्पनिक श्रोत्यांसमोर आपली बाजू मांडली होती; पण हे खरंखुरं न्यायालय होतं. वर

दिसणारा सिंह आणि युनिकॉर्न म्हणजे कायदा होते : इथं कायद्याचं राज्य आहे असं ते दाखवत होते; पण इथली कायद्याची प्रतीकं श्रीलंकेच्या सरकारी प्रतीकांप्रमाणे नव्हती. वकील आणि जज यांच्यात शब्दांच्या ठिणग्या उडत होत्या. डॅनीला पुन्हा एकदा ऑस्ट्रेलियाच्या कायद्यानं आकर्षित केलं. त्या कायद्याचा वायदा त्याला त्यानं पाहिलेल्या कोणत्याही समुद्रापेक्षा जास्त स्वाभाविक, नैसर्गिक, सहज साधा वाटला. त्याचं मूळ होतं निष्पक्षता; पण ऑस्ट्रेलियन कायद्यात ही निष्पक्षता आली तरी कुठून? डॅनीनं कोर्टरूममध्ये सभोवार नजर टाकली. व्हाइट, ब्लॅक किंवा अरब, सिडनीत राहणाऱ्या कोणत्याही मानववंशाचे लोक तसे खूप सभ्य किंवा सुसंस्कृत नव्हते.

मग कोणी बांधला हा लाकडी हॉल? कोणी टांगले हे छतावरून खाली येणारे सहा पिवळे दिवे? कोणी निर्माण केली ही अपेक्षा? इथं बसणाऱ्या सगळ्यांना जाणवणारी ही अपेक्षा? या सुनावणीतून खरा न्याय मिळेल ही अपेक्षा?

डॅनीला वाटलं, आपण श्रीलंकेत असताना स्वतःच्या मनाला विचारायचो त्याच प्रश्नांची ही अगदी विरुद्ध बाजू आहे, कारण तिथं तमिळ, सिंहली किंवा मुसलमान यांपैकी कोणीही मुळात वाईट आहे असं वाटायचं नाही; पण तरीही तिथं दुष्टपणा, छळवादी वृत्ती, अपप्रवृत्ती होती. तिथं एखाद्या माणसानं अंगावर युनिफॉर्म चढवला की, तो युनिफॉर्मच बनून जाई. मग तो सैनिकी युनिफॉर्म असो की पोलिसी. डॅनीनं उजव्या हातानं आपला डावा हात चाचपला. त्याच्या हातावरचा हा वळ खरा होता.

दुष्टता, अपप्रवृत्ती ही एक रहस्यमय गोष्ट आहे हे आपण मान्य केलं तर मग जवळजवळ नेहमीच न्याय्य असणारा कायदा ही एक रहस्यमय गोष्ट आहे, हे आपण का मान्य करू नये.

"आता तुम्ही आरोपातून मुक्त झाला आहात." जजनी हॉलमधील कोणाला तरी सांगितलं; पण ते वाक्य ऐकून डॅनीच्या छातीतली धडधडही वाढली.

त्याला वाटलं की, आपल्यालाही त्या उंच लाकडी खुर्चीपर्यंत जाता आलं असतं, तिथं बसलेल्या माल्कम फ्रेझरला आपल्या हातावरील वळाला हात लावायला लावून वाद घालता आला असता, तर किती छान झालं असतं. त्यानं जजना म्हटलं असतं, "ही केस सरकारी माफी मिळण्यायोग्य आहे. नाही का सर? आता मला डॉ. प्रकाश नामक एका व्यक्तीबद्दल आपल्याला काहीतरी सांगायचं आहे. आपण कृपा करून माझं म्हणणं ऐकाल का?"

जणू काही कोर्टानं डॅनीच्या प्रश्नाला स्पष्ट उत्तरच दिलं. कारण एक लाकडी दार सताड उघडलं गेलं आणि तिथून शेरीफ असं लिहिलेला निळा टी-शर्ट घातलेला एक माणूस हॉलमध्ये आला. आपला काळा बेल्ट दोन्ही हातांनी

पकडून त्या माणसानं सभोवार नजर फिरवली.

डॅनीला वाटलं, आता हा माणूसही टी.व्ही. कार्टूनमधील पात्राप्रमाणे लोकांना दमदाटी करील, त्यांना गुद्दे मारून इकडे-तिकडे ढकलील. ऑस्ट्रेलियातील कायदेशाहीत याचाही समावेश आहे. अहो, गुलाबाला त्याचं संरक्षण करण्यासाठी तर काटे असतात!

पण डॅनी आणखी एक लाकडी दार उघडून, सहा दिव्यांनी उजळलेल्या त्या हॉलच्या बाहेर पडल्यावर त्याला पुन्हा कडक उन्हानं तापलेल्या टळटळीत दुपारचा सामना करावा लागला. अभावितपणे तो परत बोटं मोडू लागला.

दुपारची ४ वाजून १० मिनिटं

रखरखीत उन्हामुळे रस्त्याला पडलेल्या भेगा रुंदावल्या होत्या. अकाउन्टन्टच्या घराकडे (५३ ब्राउन स्ट्रीट) जाण्यासाठी त्यानं रोड क्रॉस केला, तेव्हा डॅनीला वाटलं की, त्याच्या पायाखालच्या सिडनीच्या त्या अस्फाल्टच्या रस्त्यावर आत्ता पावसाचे छोटछोटे थेंब पडले तर त्यातून चक्क गरम वाफा येताना दिसतील. याच्या आधी त्यानं हा अनुभव घेतला होता. संकुचित मनाच्या त्या सिडनी शहराला त्यानं आव्हान दिलं – परत करून दाखव ते! मी चालत असताना वाफ होऊन जा. आगीचा लोळ होऊन जा. त्यातूनही मी सहीसलामत बाहेर येईन. तुला परत हरवीन मी (पण डॅनीला मनोमन असंही वाटलं की, आज या जाळावर दुसऱ्या कोणाला तरी चालू दे. मी तब्बल चार वर्षे अशा जळत्या निखाऱ्यांवर चालतो आहे).

बेकायदेशीरपणे राहण्याचं चौथं वर्ष

डॅनीचं विचारचक्र परत चालू झालं. *"ते आपल्याला कधीच पकडणार नाहीत." एब सांगत होता, "एव्हाना मला हा देश कळायला लागला आहे."*

सफाईचं काम करणारा एब आताशा पिट आणि कॅसलेर स्ट्रीटवर दिसत नव्हता. तो सिडनी सोडून आता ऑस्ट्रेलियाच्या खेड्यांकडे वळला होता. तो तिथं बेकायदेशीरपणे काम करत होता. गेले आठ महिने तो गुरांच्या कळपांची राखण

करणं, कुंपणाचं रंगकाम करणं, फळं गोळा करणं अशी कामं करत होता. म्हणजे अगदी मिळेल ते काम करत होता. अशा प्रकारे काम करून चिक्कार ऑसी डॉलर्स मिळवून तो सिडनीला परत आला होता.

"तुला कांगारू पाहायला मिळालं?" डॅनीनं एबला उत्सुकतेनं विचारलं.

"कांगारू, बैल, घोडे, ससे, सगळे प्राणी पाहिले मी. एक कांगारू सोडलं तर बाकी सगळे मान खाली घालून चरण्यात दंग असतात. एखादी बस जवळून गेली की, फक्त कांगारू तेवढे आपलं काम थांबवून, कान ताठ करून कानोसा घेतात. (एबनं त्याची नक्कल करून दाखवली.)

"त्यांना चांगलं माहीत असतं की, आपण वाईट आहोत."

दोन दिवसांनी डॅनी आणि एब एका बसमधून जात होते. मध्येच एब ओरडला, "ड्रायव्हर, बस थांबवा." बस थांबल्यावर एब आणि डॅनी खाली उतरले. ते ज्या ठिकाणी उतरले होते, तिथं सभोवार जणू गुलाबी आग उसळली होती. माइलदूरा नामक त्या ठिकाणी चेरीची झाडं मनसोक्त बहरली होती. पैसे मिळवण्यासाठी एब चेरीची फुलं गोळा करू लागला. त्या शेतावर जणू युनायटेड नेशन्स संघाची सभा जमली होती. व्हिएटनाम, इंडोनेशिया, टोंगा, फिजी अशा वेगवेगळ्या देशांचे मजूर चेरी गोळा करीत होते. त्यांच्या कामावर देखरेख करणारा बॉस सोडल्यास त्यांच्यात एकही व्हाइट माणूस नव्हता. ते शेत नदीपासून फार दूर नव्हतं. त्या फार्मचा मालक अधूनमधून शिट्टी वाजवत असे. शिट्टीचा आवाज ऐकताच ते मजूर हातातलं काम तसंच सोडून लगेच नदीच्या दिशेनं पळत असत. हा आधीपासून ठरलेला नियम होता. मधूनच कधीतरी इमिग्रेशन ऑफिसर शेतांवर धाड घालीत; त्यामुळे तिथं काम करणाऱ्या शेतमजुरांना मरे नदीच्या किनाऱ्यावर असं लपून बसावं लागे. वठलेल्या झाडांचे पांढरे बुंधे नदीतून बाहेर डोकावत. एब आणि इतर मजूर नदीजवळ गुपचूप बसून राहात. ते बोटीतून जाणाऱ्या, ग्लासमधून हिंदकळणाऱ्या शॅम्पेनचे घोट घेणाऱ्या चिनी मुशाफिरांकडे पाहात हात हलवत राहात. बऱ्याच वेळाने शिट्टीचा एक दीर्घ आवाज ऐकू येई. तिचा अर्थ असे, इमिग्रेशनचे लोक आता गेलेले आहेत; त्यामुळे त्यांनी परत काम करायला लागावं.

एकदा आपला हात पोटात खुपसून एब म्हणाला, "अरे, फळं गोळा करताना माझं जवळजवळ पावणेसहा किलो वजन कमी झालं आहे. वजन एवढं कमी झालं तर ते कायमचचं कमी झाल्यासारखं असतं."

"बेकायदेशीरपणे राहणाऱ्या मजुरांना कामावर ठेवल्याबद्दल ते शेतकरी कधी पकडले जात नाहीत?"

"नाही," एब हसून म्हणाला, "ऑस्ट्रेलियन शेतकऱ्याला कधीही अटक

होत नाही. त्याची तर खूप वाखाणणी होते. तुला माहीत आहे, तो काय काय करतो ते? तो गरीब मलेशियनांना आपल्या शेतातल्या झाडांना पाणी घालायला लावतो. आपल्या चेरी वृक्षांची फळं गोळा करायला लावतो. त्यांना नीट पेट्यांमध्ये पॅक करायला लावतो. मग त्या पेट्या तो कुआलालंपूरला पाठवतो. तिथं श्रीमंत मलेशियन तो मागेल त्या किमतीला त्या पेट्या विकत घेतात, कारण त्यांना वाटतं की, व्हाइट लोकांच्या घामाची ती फळं आहेत. गंमत आहे सगळी!''

बघा; एबनं एक कोडं सोडवलं होतं. श्रीमंत आशियन आणि गरीब आशियन एकमेकांशी फारसं बोलत नव्हते आणि त्यामुळेच ऑस्ट्रेलियन लोक बराच पैसा कमावत होते.

''सगळे इमिग्रेशन ऑफिसर सडलेले आहेत. त्यांचे हात लाच खाऊन मिळवलेल्या पैशांनी बरबटलेले आहेत. आपण काम करत असताना पूर्ण वेळ त्यांची नजर आपल्यावर असते आणि आपल्याला कामाचे पैसे मिळायचे असतात, त्या दिवशी शेतकरी इमिग्रेशनला फोन करतो. मग ते लोक लगेच आपल्या कुत्र्यांबरोबर व्हॅन्सनी येतात आणि आपली धरपकड करतात.''

तरीही खेडेगावाकडचे हे इमिग्रेशन ऑफिसर हा काही फार मोठा, खरा धोका नव्हता. निळ्या युनिफॉर्ममधील त्या लठ्ठ माणसांच्या हाती आपण लागू नये म्हणून आपण पळ काढू शकतो. नदीकिनाऱ्यावर कुठंतरी लपून बसू शकतो. नदीतून डोकावणाऱ्या वठलेल्या झाडांच्या पांढऱ्या बुंध्यांवर बसलेल्या काळ्या पक्ष्यांना पाहात राहू शकतो; पण एके दिवशी काम करण्यासाठी फळबागेकडे जात असताना त्याच्यामागे एक काळा पिटबुल टेरियर लागला. तो बहुधा कडक उन्हानं त्रासलेला, बावरलेला किंवा भुकेलेला असावा, कारण श्वास घेण्यासाठी एब क्षणभर थांबला आणि कुत्र्यानं जोरात मागून येऊन त्याच्या छातीवर पाय रोवले. एब हलला तशी तो खाली सरकला आणि एबच्या जीनचा चावा घेत तो गुरगुरला. त्या क्षणी एब प्रचंड घाबरला. त्याच्या मनात आलं, आता यानं माझा चावा घेतला तर मला हॉस्पिटलमध्ये जावं लागेल. मग माझ्याजवळ मेडिकेअर नाही, हे हॉस्पिटलच्या स्टाफला कळेल. मग काही माझं खरं नाही. हा विचार मनात येताच एब जिवाच्या करारानं पळाला. हायवेवर येताच त्यानं एका कारला थांबवायचा प्रयत्न केला.

''हेल्प मी. हेल्प मी. कोणीतरी मदत करा हो. वाचवा मला. वाचवा मला.'' तो बेंबीच्या देठापासून ओरडत होता; पण त्याच्या हेही लक्षात आलं की, आपण मदतीसाठी ओरडताच पूर्ण ऑस्ट्रेलिया ओस पडेल. अगदी खरी परिस्थिती आहे ही. मग क्षणाची उसंत न घेता तो जीव खाऊन पळत राहिला. अर्ध्या तासानंतर त्याला एक पोलीस सायकलवरून येताना दिसला.

"या कुत्र्याला ट्रॅफिकमध्ये एखाद्या गाडीचा धक्का लागायला नको." म्हणत पोलिसानं त्याला दूर पिटाळलं. (त्या व्हाइट पोलिसानं दूरवर सायकल थांबवून एबकडे वळून पाहिलं. त्याच्या डोळ्यांतील नजर एबला लगेच कळली. आपल्या भूखंडावरील आपली पकड ढिली पडते की काय असा भाव त्या नजरेत होता.)

माइलदूरा सोडल्यानंतर एब मरे नदीच्या काठानं पुढे चालत राहिला. ऑस्ट्रेलियाच्या दक्षिण भागात पोहोचेपर्यंत चालत राहिला. इथं वेलींवरून द्राक्षं तोडणारी कितीतरी व्हाइट मुलं त्याला दिसली. ती सर्व पाठीवर बॅग घेऊन हिंडणारी युरोपियन मुलं होती. पूर्ण दिवस द्राक्षांच्या बागेत घाम गाळल्यावर ती त्यांच्या होस्टेलला गेली. तिथं गेल्यावर त्यांनी एक नंबर डायल केला. थोड्याच वेळात एक मध्यमवयीन ब्राउन माणूस सायकलवरून दमछाक करत, त्यांच्यासाठी पिझ्झाचे सोळा बॉक्स घेऊन आला. सोळा बॉक्स! ती व्हाइट मुलं आपले सगळे कपडे उतरवून फक्त अंडरवेअर आणि शॉर्टसवर होस्टेलच्या बाल्कनीत उभी होती आणि जोरजोरात ओरडत होती, "लवकर - आणखी लवकर या." वीस मिनिटांतच त्यांनी पिझ्झाचा फडशा पाडला. त्यांनी त्या माणसाला आणखी पिझ्झा घेऊन येण्यासाठी फोन केला. मग त्याची वाट पाहात ती मुलं बाल्कनीत येऊन उभी राहिली. तिथं ती एकाच गोष्टीसाठी उभी होती. ती म्हणजे "आणखी लवकर, आणखी लवकर." असा गलका करणं.

पूर्ण दिवस ही व्हाइट मुलं एका शेतकऱ्याची गुलाम होती आणि आता रात्री तो ब्राउन माणूस त्यांचा गुलाम होता. किती गंमतशीर आहे ना हे, एबला वाटलं; पण ऑस्ट्रेलियाची हीच तर अडचण आहे ना : आपला विनोद ऐकवून त्याची मजा घ्यायला आपल्याला दुसरं कोणीच मिळत नाही, कारण तिथल्या लोकांना हे काही दिसतच नाही.

दक्षिण ऑस्ट्रेलियातील बेरी शहरात एबला चँग नावाचा बावन्न वर्षांचा एक मलेशियन माणूस भेटला. तो नऊ वर्षांपासून बेकायदेशीरपणे ऑस्ट्रेलियात राहात होता. अशा प्रकारे ऑस्ट्रेलियात बेकायदेशीरपणे राहण्यात मलेशियन, चिनी अगदी तरबेज होते. एब त्या माणसाला आदरानं चँग अंकल म्हणून लागला.

एबनं विचार केला, चँग अंकल जर इथं नऊ वर्षे बेकायदेशीरपणे राहू शकतात, तर आपण इथं आरामात दहा वर्षे राहू शकतो. दहाच का वीस वर्षेही राहू शकू आपण इथं असं.

...आणि मग सिडनीला परतल्यावर एका आठवड्याच्या आत सफाई कामगार एबला अटक झाली. तो आपली सफाईची साधनं पाठीवर घेण्यासाठी पट्टे नीट बांधत होता. तेवढ्यात त्याच्या बांधकाम कंपनीवर पोलिसांची धाड पडली. या टॉम क्रूझला दोन आठवडे तुरुंगात ठेवण्यात आलं. मग त्याची त्याच्या मायदेशी

रवानगी झाली. त्यानं एकदा विलावुडहून डॅनीला फोन केला होता. तो म्हणाला होता, ''डॅनी, तुला माहीत आहे? गंमत म्हणजे जे विद्यार्थी मॅकेंझी कॉलेजमध्ये टिकून राहिले त्या सगळ्यांना नोकऱ्या मिळाल्या. मी जिथं जिथं जातो, तिथं तिथं मला ते दिसतात. त्यांनी स्वतःच्या मोटरकारही विकत घेतल्या आहेत. कदाचित एके दिवशी तू त्यांच्या घराची सफाई करत असशील. आहे की नाही गंमत?''

तेव्हा कुठं डॅनीच्या लक्षात आलं की, ही सर्व एबसाठी फक्त एक मजा होती. कदाचित ऑस्ट्रेलिया सोडताना त्यानं इमिग्रेशन ऑफिसरला हसतहसत शेकहॅन्डही केला असेल.

दोन दिवसांनी डॅनीनं एका लोकल पेपरमध्ये एक बातमी वाचली – सेनेगलहून देशांतर करून आलेला एक माणूस बसच्या शेवटच्या सीटवर बसला होता. तो बसमध्ये बसल्याबसल्याच मरून गेला. पोलिसांच्या माहितीनुसार तो देशांतरित डायबेटिक होता आणि भीतीपोटी त्यानं आपल्यावर वेळेवर औषधोपचार करून घेतले नव्हते.

त्या रात्री मुसळधार पाऊस पडला. डॅनी पावसातच ग्लीबमध्ये भटकत राहिला. पोर्टल्स ऑफ सिडनी या जुळ्या पांढऱ्या इमारती दिसेपर्यंत तो चालत राहिला. तिथं उभा राहून तो पावसाच्या सरींमुळे तसेच धुक्यामुळे धूसर दिसणारे इमारतींवरचे हिरवे गोल पाहत राहिला. ते दोन गोल अदृश्य राक्षसांनी तोलून धरलेल्या दोन चमकत्या छोट्या पृथ्वीगोलांसारखे दिसत होते. डॅनीला वाटलं, पृथ्वीचे ते दोन्ही गोल आपल्याला म्हणताहेत की, तू ज्या जगांना उचलून धरायला पाहिजे होतंस त्यांना सोडून दिलंस डॅनी आणि आता बघ, त्या बदल्यात तुला काय मिळालं? रात्रीच्या अंधारात उराशी कवटाळून धरायला चिनी पांड्यांची जोडी.

डॅनी अंधारात धडपडत उठला. त्यानं सनबर्स्ट स्टोअरच्या बाथरूममध्ये जाऊन तोंडावर पाण्याचे हबके मारून घेतले.

प्रामाणिक डॅनी. शूर डॅनी. हुशार डॅनी.

जोरात मान हलवून डॅनीनं चेहऱ्यावरचं पाणी झटकलं आणि टोमोच्या टॉवेलनं तोंड पुसलं.

त्या दिवशी त्याला आपल्या नेहमीच्या सफाई कामासाठी रोझ बेला जायचं होतं. तिथून त्यानं शहरात येण्यासाठी बस घेतली. बस सिडनीच्या मध्यवर्ती भागातून चालली होती. ती व्हाइट लोकांना जंक फूड खाऊ घालणाऱ्या पूर्व आशियन लोकांना चैनीच्या वस्तू विकणाऱ्या व्हाइट लोकांच्या बुटिक्सकडे चालली होती. डॅनीनं तिथं स्वातंत्र्य, उंची लेदर, सूटस सगळं काही पाहिलं. मग तो सेंट्रल स्टेशनला आला. तिथल्या प्लॅटफॉर्मवर उभा राहिला. तिथं त्यानं विलावुड

अशी चमकती अक्षरं असलेली एक ट्रेन स्टेशनमध्ये येताना पाहिली. ती अक्षरं पाहताच डॅनीच्या पोटात मोठा गोळा आला.

त्यानं प्रार्थना केली, "मुरुगन, मला प्लॅटफॉर्मवरच्या याच जागी परत घेऊन ये."

एक बाई एका लहान मुलाला प्रॅममध्ये घेऊन गाडीत चढायचा प्रयत्न करीत होती. डॅनीनं पटकन पुढे होऊन तिला गाडीत चढायला मदत केली. त्याच वेळी निळा युनिफॉर्म घातलेला, बेल्टला पिस्तूल ठेवण्याची काळी पिशवी लावलेला एक पोलीस त्याला जवळून जाताना दिसला. आई, लहान मूल, पोलीस हे तिघंही डॅनीच्या मनात एखाद्या अटळ सत्यासारखे तरळत राहिले.

काही वेळानं त्याच्या लक्षात आलं की, आपण विलावुडच्या वाटेवर आहोत. गाडी एखाद्या स्टेशनला थांबली की, डॅनीच्या ओठांवर 'मुरुगन' हा शब्द येई. शेवटच्या स्टेशनवर 'मुरुगन' 'मुरुगन' पुटपुटत तो ट्रेनमधून खाली उतरला आणि विलावुड इमिग्रेशन डिटेन्शन सेंटरकडे जाऊ लागला. तिथं ऑस्ट्रेलियात बेकायदेशीरपणे राहणाऱ्या लोकांना पकडून, त्यांना मायदेशी रवाना करण्याआधी नजरबंदीत ठेवलं जाई. तिथं बाहेर उभं राहून त्यानं आपले दोन्ही हात जोडले. त्या इमारतीच्या विटांच्या जाड भिंतीच्या मागे कितीतरी ग्रीक, मुसलमान, चिनी, भारतीय, पाकिस्तानी बंद होते. त्या विटांच्या भिंतीमागच्या त्या लोकांचे डोळे जळत होते. ते बंदी जणू डॅनीला म्हणत होते, "डॅनी, थोड्याच वेळाचा प्रश्न आहे. इथल्या कायद्याला कोणी फसवू शकत नाही."

सेंटरबाहेरच्या जगात उभ्या असलेल्या डॅनीनं मान बाजूला वळवली आणि तो थुंकला. नाही, मी काहीतरी मार्ग शोधीन. मी इथंच - ऑस्ट्रेलियातच राहीन. काहीतरी करून इथंच राहीन; पण चार वर्षांपूर्वी मी जे काही केलं त्यासाठी मी सॉरी म्हणणार नाही आणि यापुढे भीतीच्या सावटाखालीही जगणार नाही.

दुपारची ४ वाजून १२ मिनिटं

नेहमीप्रमाणे अकाउन्टन्टच्या फ्लॅटमध्ये त्याचं पांढरं मांजर बाहेर निसटायच्या संधीची वाटच पाहात उभं होतं. अकाउन्टन्टचा फ्लॅट ब्राउन स्ट्रीटवरील बिल्डिंगच्या पाचव्या मजल्यावर होता. डॅनीनं फ्लॅटमध्ये पाऊल टाकताच त्या मांजरानं दाराकडे झेप घेतली. डॅनीनं फ्लॅटमध्ये शिरताच पटकन पाय मागे घेऊन दार बंद केलं. आपला घरातून बाहेर जायचा प्रयत्न फसल्यावर त्या मांजरानं आपलं गुबगुबीत

अंग बंद दारावर घासलं. त्या रागावलेल्या, सूड उगवू पाहणाऱ्या प्राण्यापासून रक्षण करण्यासाठी डॅनीनं आपले बूट काढून बुकशेल्फवर ठेवले, तेव्हा त्याला मांजराचं लाडिक आवाजातील 'म्याव म्याव' ऐकू येत होतं.

५३, ब्राउन स्ट्रीटवरील युनिट ६च्या फ्लॅटमध्ये सफाईसाठी प्रवेश करण्याआधी पायातील बूट काढावेच लागत, कारण रस्त्यावरील धुळीची बऱ्याच लोकांना ॲलर्जी असते. ॲलर्जिक लोकांना फुलांचे परागकण, हवा, जवस, बरीचशी फुलं, मधमाशा, गंज, झाडांची सालं, ॲस्बेस्टॉस अशा बऱ्याच गोष्टींनी त्रास होतो.

घर नं. ८च्या रोडनी अकाउन्टन्टच्या बऱ्याच मेडिकल टेस्ट्स झालेल्या होत्या. त्यावरून त्यांच्या नसा अशक्त आहेत असं कळलं होतं; त्यामुळे वेगवेगळ्या प्रकारचा त्रास लगेच होतो. म्हणूनच त्यांनी डॅनीला आठवड्यातून एकदाच कामासाठी यायला सांगितलं होतं. कामावर नेमतानाच त्यांनी त्याला अगदी बजावून सांगितलं होतं की, त्याला त्यांच्या खूपशा अटींचं पालन करावं लागेल. त्यात एक अट अशीही होती की, डॅनीला कोणतंही कृत्रिम दुर्गंधीनाशक द्रव्य वापरता येणार नाही. तसेच तो त्यांच्या घरी सफाईला येईल त्या दिवशी सकाळी त्यानं कृत्रिम पदार्थांनी तयार केलेला कोणताही साबण वापरता कामा नये. निष्काळजी सफाई कामगारांच्या एका लांबलचक जंत्रीनंतर डॅनीचा रोडनीकडे कामाला लागायचा नंबर लागला होता. रोडनीच्या सर्व नियमांची कशीतरी पूर्ती करून डॅनी तिथं सहा महिने दोन आठवडे टिकून होता.

त्याला माहीत होतं की, प्रगतीपर घोषणा चिकटवलेल्या फ्रीजच्या मागे एक ॲलर्जीमुक्त कपाट आहे आणि त्यात दमेकऱ्यांसाठी वापरला जाणारा विशिष्ट व्हॅक्यूम क्लीनर आहे. डॅनीनं तो व्हॅक्यूम क्लीनर काढून प्लगला लावला आणि तो रोडनीच्या फ्लॅटमधील खोली साफ करू लागला. खोली साफ करताकरता त्याच्या मनात विचार आला की, आज अकाउन्टन्टकडून साठ डॉलर्स घेऊ नयेत. आज मी फारसं व्यवस्थित काम करत नाही; त्यामुळे आजच्या कामाचे पन्नास डॉलर्स घेतले तरी पुरे झाले. नाहीतर पंचेचाळीस डॉलर्स... एवढे ठीक आहेत. कामाचे कमी डॉलर्स का घेतले ते पुढच्या खेपेस येईन, तेव्हा त्यांना सांगीन. मला सायनसचा त्रास होत होता असं सांगीन. ॲलर्जी असणारा हा माणूस मला समजून घेईल. रोडनीच्या घरातून त्याला न्यू टाउन लायब्ररीपलीकडचे पे-फोन दिसत होते. तिथं मशीनमध्ये पेसे टाकून फोन करता येत असे. रोडच्या पलीकडे एका लाइनीत तीन टेलस्ट्रा पे फोन होते. त्यातील दोन लाल रंगाचे होते आणि मधला फोन गुलाबी रंगाचा होता.

चर्चचं अणकुचीदार टोक सर्व घरांच्या वर उठून दिसत होतं.

डॅनीनं त्या बाजूच्या खिडकीचा पडदा बंद केला.

ब-डा-डा-डम-डम-ब-डा... ते पांढरं मांजर शेपटी वर करत खोलीत आलं आणि डॅनीकडे पाहू लागलं.

सुस्वभावी अकाउन्टन्टला एक मांजर त्याच्या ॲलर्जीचं कारण आहे असं नक्कीच वाटणार नाही. डॅनी मांजराकडे पाहून मनातल्या मनात म्हणाला. तो व्हॅक्यूम करतकरत अकाउन्टन्टच्या अभ्यासिकेत गेला.

न्यू टाउनच्या भिंतींवर रिनेसन्स ते कन्टेम्परररी काळापर्यंतची चित्रं रंगवलेली होती. अकाउन्टन्टच्या उंच फ्लॅटमधून डॅनीला ती सर्व दिसत होती.

'प्रेम हेच उत्तर आहे.' हे वाक्य एका पांढऱ्या बिल्डिंगच्या मागच्या बाजूस खूप मोठ्या निळ्या व लाल अक्षरांत लिहिलेलं होतं. स्टडी रूमच्या खिडकीतून ते घोषवाक्य सहज दिसे. आज हे खरं नाही मित्रा. डॅनी स्वतःशीच पुटपुटला. आता पुढची सफाई बेडरूमची.

बेडरूमची खिडकी बंद आहे हे पाहून डॅनीनं व्हॅक्यूमची नळी खांद्याखाली घेऊन खिडकी वर केली. तिथून त्यानं ते भित्तीचित्र पाहिलं. एका घराच्या शेजारचं चित्र. कसायाच्या टेबलाच्या वर टांगून ठेवलेलं एक बाकदार शिंगांचं हरिण, एक बगळा आणि एक ससा.

त्यानं पुन्हा एकदा ते चित्र पाहिलं. म्हणजे इथं पाहिलं होतं त्यानं हे चित्र. या खिडकीतून त्यानं ते तीन मेलेल्या प्राण्यांचं चित्र पाहिलं होतं. स्वयंपाकघराच्या छतापासून तारांनी बांधून टांगून ठेवलेले तीन प्राणी आणि त्यांच्या खाली, कसायाच्या टेबलावर पडलेला मेलेला मेंढा. त्याचं तोंड दोरीनं बांधून ठेवलेलं, त्यातून बाहेर आलेली त्याची जीभ. टांगून ठेवलेल्या बगळ्याचा एक डोळा सताड उघडा होता. तो त्याच्याकडे बघणाऱ्याकडेच पाहतो आहे असं वाटत होतं. "असंच तुमचं जग हिरावून घेतलं जातं. अगदी तुमच्या डोळ्यांदेखत," जणू तो डोळा म्हणत होता. फार भयंकर आहे हे चित्र. त्यात दाखवलेली क्रूरता मनाला चिरत जाते. नेमकेपणानं चितारलेली आहे ती. ती जणू सांगत होती, तुमच्याकडून तुमचं सगळं हिरावून घेतलं जात होतं आणि तुम्ही एक किंकाळीही नाही फोडलीत.

डॅनीच्या मनात आलं, माझा चुलतभाऊ कन्ननं. त्यानं किंकाळी फोडली होती म्हणूनच तो आता कॅनडाचा नागरिक आहे. त्यासाठी तो पात्र होता.

खालून कुठूनतरी एक कुत्रा भुंकला.

डॅनीच्या हातातला व्हॅक्यूम क्लीनर खाली पडला आणि त्यानं त्याच्या घोट्याजवळची हवा शोषून घेतली. डॅनीनं आपलं बोट नाकाजवळ नेलं. त्याला वाटलं, त्या बोटाला कसला तरी वास येतोय. ब्रोकोलीचा?

नाही, नाही. ब्रोकोलीचा नाही. शार्क लिव्हर ऑइलचाही नाही.

रक्त... रक्ताचा वास.

डॅनी स्वतःशीच बडबडू लागला. डॅनी, तू तिला पाहशील. रोझ किंवा रशकटर्स बेमध्ये एकत्र आलेल्या नावांच्या डोलकाठ्या तुझ्या डोळ्यांत घुसतील, तेव्हा तू तिला पाहशील. इथल्या जंगलांतील अलगद खाली पडणाऱ्या लाकडांच्या मऊ छोट्या ढलप्यांप्रमाणे अंजिरांच्या झाडांमधून प्रकाशाचे कवडसे डोकावतील, तेव्हा तू तिला पाहशील. सर्क्युलर बेजवळ बँकांच्या आणि लाइफ इन्शुरन्सच्या, त्यांच्यावरील काचांमुळे चकाकणाऱ्या खूप बिल्डिंग्ज आहेत. समुद्राजवळच्या दलदलीच्या प्रदेशात उगवणाऱ्या झाडांच्या घनदाट जाळीप्रमाणे आहेत त्या. त्या इमारती सूर्यास्ताची अंतिम किरणे अंतरंगात भरून घेत असताना तुला ती दिसेल. ती तुला दिसेल. त्या दिवशी स्विमिंग पूलमध्ये नागदेवाच्या पुतळ्याखाली पोहणाऱ्या, मुलांवर मजेत पाणी उडवणाऱ्या रूपात.

खून झालेल्या बाईच्या दिलखुलास हास्यानं वातावरण भारून गेलं. ब्रूऽऽम, ब्रूऽऽम करणारा व्हॅक्यूम क्लीनर गालिचावर ठेवून आणि त्या पांढऱ्या मांजराला ते पाहू देत, डॅनी परत ड्रॉइंग रूममध्ये आला. तिथला पडदा उचलून त्यानं खाली दिसणाऱ्या किंग स्ट्रीटवरील टेलस्ट्रा पे फोन्सकडे पाहिलं.

त्या पे फोन्सवर तीन उंदीर बागडत होते. नंतर तर ते तिथल्या रंगीत भिंतीवरही चढू लागले आणि मग ते तापलेल्या पांढऱ्या रस्त्यांवर उडणाऱ्या कबुतरांचे गडद काळे पंख झाले.

डॅनीनं फोन करण्यासाठी मधला गुलाबी फोनचा बूथ निवडला.

दुपारची ४ वाजून ५० मिनिटं

किंग स्ट्रीटवर गगनचुंबी इमारतीएवढी उंच - एक क्रेन उभी होती. पांढऱ्या लाल रंगाची ती अजस्र क्रेन जणू एक भूमितीची अवाढव्य आकृती होती. एक लांब, उभी मूठ. आडवा दांडा, शहरावर अर्धा मैल उंचीवर मोठाल्या चौरस डब्यांना लोंबकळत ठेवणाऱ्या केबल्सनी बनलेले दोन समद्विभुज त्रिकोण आणि या सर्व गोष्टींच्या वर निळ्या आकाशात फडफडणारा क्रेनचा सोनेरी पांढरा झेंडा. या सर्व गोष्टींनी सुसज्ज ती भलीमोठी क्रेन जणू खालच्या गोंधळ गडबडीनं भरलेल्या, अव्यवस्थित माणसांच्या शहरापासून दूर, स्वतःला स्वतंत्र गणराज्य घोषित करणारं युक्लीडचं लोकसत्ताक राज्य होतं.

टेलस्ट्रा फोन बूथकडे जाताना डॅनीनं ते प्रचंड धूड पाहिलं.

दुपारची ४ वाजून ५१ मिनिटं

पोलिसांची हॉटलाइन घणघणू लागली.

डॅनी आता गुलाबी फोन बूथमध्ये होता. दोन फोन बूथच्या मध्ये उभ्या असलेल्या फोन बूथमध्ये. तो आपल्या निश्चयावर ठाम होता.

आपलं काम संपल्यावर त्यानं व्हॅक्यूम क्लीनर अकाउन्टन्टच्या कपाटात ठेवून दिला. बुक शेल्फवरील बूट काढून त्यानं ते आपल्या पायात घातले. बुटांचे बंद बांधले आणि मग तो इथं आला. हातावरील पुसट झालेला नंबर पाहात त्यानं फोनची डायल फिरवली - 1 - 800 - 333 - 000.

फोनची रिंग ऐकताऐकता त्यानं फोनच्या थंड प्लॅस्टिक हॅन्डलवर आपल्या नखानं तमिळमध्ये लिहायला सुरुवात केली.

माझे विचार :

वय - एक ते तेरा वर्षे : माझे स्वतःचे असे काहीच विचार नव्हते. आईला बरं नसायचं. घरातली ही खूप काळजीची बाब होती. म्हणून वडिलांनी कल्पिलेले, तयार केलेले काही धार्मिक विचार होते. अंधश्रद्धेवर आधारित. घरात राजकारणाचं वातावरण अजिबात नव्हतं.

वय - तेरा ते चौदा वर्षे : देव आहे का याबद्दल मनात संशय. मनातल्या मनात मी एल.टी.टी.इ.चा समर्थक आहे; पण उघडपणे चे ग्व्हेराला पाठिंबा देतो. एक दिवस वडिलांच्या कपाटात अश्लील पुस्तके मिळतात. छोटेछोटे ब्लॅक अ‍ॅन्ड व्हाइट फोटो, ब्रा घातलेली बाई.

वय - चौदा ते सोळा वर्षे : आमूलाग्र बदल, पन्नास टक्के नास्तिक, पन्नास टक्के कम्युनिस्ट. मुहम्मद अली त्याच्या ट्रेनिंगच्या काळात कच्ची अंडी खात होता हे वाचल्यावर मी रोज सकाळी कच्ची अंडी खायला सुरुवात केली.

वय - सोळा वर्षे : शंभर टक्के नास्तिक. शंभर टक्के कम्युनिस्ट.

मी कच्ची अंडी खाणं बंद करतो.

...आणि आता वर्तमानात फोनचं हॅन्डल खाली येऊ लागलं. त्याचं नख आपल्या हातावर काहीतरी लिहू लागलं. हळूहळू ते हातावरील वळाकडे येऊ लागलं.

राजनीती : मी एल.टी.टी.इ.चा द्वेष करू लागलो; पण 'चे' चा द्वेष करत नव्हतो.

वय - सतरा वर्षे : परत पन्नास टक्के कम्युनिस्ट. आवाज फुटू लागला. वडील मला क्रॅक म्हणू लागले.

तिकडे बराच वेळ फोनची रिंग ऐकू येत होती; पण फोन कोणी उचलत नव्हतं. डॅनीनं फोनचा रिसीव्हर एका गरम कानावरून दुसऱ्या गरम कानाला लावला.

"एखादी सिगारेट आहे का तुझ्याकडे?" जवळून आलेला आवाज ऐकून डॅनी क्षणभर दचकलाच; पण लगेचच त्याच्या लक्षात आलं की, कोणीतरी त्याच्याभोवती फिरत आहे. काहीतरी बोलत कोणीतरी त्याच्याभोवती हिंडतंय.

डॅनीनं पाहिलं, तो एक करड्या रंगाचा जंपसूट घातलेला, एखाद्या मोठ्या आकाराच्या बाळासारखा दिसणारा, खूप ड्रग्ज घेतल्यामुळे चेहरा मख्ख झालेला आणि भेदक निळे डोळे असलेला व्हाइट माणूस होता.

डॅनीच्या खांद्याला स्पर्श करून तो म्हणाला, "यार, एक सिगारेट दे ना मला. या ऑसीला एक सिगारेट दे रे."

"मी नाही पीत सिगारेट." डॅनी म्हणाला.

त्या बालिश माणसाचे निळे डोळे एकदम आक्रसले. तो स्वतःशीच पुटपुटला, "हा सिगारेट पिणारा नाही. मला माहीत होतं. तो सिगारेट पिणारा असता तरी त्यानं ऑसीला सिगारेट दिली नसती. दिली असती?"

डॅनीनं सुटकेचा श्वास सोडला.

दुपारची ४ वाजून ५२ मिनिटं

एका अंजिराच्या झाडाच्या फटीतून एखाद्या तप्त पांढऱ्या दगडाप्रमाणे एक पक्षी खाली पडला.

दुपारची ४ वाजून ५२ मिनिटं, २ सेकंद

देवा, माझी द्विधा मनःस्थिती संपव, मला परत एकसंध बनव. फोन खाली ठेवण्याच्या प्रबळ इच्छेवर डॅनीनं कसातरी विजय मिळवला. पोलीस हॉटलाइनच्या फोनची रिंग परतपरत वाजत होती.

1 - 800 - 333 - 000.

खूप खूप वेळानं तिकडून कोणीतरी फोन उचलला.

तिकडून त्या माणसानं उत्तर दिलं, "न्यू साउथ वेल्स, पोलीस हॉटलाइन..."

डॅनीला त्या आवाजाचा मालक दिसू लागला : तो आपल्या श्वास गुदमरवणाऱ्या निळ्या युनिफॉर्ममध्ये एका मोठ्या खुर्चीवर बसलेला असणार.

"मी आपली मदत करू शकतो का?" त्या आवाजानं विचारलं.

डॅनीनं त्या पोलिसाला सांगितलं, "माझी आई रोज सकाळी मला पेनरिथहून शहराकडे जाणाऱ्या रेल्वेत बसवून देते. तिथल्या नॉक्स ग्रामरमध्ये शिकायला."

"एक्सक्यूज मी!" पोलीस.

"मरेपर्यंत हरायचं नाही या ममाच्या वृत्तीमुळेच मी आज चॅनल नऊवर विभिन्न सांस्कृतिक पार्श्वभूमींच्या लोकांना सल्ला देतो."

"सर, तुम्हाला माहीत आहे का? की, या नंबरला क्षुल्लक कारणासाठी फोन करणं कायद्यानं मना आहे?"

डॅनी, त्याला सांग. आपल्या हातावरील वळाला चिमटा घेत डॅनी स्वतःला म्हणाला, राधा थॉमसचा खून करून तिचा मृतदेह खाडीत कोणी टाकला हे त्याला सांग. त्या देहाला दगड भरलेल्या इटालियन लेदर जॅकेटमध्ये गुंडाळून खाडीत कोणी टाकलं हे त्याला सांग.

फोनच्या बूथमध्ये एक जाहिरात चिकटवलेली होती.

परदेशी ग्रॅज्यूएटस्, आपली युनिव्हर्सिटी डिग्री मिळवलीत?

विद्यार्थी

जोडीदार

देशांतरित

जी.एस.एम. व्हिसावाले

इंटरनॅशनल मायग्रेशन कन्सल्टंट्स, ऑस्ट्रेलिया (आय.एम.सी.ए.)

९९ टक्के लोकांना नोकऱ्या मिळतील.

दुपारची ४ वाजून ५३ मिनिटं

"सर," पोलीस हॉटलाइनवर असलेला माणूस म्हणाला, "सर?"

करड्या जंपसूटमधील तो बालिश ऑस्ट्रेलियन माणूस अजूनही गुलाबी टेलस्ट्रॉ फोन असलेल्या बूथभोवती फिरत होता. डॅनीकडे उदास नजरेनं पाहात -

बडबडत होता, "ऑसीला सिगारेट देणार नाही. देईल का कधी तो?"

डॅनीच्या डाव्या पायाला परत कंप सुटला.

रस्त्यापलीकडे पोलीस उभे होते. बसेसच्या आणि रहदारीच्या पलीकडे ते उभे होते. चौकोनी चेहऱ्याचे, पिंगट केसांचे, आपल्या निळ्या बेल्ट्सवर कुलूप बनवणाऱ्यांना अभिमान वाटेल अशी रुपेरी कातडी थैली वागवत. पिस्तूल ठेवायची फुगीर बटणबंद कातडी थैली. खांद्यावर सुताचे जाड बंद आणि बेल्ट्सवर स्टीलच्या साखळ्या.

डॅनीला वाटलं, आता आपल्या डाव्या पायावरून नक्की मुताचे ओघळ वाहणार. त्यानं पाहिलं की, त्यांच्यातील एक पोलीस त्याच्याकडेच पाहतो आहे.

"नाव काय आहे तुझं बेटा? आणि तुझ्या वडिलांचं नाव?"

"तुझं नाव लिहून दाखव मला."

"आता ते राष्ट्रभाषेत लिही."

डॅनीनं पोलिसांवरून नजर वळवून एका जुन्या इमारतीच्या हिरव्या बाल्कनीवर स्थिर केली.

खूप सांभाळून बरं डॅनी. ती ओतीव लोखंडाची बाल्कनी, तो हळदीच्या रंगाचा पेंट, तुला दुसऱ्याच एका शहराची तर आठवण करून देत नाहीत ना?

डॅनीला आता खचाखच भरलेल्या, डिझेलवर चालणाऱ्या बसेसचे आवाज ऐकू येऊ लागले. खरपूस तळलेल्या माशांच्या वासानं हवा भरून गेली. त्या उन्हाळ्यात अंधाऱ्या खोलीत, विकले न गेलेले ब्रेड घेऊन बसलेल्या माणसांच्या आकृती दिसू लागल्या.

तू म्हणाला होतास ना की, मी घरी परत जाणार नाही?

डॅनीला आपलं नख ओलसर मानेवर ओरखडे काढतं आहे असं जाणवलं.

विलावुडमधील लोक नेहमीच असं करतात. कोणीतरी नको ते काही गिळतं. कोणी मनगटाची नस कापून टाकतं किंवा नखं खातं. नाहीतर ज्वालाग्राही तेल अंगावर ओतून घेऊन, स्वतःला पेटवून घेतं.

"सर?" फोनवरचा माणूस म्हणाला. "तुमच्याकडे काही सांगण्यासारखी माहिती आहे का?"

हा प्रश्न ऐकताच डॅनीनं दणकन रिसीव्हर खाली ठेवून दिला.

आणि तो एकदम जोरजोरात हसू लागला. म्हणजे परत एकदा तू तेच केलंस. अरे माझ्या बहादूर डॅनी, तू परत फोनपर्यंत गेलास आणि परत पळ काढलास. खूप तासांनंतरही डॅनी तीन डॉलर्सच्या सुशी बेल्टवरच होता. तिथं जवळच कापून ठेवलेला सिल्व्हर मासा आणि कच्चा ईल मासा होता. तो बेल्ट गोल गोल फिरत होता आणि आता त्या बेल्टवर त्याच्याबरोबर प्रकाशही होता.

त्या बेल्टवर पूर्ण शहर होतं.

"ऑसीला सिगारेट देणार नाहीत. कोणी देईल का हो?" फोनबूथला प्रदक्षिणा घालताघालता जंपसूटमधला तो बालिश ऑस्ट्रेलियन बडबडत होता.

डॅनी त्याला अरे, जा रे म्हणणार होता; पण तेवढ्यात त्याला जाणवलं की, त्या बालिश माणसाचे डोळे त्याला माहीत असलेल्या रंगाचे आहेत – लालसर - तपकिरी.

अन् मग त्या ऑस्ट्रेलियन चेहऱ्यावर आणखी एक चेहरा चढवला गेला. भयंकर भुवयांचा, बंडखोर, पांढऱ्या-काळ्या केसांच्या वर वाचायचा काळ्या फ्रेमचा चश्मा असलेला.

न्यू टाउनच्या सगळ्या भिंतींवर लाल - तपकिरी डोळे चिकटवले आहेत असा डॅनीला भास झाला.

...तू नको ती गोष्ट जवळजवळ केलीच होतीस रे क्लीनर! तो फोन कॉल तू जवळजवळ केलाच होतास. एकदा का तू तो फोन केलास ना की, तू आहे नाही ते सगळं गमावशील बघ!

डॅनीनं जीव मुठीत घेऊन रेल्वे स्टेशनकडे पळ काढला.

दुपारची ४ वाजून ५८ मिनिटं

ट्रेन किंग्ज क्रॉस स्टेशनच्या प्लॅटफॉर्म नं. २ जवळ येताच डॅनीच्या अंगावर थंडगार वाऱ्याची झुळूक आली आणि त्याला वाटलं, सोंजाची बोटं आपल्या केसात हळुवारपणे फिरत आहेत. त्याच क्षणी त्याला जाणवलं की, त्यानं केलेली गोष्ट एकदम बरोबर होती.

अगदी बरोबर गोष्ट केली होती त्यानं.

एका लाकडी बाकावर बसलेल्या मुलाला ही विशिष्ट ट्रेन घ्यायची नव्हती. त्यानं एक चित्र असलेलं पुस्तक उघडून शेजारच्या बाईला मोठ्यानं वाचून दाखवलं. "आम्ही चिकन खातो आणि एक वेगळ्या प्रकारचं चिकन आम्हाला खातं."

दुपारची ५ वाजून १२ मिनिटं

या जगात कोणतेही हक्क नसलेल्या माणसालाही प्रेम करायचा हक्क आहे.

डॅनी आता दुहेरी खांब असलेल्या एका उंच, छानशा बिल्डिंगसमोर उभा होता. ती बिल्डिंग पाहून त्याला आपल्या स्वतःच्या देशातली ऑफिसं आठवली. इथं त्याच्या डोळ्यांसमोर सेंट विन्सेंट'स हॉस्पिटल होतं.

हॉस्पिटलसमोरच्या टेकाडावर कॉफीचं एक छोटं दुकान होतं. या कियॉस्कमध्ये मेडिकल युनिफॉर्म घातलेल्या नर्सेस आपल्या प्रिय मित्रांना फोन करायला येत. डॅनीनं डोळे वर करून आपली मैत्रीण तिथं नाही ना, याची खात्री करून घेतली.

तो लॉबीमध्ये जाताना त्याच्या जवळून एक ॲम्ब्युलन्स गेली.

जय बेबी जय!

जय जय बेबी जय!

रिसेप्शन असं लिहिलेल्या काचेच्या तावदानामागे एक भारतीय रिसेप्शनिस्ट बसलेली होती. हॉस्पिटलच्या पांढऱ्या डेस्कवर कोपर टेकवून ती आयपॅडवर एक फक्कड बॉलीवुड गाणं पाहात होती.

"नर्स ट्रॅनला भेटायचं आहे. मी तिचा बॉयफ्रेंड आहे." डॅनी रिसेप्शनिस्टला म्हणाला.

ते ऐकून त्या रिसेप्शनिस्टनं हळूच आयपॅडवरील नजर वळवली. हिरव्या फोनवर एक नंबर फिरवून डॅनीच्या हातात रिसीव्हर दिला. सोंजाला फोनवर यायला बराच वेळ लागला; त्यामुळे त्याला त्या रिसेप्शनिस्टच्या आयपॅडवरील बॉलीवुड गाणं बराच वेळ पाहता आलं. शेवटी फोनच्या त्या बाजूनं सोंजाचा आवाज आला, "डॅनी, आज मी कामात आहे रे."

"अगं, तुला पाहिजे होतं ते कॅक्टस माझ्या हातून हरवलं." यावर तिकडून काहीच प्रतिक्रिया आली नाही.

"सोंजा," आवाज खाली आणून डॅनीनं विचारलं, "आपण आज रात्री बाहेर जेवायला जाऊ या?"

त्याला माहीत होतं - त्याच्या अशा आवाजाचा तिच्यावर नेहमीच चांगला परिणाम होतो.

"नको, नको. मला आज रात्री सेकंड शिफ्ट आहे. तुला माहीत आहे हे."

यावर डॅनी काहीच बोलला नाही.

ती क्षणभर थांबली आणि मग म्हणाली, "माझी पहिली शिफ्ट साडेसहाला संपते. तू करेक्ट साडेसहाला ये. ओके?"

"ओ ऽ के!" डॅनी.

त्यानं हातातला हिरवा फोन खाली ठेवला, तेव्हा ती भारतीय रिसेप्शनिस्ट एका गाण्यावर मान डोलवत होती.

डॅनी हॉस्पिटलमधून बाहेर आला आणि स्टीलचे जबडे कचकचले. त्यानं वळून पाहिलं. तिथं बेंचवर एक माणूस बसला होता. सैलसर राखाडी अंगरख्यातून हात बाहेर काढून तो थरथरत्या हातानं कात्रीनं आपली नखं कापायचा प्रयत्न करत होता.

दुपारची ५ वाजून ३० मिनिटं

शहराच्या मधोमध एक बंदूक डॅनीकडे रोखून पाहात होती. सेंट विन्सेंट हॉस्पिटलमधून बाहेर पडल्यावर डॅनी खालच्या ऑक्सफोर्ड स्ट्रीटवरून चालायला लागला. तो रस्ता हाइड पार्कला येऊन मिळेपर्यंत तो चालत राहिला. तिथं रस्त्याच्या पलीकडे जहाजांवर वापरली जाणारी एक खूप जुनी अवजड तोफ होती. तिला पाहताच डॅनी थबकला.

तो कधीकधी आपल्यासमोर तर्कशुद्ध, समंजस ऑस्ट्रेलियन श्रोते आहेत असं समजून त्यांना आपली केस तळमळीनं समजावून सांगे. आत्ताही तो आपल्या कल्पनेतील सुजाण ऑस्ट्रेलियन श्रोत्यांना म्हणाला, "गेल्या चार वर्षांत या पूर्ण देशात ही तोफच काय ती माझं - आपलं कुटुंब आहे."

चार वर्षांपूर्वी सिडनीत नुकताच आलेला असताना डॅनीनं त्या तोफेवर कोरलेला मजकूर वाचला होता. तो मजकूर वाचून तो अचंबित झाला होता. ती जुनी पुराणी तोफ म्हणजे एमडेन नावाच्या जर्मन बोटीचं विजयचिन्ह होतं. तिनं पहिल्या महायुद्धात चेन्नईवर दारूगोळ्याचा इतका भडिमार केला होता की, तमिळ बोलणाऱ्या श्रीलंकेतही एमडेन हे भीतीचं दुसरं नाव झालं होतं. त्या वेळेस तिथं आग ओकणारा हा अजगर इथं येऊन अगदी गरीब बिचारा होऊन गेला होता. कदाचित मरिना बीचवरील पाण्याला आग लावणारी तोफ हीच असेल. हिनं चेन्नईतील लोकांच्या कित्येक पिढ्यांमध्ये आपली जरब बसवली होती. आता सिडनीच्या एका पार्कमध्ये ती केविलवाणी उभी होती.

ऑस्ट्रेलियात काहीही होऊ शकतं, कारण इथलं जग तिरपागडं आहे. त्या अजस्त्र तोफेपुढे उभं राहून डॅनीनं टाळ्या वाजवल्या.

इथं हाइड पार्कमध्ये उजेड होता; पण तिथं कोका-कोलाच्या जाहिरातीमागे

थोडा अंधार झाला होता. डॅनीला माहीत होतं की, एव्हाना किंग्ज क्रॉसला चांगलंच अंधारलं असेल आणि डोक्याचा चमनगोटा केलेल्या, काळे टी-शर्ट घालणाऱ्या वेश्यांच्या दलालांना हे चांगलंच कळत असणार की, हवा थंड करणाऱ्या प्रत्येक मिनिटाला त्यांचा खिसा गरम होत जाणार आहे. त्या क्रॉसवर आता सहज फिरणारा एकही निष्पाप, निरागस माणूस मिळणार नाही. पॉटस पॉइंटमधल्या ऑपेरा हाउसचं दृश्य दाखवणाऱ्या त्याच्या फ्लॅटकडे जाताना प्रकाशला त्या दलालांनी घेरलं असणार : शहराच्या वर असणारी ती जागा म्हणजे मांसानं भरलेलं भांडं होतं. डॅनीला उभ्या उभ्या तिथली परिस्थिती दिसत होती.

एमडेन तोफेजवळ उभा असताना डॅनीचा मोबाइल वाजू लागला.

घर नं. ६.

फोनवर आवाज आला, ''ब्रूम, ब्रूम.'' तो आवाज ऐकून डॅनी हसला. त्याच्या कानांना तो विनोद वाटला. तो खुनी माणूस बहुतेक पॉटस पॉइंट फ्लॅटची सफाई करतो आहे असं दिसतं.

''एवढा गोंधळ आहे ना इथं नेल्सन.'' डॅनीला माहीत होतं, तिथं हे असंच असणार. प्राइव्हेट स्कूलचे ते टाय जमिनीवर इतस्ततः पसरलेले असतील.

''नेल्सन, तुला मी डागांबद्दल सांगितलं होतं, काळ्या डागांबद्दल?''

''हो.''

''टॉयलेट सीटच्या खाली दिसणारे काळे डाग. इथून जाण्याआधी ते साफ करावे लागतील मला. माझ्यासाठी हे काम तू करायला हवं होतंस.''

''सॉरी सर.''

प्रकाश हसून म्हणाला, ''प्रिमियम इकॉनॉमी. मी आता फक्त त्याचाच विचार करतो आहे, क्लीनर. इथलं सर्व काही झालं आहे आता, हो ना? मित्रा, मी काही डीओबी, नाव-पत्ता न सांगता फोन करणार नाही. तुला शोधत पोलीस आले नाहीत ना? तुझ्या मालकाला फोन कर आणि तिथं पोलीस नाहीत ना ते विचार. तो नाहीच म्हणेल. मी काही तुझा विश्वासघात केलेला नाही; पण माहीत आहे, त्यानं तुझा मात्र विश्वासघात केला आहे.''

''खरंच टोमोनं असं केलं?'' डॅनीनं विचारलं.

''सावडारिसनं ना? हो. त्यानं तुझा विश्वासघात केला आहे. मी तुला हे मुद्दाम सांगितलं नव्हतं. अरे, त्याच्या स्टोअरमधून मी बाहेर येण्याआधी त्यानं मला एक चॉकलेट दिलं. मी ते तोंडात घातलं, तसं घाणेरडंच होतं ते चॉकलेट. तर तो म्हणतो कसा : ग्लीब फार चांगला एरिया आहे. इथून क्रिकेट छान पाहता येतं. तुला कळतं आहे? तो परत आपल्या स्टोअरची जाहिरात करतो आहे, नेल्सन. त्याला तुझ्यापासून सुटका हवी आहे. कदाचित तू त्याच्याकडे जरा

जास्तच पगार मागत असशील. त्यानं मला विचारलं की, त्याच्या स्टोअरमध्ये काम करील असा कोणी माणूस मला माहीत आहे का? विश्वास बसतो तुझा या गोष्टीवर? खरंच, विचारलं मला त्यानं असं. त्याला असं वाटतं की, आम्हा सर्व इंडियन लोकांना इथं बेकायदेशीरपणे कोण राहातं हे माहीत आहे. काय सांगतो आहे मी क्लीनर, ही सगळी व्हाइट माणसं ना...''

''हो ना, क्लास, सभ्यता म्हणून काही गोष्टच नसते त्यांच्यात,'' डॅनी म्हणाला.

खरंच लाज, शरम, खरेपणा, दया-माया काहीकाही नसतं त्यांना. डॅनीला दिसत होतं की, स्टोअरमध्ये बसलेला टोमो, आत्तापासूनच माझ्यापासून कशी सुटका करून घेता येईल याचे बेत करायला लागला आहे. हे खुनाचं प्रकरण त्याच्या पचनी पडत नव्हतं. त्याला अस्थिर करत होतं. हो. तो लोकांना विचारायला लागला होता. दुसरा कोणीतरी? ''स्टोअरमध्ये काम करू शकेल असा दुसरा कोणीतरी माहीत आहे तुम्हाला?''

''प्रकाश सर, ते कॅक्टस अजून आहे का तुमच्याकडे?'' डॅनीनं विचारलं.

''हो. का रे?''

डॅनीच्या डोक्यात विचारांचं काहूर माजलं होतं. या सिडनीत तरुण इंडियनना, श्रीलंकनना, फिजीच्या विद्यार्थ्यांना अजूनही सांगितलं जातं की, सरकारने ठरवलेल्या पगाराच्या अर्ध्या पगारात काम कराल आणि खालच्या मजल्यावर झोपाल. ठीक आहे? कारण ग्लीबच्या मधोमध, एका भिंतीवरच्या कृष्णाच्या मोठ्या चित्राच्या शेजारी सनबर्स्ट नावाचं एक प्रोव्हिजन स्टोअर आहे. त्याचा मालक आहे जळती सिगारेट बोटात ठेवून, तिची राख खिडकीतून रस्त्यावर झटकणारा टोमो सावडारिस. तो वाट पाहतो आहे की, ऑस्ट्रेलियात बेकायदेशीरपणे राहणारा आणि कामाच्या शोधात असणारा दुसरा कोणी तरुण कधी त्याच्या स्टोअरमध्ये येतो आहे? म्हातारा विचार करतो आहे की, हा नवीन तरुण चिनी असू दे. असा कोणीतरी असू दे, ज्याला इंग्रजी नीट बोलता येत नाही. म्हणजे तो माझ्या दुकानात जास्त काळ टिकेल. सिडनीत आत्ता कुठे दिवस सुरू झाला आहे. दक्षिण ऑस्ट्रेलियात आणि व्हिक्टोरियातही तो आता कुठं सुरू होतो आहे. दक्षिण ऑस्ट्रेलिया, व्हिक्टोरिया आणि मरे नदीकाठचा प्रदेश रसाळ द्राक्षांचा प्रदेश आहे. तिथं परदेशी लोकांनी घाम गाळल्याशिवाय काहीच पिकणार नाही. मग वेलींवरून द्राक्षांचे घोस उतरवण्याचा हंगाम संपल्यावर तिथं काम करणारे सर्व लोक आता आपल्या कामाचे पैसे मिळणार या आशेनं, विश्वासानं तिथं रांगा लावून उभे राहतील आणि त्या वेळी ते जणू काही तुच्छ किडे आहेत, अशा प्रकारे पोलिसांची कुत्री आणि पोलिसांच्या व्हॅन्स त्यांचा क्रूर पाठलाग करतील.

"प्रकाश सर, ते कॅक्टस तुम्ही ग्लीबला घेऊन जाल का? तिथं परत जाऊन तुम्ही त्या कॅक्टसने त्या ग्रीक माणसाला मारून टाकाल का? साउथ आफ्रिकेला जाण्याआधी माझ्यासाठी तुम्ही हे काम कराल? मला खरंच तुम्ही ते करावंसं वाटतं. मग तुम्ही तिकडे जा आणि मी इथं चँग अंकलसारखं राहीन. आणखी वीस वर्षेतरी."

तो खुनी माणूस डॅनीचं बोलणं ऐकून हसला आणि म्हणाला, "डॅनी, आत्ता मला कळतं आहे की, तू माझा विश्वासघात केलेला नाहीस. आत्ता मला कळलं की, तू पोलिसांना फोन केलेला नाहीस. केला होतास तू फोन?"

"नाही."

"क्लीनर, मी आता एअरपोर्टला जातो आहे. मी चेक इन आधीच केलं आहे. आता काही गोंधळ घालू नकोस. दिवस जवळजवळ संपत आला आहे."

"बाय सर." डॅनी म्हणाला.

फक्त अर्धा तास उरला आहे. आता डॅनीला एवढंच करायचं होतं की, उसळून येणाऱ्या रक्तावर ताबा ठेवणं आणि पोलिसांना फोन करण्याच्या इच्छेवरही नियंत्रण ठेवणं.

दोन्ही हात मस्तकाजवळ नेऊन नमस्ते करत, डॅनीनं मनातल्या मनात म्हटलं, "वेडपट प्रकाशा, निघून जा तू साउथ आफ्रिकेला. तिथं स्वतंत्र माणूस म्हणून आयुष्य जग."

एमडेन मागं टाकून डॅनी हॉस्पिटलच्या दिशेनं चालू लागला. मग ठरल्या वेळेच्या आत तिथं पोहोचल्यामुळे वेळ काढण्यासाठी तो हॉस्पिटलमागच्या शांत घरं असलेल्या रस्त्यावर भटकू लागला. त्या रस्त्यांवर गोलगोल फिरू लागला. फिरताफिरता तो एका घराजवळ थबकला. त्या जुन्या पद्धतीच्या घराचं छत पृथ्वीगोलावर पंजा टेकवलेल्या सिंहाच्या सिमेंटच्या पुतळ्यानं सजवलेलं होतं. ते घर इतकं जुनाट होतं की, दरवाजाजवळच्या एका बॉक्समधून घराच्या मुख्य इलेक्ट्रिकल वायर्स घराच्या आत नेलेल्या होत्या. बट्टिकालोआच्या घरांप्रमाणे. घर जुन्या पद्धतीचं असलं तरी त्याची जपणूक खूप प्रेमानं केलेली दिसत होती. घराचे वेगवेगळे भाग छान चकाकत होते. त्या सबर्बमध्ये, शहरामध्ये, ऑस्ट्रेलिया खंडामध्ये जे जे काही चांगलं होतं, ते ते या छान जपणूक केलेल्या वास्तूत होतं. टिन लाकूड, विटा, फरशा, चिरेबंदी दगड, ओतीव लोखंड, रंग आणि रोगण या सगळ्यांचं ते घर म्हणजे एक स्वतंत्र साम्राज्य होतं. या सगळ्यांवर कडी म्हणजे तिथं 'मेबेलीन १९२४' असं कोरलेला एक दगड होता आणि त्यावर ब्रिटिश साम्राज्याचं प्रतीक म्हणून एक जुनाट सिंह उभा होता. त्या घराच्या कंपाउंडबाहेर एक मजबूत बाक होता. फुटपाथवर कोणीतरी एक सिगारेटचं थोटूक उभं ठेवलं

होतं. ते सूर्याच्या सावलीवरून वेळ दाखवणाऱ्या चक्राकार घड्याळाप्रमाणे आपली सावली दूरवर पाडत होतं. आपला बनियन खाजवून, त्या घराकडे तोंड करून डॅनी त्या बाकावर बसला. घरात वरच्या बाजूला पोटमाळा असलेली एक ऐसपैस खोली होती. ती कदाचित घरातल्या लोकांची झोपायची खोली असावी. एट्टा, एट्टी. जॉर्ज स्ट्रीटवरील विमानातून बाहेर पडलेल्या वाक्याची डॅनीला आठवण झाली. आता ते वाक्य कोणाला बरं लग्नाची मागणी घालतं आहे?

मग डॅनीनं आपलं तोंड आपल्या ओंजळीत लपवलं - एट्टा, एट्टी!

डॅनीनं आपल्या दोन्ही हातांचे कोपरे आपल्या गुडघ्यावर टेकवले. लवकरच तो दुखऱ्या बिंदूचा समांतरभुज चौकोन झाला होता. थंड बेंचवरील ते सिगारेटचं जळतं थोटूक, त्याच्या गुडघ्यांमध्ये घुसू पाहणारी त्याची दोन हाडं आणि एका लांब नखामुळे उजव्या गालावर उमटलेला तो ओरखडा...

बाकीचा तो म्हणजे केवळ धूर धूर झाला होता.

डॅनीनं दचकून वर पाहिलं आणि त्याला जवळपास पसरलेल्या संगीतलहरींचं मूळ सापडलं. ते सूर एका चंदेरी टॉप असलेल्या टॅक्सीतून येत होते. भगवी पगडी बांधलेला एक शीख टॅक्सीच्या खिडकीची काच खाली करून, सिडनीच्या सरळसोट रस्त्यावर आपली टॅक्सी फिरवत होता. त्याच खिडकीतून पंजाबी पॉपचे आनंदी सूर येत होते.

डॅनीनं त्या चालत्या टॅक्सीकडे आणि त्या घराकडे नजर टाकली आणि त्याला जाणवलं की, तो आता स्वतंत्र झाला आहे.

अचानक पिरमॉन्टभोवतीचे सुळके नाहीसे झाले. कायद्याचा बडगा नाहीसा झाला होता. सभोवार पसरलेला पांढरा घेराही नाहीसा झाला होता.

सहा वाजून गेले होते.

प्रकाश विमानतळाकडे गेला होता, म्हणजे असं वाटत होतं. असं वाटतं की, तो दक्षिण आफ्रिकेच्या मार्गावर आहे. एव्हाना सोंजाची सेकंड शिफ्टही संपत आली होती.

''गुड डे मित्रा!'' डॅनी मनातल्या मनात म्हणाला. आता तो परत आपल्या अदृश्य ऑस्ट्रेलियनच्या भूमिकेत परत आला होता.

संध्याकाळची ६ वाजून १२ मिनिटं

डॅनीला सगळीकडे आनंदीआनंद जाणवू लागला होता. जणू काय हा आनंद साजरा करण्यासाठीच त्या दिवशीची पहिलीवहिली वटवाघळं इकडेतिकडे दिसू लागली होती.

मुरुगन देवाच्या मोरानं दक्षिण गोलार्धात या उडत्या पक्ष्याचा अवतार धारण केला होता. जवळ येतायेता वटवाघळं कर्कश आवाज काढत होती. आपला उजवा हात वर करून डॅनीनं सुरेख, लांब असलेलं आपलं मधलं बोट मुडपून त्यांना सलाम केला.

बेकायदेशीरपणे इथं राहणाऱ्या डॅनीचा हा दिवस अजून बराच वेळ चालू राहणार आहे. मुरुगन देवा : कदाचित वर्षानुवर्ष.

वटवाघळाच्या पंखावरचा रक्ताचा लालसर तपकिरी डाग क्षणभर उठून दिसला. मग तो त्याच्याबरोबरच कुठंतरी नाहीसा झाला. डॅनीचा सायनसचा त्रासही कसा कोण जाणे, एकदम ठीक झाला.

काही काही गोष्टी प्रकट व्हायला बराच वेळ घेतात. जसं नारळाच्या बागेत खूप आतमध्ये सळसळणारं केळीचं चमकतं झाड. काही गोष्टी अचानक प्रकट होतात.

डॅनीला आता स्पष्ट जाणवू लागलं की, प्रकाश आता विमानतळाच्या मार्गावर नक्कीच नाही.

खरंतर तो विमानतळाच्या जवळपास अजिबातच नव्हता.

संध्याकाळची ६ वाजून १३ मिनिटं

कधीकधी शेतात एखादा काळा कुत्रा तुमच्यावर चाल करून येतो आणि तुमच्या लक्षात येतं की, जवळपास कोणीच नाही. देश रिकामा झालेला आहे. पूर्ण खंड रिकामा झालेला आहे.

सोंजानं त्याला साडेसहाच्या आत भेटायला येऊ नकोस म्हणून सांगितलं होतं; त्यामुळे डॅनी तिथं जाऊ शकत नव्हता; पण त्याला कोणाला तरी इंटरनेटवर त्याच्यासाठी काहीतरी पाहायला सांगावं लागणार होतं.

त्याला साउथ आफ्रिकेला जाणाऱ्या विमानाच्या वेळेची माहिती पाहिजे होती.

आणि तुम्हाला गरज असते, तेव्हा तर हे ऑस्ट्रेलियन लोक नक्कीच तुमच्या जवळपासही नसतात.

पण मग त्याला एका रिकाम्या रस्त्याच्या मधोमध कोणीतरी टाकून दिलेला एक सोफा दिसला. वस्तू आहेत त्या अर्थी जवळपास लोकही असतीलच, या विचारानं डॅनी त्या सोफ्याकडे धावला आणि खरंच तिथं त्याचीच वाट पाहात असल्याप्रमाणे तीन माणसं होती, कारण डॅनी तिथं येताच ते तिघंही उठून उभे राहिले.

ती तीन व्हाइट माणसं होती.

त्यांच्यातील एकानं हॅट घातली होती. अकुब्रा हॅट.

''मित्रा, तू विरोधी पक्षाच्या गुप्त संघटनेतील माणूस आहेस का?'' हॅट घातलेल्या माणसानं डॅनीला विचारलं.

त्याच्याकडे पाहून डॅनीनं नकारार्थी मान हलवली.

''सॉरी, पण तू आमच्यातलाच एक असल्यासारखा दिसतोस. तुझे केस.'' मग थोडा हसून तो म्हणाला, ''मी उपरोधानं बोलतो आहे असं वाटत असेल तुला. हो ना?''

तेव्हा कुठं डॅनीचं लक्ष त्या पांढऱ्या सोफ्यावर बसलेल्या माणसाच्या हातातल्या कार्डबोर्डच्या घोषणापत्रकाकडे गेलं. त्यावर हातानं लिहिलेलं होतं –

वेस्ट कोनेक्सला विरोध करा

आम्हाला आमच्या घरातून जबरदस्तीनं हाकलून दिलं जात आहे.

पाच वर्षे! आणि तुम्हाला तुमचं शहर, तुमच्या शहरासारखं दिसणार नाही.

पांढऱ्या लेदरचा तो मऊ सोफा पाहताच डॅनीला त्या सोफ्यावर बसायचा अनावर मोह झाला. त्याचा पूर्ण दिवस यातनादायक प्रगल्भ निर्णय घेण्यात गेला होता. आता त्या निकामी म्हणून टाकून दिलेल्या मऊ सोफ्यावर बसण्याचा बालिश आनंद त्यानं भरभरून उपभोगला. तो तोंडभरून हसला. मजेत पादायला तयार झाला.

डॅनीकडे पाहातपाहात एक लाल तोंडाचा आणि चौकस नजरेचा बुटका त्या सोफ्याशेजारच्या कचऱ्याच्या टोपलीत उचकाउचकी करू लागला. त्या माणसाच्या लठ्ठ गालावर सर्जरी करताना वापरल्या जाणाऱ्या बारीक दोऱ्यासारख्या, डॅनीच्या स्वतःच्या कायद्याच्या संकीर्ण ज्ञानाप्रमाणे अत्यंत सूक्ष्म रक्तवाहिन्यांचं अर्धगोल जाळं पसरलेलं होतं. कचऱ्याच्या टोपलीत तो आपला हात इतक्या जोरजोरात फिरवत होता की, तो कचरा आपल्याशी बोलतो आहे असं डॅनीला वाटत होतं. काय बरं म्हणत होता तो?

'मित्रा, तू पांढऱ्या सोफ्यावर बसला आहेस. ऑसी सोफ्यावर. अरे, कायद्यानं

हा सोफा तुझं ढुंगण विसावण्यासाठी नाही...'

सोफ्यावर बसून डॅनीला इतका आराम मिळाला होता! त्यानं बसल्याबसल्या आपले पाय सभोवार फिरवले. त्यानं ठरवलं, आता इथून हलायचं नाही.

अकुब्रा हॅट घातलेल्या त्या वयस्कर माणसाला परिस्थितीचा अंदाज आला. त्याला न बोलले गेलेले शब्द ऐकू आले. त्याच्या चेहऱ्यावर स्मितहास्य पसरलं.

"त्याचा त्रास करून घेऊ नका. उघड्यावर झोपण्यानं शिष्टाचार, सभ्यपणा येत नाही. त्या तरुण माणसाला कायद्यानं हाकलून देणं आणि बळजबरीनं हाकलून देणं याबाबतची बारीक माहिती दिसते आहे. तो आपल्याला प्रेस कॉन्फरन्समध्ये मदत करील बघा. तो उद्या रात्रीच्या बातम्यांत झळकेल."

मग डॅनीकडे वळून त्यानं कावेबाजपणानं विचारलं, "मित्रा, तू जर विरोधी पक्षाचा नसशील, तर तुला इथं पाहिजे तरी काय?"

बळजबरीची हकालपट्टी काय असेल बरं, शोधून काढलं पाहिजे; डॅनी स्वतःशीच म्हणाला. त्यानं त्या बेघर ऑस्ट्रेलियन लोकांकडे पाहिलं.

"तुमच्यापैकी कोणी मला मदत करील का? तुमच्याकडे इंटरनेट आहे? मला एका विमानाच्या फ्लाइटबद्दलची माहिती हवी आहे. तुमच्या फोनवर कळेल?"

अकुब्रा हॅटवाल्याकडे नक्कीच इंटरनेट होतं. डॅनीनं आपल्याला काय हवं होतं ते पुन्हा एकदा सांगितलं. सिडनीहून जोहान्सबर्गला, साउथ आफ्रिकेला जाणारं विमान इथून कधी निघतं याची माहिती हवी मला.

"आज रात्रीचं विमान?" हॅटवाल्यानं डॅनीला विचारलं. हातातली केराची टोपली खाली टाकून तो बुटका माणूस जवळ येऊन त्याच्या बाजूला उभा राहिला.

"हो. आज रात्रीचं." डॅनी म्हणाला. "आपण एक्स्पीडियात पाहू या. नाही. आणखी एका ठिकाणी तुला पाहिजे ती माहिती मिळेल. अरे, एअरपोर्टची वेबसाइट पाहा ना. तिथं सगळ्या फ्लाइटची माहिती असते."

अचानक त्या बुटक्याच्या लक्षात आलं की, डॅनीच्या बाबतीत काहीतरी गडबड आहे.

"मित्रा, तुझ्याजवळ फोन नाही? तू स्वतःच चेक कर ना फ्लाइटची वेळ. का बरं? तुला जायचं आहे तिथं?"

मग डॅनीनं त्या माणसांना आपला फोन दाखवला. विरोधी पक्षाच्या त्या माणसांनी तो एकमेकांना दिला. त्यांना वाटलं, काहीतरी गडबड आहे. नक्कीच काहीतरी गडबड आहे.

डॅनीची दया येऊन त्या व्हाइट लोकांनी त्याला पाहिजे असलेली माहिती आपल्या फोनवर पाहायची तयारी दाखवली. ती माहिती पाहतापाहता ते डॅनीला

विचारत होते, “मित्रा, तू कुठला आहेस? कोणत्या देशातून आलास? तुझ्या देशात चांगले फोन मिळत नाहीत का?”

हॅटवाल्या माणसानं आपल्या फोनमधील ऑप्शन्स पाहात सांगितलं, “नीट पाहू शकत नाही. सॉरी. काहीच दिसत नाही. आज रात्री साउथ आफ्रिकेला जाणारं एकही विमान नाही. पुढचं विमान... पुढचं विमान उद्या निघेल.”

“खात्रीशीर माहिती आहे ना?”

“इंटरनेट हेच सांगतं आहे. इंटरनेट कधी खोटं बोलतं का?” हॅटवाला माणूस म्हणाला.

“आणि असं का विचारतोस? साउथ आफ्रिकेला चाललास का तू?”

लॅन्सडाउन हॉटेलसमोरच्या सिडनीच्या पोर्टलवरच्या जुळ्या घड्याळात एकाच वेळी मिनिटाचे काटे पुढे सरकत होते.

डॅनी, तो तुझ्यामागे कधीच नव्हता. तू तर फक्त एक क्लीनर होतास - डॅनी स्वतःशीच म्हणाला.

डॅनीच्या डोळ्यांसमोर एकदम पांढऱ्या चेहऱ्याचा एक माणूस आला. आज सकाळी लाल ट्युलिप्सवाल्या खिडकीत दिसलेला. पोलिसांबरोबर बोलणारा. त्याचे डोळे अश्रूंनी भरलेले होते. तो एक उच्चभ्रू माणूस होता.

प्रकाशच्या निशाण्यावर तो होता.

प्रकाश चुकूनही त्याचं नाव घेत नसे. तो होता घरांची खरेदी-विक्री करणारा रिअल इस्टेटवाला माणूस. टॉयलेट सीटच्या खाली यूरिनचे - मुताचे काळे डाग ठेवणारा माणूस.

मार्क. जे घडलंय आणि घडणार आहे याची यत्किंचितही कल्पना नसलेला राधाचा नवरा.

सकाळी त्याच्या अवतीभोवती खूप पोलीस होते; पण एव्हाना ते तिथून निघून गेले असणार... आणि आज गुरुपौर्णिमा आहे. पूर्ण चंद्राची रात्र. अशा रात्री इंडियन्सना जुगार खेळायला खूप आवडतं.

आपण प्रकाशला फोन केला, तेव्हाच त्याला कळून चुकलं की, घडल्या गोष्टीसाठी कोणीतरी नक्की पकडला जाणार आहे. त्यानं हाही विचार केला असणार की, आपण फार वेळ पोलिसांना गुंगारा देऊ शकणार नाही. मग त्यानं विचार केला असणार की, मार्कलाही मारून टाकावं. जिथं एक खून केला, तिथं दोन खून. काय फरक पडणार आहे!

पुन्हा एकदा डॅनीच्या डोळ्यांसमोर चार मनोरे आणि सेंट पीटरची धुराडी आली.

ग्लीबवरून तो मोटारने अर्सकिनविलला गेला असणार. आता त्याची नजर

घर नं. ५ वर असणार. रोडपलीकडील एखाद्या जागेवरून प्रकाश त्या घराकडे पाहात असणार.

३६, फ्लोरा स्ट्रीट.

आपणच सांगितला त्याला पत्ता.

बहुतेक प्रकाश आता तिथं पोहोचला असेल. त्या फ्लॅटमध्ये कसं जायचं हे त्याला माहीतच होतं. क्लीनर, या घरांच्या किल्ल्या कुठं ठेवलेल्या असतात रे? ...'सुस्वागतम' लिहिलेल्या मॅटखाली किंवा मेलबॉक्समध्ये?

त्याला किल्ल्या मिळाल्यात. दोन जिने चढून तो वर गेला. त्यानं दार उघडलं, आता तो खिडकीजवळ उभा आहे. समोरच्या लाल ट्युलिप्सवाल्या घरावर तो नजर ठेवून उभा आहे.

हे सर्व तो करू शकतो.

त्याच्या हातात कदाचित निळा बॉल असेल किंवा तो डेस्कटॉप कम्प्यूटरजवळ असेल. कोआलावालं चमचमतं कम्प्यूटर कव्हर त्यानं बाजूला सारलं असेल. आता फक्त कम्प्यूटरची की फिरवण्याची खोटी, तेही त्याच्या लक्षात आलं. बहुतेक समोरच्या खिडकीकडे बघताबघता त्यानं कम्प्यूटरवर रेसचे लेटेस्ट रिझल्ट पाहिले असणार. आता त्यानं आपला काळ्या फ्रेमचा, जाड भिंगांचा चश्मा खाली टेबलावर ठेवला आणि कम्प्यूटरच्या स्क्रीनवर बोट ठेवून तो काही जागांवर आपली बोटं गोलाकार फिरवत आहे.

परऽऽम्प

रोडपलीकडच्या लाल ट्युलिप्सवाल्या खिडकीत मार्क एकटा उभा आहे हे पाहताच प्रकाश धावत सुटणार आहे. ब-ड-बम-ब-ड-बम! आता तो त्या माणसाच्या छातीत सुरा भोसकणार आहे. कदाचित तोच सुरा...

"मित्रा, अरे तू बरा आहेस ना?" कोणीतरी कनवाळू स्वरात विचारलं.

डॅनीनं डोकं खाली वाकवून, आपले कान दोन्ही हातांनी झाकून घेतले. त्याला जाणवलं की, त्याच्या झाकलेल्या कानांच्या पाळ्यांमध्ये शरीरातील सर्व रक्त धडका देतं आहे... ठक...ठक...ठक...

बेकायदेशीरपणे ऑस्ट्रेलियात राहणाऱ्या एका इसमानं पोलिसांना एका खुन्याची माहिती दिली; पण तो इसम इतका मूर्ख होता की, आपण इथं कायदेशीररीत्या राहात नसल्यानं आपल्याला अटक करून बळजबरीनं आपल्या देशात पाठवलं जाईल हेही त्याच्या लक्षात आलं नाही. ऑस्ट्रेलियन लोकांनो, वाचा आणि हसा. वाचा आणि...

डॅनीला डोळ्यांसमोर पेपरमधली ती बातमी दिसू लागली. अर्थात टेलिग्राफ किंवा हेरॉल्डनं तिची दखलही घेतली नसती. पिझ्झा हटमध्ये फुकट देतात, तशा

एखाद्या विशिष्ट समाजाच्या दोन पानी पेपरमध्ये ती आली असती.

"मला वाटतं, त्याला बरं वाटत नाही. तुला काय वाटतं?"

...मागच्या छपरावरून एक काळा पक्षी कावकाव करू लागला. डॅनीनं कानाची भोकं बंद केली तरी त्याची कावकाव ऐकू येतच होती. हळूहळू त्या पक्ष्याचा कलकलाट कमी होत गेला. शेवटी घसा बसल्याप्रमाणे तो खोल कर्कश झाला : डरावडराव करणाऱ्या बेडकाच्या गळ्याप्रमाणे तो काळा गळा सुजला, फुगला असं त्याला वाटलं.

सभोवती पावलं वाजत होती. तो पावलांचा आवाज ऐकून डॅनीला तो मघाचाच बुटका जवळ येतो आहे असं वाटलं. तो पुन्हा टोमणा मारायला आला असेल असं त्याला वाटलं. मग तो ओरडला, "मी या पांढऱ्या सोफ्यावरून उठणार नाही. मी नाही..."

संध्याकाळची ६ वाजून २२ मिनिटं

पण डॅनीनं डोळे उघडून वर बघितलं, तेव्हा त्याला एक मुलगी आपल्याकडे टक लावून बघते आहे असं दिसलं.

आधी त्याला वाटलं... कादल कन्नी... जलपरी... छोटी जलपरी...

सोफ्यावरून उठून तो एक पाऊल तिच्या दिशेनं गेला; पण ते पाहून ती छोटी मुलगी बावरून एक पाऊल मागे गेली.

"सॅम," एका माणसानं तिला हाक मारली. इतक्यात तिचे आई-वडील तिथं आलेच. लगेचच तिच्यातली जादू ओसरून गेली. ती पुन्हा एक चळवळी, चंचल मुलगी झाली आणि रस्त्यावरून खाली पळून गेली. तिचे आई-वडील पुन्हा तिचा पाठलाग करू लागले.

पांढऱ्याशुभ्र सोफ्यावर बसलेला एक तमिळ तिच्याकडे पाहात राहिला.

त्याच्या मनातलं विचारचक्र चालूच होतं : डॅनी, आज गप्प राहून तू उद्या जगू शकणार नाहीस.

"नाही. ठीक दिसतो आहे तो. बघ ना, उभाही राहिला. तो बदमाश नाही."

"पण आपण मदत केल्याबद्दल त्यानं कमीतकमी आपले आभार तरी मानायला पाहिजे होते."

"कदाचित तो साउथ आफ्रिकेला जायला निघाला असेल."

डॅनी झपझप चालला होता.

खूप खालून त्या छोट्या मुलीचं खळखळून हसणं अजून ऐकू येत होतं.

डॅनी ऑक्सफोर्ड स्ट्रीटच्या बाजूनं जात होता. पैसे देऊन फोन करता येतील असे फोन जास्तीतजास्त जवळ म्हणजे तिथंच असतील असं त्याला वाटलं. इतक्यात त्याचा फोन परत चमकू लागला.

घर नं. ६ चा फोन.

तिकडून कोणीच बोललं नाही; पण डॅनीनं हॅलो केलं, तेव्हा पलीकडून हुंदक्यासारखं काहीतरी ऐकू आलं. तो रडत तर नाही ना? मी इथं जो अंदाज केला, त्याचा त्याला अंदाज तर नाही आला.

डॉ. प्रकाश, तुम्ही इथून जिथं कुठे जाल, ती जागा मी जाईन त्या जागेएवढी वाईट नसावी, अशी आशा आहे.

तिकडून फोन बंद होण्याआधी डॅनीनं फोनमध्ये उसासा टाकला. फोनकडे नजर टाकताना त्याला जाणीव झाली की, आता पे-फोनच्या शोधात भटकण्याची काहीच गरज नाही. आपल्या उजव्या हातात असलेल्या या जुनाट वस्तूमधून आपण पोलिसांच्या हॉटलाइनला फोन करू शकतो.

उजव्या हातातला फोन डाव्या हातात घेऊन, डॅनीनं आपल्या लांब वाढवलेल्या नखानं नंबर दाबायला सुरुवात केली.

1 - 800 - 333 - 000

तिकडचा फोन वाजत राहिला. खूप वेळ. बऱ्याच वेळानं तिकडून एका बाईचा आवाज आला.

"येस?"

डॅनीनं फोनवरचा आपला आवाज ऐकला. "काल रात्री झालेल्या खुनाबद्दल माझ्याकडे काही माहिती आहे."

यानंतर डॅनी सिडनीमध्ये नव्हताच, कारण समोरच्या पहिल्या मजल्याच्या बाल्कनीतून ती निलाजरी बाई दोन्ही हात ढुंगणावर ठेवून एकटक त्याच्याकडे बघत होती आणि तिच्या शेजारी उभा होता एक बुटकासा भयंकर म्हातारा. तो म्हातारा म्हणजे त्याचे वडील, ज्यांना त्यानं गेल्या चार वर्षांत पाहिलेलं नव्हतं.

डॅनीनं आपल्या कानाच्या पाळीवर फोन इतक्या जोरात दाबून धरला होता की, त्याच्या कवटीच्या बाजूची जागा गरमगरम झाली होती.

पोलिसांच्या हॉटलाइनवरील त्या अमेरिकन बाईला डॅनीनं तीनदा ओरडून सांगितलं, "हो. तिचं नाव होतं राधा थॉमस. राऽऽधाऽऽ!"

संध्याकाळची ७ वाजून २ मिनिटं

दोन हजार चार सालची त्सुनामी आठवते तुम्हाला? ते सगळं ऑस्ट्रेलियापासून खूप दूर घडलं होतं. बरेचसे मृत लोक श्रीलंकेतील होते. समुद्रकिनाऱ्यावर एक जुनं, प्रसिद्ध शहर होतं. त्या अर्ध्याअधिक शहराची त्सुनामीत पडझड झाली होती. त्या दिवसांत लोकांना मदत करण्याचा प्रयत्न करत डॅनी देशभर हिंडत होता. डॅनी त्या जुन्या शहरात पोहोचला, तेव्हा ते अगदी अस्ताव्यस्त झालं होतं. समुद्राच्या पाण्यानं पार मंडईत घुसून तिथल्या सर्व भाजी विक्रेत्यांना आणि गिऱ्हाइकांना गिळंकृत केलं होतं. त्या सकाळी अवघ्या दोन तासांत हजारच्या वर लोक मृत्युमुखी पडले होते; पण त्सुनामीनं सगळ्यात जास्त थैमान घातलेल्या एका भागात माणसांच्या एका समूहाच्या मात्र केसालाही धक्का लागलेला नव्हता. कोण होता बरं तो भाग्यशाली समूह? तो होता त्या भागातील एका टेकडीवरील सिनेमा टॉकीजमध्ये सिनेमा पाहात बसलेल्या माणसांचा समूह. त्सुनामी बाहेर विध्वंस घालत असताना हे लोक आत टॉकीजमध्ये सुरक्षित राहिले होते. त्या टॉकीजमध्ये कोणत्या प्रकारच्या फिल्मस दाखवल्या जात माहीत आहे? ब्लू मूव्ही, अश्लील फिल्मस. म्हणजे बघा. खाली मंडईत प्रामाणिक माणसं मेली : आणि इथं टेकडीवर सकाळी दहा वाजता घाणेरडी फिल्म पाहणाऱ्या लोकांना देवानं जीवदान दिलं.

आपला जुना सेल फोन हातात घेऊन डॅनी सेंट विन्सेंट हॉस्पिटलला चालला होता. जुन्या गोष्टी आठवल्यावर त्याच्या चेहऱ्यावर स्मितरेषा उमटली. ही खरी आयरनी आहे. ज्या अर्थानं हा शब्द इथं वापरला जातो, त्या अर्थानं. आयरनी, उपरोध, विडंबना.

सेंट विन्सेंट हॉस्पिटलच्या अगदी बाहेर येऊन डॅनी थांबला. गळ्याभोवती भडक रंगाचे पट्टे असलेला एक रंगीबेरंगी पोपट एका युकॅलिप्टसच्या झाडाकडे उडत जाऊन एका पांढऱ्या फांदीला उलटा लटकलेला त्यानं पाहिला. लोरिकीट. ऑस्ट्रेलियातील रंगीबेरंगी पोपट. डॅनीनं त्याचं बरोबर नाव घेताच तो दूर कुठंतरी उडून गेला.

संध्याकाळची ७ वाजून ३ मिनिटं

हॉस्पिटलच्या आत गेल्यावर सोंजाला भेटायला डॅनी धावतपळत पायऱ्या चढत होता. त्याच वेळी कोणीतरी धावतपळत खाली येत होता.

डॅनीनं पाहिलं, त्या माणसाचे केस शांपू केलेल्या काळ्या केसांनी झाकून टाकलेले होते. १९९०च्या सुमारास अशा प्रकारचे केस राखायची फॅशन होती. काही लोकांनी ही फॅशन अजूनही चालू ठेवली होती. त्या येणाऱ्या माणसाच्या पाठीवर एक व्हॅक्यूम क्लीनर होता.

त्याच्यासारखाच एक क्लीनर, अंतराळवीर नेपाळी. नक्कीच त्या देशातील सगळ्यात कमी समृद्ध म्हणजेच गरीब भागातील असणार तो. त्याच्या पाठीवरील ती चमकती पेटी के-मार्टमधली होती. डॅनीच्या पाठीवर चार वर्षांपासून विराजमान असणाऱ्या एकोणऐंशी डॉलर्सच्या रुपेरी पेटीचा, चौऱ्यांशी डॉलर्सचा हा नवा अवतार होता. त्या माणसाच्या उजव्या हातातील एका प्लॅस्टिक बॅगमध्ये जास्तीचे स्पंज आणि स्प्रे होते. आता तिथं आता खूप जास्त क्लोरोक्स असणार. कदाचित या अंतराळवीरानंच हॉस्पिटलमधील टॉयलेटस नुकतीच साफ केली असणार.

त्या तरुण माणसानं डॅनीला पाहिलं आणि या सिडनी शहरात एका ब्राउन माणसाच्या डोळ्यांना दुसऱ्या ब्राउन माणसाचे डोळे भिडताच दोघांना जो धक्का बसतो, तो या दोघांनाही बसलाच.

मग त्यातील एक खाली उतरला आणि नजरेआड झाला; पण दुसरा म्हणजे डॅनी जिना चढून वर गेला अन् तिथल्या कृत्रिम प्रकाशात मिसळून गेला.

"तू आधीही इथं आला होतास ना?" रिसेप्शन असं लिहिलेल्या काचेमागील भारतीय रिसेप्शनिस्टनं हातातलं आयपॅड खाली ठेवत डॅनीला विचारलं.

"हो. मी नर्स सोंजाला भेटायला आलो आहे."

"ओह! म्हणजे ट्रान, सोंजा ट्रान. मला वाटतं, तिची सेकंड शिफ्ट सुरू झाली. आता ती कुठे आहे ते मला पाहिलं पाहिजे."

डॅनी तिथं बसून सोंजाची वाट पाहू लागला.

तेवढ्यात त्याचा सेल फोन पुन्हा वाजू लागला. तडा पडलेला डिसप्ले सांगत होता घर नं. १३.

डॅनीनं हॅलो केल्यावर तिकडून रोडनी अकाउन्टन्टचा किनरा आवाज ऐकू आला.

"हो. मीच बोलतोय."

"डॅनी, मी आत्ताच घरी परत आलो आहे. आणि... म्हणजे मी तुला दोष

देत नाही. मित्रा, पण मी घरी आल्यावर मला कसला तरी वास आला आणि मला सटासट शिंका यायला लागल्या. पुन्हा ॲलर्जीचा त्रास सुरू झाला. तुला माहीत आहे; मी तुला माझ्या घरी इतके दिवस कामावर ठेवलं, कारण मला तुझं काम, तुझी कामावरची निष्ठा, तुझा प्रामाणिकपणा आवडला. म्हणूनच मी विचारतो आहे मित्रा, तू आज एखादी नवी गोष्ट वापरलीस का माझ्या घरात? म्हणजे ॲलर्जी असणाऱ्या लोकांना न चालणारं काहीतरी.''

डॅनीला वाटलं की, रोडनीला सांगावं की, मी तुझाच व्हॅक्यूम क्लीनर वापरला. तुझ्याच ब्रशनं टॉयलेट साफ केलं. तुझं मांजर पूर्ण वेळ माझ्यावर लक्ष ठेवून होतं.

पण डॅनीच्या तोंडून एवढंच बाहेर पडलं, ''सॉरी.''

''सॉरी? अरे, तुला चांगलं माहीत आहे की, अशा गोष्टींचा माझ्यावर लगेच किती परिणाम होतो.''

डॅनीनं पाहिलं की, राखी रंगाचा सैल अंगरखा घालून बाहेर बसलेला पेशंट आता वेटिंग रूममध्ये बसला आहे. अजूनही त्याचा नखं कापायचा उद्योग चालूच होता.

''पुढच्या खेपेला मी तुम्हाला दहा टक्के डिस्काउंट देईन.'' डॅनी म्हणाला.

यावर अकाउन्टन्ट काहीच बोलला नाही.

''बरं बरं. पुढच्या खेपेला मी वीस टक्के...'' डॅनी उसासत म्हणाला.

''नाहीतर, शंभर टक्के डिस्काउंट देईन.''

''नाही, नाही हे फारच झालं रे; पण तू दाखवलेला हा समंजसपणा आवडला मला. वीस टक्के डिस्काउंट पुरेल मला आणि हो, काळजीपूर्वक सफाई करत जा, एवढंच माझं म्हणणं आहे.''

''नाही. पुढच्या खेपेस मी तुम्हाला शंभर टक्के डिस्काउंट देणार.'' असं बोलून डॅनीनं फोन बंद केला आणि तो हसला.

''काय रे, काय झालं?'' कपड्यांवर घातलेला सैलसर मोरपंखी गाउन उतरवत, बाहेर येऊन सोंजानं विचारलं. अगदी सोंजासारख्या तात्पुरत्या करारावर आलेल्या हॉस्पिटलमधील नर्सेसनाही तसा सैलसर कोट घालावा लागे. तो कोट खाली जमिनीवर ठेवून ती वेटिंग एरियात डॅनीशेजारच्या खुर्चीत बसली.

''तू यायला उशीर केलास. माहीत आहे ना तुला?'' तिनं डॅनीला कोपरखळी मारली.

त्यानेही तिला कोपरखळी मारत उत्तर दिलं, ''हो. मला माहीत आहे. माहीत आहे गं; पण मला दुसरंच काहीतरी तुला सांगायचं आहे. अगं, मी वेगन, अंडीच काय, गाई-म्हशीचं दूधही न पिणारा शाकाहारी नाही.''

ती थोडं हसली आणि म्हणाली, "हो. मला माहीत आहे ते."

पूर्ण दिवस काम करूनही तिच्या अंगातून फुलांच्या सेंटचा सुवास येत होता. खूप छान वाटत होता तो सुगंध. मनाला स्पर्श करणारा चाफ्याच्या फुलांचा सुगंध!

"म्हणजे मला काय म्हणायचं आहे, तुला भेटण्याआधी मी साधा शाकाहारीसुद्धा नव्हतो."

सोंजाच्या चेहऱ्यावर हसू फुललं. ती म्हणाली, "डॅनी, हेही माहीत आहे. हेही तूच सांगितलं होतंस मला. विसरलास? पण ठीक आहे. नाहीतरी सिडनीतले सगळे शाकाहारी स्वतःला फार मोठे समजतात. तुझा कधी शिकाऱ्याशी संबंध आला आहे का रे?"

डॅनीला डॅरियल वकिलांच्या दरवाजाच्या चौकटीवरील हन्टसमन, शिकारी कोळी आठवला अन् त्यानं दोन्ही हात एकत्र आणून टाळी वाजवली.

"ओ! तुझा त्यांच्याशी कधीही संबंध न येवो. खरंच त्यांचा तुला संपर्क नको व्हायला : अरे, ते आपलं काही नुकसान करत नाहीत रे." सोंजा हसत हसत म्हणाली.

हो. तिला आपल्यासारखी कोळ्यांची भीती वाटत नाही; पण तरीही त्या दिवशी सनबर्स्ट स्टोअरमध्ये यायला ती जाम घाबरली होती.

बऱ्याच महिन्यांपासून ती त्याला विचारत होती, कुठं राहतोस रे तू? आणि तो कुठं राहतो हे पाहायला ती एका शनिवारी चक्क ग्लीबमध्ये आली होती. डॅनी तिला सनबर्स्ट स्टोअरजवळ घेऊन आला होता. दुकानावरच्या लहान खिडकीकडे बोट दाखवून त्यानं तिला मी तिथं राहतो म्हणून सांगितलं होतं. तिला ते सहन झालं नाही की काय कोण जाणे? ती चक्क आ वासून तिथं उभी राहिली.

"तू स्टोअर रूममध्ये राहतोस? खरंच?" याउप्पर तिला आणखी काही जाणून घ्यायचं नव्हतं; त्यामुळे तिनं त्याची खोली किंवा त्याची दोन पांडा अस्वलं पाहायला नकार दिला. तो तिच्यासाठी किटकॅट बार घ्यायला दुकानात गेला होता. नंतर त्यानं टोमोला त्या किटकॅटची किंमतही दिली. तो खरंच खूप प्रामाणिक होता.

त्या रात्री त्या दोघांनी पिझ्झा हटमध्ये जेवण केलं आणि ते पॅरामेटामध्ये नदीकिनाऱ्यावर गेले. रात्रीच्या वेळी त्या काळ्याभोर नदीवरील थंड हवा खाण्यासाठी ती दोघं धावतपळत गेली होती. पुलाखालचं पाणी पाहतापाहता सोंजानं त्याला विचारलं होतं, "डॅनी, तुला आयुष्यात काय पाहिजे?"

"मला ना, सिडनीत माझा किरण रावसारखा सत्कार व्हावा, असं वाटतं."

"कोणासारखा?"

डॅनीनं तिला सत्काराबद्दल काही गोष्टी सांगितल्या, तेव्हा ती खुदकन हसली होती आणि मग एक तिरकस, खरंतर घाणेरडा विनोद करून तिनं घोषित केलं होतं की, लवकरच ती त्याचा सत्कार करणार आहे आणि त्या बदल्यात त्यालाही तिचा सत्कार करावा लागेल. तिच्या उद्‌गाराचा गार्भितार्थ त्याच्या लक्षात आला होता. तिचा बाहू हातात घेण्यासाठी त्यानं हात पुढे केला होता; पण त्याच क्षणी तो थांबला होता, कारण पॅरामेटाच्या फुटपाथवरील त्याच्या बुटाखालील एक चौकट एकदम सरकल्यासारखी झाली होती. सोंजा पाहातच राहिली आणि डॅनीनं आपल्या बुटाच्या पुढच्या भागानं ती सैल चौकट नीट बसवण्याचा प्रयत्न केला : ती चौकट थरथरली, तेव्हा त्याला असा भास झाला की, रिचमंड ते मॅनली अशा संपूर्ण ऑस्ट्रेलियाचा थरकाप झाला आहे आणि त्या ऑस्ट्रेलियाच्या मधोमध असलेला पॅरामेटाही भीतीनं थरथरत आहे. ''मी इथं आहे आणि मी कधीही परत जाणार नाही.'' डॅनीनं छातीठोकपणे तिथल्या सर्व लोकांना सांगितलं होतं.

''हे काय करतोस तू डॅनी?'' त्याच्या आणखी जवळ जात सोंजा म्हणाली होती. चेहऱ्यावर रागाचा भाव आणून तिनं त्याला फुटपाथवरील तो चौकोन हलवताना पाहिलं. तो तसं का करतो आहे हे तिला जणू कळलं होतं. नंतर त्याच्या बुटाला ठोकर देत ती ओरडली होती : ''माझा सत्कार कर! माझा सत्कार कर!'' आणि ती नदीच्या बाजूला जोरात धावत सुटली होती. तिच्या दृष्टीनं हा केवळ एक खेळ होता.

सोंजा, त्या दिवशी तू थोडं धैर्य दाखवायला पाहिजे होतंस.

आता डॅनीनं आपला बूट हॉस्पिटलच्या चमचमत्या टाइल्सवर घासला. त्याला फरशीवर एक नख दिसलं. करड्या कपड्यांतील त्या माणसात नखं काढण्याचं धारिष्ट्य आलं, हे पाहून डॅनीला बरं वाटलं. आपण स्वच्छ राहिलं पाहिजे. हॉस्पिटलमध्येसुद्धा. जेलमध्येसुद्धा. त्याच्या मनात विचार आला.

''आणखी काही सांगायचं आहे का तुला? माझ्या सेकंड शिफ्टची वेळ होत आली.'' सोंजा म्हणाली.

''तुला सांगण्यासारखी एक गोष्ट आहे माझ्याकडे.'' डॅनी म्हणाला.

थोडसं ओणवं होत त्याच्या नाकाच्या शेंड्याला स्पर्श करत ती म्हणाली, ''डॅनीकडे सांगण्यासारख्या गोष्टी नेहमीच असतात. खूप गोष्टी असतात त्याच्याकडे. तुला पुन्हा सायनसचा त्रास सुरू झालेला दिसतो. तुझा आवाज बदलला आहे.''

तिनं त्याच्या नाकात बोट घालून नाकाचं वाकडं हाड चाचपलं. त्याचं ते नाकातलं वाकडं झालेलं प्रसिद्ध हाड होतं.

''सर्जरी हा चांगला उपाय आहे असं नाही वाटत मला. काही मुलांना हा प्रॉब्लेम असतो... आणि सर्जरीनंतर त्यांचा त्रास आणखी वाढतो. तुझा त्रास कमी

करायला काय केलं पाहिजे हे मलाही माहीत नाही डॅनी. कदाचित फार प्राचीन काळी आपण जसं फक्त फळं आणि सुका मेवा खाऊन राहात होतो, तसं तुला काही काळ राहावं लागेल. बरं, पण मला आता सेकंड शिफ्टसाठी निघावं लागेल. तुला मी साडेसहा वाजता यायला सांगितलं होतं. या सगळ्याबद्दल आपण जरा सल्लामसलत केली असती; पण तू यायला उशीर केलास.''

"हो. सॉरी हं सोंजा!'' डॅनी म्हणाला.

हिच्यासारखी प्रेयसी गमावणं कोणालाही किती कठीण जाईल.

"पण मला यायला उशीर का झाला, ते आत्ताच सांगायचं आहे तुला.''

किंचित मागे झुकून ती त्याच्या बोलण्याची वाट पाहात राहिली. हॉस्पिटलच्या थंड हवेत अंगात ऊब आणण्यासाठी डॅनीनं आपले हात चोळले.

"अगं, मला एक फोन करायचा होता. तो संपायला खूप वेळ लागला.'' आवाज खाली आणत डॅनी म्हणाला, "फार महत्त्वाचा होता तो फोन. मला बऱ्याच गोष्टी स्पष्ट करून सांगायच्या होत्या.''

सोंजानं त्याला रागावून विचारलं, "असं कोणाबरोबर बोलायचं होतं रे तुला?''

सोंजाकडे थोडा वेळ पाहात राहून डॅनीनं नखानं आपली मान खाजवली आणि मग पडेल स्वरात तो म्हणाला, "पोलिसांशी, पोलिसांशी बोलायचं होतं मला.''

◆

द साउथ सिडनी एक्स्प्रेस,
ग्राहक संख्या - १६०००
प्रथम प्रकाशन - २००२

राधा थॉमस या येथील स्थानिक निवासीच्या खुनाच्या संदर्भात पोलिसांनी एका चव्वेचाळीस वर्षांच्या माणसाला अटक केली आहे. राधा थॉमस या मेडिकेअरच्या माजी संचालक होत्या.

गुप्तपणे मिळालेल्या एका सूचनेचा मागोवा घेत न्यू साउथ वेल्स पोलिसांच्या एका टीमने फ्लोरा स्ट्रीटवरील एका फ्लॅटमध्ये या संशयित इसमाला ताब्यात घेतले आहे. हा फ्लॅट मृत स्त्रीच्या अपार्टमेंटसमोरच्या रस्त्यावर आहे.

प्रकाश वधवा नामक वेगवेगळी व्यसने असलेल्या या इसमाला सैन्यातून काढून टाकण्यात आले होते. या इसमाजवळ रक्ताचे डाग असलेला एक सुरा मिळाला असून, त्यावरील रक्ताचे डाग खून झालेल्या स्त्रीचे असावेत असा अंदाज आहे.

डिटेक्टिव्ह सार्जंट जे. टी. मिकालोस म्हणाले की, "आम्हाला दाट संशय आहे की, हा इसम आपल्या पुढील लक्ष्यावर वार करण्यासाठी या फ्लॅटमध्ये लपून बसलेला होता. त्याचं पुढील लक्ष्य कालच रात्री खून झालेल्या स्त्रीचा पती हे होतं."

मिकालोस पुढे म्हणाले की, "ज्या माणसानं हॉटलाइनवर पोलिसांना ही माहिती दिली, त्याने त्याला विचारण्यात आलेल्या प्रश्नांची उत्तरे देताना तो ऑस्ट्रेलियातील बेकायदेशीर रहिवासी असल्याचे कबूल केले आहे. त्याला त्याच्या मायदेशी परत पाठवण्याबाबतची कारवाई आता करण्यात येत आहे."

(रिअल इस्टेटबाबतच्या बातम्यांसाठी पान २-५ पाहा. मालमत्तेच्या जाहिराती पान ८-११)

ऋणनिर्देश

पृ. क्रमांक ३९ आणि ४० मध्ये डॅनी आणि ऑस्ट्रेलियाच्या इमिग्रेशन ऑफिसर यांच्यातील लिहिलेला संवाद, सात वर्षांपूर्वी त्या दोघांमध्ये खरोखर झालेल्या संवादावर आधारित आहे.

मी जेम्स पेटेनच्या अर्सकिनविलमधील जुन्या घरामध्ये राहात असताना माझ्या मनात 'ॲम्नेस्टी' कादंबरीचा विचार आला. जेम्सचं आदरातिथ्य, सहनशीलता आणि कायद्याचं ज्ञान तसेच शालिनी परेरांच्या प्रेमळ साहाय्याशिवाय ही कादंबरी या स्वरूपात आलीच नसती.

सिडनीतील जेरेमी किर्क, केटी ग्रुसोविन, मेलबोर्नचे स्टिफन रेबिकॉफ आणि बेंगळुरूचे केशव गुहा यांनी या पुस्तकाच्या सुरुवातीच्या हस्तलिखिताच्या आवृत्त्या वाचून मला मोलाच्या सूचना केल्या. ॲंड्रिया कॅनोब्बिओ आणि जेफ युर्किनचंही मला या कादंबरीलेखनात अमूल्य साहाय्य झालं.

श्रीलंकेतील डॉमिनिक आणि नाझरीन सन्सोनी यांचा मी हार्दिक आभारी आहे. बट्टिकालोआमध्ये दीर्घकाळ वास्तव्य केलेल्या स्व. फादर हॅरी मिलरनी त्या शहराच्या इतिहासाशी माझी ओळख करून दिली. याबद्दल मी त्यांचा हार्दिक आभारी आहे.

चेन्नईतील ए. आर. वेंकटाचलपतींनी माझ्या अगणित प्रश्नांची थोडंही न कंटाळता सविस्तर उत्तरं दिली. सुविख्यात तमिळ अभिनेते कमल हसन यांनीही माझ्या असंख्य प्रश्नांची उत्तरं दिली. याबद्दल मी त्यांचा हार्दिक आभारी आहे.

कुआलालंपूर आणि पेनांगमध्ये : ऑस्ट्रेलियातील शेतांवर बेकायदेशीरपणे मजुरी केलेले अनेक लोक आहेत. त्यांनी मला आपल्या कहाण्या सांगितल्या. त्यातील प्रत्येकाला कायदेशीररीत्या तिथे पुन्हा जाण्याची संधी मिळेल अशी मला आशा आहे.

स्क्रिब्नरमधील माझे संपादक डॅनियल लोडेल यांनी मला कित्येक अमूल्य सूचना केल्या. या सर्वांच्या साहाय्यामुळे मी पाच वर्षांनी कादंबरी लेखनाचं हे काम पूर्ण करू शकलो.

◆